AF758580

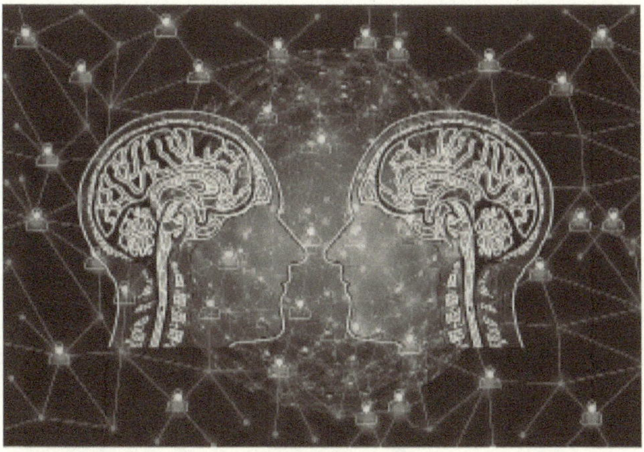

சினிமாத்துவம்

ஜமாலன், 1984 முதல் மார்க்சியம், இலக்கியம், அரசியல், மதவாத எதிர்ப்பு அரசியல், பின்காலனியம், பின் நவீனத்துவம், சினிமா போன்ற பல துறைகளில் எழுதி வருபவர். பிறந்த ஊர் கும்பகோணம் அருகில் இருக்கும் திருநாகேஸ்வரம் என்ற கிராமம். முது அறிவியல் இயற்பியல் படித்துள்ள இவர் தனது கல்லூரி நாட்கள் முதல் கவிதை எழுதத் தொடங்கி பின் திறனாய்விற்கு வந்தவர். கோட்பாடு சார்ந்த திறனாய்வுகள் மற்றும் தமிழியல் ஆய்வுகளில் கவனம் செலுத்தி வருபவர். கணினித் துறையில் பணியாற்றி ஓய்வு பெற்றவர். தமிழ் திறனாய்வு வெளியிலும் இடதுசாரி பண்பாட்டு அரசியலிலும் ஈடுபாடு கொண்டு தொடர்ச்சியாகச் செயல்பட்டு வருபவர். சிறந்த திறனாய்வாளருக்கான ‘மேலும்’ விருது பெற்றுள்ளார். இவரது ‘உடலரசியல்’ நூல் சிறந்த திறனாய்வு மற்றும் கோட்பாட்டு நூலுக்கான ‘பஞ்சு பரிசில்’ பெற்றுள்ளது. இலக்கிய ஆய்வுகள், சினிமா, அரசியல் குறித்து பல்வேறு இதழ்களில் தொடர்ந்து கட்டுரைகள் எழுதிவருபவர்.

சினிமாத்துவம்

காட்சி எந்திரங்களும் காணும் எந்திரங்களும்

(சினிமா கோட்பாட்டாக்க கட்டுரைகள்)

ஜமாலன்

பாரதி
புத்தகாலயம்

Cinemathuvam (Collection of articles about Cineme in Tamil)
Jamalan
First Published: May 2022 | Second Print: November, 2022
Published by
BHARATHI PUTHAKALAYAM
7, Elango Salai, Teynampet, Chennai - 600 018
Email: bharathiputhakalayam@gmail.com / www.thamizhbooks.com

சினிமாத்துவம் *(சினிமா குறித்த கட்டுரைகளின் தொகுப்பு)*
ஜமாலன்
முதல் பதிப்பு: *மே, 2022* | இரண்டாம் அச்சு: *நவம்பர், 2022*
வெளியீடு:
பாரதி புத்தகாலயம்
7, இளங்கோ சாலை, தேனாம்பேட்டை, சென்னை - *600 018.*
தொலைபேசி : *044-24332424, 24330024* | விற்பனை: *24332924.*

விற்பனை நிலையங்கள்
அருப்புக்கோட்டை: கதவுஎண் 49 A/4 மெயின் ரோடு, தெற்கு தெரு - 9994173551
ஈரோடு: 39: 39 ஸ்டேட் பாங்க் சாலை - 9245448353
கரூர்: நாரத கானசபா அருகில் (TNGEA OFFICE) - 9442706676
காரைக்குடி : 12, 2 வது தெரு, கம்பன் மணிமண்டபம் பின்புறம் - 9443406150
கும்பகோணம்: 352, ரயில் நிலையம் எதிரில் - 9443995061
குன்னூர்: N.K.N வணிக வளாகம் பெட்போர்ட்
கோவை: 77, மசக்காளிபாளையம் ரோடு, பீளமேடு - 8903707294
சிதம்பரம்: 22A / 18B தேரடி கடைத் தெரு, கீழவீதி அருகில் - 9994399347
செங்கல்பட்டு: 1 D ஜி.எஸ்.டி சாலை - 044 27426964 | **சேலம்:** 15, வித்யாலயா சாலை சாலை
சேலம்: பாலம் 35, அத்வைத ஆஸ்ரமம் சாலை 0427 2335952
தஞ்சாவூர்: காந்திஜி வணிக வளாகம் காந்திஜி சாலை - 9655542400
திண்டுக்கல்: பேருந்து நிலையம் - 9942331105, 9976053719
திருச்சி: வெண்மணி இல்லம், கரூர் புறவழிச்சாலை - 9994289492
திருநெல்வேலி: 25A, ராஜேந்திரநகர் - 9442149981 | **திருப்பூர்:** 447, அவினாசி சாலை - 9486105018
திருவண்ணாமலை: முத்தம்மாள் நகர் | **திருவல்லிக்கேணி:** 48, தேரடி தெரு - 9444428358
திருவாரூர்: 35, நேதாஜி சாலை - 9442540543 | **நாகர்கோவில்:** 699 கே.பி.ரோடு R.V.புரம் - 9443450111
நெய்வேலி: பேருந்து நிலையம் அருகில், - 9443659147
பழனி: பேருந்து நிலையம் அருகில் - 7010760693
பாண்டிச்சேரி : கிழக்கு கடற்கரைச்சாலை, இலாசுப்பேட்டை, 9486102777
பெரம்பூர்: 52, கூக்ஸ் ரோடு - 9444373716 | **மதுரை:** 37A, பெரியார் பேருந்து நிலையம் - 045 22324674
மதுரை: சர்வோதயா மெயின்ரோடு
வடபழனி: பேருந்து நிலையம் எதிரில் அடையார் ஆனந்தபவன் மாடியில் - 9444476967
விருதுநகர்: 131, கச்சேரி சாலை - 0456 2245300 | **வேலூர்:** பேஸ் III, சத்துவாச்சாரி - 9442553893

அச்சு : பிரிண்டெக், சென்னை - 600 005.

திரையியக்கத்திற்காக
தங்களது வாழ்வை
அர்ப்பணித்துக் கொண்ட
அனைத்து
திரைப்படக் கலைஞர்களுக்கும்...

நன்றி நவிலல்

இக்கட்டுரைகளை வெளியிட்ட நிழல், மணல்வீடு மு.ஹரிகிருஷ்ணன், விகடன் தடம் கவிஞர் வெயில் மற்றும் சினிமா குறித்து தொடர்ந்து என்னை எழுதவைக்கும் நண்பர் நிழல் பா.திருநாவுக்கரசுவிற்கு நன்றி. இந்நூல் ஓராண்டிற்குமேலாக வெளியிடுவதற்கான தயார் நிலையில் இருந்தும், இதனை உடனடியாக வெளியிட முன்முயற்சி எடுத்தும், பிழை திருத்தம் செய்தும் பேருதவி செய்த தோழர் பிரதிபா ஜெயச்சந்திரன் அவர்களுக்கு நன்றி என்பது போதுமான சொல் அல்ல. ஆசிரியர் தமிழவன், மேலும் சிவசு அய்யா, திறனாய்வாளர் பேரா. பஞ்சாங்கம், பேரா. ஜவகர் எனது எழுத்துக்களை உற்சாகப்படுத்தும் நண்பரும் சகபயணியுமான பிரேம், எஸ். சண்முகம், வரலாற்று ஆய்வாளர் இரா. கோமகன், அமானுஷ்யன், யுகாந்தன் என்கிற அபுபக்கர் ஆகியோருக்கு நன்றி. சினிமா குறித்த ஆய்வுகளை எழுதும் மதுரை நண்பர் சேரலாதன் என்கிற பேரா. பெரியசாமி ராஜா, பேரா. ரத்னகுமார், கருத்துப்பட்டறை பரமன், பிறழ் இராமர் மற்றும் அறிவுமணி, ஆய்வு மாணவரான இரா. அன்பரசு, தமிறம் செந்தில்குமார், சிற்றேடு மு. திருநாவுக்கரசு, அறிவுப்பகிர்வு இராஜா, கரசூர் கந்தசாமி, பாண்டிச்சேரி பேரா. இரவிக்குமார், தமிழ்மணி, நந்தனம் கல்லூரி பேரா. மு. ரமேஷ், சினிமா குறித்த ஆய்வாளர் மிச்சிகன் பல்கலைக்கழக பேராசிரியர் சொர்ணவேல், சினிமா குறித்து எனது ஆர்வத்தை உற்சாகப்படுத்தி, பல உலக சினிமாக்களை தந்து, அது குறித்து விவாதித்த நண்பரான கவிஞர் முபாரக் ஆகியோருக்கு நட்பார்ந்த முறையில் நன்றியை பதிவு செய்கிறேன். வெளியிட முன்வந்த பாரதி புத்தகாலயம் நாகராஜன், வடிவமைத்த தோழர்கள் தங்கராஜ், தேவதாஸ், அட்டைப்படம் வடிவமைத்த காளத்தி மற்றும் தொடர்ந்து என்னை வாசித்து உற்சாகப்படுத்தும் வாசகர்கள் ஆகியோருக்கு நன்றி.

எனது அகஉலகில் அலுப்பை ஏற்படுத்தாமல் உற்சாகம் ஊட்டும் எனது மனைவி சாஜாத் பேகம், என்னை பின்பற்றி தீவிர சினிமா ரசிகரான மகன் மகாதீர் முகமது, மருமகள் அப்ரோஸ் பானு, மருமகன் உசேன், மகள் அல் ஷரின் உசைனி மற்றும் எனது மனஅழுத்தங்களுக்கு மருந்தாக உள்ள பேத்தி ஹானியா இப்ராஹ் ஆகியோர் தந்த ஆற்றல் இந்நூலாக்கத்திற்கு உதவியது என்பதை பதிவு செய்கிறேன்.

- ஜமாலன்

முன்னுரை

தமிழில் திரைப்படம் என்ற சினிமா (இதனை தமிழில் 'திரையாக்கம்' என்ற சொல்லால் குறிக்கலாம்) குறித்து ஒரு வெளிப்படையான ஒவ்வாமையும் உள்ளார்ந்த ஒரு பெருவிருப்பும் உள்ளது என்பதை தமிழ் சினிமா குறித்த சமூகவியல் விளக்குவதாக உள்ளது. இந்தியா போன்ற பெரிய நிலப்பரப்பைக்கொண்ட பல மொழிகள், பல பண்பாடுகள் கொண்ட ஒரு ஒன்றிய அமைப்பில் சினிமா ஒரு பொதுக் கருத்தியல் உற்பத்தி எந்திரமாக உள்ளது. குடிமக்களை குடியாண்மைச் சமூகத்திற்கு இயைபுபடுத்துவதாக, ஒரு பொது மனித, இன அடையாளத்தை உருவாக்கக்கூடியதாக உள்ளது. மற்ற கலைகளைவிட சினிமா உருவாக்கும் பாதிப்பு அதிகமானது. அதனால்தான் சினிமா ஒரு கலை அல்ல கலை போன்ற பிறிதொன்று, அதனை சினிமா அல்லது திரையாக்கம் என்றே அழைக்க வேண்டும். இதன்பொருள் திரையாக்கம் என்பது கலை போன்று ஒரு புதிய அறிதல் வடிவம் என்பதே. நமது புறஉலகை அகஉலகின் திரையாக்கமாக மாற்றிய ஒன்றே சினிமாவின் உடலரசியல் வினை. அவ்வினையின் விளைவு, சினிமா ஒரு சமூகத்தை வடிவமைப்பதாக, புழங்குலகை வழக்குலகாக (actualized world) உருவமைப்பதாக உள்ளது. எளிமையாகச் சொன்னால், சினிமா எனும் திரையாக்கம் யதார்த்தத்தை பிரதிபலிப்பதில்லை, மாறாக, யதார்த்தத்தை கட்டமைக்கிறது மற்றும் உருவமைக்கிறது. பார்வையாளர் என்ற காணும் எந்திரங்களை தனது திரையாக்க காட்சி எந்திரம் வழியாக உருவாக்குகிறது. அவ்வகையில் சினிமா மற்ற துறைகளைவிட அதிக சமூகவியல், சமூக உளவியல், சமூக அரசியல் ஆய்விற்கு உட்படுத்தவேண்டிய அவசியம் உள்ளது. அதற்கான ஒரு முன்முயற்சியே இத்தொகுப்பு.

இத்தொகுப்பிற்கு "சினிமாத்துவம்" என்ற தலைப்பு சற்று நெருடலாக புதிய வார்த்தையாக, தமிழில் பரிச்சயமற்றதாக இருக்கிறது. இது சினிமா, தத்துவம் என்ற இரண்டு சொற்களின் கலவையாக உருவாக்கப்பட்ட சொல் மட்டுமல்ல. அதாவது சினிமா குறித்த தத்துவமோ அல்லது தத்துவம் பேசும் சினிமா குறித்ததோ அல்ல. தத்துவம் எப்படி மொழியால், வாழ்க்கை நெறிகளாக உணரப்படுகிறதோ, அதைப்போன்று சினிமாத்துவம்

சினிமா வழியாக உணரப்படும் ஒரு தத்துவம் அல்லது சினிமா வழி உருவமைக்கப்படும் ஒரு வாழ்க்கைநெறி என்பதைக் குறிக்கவே. தத்துவம் அதாவது மெய்யியல் (தத்துவம்) டெல்யுஸ்-கத்தாரி முன்வைத்த 'புதிய கருத்தாக்கத்தை உருவாக்குவதே மெய்யியல்' என்ற அடிப்படையில் பயன்படுத்தப்படுகிறது. அதாவது, சினிமா எனும் திரையாக்கம் புதிய கருத்தாக்கங்களை உருவாக்கி, காண்பவரிடம் இயல்பானதாக ஆக்குகிறது.

அடுத்து, சினிமா ஒரு கலை அல்ல. கலைபோன்ற மற்றொன்று என்றோம். இலக்கியம், ஓவியம், சிற்பம், நடனம், நாடகம், கவிதை, இசை, வசனம், புனைவு உள்ளிட்ட அனைத்தையும் கலை என்ற ஒன்றிற்குள் அடக்கிவிடமுடியும். ஆனால், சினிமா கலையின் அனைத்து வடிவங்களையும் உள்ளடக்கிய மற்றொரு வடிவம். அந்த வடிவத்தின் பெயரைத்தான் திரையாக்கம் (சினிமா) என்ற சொல்லால் குறிக்கிறேன். திரையாக்கம் உருவாக்கும் ஒரு வாழ்க்கை நெறிதான் அல்லது அதன் தத்துவார்த்த முறைதான் அல்லது அது உருவாக்கும் கருத்தாக்கம்தான் சினிமாத்துவம் என்பது. எதிர்காலத்தில் சினிமாத்துவம் என்ற ஒரு கோட்பாட்டு நூலே தனியாக எழுதும் எண்ணம் உள்ளது. என்றாலும், இதன் கோட்பாட்டாக்கம் என்ற பகுதியில் சினிமாவின் கோட்பாடுகள் குறித்த கட்டுரைகள் உள்ளன. அவை சினிமாத்துவம் என்பதன் அறிமுகத்தை தரக்கூடியதாக இருப்பதால் அது தலைப்பாகவும், கட்டுரைகள் பேசுவது திரைக்காட்சிகளை மட்டுமல்ல, அதனை காண்பவர்கள் குறித்தும் என்பதால் 'காட்சி எந்திரங்களும் காணும் எந்திரங்களும்' துணைத் தலைப்பாக இடப்பட்டுள்ளது.

இவை சினிமா குறித்து கடந்து பத்து ஆண்டுகளில் எழுதப்பட்ட கட்டுரைகள். இதில் ஐந்து கட்டுரைகள் முந்தைய தொகுப்பான 'நவீன தொன்மங்கள் நாடோடிக் குறிப்புகள்' நூலில் வெளிவந்தவை. மற்றவை அதன் பிறகு எழுதிய கட்டுரைகள். இவை ஒரு திட்டமிடல் இல்லாமல் நண்பர்கள் பத்திரிக்கைகளுக்கு கேட்டதின் பேரில் எழுதியவை. இதற்கு முன்பாக கிம் கி-டுக் குறித்து ஒரு சிறிய அறிமுகநூல் அவரது 20 சினிமாக்களை உள்ளடக்கி 'கிம் கி-டுக்கின் சினிமாட்டிக் உடல்கள்' என்ற தலைப்பில் எழுதி நிழல் வெளியீடாக வந்தது. பிறகு தலித் சினிமா விழாவிற்காக ஒரு அறிமுகநூல் 'தலித் சினிமா அழகியல் அறவியல் அரசியல்' என்ற 11 தலித் சினிமாக்களின் அறிமுகத்துடன் இந்திய, தமிழ் தலித் சினிமாக்கள் குறித்து எழுதினேன். அவ்விரண்டு நூல்கள் தவிர்த்து

எழுதிய சினிமாக்கள் குறித்த கட்டுரைகளின் தொகுப்பே இந்நூல்.

இந்நூல் மூன்று பகுதிகளாக வகைப்படுத்தப்பட்டுள்ளது. முதல்பகுதி கோட்பாட்டாக்கம் என்ற தலைப்பில் 8 கட்டுரைகளைக் கொண்டுள்ளது. இக்கட்டுரைகள் பொதுவாக கோட்பாடுகள் குறித்து உரையாடல்கள். அவை சினிமா குறித்து ரசனைவாத சார்ந்த பாராட்டுரையாக இல்லாமல், சினிமாவின் உள்ளடக்கக் கட்டமைப்புகள் அதன் அழகியல், சமூகவியல், உளவியல் சார்ந்து ஆராயப்பட்டுள்ளது. சினிமா ஒரு அறிதல் புலனாக செயல்படுவதையும், அதன் திரையாக்கம் இயல் உலகில் உருவாக்கும் உணர்வாக்கத்தையும் (அஃபக்ட்) அடிப்படையாகக் கொண்டு எழுதப்பட்ட கட்டுரைகள். நவீன சினிமாக் கோட்பாடுகளை உள்வாங்கி எழுதப்பட்ட கட்டுரைகள். அடுத்த பகுதி திரையாக்கம் என்ற தலைப்பில் 15 கட்டுரைகளையும், ஒரு செவ்வியையும் கொண்டுள்ளது. அதில் தமிழ், மலையாளம், இந்தி என இந்திய சினிமா மற்றும் பல உலக சினிமாக்கள் நவீன சினிமா கோட்பாட்டுகள் வழியாக எப்படி திரையாக்கமாக ஆக்கப்பட்டுள்ளன என்பதை விவரிக்கிறது. மேலும், தற்சார்புத் திரைப்படங்கள், நெட்பிளிக்ஸ், அமேசான் போன்ற திரையோடையில் (movy streaming) வெளியான சினிமாக்கள் குறித்தும் விவாதிக்கிறது. இறுதிப்பகுதி புத்தாக்கம் என்ற தலைப்பில் 5 கட்டுரைகள் வகைப்படுத்தப் பட்டுள்ளது. தற்கால சினிமாவில் உருவாகியுள்ள புதிய தொழில் நுட்பங்கள் வழியாக சினிமா மரபான முறையைக் கடந்து எப்படி பின்னைய சினிமாவாக மாறியுள்ளது என்பதையும், சினிமா எண்மருவு தொழில்நுட்பத்தில் யுடியுப், டிக்டாக் வழியாக எப்படி மைக்ரோ சினிமாவாக சமூகத்தில் விரவியுள்ளது என்பதையும் விவரிக்கிறது. இறுதிக் கட்டுரை தமிழின் 60 ஆண்டுகால சினிமா சமூகத்தில் எப்படி சுயவடிவமைப்பை (self fashioning) உருவாக்கியது என்பதைப் பேசுகிறது. கூடுதலாக ஜீல் டெல்யுஸ் அவர்களின் சினிமா குறித்து நிழல் இதழுக்காக அவசரக்கதியில் எழுதப்பட்ட குறிப்புகள் இணைக்கப்பட்டுள்ளன. சினிமாவின் திரையியக்கம் குறித்த அறிவார்ந்த உரையாடலை உருவாக்குவதே இந்நூலின் நோக்கமாகும்.

அன்புடன்

ஜமாலன்

சென்னை - 23-03-2022

சினிமாத்துவம்

காட்சி எந்திரங்களும் காணும் எந்திரங்களும்

இயல் 1

கோட்பாட்டாக்கம்

இயல் 2

திரையாக்கம்

இயல் 3

புத்தாக்கம்

இயல் 1

கோட்பாட்டாக்கம்

Surely a true cinema can contribute to giving us back reasons to believe in the world and in vanished bodies? The price to be paid, in cinema as elsewhere, was always a confrontation with madness.

- Gilles Deleuze

அக-புற இடைவெளிகளில் சினிமாவெனும் அறிதல் புலன்

"ஒரு தேய்வழக்கு (கிளிஷே) என்பது பொருளின் உணர்வு-இயக்க பிம்பம். பெர்க்சன் சொல்வது போல், நாம் ஒரு விஷயத்தையோ படத்தையோ முழுவதுமாக உணரவில்லை, அதை எப்போதும் குறைவாகவே உணர்கிறோம், நாம் உணர ஆர்வமாக இருப்பதை மட்டுமே உணர்கிறோம். எனவே நாம் பொதுவாக தேய்வழக்குகளை மட்டுமே உணர்கிறோம். ஆனால், நமது உணர்வு-இயக்க அமைப்பு நெரிசல் அல்லது முறிவு ஏற்பட்டால், வேறு வகையான பிம்பம் தோன்றும்: அது ஒரு துல்லியமான ஒளி-ஒலி பிம்பமாக இருக்கும். அது உருவகமில்லாமல் முழுஉருவ பிம்பம், உண்மையில், அதன் அதிகப்படியான அல்லது திகில் அல்லது அழகில் உள்ள விஷயத்தை வெளிப்படுத்துகிறது." - ஜீல் டெல்யுஸ் *(சினிமா-2, 20)*[1]

"சினிமா நமக்குச் சொல்வது போல் உள்ளது: என் நகர்வு பிம்பத்தால், உங்களுக்குள் உள்ள சிந்தனையாளரை எழுச்சி கொள்ளச் செய்யும் அதிர்ச்சியிலிருந்து நீங்கள் தப்பமுடியாது." — ஜீல் டெல்யுஸ் *(சினிமா-2, 156)*[2]

---

1. *A cliche is a sensory-motor image of the thing. As Bergson says, we do not perceive the thing or the image in its entirety, we always perceive less of it, we perceive only what we are interested in perceiving. We therefore normally perceive only cliches. But, if our sensory-motor schemata jam or break, then a different type of image can appear: a pure optical-sound image, the whole image without metaphor, brings out the thing in itself, literally, in its excess or horror or beauty... - Gilles Deluze (Cinema II 20)*
2. *'It is as if cinema were telling us: with me, with the movement-image, you can't escape the shock which arouses the thinker in you.'-Gilles Deluze (Cinema II 156)*

சினிமா பார்க்கப்படுவதோ கேட்கப்படுவதோ இல்லை உணரப்படுகிறது. சினிமா திரையில் மட்டும் இயங்குவதில்லை. உடலின் மூளை என்ற திரையிலும் இயங்குகிறது. அதனால், உடலின் மூலக்கூறுகளின் இயக்கமாக உள்ளது. மூளையின் உணர்வியக்க செயலியை எப்படி கையாள்கிறது என்பதிலிருந்தே சினிமாவை வகைப்படுத்திக் கொள்ளமுடியும் பழகிய வாழ்வையும், அதற்கான தீர்வையும் அதன் உணர்வையும், அறிவையும் அடையாளமிடப்பட்ட சமூக உடல்களை அப்படியே காட்டித் தருவது ஒருவகை. புதியஅறிதலை, உணர்வை, சிந்தனையைத் தருவது, புதியஉடலை உற்பத்தி செய்வது, பழகிய உணர்வியக்கத்தில் உடைசலை ஏற்படுத்துவது பிறிதொருவகை.

சினிமா ஏன்?

இன்றைய இயல் உலகை இரண்டாக பகுக்கலாம். சினிமாவிற்கு முந்தைய, பிந்தைய என்று. இது வரலாற்றுக் காலப்பிரிவு அல்ல. வாழ்தலின் காலப்பிரிவு. வாழ்தலின் அனுபவங்கள் பிம்பங்களின் ஊடாட்டமாக மாறியதைக் குறிப்பது. அறிதல், மொழியிலிருந்து பிம்பங்களின் பதிவுறுத்தலாக வளர்ந்தது. புதியதொரு சிந்திக்கும் பழக்கம் உருவாகியது. இப்பிம்பங்கள் செவ்வியல்கால வழக்கமான இயக்கமற்ற நிலை பிம்பங்களிலிருந்து இயங்கும் சலன பிம்பங்களாக மாறியது மட்டுமின்றி, கனவின் மற்றும் விருப்பின் பல வடிவங்களாக பிம்பங்களின் உற்பத்தி நிகழ்ந்தது. மனதின் பல அடுக்குகள் பற்றிய பிராய்டிய உளவியல், சிந்திக்கும் முறைபற்றிய தெகார்தேவின் தர்க்கவியல், உழைப்பின் உடற்பிழிவுகள்பற்றிய மார்க்சிய சமூகவியல் எல்லாம் பிம்பங்களின் உற்பத்தியாக மாறியது. உடலின் விருப்பு மற்றும் வேட்கை பாயும் வெளியாக இருந்த மனித உடலில், பிம்பங்களின் பாய்வுகள், பீய்ச்சல்கள், சலனங்கள் நிகழ்ந்தன. மனித உடல் முற்றிலும் புதியதொரு அறிதலைப் பெற்றது. அதனை "சினிமாட்டிக் அறிதல்" (திரையாக்க அறிதல்) எனக் குறிக்கலாம். இன்றைய உலகைப் புரிந்து கொள்வதற்கான ஒரு அறிதலாக பாமரர் முதல் படித்தவர்வரை கட்டமைக்கப்பட்ட அறிதல் இது. இந்த அறிதல் கட்டப்பட்ட வரலாறுதான் சினிமா பற்றிய வரலாறு. அந்த வரலாற்றை கட்டமைத்தவர்கள் எண்ணற்ற உலகப்பட இயக்குநர்கள். ஐன்ஸ்டன்டைன், சாப்ளின், குரேசேவா, பசோலினி,

கோதார்த், பிளினி, புனுவல், ட்ருபோ, ஹிட்ச்காக், ரித்விக் கடக், சத்யஜித் ராய், அரவிந்தன், மணிகவுல், நகீசா, மஹ்பல்பூப் துவங்கி கிம் கி-டுக் வரை இப்பட்டியல் நீண்டது[3]. இவர்கள் உருவாக்கிய உலகம் பற்றிய பிம்பங்கள்தான் இன்றைய தொழில்நுட்ப யுகத்தில் அறிதலின் அடிப்படை அலகாக மாறியுள்ளது என்பது மிகையானதாகாது.

மௌனப் படத்துடன் இருபதாம் நூற்றாண்டில் காலடி எடுத்து வைத்த திரையாக்க அறிதல் வழியாக உலகம், பிம்பங்களின் ஆதிக்கத்திற்குள் நுழைந்தது. மொழியின் இறுகிய மௌனத்தை உடலின் அசைவுகள் கொண்டு பேச வைத்தன இப்படங்கள். இது ஒரு குறியீட்டு நிகழ்வு. உடலின் பேசப்படாத மௌனிக்கப்பட்ட இருள் பகுதியை வெளிப்படுத்திய ஒரு வரலாற்று நிகழ்வு. உடலின் சாத்தியங்களை பரவலாக்கியது இது. சினிமாவின் பேசும்பட வளர்ச்சியின் வழியாக, உடலிற்குள் அதன் அக-புற வெளிகளுக்குள் பயணித்தது. உடலின் பல்வேறு நிலைகளை பன்மைத்தன்மைகளை வெளிப்படுத்தியது. உடல்களை மறுவரையறை செய்தது. புதிய உடல்களை படைத்தளித்தது. அவ்வுடல்கள் வேண்டி எண்ணற்ற மக்கள், கூட்டம் கூட்டமாக சினிமாவிற்குள் தனக்கொரு புதிய உடலைத் தேடினர். சினிமாவின் இருளுக்குள் இந்த உடல் கண்டடையப்பட்டது, புனையப்பட்டது, பூணப்பட்டது, புன்னகைத்துக் கொண்டது, புளகாங்கிதம் அடைந்தது, புரட்சி செய்தது, புனிதமடைந்தது.

உடலின் புலன்பதிவுகள் துவங்கி உணர்வு, சிந்தனைமுறை என மூளை மற்றும் புலன் உறுப்புகளின் தன்மைகள் உட்பட அனைத்தும் மறுகட்டமைப்பிற்கு உட்பட்டது. மூளையின் உணர்வியக்கம் மாறியது. உலகின் தொடர்புறுத்தல் என்பது பிம்பங்களின் அது சார்ந்த உணர்வுகளின் களமாக மாறியது. யதார்த்தம் என்பது பிம்பங்களின் குறிப்பாக போத்ரியார்[4] சொல்லும் மிகை பிம்பங்களின் மீயதார்த்த உலகமாக (*hyper-real*) மாறியது. குறித்தல் என்கிற மொழிச்செயல் மீ-குறித்தலாகவும்

---

3. உலக சினிமா பற்றிய விரிவான தகவல்கள் மற்றும் விமர்சனங்கள் அடங்கிய *The Oxford History of World Cinema – edited by Geoffrey Nowell-Smith* (1996) சினிமா வரலாற்றை புரிந்துகொள்ள உதவும்.

4 மீயதார்த்தம்-இன்றைய உலகு, நகல்-பிம்பங்களினால் நிறைக்கப்பட்ட மீயதார்த்த உலகு என்கிறார் பிரஞ்சு சிந்தனையாளர் போத்ரியார். உண்மைக்கும் புனைவிற்குமான வேறுபாட்டை உணரமுடியாத ஒரு நிலை.

(hyper-significance)[5] காணுதல் என்கிற பிம்பச்செயல் மீ-காணுதலாகவும் (hyper-gaze)[6] மாறியது. இக்காணுதல் வழியாக யதார்த்தம் பதிவுற்றது. பொருள் உலகு படைத்துக் கொள்ளப்பட்டது. பொருள்கள் பிம்பங்களாக பதிவுற்றன. உலகம் குறிகளின் பிம்பங்களின் ஆதிக்கமாக மாறியது. இன்றைய உலகில் சினிமா பிம்பங்களின் தடம்பதியாத உடல் இல்லை என்கிற ஒரு நிலை உருவாகியது. உடலின் அனைத்து மொழிகளும் செயல்களும் நடைஉடை பாவனைகள் அனைத்தும் சினிமாவின் ஒப்பம் (அடையாளம்) இடப்பட்ட திரையாக்க உடல்களாக மாறின.

மீ-காணுதல் வழியாக சினிமா ஒரு புலனறிதலாக மாறியது. ஒவ்வொன்றிலும் அது தனது முத்திரையை பதித்தது. அம்முத்திரையின் பாதிப்பினை உணர்ந்த கலைஇயக்குநர்கள் சினிமா என்கிற புலனறிவை கலையறிதலாக, உடலறிதலாக, அரசியலறிதலாக, சமூக அறிதலாக மாற்றினர். அந்த மாற்றம்தான் உலகசினிமா என்கிற உலகப்பொதுமனிதனின் அல்லது உலகமயமனிதனின் பொதுப்பண்புகளை உருவாக்கியது. சினிமா உருவாக்கிய புவியியல் என்பது எல்லைக் கடந்த தேசமாக உருவாகியது. கோதார்த்தின் நம்பிக்கையிழந்த பிரத்லெஸ் (Breathless) நாயகனின் விளையாட்டு நிகழ்வுகள், கிம்கி-டுக்கின் நம்பிக்கையிழந்த பிரத் (Breath) நாயகியின் உணர்ச்சிகரமான நாடகங்களாக மாறிவரும்போது ஐரோப்பிய பிரான்ஸின் அந்நியமாதல் ஆசிய கொரியாவுக்குள்வந்து புவியியலின் தூரத்தை அழித்துவிடுகிறது. சினிமா பிராந்திய மொழியை தாண்டிய பிம்பங்களின் புலனறிதலாக உருவாகியதால், உலக மனிதனின் பிறப்பை உருவாக்கிய ஒரு வடிவமாக மாறியது. குவாண்டமாலா விவசாயியின் துயரை, கும்பகோண விவசாயி புரிந்துகொள்ள முடிந்தது. ஈரானின் பெண்துயரை ஈரோட்டில் உள்ள பெண் பகிரமுடிந்தது. திரையின் புவியியல் உருவாகியது. இப்புவியியலில் உலகப்புவியியல் அடையாளம் காணப்பட்டது.

---

5 மீகுறித்தல் – குறித்தல் என்கிற செயல்பாடு, இயல்பான அர்த்தங்களைத்தாண்டி அதீதமான பிரதி செய்யப்பட்ட பிரதிகளாக (copied copy) அர்த்தங்களை தரும் வண்ணம் செயல்படும் குறித்தல் நிலை எனலாம்.

6 மீகாணுதல் – காணுதல் என்கிற செயல்பாடு பெருக்கப்பட்டு நகல்களைக் காணுதலாக, அதீதமான உணர்வைத்தரும் பொருள்வயக் காணுதலாக அமைவது. கருத்தியலின் பிம்பமாக பொருட்களை காணுதல். காண்பதும், காணப்படுவதும் மறைந்து காணுதல் மட்டுமே நிகழும் ஒரு நிலை (Gaze for Gaze) கருத்தியலாக பொருட்களை மாற்றிவிடும் காணுதல் நிலை.

சினிமா என்ன?

சினிமா, வாழ்வைப் படைத்து காட்டுவது, யதார்த்தக் கண்ணாடியாக இயக்கத்தை திரையில் காட்டுவது, பொழுதுபோக்கிற்கான அம்சங்களால் நேரத்தைக் கடத்துவது, கனவுத் தொழிற்சாலை, பெரிய முதலீட்டைக்கொண்ட நிறுவனம், விஞ்ஞானத்தின் வளர்ச்சியால் உருவான கலை, கலையின் ஒரு உயர்ந்த வடிவம்... இப்படியாக பல வரையறைகளால் விவரிக்கப்படும் ஒன்று. இத்தகைய விவரணைகளில் சினிமா என்கிற ஒன்று துல்லியமாக வெளிப்படுத்தப்படுவதில்லை. யதார்த்தத்தில் சினிமா புதியதொரு உலகைப் படைத்தளிக்கிறது அல்லது இருக்கும் உலகை இயல்பாக்குகிறது என்பதே. பார்வையாளனால் படைத்துக்கொள்ள முடியாத தனக்கென தனிப்பட்ட தர்க்கங்களைக்கொண்ட ஒரு உலகை சினிமா படைத்தளிக்கிறது. அவ்வுலகு பார்வையாளனின் இயல் உலகாக பார்க்கப்படுவதிலிருந்தே மேற்கண்ட வர்ணனைகள் வெளிப்படுகின்றன. இப்பார்வைகளில் சினிமா பற்றிய புரிதலைவிட பார்வையாளனின் இயல் உலகுதான் முதன்மைப்படுத்தப்படுகிறது.

இந்த இயல் உலகு பிம்பங்களின் இயக்கத்தால் ஒரு முழுமையான உலகை உற்பத்தி செய்கிறது அல்லது பார்வையாளரின் பிறழ்ச்சியடைந்த (பரோனியா) மனநிலையை சினிமா ஒருவித பிம்பங்களின் தொடர் இயக்கத்தால் இட்டு நிரப்புகிறது. இவ்வாறு நிரப்பப்படுவதால் முழுமையடைந்த கற்பனையான ஒரு உணர்வு எய்தப்படுகிறது. மூன்று மணிநேர காலத்தில் திரையில் இயங்கி நகரும் பிம்பங்களின் தொடர்ச்சி வழியாக தனது உலகின் துரித இயக்கம்தான் அது என்கிற எண்ணம் அடையப்படுகிறது. வாழ்வின் துரிதகதி கற்றுக்கொள்ளப்படுகிறது. தனது வாழ்வை காட்சிப்பிம்பங்களாக தனக்குள் ஒரு திரைப்படமாக ஓட்டிக்கொள்வதற்கான பயிற்சி பெறப்படுகிறது. இதிலிருந்து சினிமா பற்றிய யதார்த்தம், பொய், பொறுத்தம், பொறுத்தமின்மை, முற்போக்கு, பிற்போக்கு போன்ற எண்ணற்ற வாழும் கருத்தியல்களால் சினிமா அளக்கப்படுகிறது. சினிமா காட்டும் உலகும் அதன் பிரத்யேக பிம்பங்களின் இயக்கமும், பிம்ப நகர்வுகள் வழியாக இயங்கும் காலமும், இயல் உலகுடன் ஆன தனது இயக்கம் மற்றும் காலமுமாகக் கருதிக் கொள்ளப்படுகிறது.

சினிமா எவ்வாறு?

சினிமாவின் அடிப்படை அலகு பிம்பங்கள். பிம்பங்கள் என்றவுடன் புகைப்படத்தின் நிலைப்பிம்பங்களின் சலனமாக அல்லது இயக்கமாக சினிமாவைக் கருதிக்கொள்ளக்கூடாது. புகைப்படத்தின் பிம்பங்கள் மனித விழிஎந்திரத்தின் தன்மை கொண்டவை. திரைக்கேமிரா மனித விழியினைத்தாண்டிக் காட்சிகளை பிம்பப்படுத்தும் தன்மை கொண்டது. விழியால் பெறப்படும் பிம்பங்கள் மூளைக்குள் தொடர் சலனமாக திரைக்காட்சியாக்கப்படுவதுடன் இணைந்தது. அவ்வகையில் சினிமா புகைப்படக்கலையின் வளர்தொழில்நுட்பம் அல்ல. சினிமா பிம்பம் ஒலி-ஒளி பிம்பமாக இருப்பதால், யதார்த்த பிம்பத்தைவிட இயக்கமுடையதாக, யதார்த்த பிம்பத்தைவிட புலன்நுட்பம் வாய்ந்ததாக, யதார்த்த பிம்பத்தை மீறியதாக உள்ளது. தனிச்சிறப்பான மனிதப்புலனில் ஒரு புதியபுலனை உருவாக்கிய தொழில்நுட்பக்கலை. ஆதிமனிதனிடம் உருவான பிம்பங்களின் புலன் உணர்வை இன்றைய நவீன மனிதனுக்குள் உருவாக்கிக் காட்டும் ஒருகலை. ஆதிமனிதன் உலகை பிம்பங்களாகவே உணர்ந்ததும், மொழிக்கு முந்தையதான பிம்பங்களின் செயல்பாடாக மனித இயக்கம் இருந்ததையும் சினிமா திரும்ப நிகழ்த்துகிறது. சினிமாவின் பிம்ப இயக்கத்தை மொழிக்கு முந்தைய தூய பிம்பங்களின் இயக்கமாகக் கொள்ளலாம்[7].

மனிதர்களின் ஐம்புலன்களின் உணர்வுகள், இலக்கியங்கள் வழியாக மொழியாக உணரப்படும் ஆறாவது புலன்[8] உருவாகி வந்துள்ளதைப்போல, சினிமா பிம்பப்புலன் என்கிற ஏழாவது புலனை உருவாக்கி உள்ளது அல்லது மொழிக்கு முந்தையதான

7 சினிமாவினை தத்துவரீதியாக விவரிக்கும் டெல்யுஸ் அதன் வரலாற்றை இரண்டு காலங்களாக பகுக்கிறார். சினிமா தோன்றியதுமுதல் இரண்டாம் உலகப்போர்வரை ஒரு காலகட்டம். இக்காலகட்டத்தில் சினிமாவின் பிம்பங்கள் நகர்விற்கு முக்கியத்துவம் தந்ததால் இதனை நகர்வு-பிம்பம் என்பதாக குறிப்பிடுகிறார். இதில் புலனால் எப்படி உணரப்படுகிறதோ அப்படியே பிம்பங்கள் காட்சிப்படுத்தப்பட்டன. இரண்டாம் உலகப்போருக்கு பிந்தைய சினிமா நகர்வு பிம்பத்திலிருந்து, காலபிம்பத்திற்கு மாறியது. கால-பிம்பம் என்பது தூயபிம்பம். அதாவது காலத்தை பிரதிநிதித்துவப்படுத்தும் வண்ணம் பிம்பப்படுத்தும் காட்சியமைப்புகள் கொண்டது. விரிவாக படிக்க டெல்யுஸின் சினிமா-1 நகர்வு-பிம்பம் மற்றும் சினிமா-2 கால-பிம்பம் என்கிற நூல்களைப் பார்க்கவும்.

8 மொழி எப்படி ஆறாவது புலனாக உள்ளது என்பது குறித்து எனது "மொழியும் நிலமும்" என்கிற கட்டுரையில் விவாதிக்கப்பட்டுள்ளது. மொழியும் நிலமும், கருத்துப் பட்டறை வெளியீடு.

புலனை மீள்உருவாக்கம் செய்துள்ளது. இந்நிகழ்வு குறிப்பாக இத்தாலியில் உருவாகிய இரண்டாம் உலகப்போருக்குப் பிறகான நியோ-ரியாசிலிச சினிமாக்களால் உருவாக்கப்பட்டது[9]. ஒரு பிம்பத்தை தூய்மையான பிம்பமாகமட்டுமே உணர்வது. மூளையின் மொழிச்செயலால் அல்லது இயல்வாழ்வின் அர்த்தங்களால் மொழிமாற்றப்படாத ஒரு உணர்வு அது. பிம்பத்தை பிம்பமாக மட்டும் உணரும் ஒரு புலனறிதல். மனித மூளையில் ஒரு புதியவகை புலனறிதலை அல்லது ஆதிச்சமூகத்தில் மனிதகுலத்திற்கு ஏற்பட்ட முதல் புலனறிதலை அதாவது உலகை பிம்பங்களாக பதிவுறுத்திக்கொள்ளும் அறிதலை சினிமா மறுஉருவாக்கம் செய்தது. சினிமாவால் மட்டுமே அதை சாத்தியப்படுத்த முடியும் என்றவகையில் சினிமா ஒரு முக்கியமான உருவாகுதலாக (becoming) உள்ளது. சினிமாவில் பார்வையாளன் கலப்பதன் வழியாக சினிமா உருவாகுதல் நிகழ்கிறது. சினிமா பார்க்கப்படுவதில்லை மாறாக, சினிமா பார்வையாளனுடன் நிகழ்கிறது. திரையும் தரையும் மறைந்து ஒன்று கலந்துவிடும் அந்த இருள் உலகு மனித சிந்தனையின் ஒரு குறியீடு எனலாம்.

இந்த ஒன்று கலத்தலால், சினிமாவின் பிம்பங்கள் நேரடியாக பிம்பப்புலனறிதலாகப் பதிவுறுகின்றன. இப்பிம்பங்கள் திரையில் இயக்கம் கொள்ளத்துவங்கி பார்வையாளனின் மூளையில் நிகழ்வதாக மாற்றம் கொள்கிறது. சினிமா என்கிற கலை-வடிவத்திற்கு முந்தைய மனித அறிதலில் இத்தகைய காட்சி பிம்பங்களின் தொடர் இயக்கம் பார்வையின் புலனறிதல் என்பது முற்றிலும் வேறானதாகவே இருந்திருக்கும். சினிமா மனித மூளைக்குள் திரையைக் கட்டமைத்த ஒரு நிகழ்வு. சினிமாதான் "மனித-கண்ணற்று (non-human eye)" இந்த உலகைப் பார்த்த முதல் எந்திரம். காமிரா என்கிற எந்திரத்தின் கண்கொண்டு எந்திரத்தின் உணர்வு கொண்டு படைக்கப்பட்ட முதல் படைப்பு.

சினிமா காமிராவின் கண்கொண்டு பார்க்கப்படும் ஒரு எந்திரப்பிரக்ஞை என்கிறார் சினிமா குறித்து முக்கியமான இரண்டு தத்துவ நூல்களை எழுதிய பிரஞ்சு தத்துவவாதியான ஜீல் டெல்யுஸ். மனிதப் பார்வைக்கும் காமிராவின் பார்வைக்கும் இடையில் உள்ள ஒரு முக்கிய வேறுபாட்டை முன்வைக்கிறார். மனிதப் பார்வை பொருளின்மீதான குவிமையமாக உள்ளது. மனிதப்பார்வை தன்னிலை சார்ந்தது என்றால், காமிராப்பார்வை

9 மேற்படி டெல்யுஸ் நூலில் இது விரிவாக விவாதிக்கப்பட்டுள்ளது.

தன்னிலையற்றது. காமிராவின் பார்வை பொருளையும் அதைச் சுற்றி உள்ளவற்றையும் இயங்கியபடி சுற்றுவட்டத்தில் வைத்து சூழலில் வைத்துப் பார்க்கிறது. அதாவது, மனிதப் பார்வைப்புலம் 270 கோணங்கள் கொண்ட முக்கால் சுற்றுக்குள்தான் பார்க்கத்தக்கது. காமிரா 360 கோணத்தில் பிம்பங்களை முழுவட்டத்தில் காட்சிப்படுத்துவது. கண்களால் காணப்படும் காட்சிகள் நிலைபிம்பங்களாக இருக்க, சினிமா காட்டும் பிம்பங்கள் சலனமுறுவதாக அதிக புலன் அனுபவத்தைத் தரக்கூடியதாக, கற்பனை செறிந்ததாக உள்ளது. ஒரு பொருளின் முழுமையான பிம்பத்தை சினிமாவில்தான் காணமுடியும். காரணம், யதார்த்தத்தில் நாம் பார்க்கும் பொருள் உண்மையானது. அது பிம்பப்படுத்தப்படுவது சினிமாவில்தான். அதனால் சினிமாவில் உள்ளதே உண்மையான பிம்பம். பொருட்களை பிம்பங்களாக மாற்றியதின் வழியாக உலகில் மனிதப்புலன் உணர்வுகளில் பிம்பங்களின் இயக்கத்தைக் கட்டமைத்தது சினிமா.

சினிமா ஒரு கதையாடலை நிகழ்த்தும் சாதனம் அல்ல மாறாக, ஒலி-ஒளி பிம்பங்களின் ஊடாடும் ஒரு பொருண்மையான ஊடகம். புகைப்படம், அரங்கக் கலைகளான நாட்டியம், நாடகம் போன்று நடிக உடல்களின் நகர்ச்சி அல்லது இயக்கத்தை மையமாக கொண்டதல்ல. குறிப்பாக நடிக்கும் தன்னிலைகளின் மையத்தைக் கொண்டதல்ல. சினிமாதான் முதன்முதலாக பிம்பங்களின் தானியங்கி இயக்கத்தை உருவாக்கியது. சினிமா பிம்பநகர்வை அல்லது இயக்கத்தை பிரதிநிதித்துவப்படுத்துவதில்லை, மாறாக நகர்வும் இயக்கமும்தான் சினிமா. அது உடனடியாகத் தருவது பிம்பங்களின் நகர்ச்சியை அல்ல, மாறாக டெல்யுஸ் கூறும் நகர்வு-பிம்பங்களை[10]. இந்த பிம்பங்களின் தானியங்கி இயக்கம் உடனடியாக பார்வையாளருக்கு சிந்தனையின் இயக்கத்தைத் தருகிறது.

பார்வையாளன் சினிமாவைப் பார்ப்பதில்லை, சினிமாதான் பார்வையாளனைப் பார்க்கிறது. அவனுடன் பயணிக்கிறது. அவனது மூளையில் அமர்ந்துகொண்டு அவனது வாழ்வை பிம்பங்களாக்கி ஓட்டிக்காட்டுகிறது. பார்வையாளனைக் கண்காணித்தபடி அவனோடு அவனது உடற்செயல்களாக வாழ்ந்து கொண்டிருக்கிறது. காட்சிகாண்-உலகை (விர்ச்சுவல் வேர்ல்ட்)

---

10. Deleuze and Cinema: Moving Images and Movements of Thought - **Ils Huygens**-Image and Narrative - ***September 2007***

படைப்பதன் மூலம், யதார்த்த உலகை வழக்கத்திற்குரிய (ஆக்சுவலஸை) உலகமாக ஆக்குகிறது. இந்த வழக்கப்படுத்துதல் (ஆக்சுவலைசேஷன்) சினிமா பார்வையாளனோடு கொள்ளும் "உணர்வாக்கம்" (affect) என்கிற உறவால் ஏற்படுகிறது. உணர்வாக்கம் என்பது ஒரு உணர்வுரீதியாக அல்லது அறிவுரீதியாக ஏற்படும் அல்லது உணரப்படும் ஒரு வகை உணர்வு அல்ல. அது உடல்-நிலை (பாடிலி-ஸ்டேட்) என்பதை உருவாக்கும் ஒன்று. அது ஒரு உடலிற்குள் நிகழும் மூலக்கூறு வினை. கொஞ்சம் விரிவாகப் புரிந்துகொள்ள சினிமா பார்வையாளனிடம் ஏற்படுத்தும் பிம்ப-பாதிப்பு-உறவை அறிவது அவசியம்.

- (02-07-2011 – 05-09-2011) நிழல்

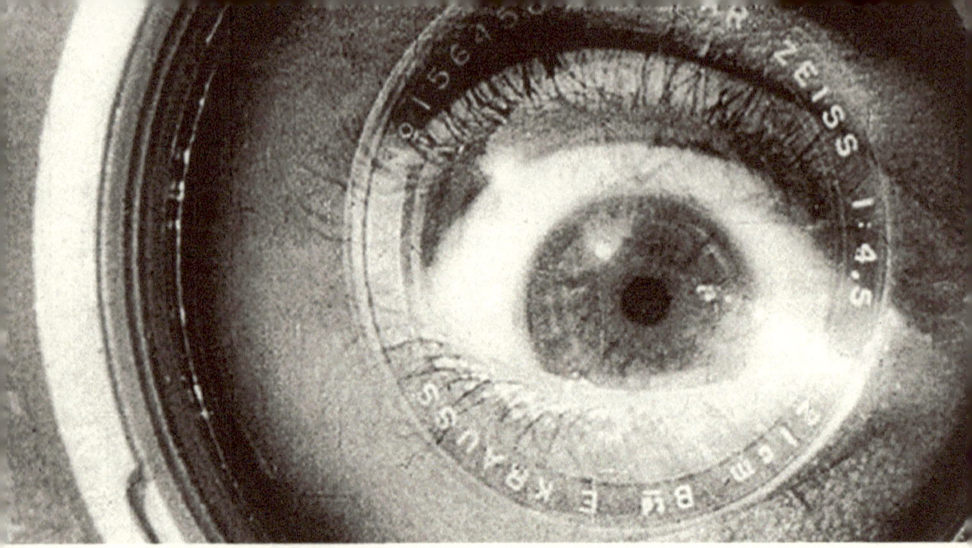

சினிமாட்டிக் மெஷின்ஸ் – காட்சி எந்திரங்களும் காணும் எந்திரங்களும்

சினிமா என்ற சொல்லிற்கு இணையான தமிழ்ச்சொல் உருவாக்கப்படாததைச் சுட்டிக்காட்டி, சினிமா என்பது தமிழ்ப் பல்கலைக்கழக அறிவுத்துறை மற்றும் அறிவுஜீவிகளினால் புறக்கணிக்கப்படுவதை எடுத்துக்காட்டுகிறார் ஆய்வாளர் தியோடர் பாஸ்கரன். சினிமா என்கிற ஆங்கிலச்சொல் கிரேக்கத்தின் "அசைவு" என்பதைக் குறிக்கும் *kinema (movement)* என்ற சொல்லிலிருந்தே பயன்பாட்டிற்கு வந்து உள்ளது. உலகின் பலமொழிகளில் அதற்கு தனிச்சொல் இல்லை என்றாலும், தமிழில் புழக்கத்தில் உள்ள சினிமா அல்லது திரைப்படங்கள் என்றே குறிக்கப்படுகிறது இக்கட்டுரையிலும்.

ஒரு சினிமா எப்படி உருவாகுகிறது? என்பதை உணர்வுரீதியாகவும், உளவியல்ரீதியாகவும், அறிவார்ந்தும், தத்துவார்த்தமாகவும் ஆராய்ந்து உருவாக்கப்படும் கருத்தாக்க குறிப்புகள் சினிமா கோட்பாடுகள் என அறியப்படுகிறது. பெரும்பாலும் வெகுஜன சினிமாக்களைவிட கலை சினிமாக்களே கோட்பாட்டு ஆய்விற்கு உட்படுத்தப்படுகின்றன. ஒரு சினிமாவை கோட்பாடுகளைக் கொண்டு அறியலாம் அல்லது எந்த கோட்பாட்டுப் பின்புலமின்றியும் உணரலாம். சினிமாவைப் பார்க்கும் பெரும்பாலான வெகுஜனப் பார்வையாளர்கள் எவ்வித

கோட்பாட்டு அணுகுமுறையுமின்றியே பார்க்கிறார்கள். வெகுஜன சினிமா வியாபாரத்தைத் தவிர மற்ற கோட்பாட்டு அணுகுமுறைகளில் உருவாக்கப்படுவதுமில்லை, அப்படி உருவாக்க வேண்டிய அவசியமும் அவற்றிற்கு இல்லை. என்றாலும், அவற்றிற்குள் ஒருவித கருத்தியல்சார் கோட்பாடுகள் செயல்பட்டுக்கொண்டுதான் உள்ளன.

பார்வையாளர்களோடு சினிமா கொள்ளும் உறவின் அடிப்படையில் அல்லது சினிமா பார்த்தல் என்கிற நிகழ்வில் இயக்கமடையும் விதிமுறைகளை புரிந்து கொள்வதன்வழி சினிமாவைப் பார்ப்பதில் உள்ள கோட்பாட்டை அறிவதற்கான முயற்சி அல்லது சினிமாவை எப்படி எல்லாம் காணலாம், பார்க்கலாம், அறியலாம், உணரலாம் அல்லது இந்திய சினிமா எப்படி எல்லாம் பார்க்கப்படுகிறது என்பது பற்றிச் சிந்திக்க முனைகிறது இக்கட்டுரை. சுருக்கமாக சினிமா ஏற்படுத்தும் பாதிப்புகள் பற்றிய கோட்பாட்டாக்கத்தைச் செய்ய முயற்சிக்கிறது. சினிமா வரலாற்றை மற்றும் வரலாற்றில் சினிமாவை வைத்து பார்க்கும் கோட்பாடுகளைத் தவிர்த்து சினிமா, பார்வையாளர்களுக்கு உருவாக்கும் பாதிப்புகள் பற்றியதாக இதனை வடிவமைத்துக் கொள்ளலாம். இந்த பாதிப்பு எப்படி சினிமாவின் அரசியலாக, சினிமா உருவாக்கிய அரசியலாக இந்தியாவில், குறிப்பாக தமிழகத்தில் நிகழ்ந்தது என்பதையும் இதனூடே வாசிக்க முயலலாம்.

உலக சினிமாவின் பன்மடிப்புகள்

கட்டுரை எழுதத் துவங்கிய மே 20, 2012, எதேச்சையாக சினிமா கேமரா உருவான வரலாற்றைப் புரட்டியபோது, ஆச்சர்யப்படும்வகையில் மே 20, 1891 அன்றுதான் தாமஸ் ஆல்வா எடிசனின் உதவியாளராக இருந்த வில்லியம் கே. டிக்ஷன் தான் கண்டுபிடித்த கைனட்டோஸ்கொப் (Kinetoscope) என்கிற எந்திரத்தில் படம்பிடித்த தனது ‘டிக்ஷனின் வாழ்த்து’ (Dickson Greeting) என்ற சில நிமிடங்களே அசையும் படத்தை அமெரிக்காவில் பெண்கள் சங்கங்களின் கூட்டமைப்பு ஹாலில் மக்கள் மத்தியில் நிகழ்த்திக் காட்டினார். குனிந்து தனது தொப்பியை கையில் எடுத்து எல்லோருக்கும் புன்னகைத்தபடி வணக்கம் சொல்லும் காட்சி. இதுதான் காட்சி எந்திரத்தினால் உற்பத்தி செய்யப்பட்ட மனிதனின் முதல் திரை அசைவு.

அதன்பின் சினிமா இன்றைய நவீன காமிராவை வந்தடைந்த வரலாறு ருசிகரமானது. பிறகு துப்பாக்கி வடிவில் உருவாக்கப்பட்ட கேமிராவிலிருந்து படம் எடுக்கப்பட்டதால்தான் "ஷூட்டிங்" என்பது சினிமா எடுப்பதற்கான சொல்லாக ஆளப்பட்டு வருகிறது. அமெரிக்க போர்கருவிகள் கண்டுபிடித்தலோடு கேமிரா என்பதன் கண்டுபிடிப்பும் இணையாக நிகழ்கிறது என்பது யதேச்சையானது அல்ல. போர் என்கிற மனப்போக்குடனும், அதன் அதிகாரம் பற்றிய உருவகத்துடனும் தொடர்புடையது. போர் எந்திரத்தோடு உருவான கண்காணிப்பு எந்திரமாகவும், ஒருவிதமான கலாச்சாரப்போரை, கண்காணிப்புப் போரை துவக்க இந்த கேமிரா தேவைபட்டிருப்பதையும் இதனுடன் இணைத்துப் புரிந்துகொள்ள வேண்டும். உயிரரசியல் ஆதிக்கத்திற்கான ஒன்றாக இதைப் பார்க்கவேண்டி உள்ளது. இன்றைய கண்காணிப்பு சமூகத்திற்கான போர்க்கருவியாக இந்த கேமரா என்கிற கருத்தாக்கம் மாறியுள்ளதன் துவக்கமே அதன் துப்பாக்கிவடிவ உருவகத்தின் அடிப்படை.

இன்றைய தொலைக்காட்சிகள், இணையம், மின்னணு-நுண்கருவிகள், செல்போன்கள் உள்ளிட்டவற்றின் வளர்ச்சியில், பிள்ளைகளைப் பெறுவது மட்டுமே பெற்றோர், வளர்ப்பது ஊடகங்கள், குறிப்பாக இந்தக் காட்சி எந்திரங்கள்தான். பெற்றோரை, சான்றோரை எல்லாம் இடம்மாறச் செய்துவிட்டது. கேமராவைக் கையில் வைத்துள்ள திரைப்பட இயக்குநர்கள் மற்றும் தொலைக்காட்சி இயக்குநர்கள் தங்களை ஒரு படைப்புக் கடவுளாகக் கருதிக்கொள்வதும் இதனால்தான். அதனாலேயே அதிக சமூகப் பொறுப்புள்ளவர்களாக அவர்கள் உள்ளார்கள். சமூகப் பொறுப்பற்ற திரைப்பட மற்றும் தொலைக்காட்சி இயக்குநர், அணு ஆயுதத்தைவிட அதிக அழிவை மனித குலத்திற்கு உருவாக்கிவிடுபவராக உள்ளார். மக்கள் காணும்எந்திரமாக மாறிவிட்ட சமூகத்தில் காட்சிஎந்திரத்தை கையில் வைத்திருப்பவர்கள் என்பதால் அவர்கள் மனித உடலில் மாற்றங்களை உருவாக்கும் திறன் பெற்றவர்கள் என்பது மிகையாகாது.

துவக்கத்தில், காமிராவின் வரலாற்றோடு சினிமா சிறுசிறு காட்சிகளாக எந்தவிதக் கதையாடலும் இன்றி உருவாக்கப்பட்டது. அப்போது அதன் பெயர், 'மூவி'. முதல் மூவி மக்களிடம் கட்டணம் பெற்று வெளியிடப்பட்டது மே 20, 1895-ல்தான். மூவி சினிமாவாக கதையாடலுடன் இணைந்து உருவானது "சினிமாவின் தந்தை" எனப்படும் டேவிட் வார்க் கிரிப்த் என்கிற அமெரிக்க

முன்னோடியால். அவர்தான் கதையாடலை இணைத்து படங்களை முதலில் உருவாக்கியவர். சினிமாவிற்கான இலக்கணத்தை வகுத்தவரும். வெற்றி பெறாத நாடகக் கலைஞரான அவரே கதையை உருவாக்கி அதில் நடித்து சினிமாவை துவக்கி வைத்தார்.

மனித மூளையில் அல்லது அகத்தில் செயல்படும் பிம்பம், புறத்தில் நிகழ்ந்ததா? அல்லது புறத்தில் நிகழ்ந்த இந்த பிம்ப அசைவுகள் மனித மூளையின் அகத்தில் அசைவுகளை உருவாக்கியதா? என்பது தத்துவத்தின் பிரச்சனை. சினிமா என்கிற ஒன்று உருவானதற்கு முன்பு மனித அகம் என்பதில் பிம்பங்களின் விளைவு என்னவாக இருந்திருக்கும் என்பது கலையியலின் பிரச்சனை. ஆதிமனிதனின் ஓவியங்களிலிருந்து இவற்றை நம்மால் ஊகிக்க முடியும் என்றாலும், நிச்சயமாக இன்றைக்கான அகமாக அது இருந்திருக்காது. காரணம், சினிமாதான் மூளையை ஒரு திரையாகக் கட்டமைத்தது. ஒரு கதையை அல்லது கேட்பதை, மொழியை ஒரு காட்சியாக மாற்றியமைத்து மூளையில் அசைவியக்கமாக ஓடச்செய்தது. அவ்வகையில் மற்ற கலைகளை விட சினிமா கலை, அறிவியல், தத்துவம் என்கிற மூன்றும் இணைந்த ஒரு செயல்பாடு. அது ஒரு அறிதல்முறை. இவ்வறிதல் முறையால் சினிமா ஒரு எந்திரமாகச் செயல்படுகிறது. இவ்வெந்திரம் காட்சி எந்திரமாகவும், பார்வையாளர்களைக் காணும் எந்திரமாகவும் கட்டமைக்கும் ஒன்றாக உள்ளது. திரையின் பிம்ப உற்பத்தி, பார்வையாளர்களின் பிம்ப உற்பத்தியாக மாறிவிடுகிறது. இவற்றின் ஊடாட்டத்தில் மனித உடலானது முற்றிலும் புதிய உலகில் வாழ்வதாகிறது. இப்புதிய உலகில் அதிகாரத்தின் அரசியலால் சினிமா பார்வையாளர்கள் காணும் எந்திரங்களாக மாற்றப்படுகிறார்கள்.

சினிமாவை விழிப்புலனால் பார்த்தல் என்பது மூன்று விதமான செயல்பாடுகளாகும். 1.பார்த்தல் (View)– கண்ணின் செயலாக பார்த்தல் 2.நோக்குதல் (Gaze)- நோக்கத்தின் அடிப்படையில் பார்த்தல். 3.காணுதல் காட்சியின் அடிப்படையில் பார்த்தல்.

சினிமாவை "பார்த்தல்" என்பது முற்றிலும் கேளிக்கை சார்ந்ததாக பார்த்தல். அது ஏற்படுத்தும் பாதிப்பு தற்காலிகமான உணர்வு தூண்டுதல்கள். பெரும்பாலான திரைப்படங்கள் இத்தகைய தன்மை வாய்ந்தவைதான். அவை பணம், வியாபாரம், விற்பனை அதற்கான பண்டமாக சினிமாவை முன்வைப்பவை. இன்றைய முதலாண்மை(கார்ப்பரெட்) யுகத்தில் சினிமா

முதலாண்மை வியாபார உத்திகளால் கட்டமைக்கப்பட்டு சர்வதேச சந்தைக்கானதாக உருவாக்கப்படுகின்றது. இத்தகைய சினிமாக்கள்தான் ஹாலிவுட், பாலிவுட், கோலிவுட் என்ற பரிச்சயமான பல-வுட் சினிமாநகரங்களில் உற்பத்தி செய்யப்பட்டு பெருக்கித் தள்ளப்படுகின்றன. பார்த்தலின் பரவசத்தை மட்டும் அடிப்படையாகக் கொண்ட நுகர்விற்கான படங்கள் இவை. நுகர்வின் வழி மனித உடலை பண்டமாக மாற்றிக்கொண்டிருப்பவை. சரக்குகளின் பெருக்கத்தில் பார்த்தல் என்பது சரக்கு நுகர்வின் இன்பமாக (பெட்டிஸ்) உள்ள படங்கள் இவை.

நோக்குதல் என்பது ஒரு குறிப்பிட்ட நோக்கத்தின் அடிப்படையில் அல்லது நுகர்ச்சியின் அடிப்படையில் பார்த்தல். இது பெரும்பாலும் ஆதிக்கக் கருத்தியல், சமூக உளவியல் மற்றும் பாலின்ப அடிப்படையில் உடல்களை நோக்குதலாக உள்ளது. சமூகம் உருவாக்கி உள்ள ஒழுங்குநிலையில், அதன் சங்கேதங்களின் அடிப்படையில் பார்த்தல். ஒரு உடலை பொருள்வயமாக மாற்றிக் காணுதல். அதாவது பாலின்பம் தரும் ஒன்றாக அல்லது பார்வையாளர் நோக்கில் பயன் உள்ளதாக, இன்பம் தரும் ஒன்றாக நோக்குதல். மிஷல் பூக்கோ சொல்வதைப்போல கண்காணிப்பிற்கு உட்பட்ட சமூகத்தில், நோக்குதல் என்பது அமைப்பிற்குள் தன்னை சுயஒழுங்கு செய்துகொள்வதாக உள்ளது. அமைப்பின் கண்காணிப்பு சங்கேதங்களை உடலுக்குள் செலுத்துவதாக உள்ளது. பெரும்பாலான சினிமாக்களில் பெண் உடல் ஆணிய நோக்குதலைக் கொண்டதாகவே கட்டமைக்கப்படுகிறது. சமூகத்தின் இரு-பாலின ஒழுங்கமைப்பைக் காக்கும் அதிகாரத்தின் நோக்குதலாக உள்ளது. சினிமாவில் பெண் கூட தன்னுடலை ஆணிய நோக்குதல் அடிப்படையில்தான் காண்கிறாள். சினிமா என்பதன் ஆணிய பெண்ணிய நோக்குதலை விவரிக்கும் பெண்ணியலாளர் லாரா மெல்வே சினிமாவின் நோக்குதல் என்பது ஆணிய நோக்குதலைக் கொண்டது என்ற விமர்சனத்தை முன்வைக்கிறார். (Visual Pleasure and Narrative Cinema (1975) - Laura Mulvey - Screen 16.3 Autumn 1975 pp. 6-18). காமிராவின் கண்கள் என்பது பார்வையாளர்களின் கண்களாக இருப்பதால், கேமராவின் நோக்குநிலை பார்வையாளரின் நோக்குநிலையாக மாறிவிடுகிறது. சினிமாவின் நோக்குதல் செயல் உருவாக்கும் ஆணிய, பெண்ணிய மற்றும் காலனிய நோக்குதல்கள் பற்றி பல ஆய்வுகள் உள்ளன. பொதுவாக, பாலினம், இனம், நிறம், மதம், சாதி உள்ளிட்ட அடையாளங்களின் நோக்குதல்கள் சினிமாவில் ஆதிக்கம் வகிக்கும் நோக்குதல்கள் எனலாம்.

நோக்குதல் பார்வையாளரின் நோக்குதல், திரைக்குள் பாத்திரங்களாக உள்ளவர்களின் நோக்குதல், திரைக்கு வெளியே உள்ளவர்களை திரைக்குள் உள்ளவர்கள் நோக்குதல், காமிராவின் நோக்குதல் (இது இயக்குநரின் நோக்குதல்), படத்தொகுப்பாளரின் (எடிட்டர்) நோக்குதல் என பலவகையில் பிரித்தறியலாம். காமிரா காட்சிகளைக் காட்டினாலும், எடிட்டிங் அல்லது மோண்டேஜ் தான் கதையாடலை உருவாக்குவது. இதனை கதையின் நோக்குதலாக, அதாவது பிம்பங்களின் இணைவால், எதிர்கொள்ளலால் உருவாகும் நோக்குதல் நிலை எனலாம்.

காணுதல் என்கிற செயல் 1. கவனித்தல் 2. கவனிக்கப்படுதல் 3. காணுதல் 4. காணப்படுதல் 5. காட்சியாதல் என்கிற ஐந்து நிலைகளைக் கொண்டது. காணும் எந்திரமும் காட்சிஎந்திரமும் "காணுதல்" என்ற செயலால் இணைக்கப்பட்டு, அச்செயல் நிகழும்போது இயங்கத் துவங்குகின்றன. இவ்வியக்கத்தால் கவனித்தலில் துவங்கி, கவனிக்கப்படுதலாக மாறி, காணுதலாக உடல்ரீதியான பாதிப்பிற்கு ஆளாகி, காணப்படுதலாக உடலை மாற்றி, காட்சியாதலுக்கான உடல் அசைவுகளைப் பெற்று உருவாகும் ஒரு அசைவியக்கமே சினிமாட்டிக்ஸ் மெஷின் அல்லது சினிமா எந்திரத்தின் செயல்பாடு எனலாம். இவற்றின் இணைவு பிரிக்கப்பட்டு சினிமா வெளியிலிருந்து, சமூகவெளிக்கும், குடும்பவெளிக்கும் மாறும்போது, காண்பவர், தன்னை காணப்படுபவராக மாற்றிக்கொண்டு விடுகிறார். அதாவது, சினிமாட்டிக் மெஷினால் உருவான ஆற்றல் காணும் எந்திரத்தை ஒருவகைக் காட்சி எந்திரமாக மாற்றிவிடுவதால், அது சமூக மற்றும் குடும்பவெளிக்குள் தன்னை காட்சிப்படுத்திக் கொள்வதாகிறது. இச்செயலை தொடர் நிகழ்வாக நிகழ்த்துவது அல்லது இயங்குவதே சினிமாட்டிக் மெஷின் என்பதாகும்.

மூவியாக சில காட்சிகளின் இணைப்பாக, கதையாக உருவான சினிமா எனும் காட்சி எந்திரம் இன்றைக்கு பைபிளின் மெசையாக்கதையை உருவாக்கிக் காட்டும் பென்ஹர், கால எந்திரத்தின் சுழற்சியில் வானியலில் உள்ள பல நட்சத்திரங்களில் உருவாகும் மக்களுக்கு இடையிலான இன, மத, மொழி, நாகரிகப் போரை அதன் அதிகாரவெறியைச் சித்தரிக்கும் ஸ்டார் வார்ஸ், மனிதகுலம் தனது உயிரியல் விஞ்ஞான வளர்ச்சியில் தனக்குத்தானே அழிவைத் தேடிக்கொள்ளும் ஜுராசிக் பார்க், கப்பல் கவிழ்ந்தாலும் காதல் கவிழாது என்று கதைசொன்ன டைட்டானிக், மனித

மனதிற்குள் நிகழும் அக உலகை நிகழ்வாக்கிக் காட்டிய மதங்களின் அரசியலை போலச்செய்த மாட்ரிக்ஸ், கனவுகளைக் களவாடும் பேராசைக்கலாஜிக்கல் வழியாக சித்த-உலகைக் காட்சிப்படுத்திய இன்செப்ஷன் மற்றும் நிகழ்கால அரசியலை வேற்றுக்கிரக அரசியலாக மாற்றிக்காட்டிய மாய உலகான அவதார் போன்ற கற்பனைக்கு எட்டாத மாயவெளிகளில், மனத்திரையில் பயணித்துள்ளது. இவை எல்லாம் வெறும் அதிபுனைவகை (ஃபாண்டஸி) படங்கள் மட்டும் அல்ல, நவீனத்துவம் சொன்ன "யதார்த்தம்" என்ற ஒன்று உண்டு என்பதை மறுத்து பின்நவீனத்துவம் முன்வைக்கும் பன்முகப்பட்ட நவீன நிகழ்வுருப் புனைவுகளால், சமூகப் போக்குகளால், அவற்றின் குறுக்குமறுக்கான இடையீடுகளால் உருவாக்கப்படுவதே 'யதார்த்தம்' என்பதை நிகழ்த்திக்காட்டிய படங்கள். நவீனத்துவம் உருவாக்கிக் காட்டிய தட்டையான தனது விருப்பின் 'உண்மையாக' காட்டப்பட்ட ஒற்றை உலகை, அதன் அதிகார முதலாளித்துவ போர்-எந்திர உற்பத்தியை, சுரண்டலை, அழிவை உணர்ந்து அவற்றிற்கு எதிராக உலகம் பல மடிப்புகளால், உள்மடிப்புகளால் இருப்பதைச் சொன்ன படங்கள். யதார்த்தம் என்பதற்குப் பதிலாக மாய-யதார்த்தத்தை முன்வைத்தவை. எண்ணற்ற உலகம் உள்ளது என்கிற அறிதலின் வழி, பன்முக தர்க்கங்களின் சாத்தியத்தை அங்கீகரிக்கும் ஒரு உடலமைப்பை, மனஅமைப்பை உருவாக்க முனைந்தவை.

இந்திய சினிமாவின் வெளிமடிப்புகள்

இந்திய சினிமாவின் வயது 100. மே 18. 1912-ல் தாதாசாஹேப் தோர்னால் வெளியிடப்பட்டது ஸ்ரீபுந்தாலிக். ஓராண்டிற்கு பின் மே 3, 1913-ல் தாதாசாஹேப் பால்கேவால் வெளியிடப்பட்டது 'ராஜா ஹரிச்சந்திரா'. சமஸ்கிருத சார்பினால் "பால்கேமுனி" என்று அழைக்கப்பட்ட தாதாசாகேப் பால்கே இந்திய சினிமாவை வடமொழி நாடகங்கள் மற்றும் புராணக் கதைகள் வழியாக சமஸ்கிருதமயப்படுத்தினார் என்றால் மிகையாகாது. சமஸ்கிருத ரசாக்கோட்பாட்டால் ஆளப்பட்ட இந்தியக் கலைகள், சினிமாவிற்குள்ளும் அதைக் கொண்டுவந்தது தனது செவ்வியல் நாடகங்கள் வழி. இந்திய சினிமாவின் தோற்றம் சமஸ்கிருத இதிகாசப் புராணங்களின் மீட்டுருவாக்கமாக துவங்கியது. அதனால் இன்பம் என்பதைவிட அறத்தை முதன்மைப்படுத்துவதாகவே அது உருவாகியது. ஒருவகையில் இன்பம் என்பதை அறத்திற்கு எதிராக வைத்தது. அல்லது அறத்தான் வருவதே இன்பம் என்பதைப்போல,

அறமும் இன்பமும் ஒன்றை ஒன்று இட்டு நிரப்புவதாக சினிமா உருவாகியது. இந்தியாவின் மதக்கண்காணிப்புக் கோபுரத்தின் நிழலில், அதன் அனுமதிக்கப்பட்ட பரப்பில்தான் இந்திய சினிமா தவழ்ந்து வளர்ந்தது. இந்திய சினிமாவின் வியாபார வளர்ச்சி இப்புராணக் கதையாடல்களை, சமூகக் கதையாடல்களாக மாற்றியமைத்ததால் ஒரு அரசியல் ஆயுதமாக பின்னால் மாறியது.

1927-28-ல் அமைக்கப்பட்ட 'இண்டியன் சினிமாட்டோகிராப் கமிட்டி' சினிமாவை மக்கள் திரளுக்கான பொழுதுபோக்கு அல்லது கேளிக்கை சாதனமாக வரையறுத்தது. 4,325 நபர்களுக்கு வினாத்தாள்கள் அனுப்பி எடுக்கப்பட்ட ஆய்வில் 320 பேர் (7.4 சதவீதம் மட்டும்) பதில் அனுப்பியுள்ளதை சுட்டிக்காட்டுகிறார் தியோடர் பாஸ்கரன். இந்திய சினிமா துவக்கம் முதலே வெகுமக்கள் சாதனமாகவே அறிவார்ந்த தளத்தினரால் ஒதுக்கப்பட்ட ஒன்று. சினிமா என்பது ஒரு தரக்குறைவான தொழில்போன்ற கண்ணோட்டத்தையே உருவாக்கி உள்ளனர் இந்த அறிவுத்தளத்தினர். 2002-ல்தான் சினிமா ஒரு தொழில் நிறுவனமாக தமிழக அரசால் அறிவிக்கப்பட்டது.

'தமிழ்சினிமா பற்றிய சொல்லாடல்' என்ற தியோடர் பாஸ்கரன் கட்டுரையில் முன்வைக்கும் கீழ்க்கண்ட குறிப்புகள் முக்கியமானவை. சினிமா துவங்கிய காலத்தில் ஊடகங்கள் குறிப்பாக பத்திரிகைகள் அதைக் கண்டுகொண்டதே இல்லை என்பதுடன் அதற்கு எதிராக கடுமையான முகச்சுழிப்பிலான விமர்சனங்கள் முன்வைக்கப்பட்டது. 30-களில் ராஜாஜி சினிமா ஒரு விஷம் என்றாராம். காந்தி சினிமாவை சூதாட்டம், பந்தயம் போன்றதொரு தீமை என்றும் கூறியுள்ளார். காங்கிரஸ் தலைவர் சத்யமூர்த்தி மட்டுமே அதை சென்னைப் பல்கலைக்கழகத்தில் பாடமாக வைக்கவேண்டும் என்று ஆதரித்து உள்ளார். ஒருபுறம் அரசியல், அறிவுஜீவிகள், பத்திரிகைகள் இந்திய சினிமாவை ஒதுக்க ஒதுக்க மக்கள் கூட்டம் கூட்டமாக சினிமா பார்ப்பது அதிகரித்துள்ளது. சினிமாவை எப்படி அணுகுவது என்பது பற்றிய ஒரு பார்வையை உருவாக்கத் தவறியதால், அப்போது சென்னையில் திரையிடப்பட்ட 'பாட்டில்ஷிப் போடம்கின்' போன்ற படங்களுக்கு எந்த வரவேற்பும் இல்லாமல் போனது என்றும் குறிப்பிடுகிறார் தியோடர் பாஸ்கரன். (Discourse on Tamil Cinema – Theodore Baskaran - Folklore as Discourse edited by M. D. Muthukumaraswamy – NFSC 2006) சமஸ்கிருத ரசாக்கோட்பாட்டால்

உருவான பிராமண அழகியலால் மக்கள் ரசனையை முகஞ்சுழித்து ஒதுக்கும் ஒருவகை மேட்டிமை மனோபாவம் ஆதிக்கம் செய்ததையே இது நமக்கு விவரிக்கிறது.

இன்றுவரை அந்த மனோபாவம்தான் அழகியலாக வலம் வருகிறது. அதுதான் அதிகார மையமாகச் செயல்படுகிறது. ஒரு சமூக படிவரிசை ஒழுங்கமைத்தலைச் செய்யும் கருவியாக உள்ளது. அந்த அழகியல்தான் வெகுஜன சினிமாவை ஒதுக்கி ஒதுக்கி, மக்கள் பிரதிநிதித்துவத்துவத்திற்கு எதிராக மக்கள்மீது ஆதிக்கம் செலுத்தும் அதிகார அழகியல் மையமாக நின்றுகொண்டு மற்றதை விளிம்புநிலை அழகியல், மக்கள்திரள் ரசனை என்று ஒதுக்குவதாக உள்ளது. மக்களை சிந்திக்கவிடாமல் இந்த அழகியல் கோட்பாட்டு கண்ணோட்டங்கள் செயல்படுவதால், மக்கள் சினிமாவிற்குள் நுழைந்து இதே அழகியலை சிந்திப்பவர்களாக மாறியுள்ளனர். ஒருவகையில் பிராமண மற்றும் உயர்சாதிகளின், முதலாளிகளின் ஆதிக்கத்திற்கு மக்களின் இந்த வாழ்விடமாற்றம், சிந்தனைத்தளம் என்பது சாதகமானதாக அமைந்துவிட்டது. இப்படி சாதகமாக அமைந்துவிட்டதால், ஒருபுறம் தங்களை அடையாளப்படுத்த சினிமா ரசனையை வெகுமக்கள் ரசனையாக மாற்றிவிட்டு, அந்த ரசனைக்கான உடல்களை தங்கள் அதிகாரத்தை ஏற்கும் உடல்களாக மாற்றமுடிந்திருக்கிறது. சினிமா வழியாக ஒருவகை நோக்குதலை, தங்களது கருத்தியல்கள்வழி இவர்களால் கட்டமைக்க முடிந்துள்ளது. மக்களின் மனங்களை திரை உற்பத்தியிலும், உடல்களை சமூக பொருளுற்பத்தியிலும் வைத்துக்கொள்ள வாய்ப்பளிப்பதாக மாறியது. மக்களின் படைப்பாக்கம் என்பது திரையை தனக்குள் தனது மூளைக்குள் உற்பத்தி செய்துகொள்வதாக மாறியது. மக்களின் பேரகத்தை (சூப்பர் ஈகோ) சினிமா நாயகர்களும், நாயகிகளும் கட்டமைப்பதாக மாறியது.

இன்றுவரை படித்த வர்க்கம், மேட்டிமையாளர்கள், அறிவுஜீவிகள், அரசியல்வாதிகள் உள்ளிட்ட சமூகத்தின் மேல்தட்டு சிந்தனையையும் உயர்கலாச்சாரக்கூறுகளையும் கொண்ட நவீனத்துவவாதிகளால் இந்திய சினிமா முற்றிலுமாக ஒதுக்கவும், ஒதுங்கவும் ஆனதாக இருந்துவந்துள்ளது. சினிமாவை எப்படிப் பார்ப்பது என்பது பற்றிய ஒரு முறையான ரசனை வளர்க்கப்படவில்லை. சினிமா வெகுமக்கள் பண்பாட்டைச் சேர்ந்தது என்கிற பார்வையே இருந்து வந்துள்ளது. வெகுமக்கள் பண்பாடு மேட்டிமையினரின் ரசனையை சினிமாவழியாக உள்வாங்கிக் கொள்வதாக உள்ளது.

அசிஸ் நந்தி தனது இந்திய சினிமா பற்றிய தொகுப்புநூலின் அறிமுகத்தில் நகர்ப்புற சேரிகள் என்கிற உருவகத்தைக்கொண்டு இந்திய வெகுஜன சினிமாவின் அரசியல் பற்றிப் பேசுகிறார். வெகுஜன சினிமா அரசியலால் உருவமைக்கப்படுவது அல்லது அரசியலை உருவமைப்பது மட்டுமல்ல, அரசியலின் புதிய வடிவத்திற்கான மொழியை நிறுவுவதாக உள்ளது. வெகுஜன சினிமா பற்றி ஆய்வு செய்வது இந்தியநவீனத்தை, அதன் சமகால கலாச்சாரத்தின், வாழ்வின், கலையின் அப்பட்டமான குரூரமான உண்மைகளை வெளிக்காட்டுவது போல இருக்கும் என்கிறார் அசிஸ் நந்தி. (பக்.12 The Secret Politics of Our Desires: Innocence, Culpability and Indian – Ed. Ashis Nandy – Palgrave Macmillan – 1998). நவீனத்துவம் உருவாக்கிய குரூர உண்மைகள் இந்திய சினிமாவை பார்த்தலின், நோக்குதலின் இன்பமாக மாற்றியுள்ளது.

நந்தி குறிப்பிடும் சேரிகள் என்கிற உருவகம் நகர்ப்புற வளர்ச்சியின் ஒரு கூறாக திட்டமிடாதவகையில் சேரிகள் உருவாகுவதைப் போல சினிமாவும் கலை என்கிற நகரத்திற்குள் திட்டமிடாமல் வளர்ந்த ரசனைக்கூடமாக உள்ளது. அதாவது, கலை என்ற நகர்ப்புலத்தில் சினிமா சேரிகளைப்போல விளிம்பிற்குத் தள்ளப்பட்டது. சினிமாவை வளர்த்தவர்கள் பரதம், நாடகம், இலக்கியம் என்கிற கலைசார்ந்த மற்றும் உயர்வர்க்க ரசனை சார்ந்த மேட்டிமையின் விளைவாக ஒதுக்கப்பட்ட வெளித்தள்ளப்பட்ட வெகுமக்களே. அவர்கள் தங்களது ரசனையை சினிமாவில்தான் வளர்த்தார்கள், கட்டமைத்தார்கள், கண்டு ரசித்தார்கள். உடல் அசைவுகளை ஒழுங்கமைக்கும் பரதத்தைவிட கட்டற்ற உடல் அசைவுகளைக்கொண்ட குத்துப்பாட்டு இதமாக இருந்தது. இப்படி வெகுஜன ரசனையை காட்சிகளின், இசைப்பரவலின், உடலசைவுகளின் வழி கட்டமைத்த இந்தியசினிமா உதிரியான தனியர்களை மக்கள் திரளாக மாற்றியது. ஒரேவித ரசனையை கட்டமைத்ததன் மூலம், தங்களை ஒரு திரளாக உணரவைத்தது. ஒரே வகையாக சிந்திக்கும்படி செய்தது. அதனால் அதிகாரம் சார்ந்த மேல்தட்டினர் உருவாக இவர்களைக் கீழ்த்தட்டு மக்களாக மாற்றியது. சினிமாதான் இந்தியாவில் குடும்பங்கள், சாதிகள், மதங்கள், இனங்கள் தாண்டிய ஒரு மக்கள்திரளை உருவாக்கியது. சினிமாதான் தொழிற்சங்கம் உள்ளிட்ட இயக்கங்களையும், அரசியலுக்கான மக்கள்திரள்களையும் உருவாக்கியது. சினிமாவின்

இச்செயலே சுதந்திரத்திற்குப் பிறகு தென்னிந்திய அரசியலில் காத்திரமான பங்களிப்பைச் செலுத்தியது.

குறிப்பாக தமிழில் திராவிட இயக்கத்திற்கான மக்கள்திரளைக் கட்டமைத்தது தமிழ் சினிமாதான். திராவிட இயக்கம் உயர்கலைகளின் விளிம்பாக ஒதுக்கப்பட்ட சினிமாவை கையில் எடுத்து, விளிம்புநிலை மக்களை தங்கள் அரசியல் இயக்கத்திற்குள் கொண்டுவந்தது. இந்திய சினிமா உருவாகிய சமஸ்கிருதமயமான நாடகங்கள் கதைகள், இதிகாசங்கள், புராணங்களிலிருந்து தமிழ்சினிமாவை விடுவித்து புதிய தொன்மங்கள் படைத்தளித்தது திராவிட இயக்கம். அதன் முதல் குரலான பராசக்தியில் துவங்கியது திராவிட தொன்மமாக்கல். தாய் தெய்வமான பராசக்தியை திராவிட தந்தைமை சொல்லாடலுக்குள் மாற்றி வைத்து, திராவிடக் குடும்பம் என்கிற உருவகத்தை உருவாக்கியது. தந்தை (பெரியார்), அண்ணன் (அண்ணாதுரை), தம்பி (எம்ஜியார், கருணாநிதி இன்னபிற தொண்டர்கள்) என்ற உறவுமுறையை, அரசியல் உருவகங்களாக உருவாக்கியது. சிவாஜிவகைப் படங்கள் குடும்ப அமைப்பின் அங்கமாக உடல்களை மாற்ற, எம்ஜியார் வகைப் படங்கள் சமூக அமைப்பின் அரசியல் அங்கமாக உடல்களை மாற்றியது. பராசக்தியின் அண்ணன் முன்பாக, பாசமலர் அண்ணனால் கண்ணீர் மட்டுமே உகுக்க முடிந்தது. தேசத்தந்தையின் இடத்தில் திராவிடத் தந்தையை மாற்றீடு செய்தது. தாய்மையை, தந்தைமையைக் கொண்டு மாற்றியது. எம்ஜியார் பராசக்தியின் தொன்மத்தைக் கைப்பற்றி பெண் விரும்பும் வீரசாகச நாயகனாக தாய்மையின் பிரதிநிதியாக தந்தையின் இடத்தை மீண்டும் மாற்றினார். கதையின் இடத்தில் சதையின் உணர்வை முன்வைத்த எம்ஜியார் படங்கள், ஒருவிதமான நுட்பமான பாலின்பதளத்திலான அரசியல் கட்டமைவைச் செய்தது. தந்தையை மகன் தலைகீழாக காயடித்த கதைதான் திராவிட இயக்க சினிமா வரலாற்றில் வந்தடைந்த சமூவியல்.

எம்ஜியார் சினிமாவில் மக்கள்திரள் பிரதிநிதியாக இருந்து, அரசியல் வழியாக அரசின் பிரதிநிதியாக மாறியபின், மக்கள்திரள் பிரதிநிதியாக எதிர்கதாநாயக சாகசவீரன் பிறந்தான் சினிமாவில். 80-களுக்குப் பிறகு வந்த குறிப்பாக எமர்ஜென்சிக்குப் பிறகு உருவான தேசிய அரசின் எதிர்ப்பினால் உருவான பிராந்திய தேசிய உணர்வை பிரதிநிதித்துவப்படுத்தும் வகையில் சாகச கதாநாயகன், அரசின் தொந்தரவிற்கு ஆளாகி, கோபம் கொண்டு

வில்லனாக அதாவது எதிர்க்கதாநாயகனாக மாறி அரசிற்கு எதிரான மக்கள்திரள் மனநிலையைக் கட்டமைப்பவனாக மாறினான். இந்தியில் அமிதாப்பச்சனின் வருகை என்பதும், தமிழில் ரஜினியின் வருகை என்பதும் மென்மையான கொள்கைப்பிடிப்பு உள்ள அரசியல், அரசு, குடும்பம், அறம், நன்மை போன்றவற்றை பிரதிநிதித்துவப்படுத்தும் வெண்மையான, மென்மையான, அழகான பிராமண அழகியல் தன்மைக்கொண்ட லட்சிய கதாநாயகன், புதிய அரசியலில் உருவான இடைநிலை சாதி ஆதிக்கத்தினால் ஊழல் மலிந்துவிட்டதான, சாதியவெறிகொண்ட, சாதிய அறம்பேணும் அரசதிகாரத்தை எதிர்க்கும் புறக்கணிக்கப்பட்ட கோபக்கார உதிரியான உடனடி எதிர்ப்பும் அதற்கு அறமற்ற வழிகளைப் பின்பற்றி தந்திரமாக வில்லன்களை ஒழிக்கும் எதிர்கதாநாயகன் தோன்றுகிறான்.

மனுதர்மத்திற்கு எதிராக புஷ்யமித்ர சுங்கனின் வாள்கொண்ட எழுச்சியைப்போன்றது இது. அரசதிகாரம் பெரியாரிய, திராவிட, பிராந்திய அரசியல் விழிப்புணர்வால், அவை உருவாக்கிய இடஒதுக்கீட்டுக் கொள்கையால், அரசு எந்திரத்திற்குள் ‘திறமை’ அற்றவர்கள் நுழைந்து லஞ்சம், ஊழல் மலிந்துவிட்ட அரசு எந்திரத்திற்கு எதிரானவனாக இந்த கோபம் கொண்ட எதிர்க்கதாநாயகன் சினிமாவில் தோன்றுகிறான். இந்த எதிர்க்கதாநாயகனை சினிமாவின் இருப்பிற்குள் உருவாக்கிவிட்டு, யதார்த்தத்தில் பிராமண அழகியலின் ஆன்மீகப் பண்புகள் கொண்ட நல்லவர்களாக குறிநிலைப்படுத்தி பிராமணியம், அதைத் தன்வயப்படுத்திக் கொண்டது. இவ்வெதிர்நாயகன், இந்துத்துவத்தின் அரசியலை, அறத்தை முன்வைத்து, நவீனத்துவ அரசியல் விளைவான மத-அடிப்படைவாதத்தின் பிரதிநிதியாக வெளிப்பட்டான். இந்த எதிர்க்கதாநாயகன் திராவிட அரசியல் உருவாக்கிய இடைநிலை சாதிகளின் ஆதிக்கத்திற்கும், அதன் அரசு அதிகாரத்திற்கும் எதிராக வெளிப்பட்டான். எமர்ஜென்சிக்கு எதிராகச் செயல்பட்ட சுயம்சேவக்குகள் எனப்படும் இந்துத்துவா சக்திகள் தேசபக்த இயக்கமாக மாறியதோடு இதனை இணைத்துக் காணலாம். இதனை இப்படிப் புரிந்துகொள்ளலாம், திராவிடத்தை வெளிப்படையாக ஆதரித்த பிராமண நாயகனைவிட, திராவிடத்தை எதிர்க்கும் ஆன்மீக எதிர்நாயகன் எழுச்சி பெறுகிறான். இதனூடே உயர்சாதிய மற்றும் பிராமண ஊடகங்கள் இந்த எதிர்க்கதாநாயக பிம்பத்தைக் கட்டமைக்கும் பெரும்பணியைச் செய்தன. தனக்கான

ரட்சகனாக இவனை உருவாக்கினர். எமர்ஜென்சிக்குப் பிறகு திரையில் இந்த நாயகனின் வருகை வளர்ந்துவந்த மதவாத அரசியலுக்குத் தேவைப்பட்டது. மற்ற சாதிகளின் ஆதிக்கத்தின் எதிர்ப்புக்கு உருக்கொடுக்கும் வகையில் ஒரு கதாநாயகன் உருவாவதும் அவசியமாகப்பட்டது. அதே நேரத்தில் அக்கதாநாயகன், லட்சிய நாயகவடிவத்தை எடுத்துவிடவும்கூடாது என்பதில் கதை எந்திரம் கவனமாக இருந்தது.

அதனால், வில்லன்கள் எம்ஜியார்-சிவாஜிகால குடும்ப அமைப்பு அல்லது சமூகத்தீமையான கொள்ளை, திருட்டு, கொலை போன்ற "பாஸ்" இஸத்திலிருந்து மாறி அரசியல்வாதிகளாக அரசின் பிரதிநிதிகளாக மாறுகிறார்கள். சமூகத்தின் இந்த அரசியல் இடமாற்றத்திற்கான மொழியை, குரலை உருவாக்கித் தந்தது சினிமா. வில்லன்கள் அமைதியாகவும் கதாநாயகன்கள் வில்லன்களாகவும் மாறும் நிலை உருவாகியது. எண்பதுகளுக்குப்பிறகான அரசியல்போக்கும் இந்த எதிர்க் கதாநாயகன் வருகையும் வெகுஜன மக்கள்திரளை மறுவடிவம் கொள்ளச்செய்தது. வெகுஜன சினிமா மக்களை மயக்குவதில்லை. மாறாக, மக்கள்திரளைக் கட்டமைப்பதாக உள்ளது.

வெகுஜன ரசனையை உருவாக்கியதில், வெகுஜன அரசியலை உருவாக்கியதில் மற்றெல்லாவற்றையும்விட இந்திய சினிமா மிக முக்கியமான பங்காற்றி உள்ளது. அரசியலுக்கான மக்கள் திரளை உருவாக்கியதன்மூலம் ஒருவகையில் அரசியலைத் தீர்மானிப்பதாகவும், அரசியலை உருவாக்குவதுமாக மாறியது. வெகுஜனம் சிந்திப்பதற்கான வெளியாக அது இருந்தது. இந்திய அரசியல், ஊடகங்கள், அறிவுஜீவிகள், ரசனைவாதம் (இது சமஸ்கிருத ரசாக்கோட்பாட்டால் நவரசத்தால் கட்டப்பட்டது), கலைஉணர்வு, விஞ்ஞான சிந்தனை, மதவாத-சாதீய உன்னதங்கள் ஆகியவற்றால் நிலநீக்கம் செய்யப்பட்ட அவற்றின் சிந்தனைவெளிக்கு வெளியே தள்ளப்பட்ட மக்களின் மறுநிலமாக்கமாக மாறியது சினிமா. அங்குதான் அவர்கள் சிந்திக்கத் தலைப்பட்டார்கள். அவர்களது அறிவை, உணர்வை சினிமா மதித்தது. அவர்களோடு ஒரு அறிவார்ந்த உரையாடலை நிகழ்த்தியது. சினிமா இந்திய வெகுமக்களின் சிந்தனைவெளியாக மாறியது. நவீனத்துவம் வெளியேற்றிய மக்களின் வாழ்வுவெளியாக மாறியது. அங்கு அவர்கள் முன்நவீனத்துவம் உருவாக்கிய குழுஅமைப்பின் கூட்டுத்தன்னிலையை உணர்ந்தார்கள்.

தங்களுக்கான திரள்களை உருவாக்கினார்கள். சினிமா அவர்களின் வசிப்பிடமாக மாறியது. அதாவது சமூகமாக அறியப்பட்டிருக்கும் மேட்டிமைசார்ந்த அமைப்புகள், அரசுசார் நிறுவனங்கள் தராத பொதுவெளியை வசிப்பிடத்தை சினிமாவும், திரை அரங்குகளுமே தந்தன.

சினிமா பார்ப்பதற்கு மற்ற கலைகளைப்போல பிரத்யேக அறிவோ படிப்போ உணர்வோ தேவையில்லை. பார்த்தல், கேட்டல் உள்ளிட்ட புலன் உறுப்புகள் இயங்கினால் போதும். சினிமா இந்த புலன்களை மதித்தது. அதனால்தான் அது ஒரு ஆதிக்கலையாக, தொன்மக் கலையாக உள்ளது. புதிய தொன்மமாக்கலைச் செய்கிறது. மக்களோடு சிந்திக்கிறது. செயல்படுகிறது. அது மக்களுக்கு புதிய அறிதலை, புதிய உணர்தலை, புலனறிவைத் தருகிறது. மக்களின் புலன்களை அரசின் சமூகத்தின் அங்கமாக மாற்றுகிறது. அரசுசார் புலனாக மாற்றிவிடுகிறது. அதுவே அரசிற்கு எதிரான புலனறிதலை, அங்கமாகிவிட்ட புலன்களை உடைப்பதாக மாறக்கூடிய தன்மையும் கொண்டது. அதைத்தான் கலைப்படங்கள் என்று சொல்லக்கூடிய படங்கள் செய்யமுயல்கிறது. அதற்கான பாரம்பரியமாக நாம் இத்தாலிய நவசினிமாவிலிருந்து இன்றைய உலகசினிமா என்ற வகைத்திணையாக வழங்கப்படும் கலைசினிமா வரை ஒரு வரிசைப்படுத்தலைச் செய்து வாசிக்கலாம். இவை டெல்யுஸ் சொல்வதைப்போல புலனறிச்செயலை உடைக்கின்றன. நமது மூளையின் புலனறிவு தானியங்கி அமைப்பில் உடைசலை உருவாக்கிவிடுகின்றன. புதிய காலத்தை, புதிய இயக்கத்தைத் தருவதன் வழியாக புதிய உலகில் வாழ்வதற்கான உடல்களாக மாற்றியமைக்கிறது.

மாறாக, இந்திய வெகுஜன சினிமாவோ புலனைக் கட்டமைக்கின்றன. அரசின் அரசியலை மக்கள்திரள் அரசியலாக மாற்றுகின்றன. சினிமா இயக்குநர்கள், தொழில்நுட்பக் கலைஞர்கள் சினிமாவின் இந்தக் கட்டமைப்பை, உருவாகுதலை நுட்பமாக உணர்வதன் மூலமே புதிய சினிமாவை எடுப்பதும், அதற்கு மக்களை உடனடியாகப் பழக்காவிட்டாலும், முன்னணிகள் வழியாக எதிர்கால மக்களை அதற்குப் பழக்கப்படுத்த முடியும். அந்தவகையில்தான் சமூகமாற்றத்திற்கான ஒரு கருவியாக சினிமா மாறும் அல்லது சினிமா சமூகத்தில் ஒரு புதிய மனிதனைப் படைத்தளிக்கும். அம்மனிதன் ஒரு புதிய மக்கள்திரளாக

தன்னையே உணரமுடியும். சினிமாவின் அரசியலாக அது மாறும். காணும் எந்திரங்களாக உள்ள உடல்களை காட்சி எந்திரங்கள் அரசின் அங்கமாதலில் இருந்து விடுவித்து மாற்றத்திற்குரிய உடல்களாகக் கட்டமைக்க முடியும்.

தமிழ்சினிமாவின் உள்மடிப்புகள்

சினிமா பார்க்கப்படுவதில்லை உணரப்படுகிறது என்ற கருத்தாக்கத்தை வெகுஜன சினிமாக்களில் வைத்து விரிவாக்கலாம். அதாவது, காணுதலாக சினிமா எப்படி நிகழ்கிறது என்பதை அறிய முயலலாம். காணுதல் என்பது பார்த்தல் அல்ல. தமிழில் பல சினிமாக்கள் பார்க்கப்படுகிறது சில சினிமாக்கள் மட்டுமே காணப்படுகிறது. சான்றாக உடனடியாக நினைவிற்கு வருபவை பராசக்தி, பாசமலர், நாடோடி மன்னன், அடிமைப்பெண், கல்யாணப்பரிசு, 16 வயதினிலே, முள்ளும் மலரும், மூன்றாம்பிறை, ஒருதலைராகம், சேது, காதல், அரவான் வகைப் படங்களை சொல்லலாம். (இன்னும் நிறைய படங்கள் விடுபட்டிருக்கலாம் என்றாலும், உடனடி நினைவில் உள்ளதே இவை.) இவற்றில் ஒரேவிதமான காணுதலின் கோட்பாடுகளும் பாதிப்புகளும் இல்லை என்றாலும், வெகுஜனத்தால் உணர்ச்சிகரமாக உள்வாங்கப்பட்ட படங்கள் இவை. வெகுஜனம் தனது வாழ்தலைக் கண்டுகொண்ட மற்றும் கற்றுக்கொண்ட படங்கள் இவை. தமிழ்ச்சமூகத்தில் பாதிப்புகளை உருவாக்கிய படங்கள். பாதிப்பு என்பது கண்ணீர் சிந்தவைக்கும் உணர்ச்சிகரமான நிலை அல்ல, காண்பவர் தன்னை அறியாமல் காட்சியின் அங்கமாக தன்னை மாற்றிக்கொண்டு, தனது தனிவாழ்வில் செயல்படுத்தி தனது உடல்நிலையாக அதை மாற்றிக்கொள்வது. வாழ்வின் நுட்பங்களை திரையின் நுட்பங்களில் கண்டுபிடித்து தனதானதாக ஆக்கிக்கொள்வது. அது ஓர்மையற்ற (நான்-கான்சியஸ்) உடற்செயலாக மாறிவிடுவது. சினிமாவில் உள்ள காட்சி காண் (விர்ட்சுவல்) யதார்த்தத்தை வாழ்வின் உளதான (ஆக்சுவல்) யதார்த்தமாக மாற்றிவிடுவது.

புரிதலுக்காக 16-வயதினிலே படத்தை சுருக்கமாக இக்கோட்பாட்டு அடிப்படையில் விளங்கிக்கொள்ள முயற்சிக்கலாம். மயில், சப்பாணி, பரட்டை மற்றும் வெளியிலிருந்து கிராமத்தின் மூடுண்ட அமைப்பிற்குள் நுழையும் டாக்டர் என்கிற 4 குறிகளின் அடிப்படையில் உருவாகி உள்ளது இப்படம். மயில் படித்த அழகான நகர்மயமாகிவரும் கிராமத்தின் குறியீடு. சப்பாணி

கிராமத்தின் ஊனமாகிவிட்ட பழமையின் குறியீடு. பரட்டை கிராமத்தின் பழமை என்ற ஊனத்திற்கு காரணமான நிலவுடமையின் குறியீடு. டாக்டராக வருபவன் கிராமங்களை நகர்மயப்படுத்த முனையும் முதலாளித்துவ-அரசு அதிகாரத்தின் குறியீடு. நகர்மயமாகத் துடிக்கும் கிராமம்(மயில்), முதலாளித்துவத்துடன்(டாக்டருடன்) கொள்ளும் உறவில் உருவாகும் கள்ளம் என்பதிலிருந்து கிராமத்தின் கற்பை (புனிதத்தை) காப்பதாக, மயிலின் விலகலைக் காணலாம். மயிலை தனது உடமையாகக் கருதும் பரட்டையின் (நிலவுடமை) அதிகாரத்திலிருந்து மயிலை காக்கும் பொறுப்பை ஏற்கும் சப்பாணி (ஊனப்பட்ட பழமை), பரட்டையுடன் முரண்பட, நிலவுடமை வன்முறைகொண்டு தனது கிராமத்தை கைப்பற்றமுனைய, பரட்டையைக் கொன்று கிராமத்தின் நிலவுடமை வன்முறையிலிருந்து காப்பாற்றிவிடுகிறான்.

இப்படியான ஒரு பொதுக்குறியீடு கிராமம் கிராமமாக மக்கள் 16-வயதினிலே படத்தைக் காணுவதில் பெற்ற ஒரு பண்பாட்டு மனஅமைதி எனலாம். கிராமத்தை அழிவிலிருந்து காப்பாற்றிய சப்பாணி, ஒரு பொதுமனக்குறியீடாக நாயக பிம்பமாக இயக்கம் அடைகிறான். மயில் (கிராமம்) டாக்டருடன் (நவீனத்துடன்) இணைந்திருந்தால், சப்பாணி அவள் வீட்டில் "ஆத்தா வளர்த்த நாயாக" மாறுவதன்மூலம் 'நெஞ்சில் ஓர் ஆலயம்' நாயகனைப்போல இலட்சிய நாயக பிம்பமாக உருவாகியிருப்பான். பரட்டையோ இருப்பற்றவனாக மறைந்திருப்பான். கிராமம் நவீனத்தில் தன்னிறைவு அடைந்திருக்கும். அங்கு கதை உருவாகியிருக்காது. கதை என்பது நேர்கோட்டு நிகழ்வில் வரும் குத்துக்கோட்டின் இடையீட்டில்தான் நெசவாகிறது. நவீனத்துவத்தின் நுகர்வுவெறியில் கிராமம் சீரழிக்கப்படுவது மட்டுமே கதைமொழியின் நோக்கம் (இது இயக்குநர் மொழியல்ல, கதைமொழி இயக்குநரை, ஆசிரியனை மீறி வெளிப்படுவது) என்பதால் கதையில் சப்பாணி கொலையின் வழி காதலை நிலைநிறுத்தி கிராமத்தைக் காப்பாற்றிவிடுகிறான். நிலவுடமையை வீழ்த்திவிட்ட பேராசை மட்டுமே படத்தின் காணுமின்பமாக மாறியது காட்சியாளர்களுக்கு. பரட்டையும், டாக்டரும் சப்பாணியைவிட பொருத்தம் உள்ளவர்களாக இருந்தபோதிலும், ஆரம்பம்முதல் மயிலை சப்பாணிக்குக் கட்டிவைப்பதில் மட்டுமே பார்வையாளரின் நோக்குதல் செயல்படுகிறது.

16-வயதினிலே சப்பாணி, மரபுகளால், குடும்பங்களால், அரசால், கலாச்சாரத்தால், மதத்தால் குறிப்பாக அதிகார நிறுவனங்களால் அடக்கப்பட்ட ஊனமாக்கப்பட்ட தன்னிலையின் குறியீடு. தமிழக கிராமிய இளைஞனின், ஆழ்மனதின் குறியீடு அது. அழகான படித்த நகர்மயப் பெண்களின் மீதான காதலைப் பெற இந்த ஊனப்பட்ட தன்னிலைகளின் வேட்கையே கொலையின் வன்முறையாக வெளிப்பட்டது அத்திரைப்படத்தில். அக்கொலையை ஏற்கும் மனநிலையை உருவாக்கியது. மயில் என்கிற பிம்பத்தின் மீதான சப்பாணி என்கிற பிம்பத்தின் வேட்கையே, தமிழில் அடக்கப்பட்ட 80-களின் இளைஞர்களுக்கான வேட்கையை ஓர்மைப்படுத்தியது. அடக்கப்பட்ட நனவிலி வேட்கை, நனவுமனதிற்கு வந்து செயல்பாடாக மாறுவதே ஓர்மைப்படுத்துதல் (கான்சியஸ்) என்கிற செயல்பாடாகும். கிராமங்களிலிருந்து பட்டணங்களுக்கு பயணிக்க, மயிலின் காதல்வேட்கை ஒரு வாழ்தலின்ப ஆற்றலாக கிராமிய இளைஞர்களுக்கு மாறியது. கிழக்கே போகும் ரயிலில் பட்டணத்திற்கு பயணிக்கும் நாயகன் இதன் அடுத்தகட்ட வளர்ச்சியே. சிவப்பு ரோஜாக்கள் படத்தில் நகர்மயம் என்பது அமுக்கப்பட்ட காமவேட்கையாக வெளிப்பட, நகரை அடைந்த கிராமிய இளைஞன் அதை மூர்க்கத்தைக்கொண்டு எதிர்கொள்கிறான். இதுதான் பாதிப்பு அல்லது காணுதலின் விளைவு. இந்த பாதிப்பு சமீபத்தில் வந்து உள்ள வழக்குஎண் 18/9 என்ற படத்தில் எப்படி இடம்மாறி அமைந்து வெறும் பார்த்தலாகவும், நோக்குதலாகவும் உள்ளது என்பதை வாசிப்பதன் வழியாக காணும் எந்திரங்களை காட்சி எந்திரங்கள் உருவாக்கி உள்ளதைப் புரிந்துகொள்ள முயலலாம்.

16-வயதினிலே (1977) படத்தில் கிராமத்திற்குள் நுழைந்த நவீனத்துவம் கிராமிய அமைப்பை நகர்ப்புற சேரிக்கு நகர்த்தியதைத்தான் 35 ஆண்டுகளுக்குப் பின் வழக்குஎண் 18/9 (2012)-ல் பார்க்கிறோம். சேரிகளில் இரண்டுவகை கலாச்சாரங்கள் உள்ளதாக அசிஸ்நந்தி விளக்குகிறார். கிராமங்களை மறுஉற்பத்தி செய்தல். புதிய கலப்பினக் கலாச்சாரத்தை உருவாக்குதல். கிராமிய பழமையும் (கிளாசிசமும்), நகர்ப்புற நவீனத்துவமும் (மாடர்னிட்டியும்) கலந்தவையே சேரிகள். வழக்குஎண் 18/9-ல் இத்தகைய உரையாடலாக இரண்டுவித காதலை முன்வைப்பதில் வாசிக்கலாம். இந்த இடைப்பட்ட 35 ஆண்டுகளில் மயில்

நகர்ப்புறச் சேரியில் வேலைக்காரியாக மாறி உள்ளாள். அதாவது, கிராமியப்பெண்ணான மயில் சேரியின் வேலைக்காரப் பெண்ணாகவும், உள்ளில் இருந்த நகர்ப்புற வேட்கை நாகரிக அடுக்குமாடிப் (அபாஃர்ட்மெண்ட்) பெண்ணாகவும் பிளவுண்டு இரண்டு பாத்திரங்களாக மாறியுள்ளது. சப்பாணி செயலற்றவனாகவும் நகர்ப்புறச் சாலைகளில் வசிப்பவனாக மாறி உள்ளான். டாக்டர் நவீனத்தின் உச்சவடிவமாக, சரக்கு வழிப்பாட்டாளனாக அபார்ட்மெண்ட் நாயகனாக மாறியுள்ளான். மைனர் அதிகாரம் அரசு அதிகாரமாகவும் (காவலர் உடையில் உலவும் நிலவுடமையின் சாதியமாக) நவீனத்துவக் காதல் உணர்ச்சியற்ற மோகமாகவும், சப்பாணியின் காதல் வன்முறை, மயிலின் ஆசிட் வன்முறையாகவும் மாறி உள்ளது. சமூக வளர்ச்சியின் மன அமைப்பு இந்த 35 ஆண்டுகளின் தமிழக அரசியல் வரலாற்றில், உலகமயத்தில் இப்படியாக இடம் மாறி முதலாளிய பரோணியாவாக மாறி செறிவடைந்து உள்ளது. காதலை மையமாக வைத்த இவ்விரண்டு படங்களின் நான்கு பாத்திரங்களின் குறியியல் வளர்ச்சி காதல்-வன்முறை என்கிற அமைப்பிற்குள் வசிப்பவர்களாக இளைஞர்-இளைஞிகளை மாற்றாமல் வைத்துள்ளது. நகரங்கள் நவீனமாகிவிட, கிராமங்கள் நகர்ப்புறச் சேரிகளாகவும் மாறியுள்ளது. உலகமயத்தில் காதல், நுகர்வின் உச்சத்தை எட்டியுள்ளது. தேவாவின் கானா பாடலில் வரும் ‘டைட்டானி’-க் காதல் ‘டைட்டா’-ன காதலாகி உள்ளது.

16-வயதினிலே மயிலின் துணிவிலகிய படம் காமநுகர்வின்பத்தின் (வாயரிஸ்டிக்-பிளஸராக) புகைப்படக் காட்சியாக, வழக்கு எண்ணில் மொபைல் என்கிற கருவியின் அசையும் காட்சிகளாக மாறியுள்ளது. ஆழ்மனதில் அசைவற்றுக்கிடந்த ஆசையின் பிம்பங்கள் தற்போது அசையத்துவங்கி கையடக்கமாக கைக்குள் வந்துவிட்டது. காதல் பிம்பம் நிழற்படத்திலிருந்து அசைந்து சலனப்படமாக மாறியுள்ளது. காதல் புனிதம், பிம்ப நுகர்வாகி உள்ளது. பெண் உடல் அன்றும் இன்றும் தசைகளின் காமஇன்பக் களமாகவும், களனாகவும் (erotic site and device of the female flesh) உள்ளது. மயில் வன்முறையானவளாக மாறிவிட, சப்பாணி அதிகாரத்தினால் அடிவாங்கி அழுபவனாக உள்ளான். கிராமிய மைனர் அதிகாரம் அரசு அதிகாரமாக மாற, நவீனத்துவம் இன்று செல்வச் செழிப்புடன் வளர்ந்து வழக்குஎண் ஜெயலெட்சுமிபோல தனது குற்றங்களைப் பாதுகாத்துக்கொண்டே

உள்ளது. கிராமங்கள் அதிகாரத்தின் அடக்குமுறைக்குள் கிடக்கின்றன. சப்பாணி திரையிலிருந்து வெளியேறி 35 ஆண்டுகளில் வழக்குஎண் வேலுவாக திரும்பவும் திரைக்குள் நுழைகிறான். சப்பாணி மயிலுக்குள் நுழைந்துவிட, ஜோதிக்காக வேலு காத்திருக்கிறான். 16-வயதினிலே காலத்தில் காணும் எந்திரங்களாக இருந்த உடல்கள், இன்று காட்சி எந்திரங்களாக வளர்ந்து உள்ளன. இக்கால இடைவெளியில் தன்னைக் காட்சிப்படுத்திக் கொள்வதும், பிறரைக் காட்சியாக்கிக் காண்பதும் நவீனத்துவத்தின் மற்றும் உலகமயமாதலின் மன அமைப்பாக மாறியுள்ளது.

அதே எண்பதுகளில் வெளியான சகலகலாவல்லவன், முரட்டுக்காளை வகையறாப் படங்கள் வெகுஜனத்தால் விரும்பிப் பார்க்கப்பட்ட படங்கள் என்றாலும், அவற்றில் காணுதலுக்கான பாதிப்புகளோ பரவசங்களோ இல்லை. அவற்றில் கேளிக்கைகள் மட்டுமே அல்லது நல்லறங்கள் “தர்மம் வெல்லும்” பாணியிலான வழக்கமான தர்மக்கோட்பாடுகளே வந்து போயின. அவை பழமையின் மதிப்பீடுகளை மசாலாவாக்கித் தரமுயன்றன. அவை வேட்கைநிறைவுப் படங்கள். பகல்கனவைப் போன்றவை. மேய்ச்சலுக்கான திரைப்படங்கள், விளைச்சலுக்கானவை அல்ல. 16-வயதினிலே போன்று வேட்கையை உருவாக்கி பரப்பிய திரைப்படங்கள் அல்ல.

ஆக, சினிமா பார்க்கும் முறையை சுருக்கமாக மூன்று பார்த்தலின்-கோட்பாடுகளாகப் பிரிக்கலாம். பார்த்தல், நோக்குதல் மற்றும் காணுதல் என்று. பார்த்தல் ஏற்படுத்தும் பாதிப்பு தற்காலிகமானது, உணர்ச்சி சார்ந்தது, மன எழுச்சி சார்ந்தது. சமூகத்தில் நிறைவேறாத குறைகொண்ட வேட்கைகளை, கற்பனை மனவெழுச்சிகளை, பகற்கனவுகளை நிறைவு செய்பவை. நோக்குதல் என்பது உடல்களை அமைப்பிற்கான உடல்களாகக் கட்டமைப்பது. அமைப்பின் அதிகாரியாகச் செயல்படவைப்பது. சமூகத்தின் சங்கேதங்களைத் தேடித் தேடி நிறைவேற்றமுனைவது. காணுதல் ஏற்படுத்தும் பாதிப்பு நிரந்தரமானது. அறிவு எழுச்சி சார்ந்தது, உடலியல்ரீதியானது. வேட்கையை உற்பத்தி செய்து சமூகத்தில் பரவவிடுவது. அதாவது சமூகத்தில் எங்கோ ஒரு மூலையில் நடந்த ஒன்று, ஒரு படத்தில் காட்சியாவதால், சமூகத்தில் ஒரு போக்கை உற்பத்தி செய்வது. சினிமா என்பதை காணுதலின் பரவசமாக மாற்றிவிடுவது.

பார்த்தல் ஈர்ப்பு சார்ந்தது, நோக்குதல் மோகித்தல் சார்ந்தது, காணுதல் அறிதல் சார்ந்தது. சினிமாவின் இந்த ஈர்த்தலும், மோகித்தலுமே, சமூக முதலீட்டிற்குத் தேவையான உடல்களாக, சினிமாட்டிக் எந்திரங்களாகக் காணும் உடல்களைப் படைத்தளிக்கிறது. அந்தவகையில் பார்த்தலின், நோக்குதலின் பரவசத்தைக் கொண்ட படங்கள் மிகவும் எச்சரிக்கையாகவும், நுட்பத்துடனும், அதன் அரசியல் அடிப்படையிலும் அணுகி ஆராயப்பட வேண்டியவை. சமூகத்தை, குறிப்பாக தமிழ்ச்சமூகத்தைக் கட்டமைத்ததில் சினிமாவின் பங்கை அறிய இத்தகைய படங்களை ஆராய்வது முக்கியம். உதாரணமாக, 80-களுக்கு முந்தைய சேலை உடுத்திய 'செந்தமிழ்நாட்டு பைங்கிளிகளான தமிழ் பெண்கள்' புடவையிலிருந்து நைட்டிக்கு மாறியதைப்போன்று, வாழ்தலின் கூறுகளை, உடலின் இயக்கங்களை, மன எழுச்சிகளை மாற்றியமைக்கக்கூடிய காணுதலுக்கான படங்களே சமூக மாற்றத்திற்கானவை.

நவபிராமணிய நோக்குதல்

இதுவரை விவாதித்த பார்த்தல், நோக்குதல் மற்றும் காணுதல் என்கிற கோட்பாட்டுச் சட்டகத்திற்குள் வைத்து வெகுஜன இந்திய மற்றும் தமிழ்சினிமாவை ஆராய்ந்தால், சமூகத்தின் சங்கேதங்கள் உருவாக்கி வைத்துள்ள ஒருவகை நோக்குதலை மீறமுடியாத வகையில் அவை இருப்பதை அறியலாம். அதனை இந்தியாவிற்கே பிரத்யேகமான நவபிராமணிய (உயர்சாதிய மற்றும் பிராமணிய) நோக்குதல் என்பதாகக் குறிக்கலாம். வேதமதங்களினால் கட்டப்பட்ட இந்திய இலட்சிய உடல்கள் அல்லது இந்திய உடல்களின் தன்னிலையாக இயங்கும் புனிதமான, தர்மமான, வீரமான, நன்மையான, தியாகமான, பொதுநலத்தில் இயங்குவதான உடலை ஒவ்வொரு ஆண் உடலிலும்; புனிதமான, அறமான, பொறுமையான, குடும்ப அமைப்பைக் காக்கும், தியாகமான, சுயநலமான பெண்உடலை ஒவ்வொரு பெண் உடலிலும் பார்த்தலே நவபிராமணிய நோக்குதல் எனலாம். மனுதர்ம சாத்திரம் அத்தியாயம்-9ல் முன்வைக்கும் ஆண், பெண் கடமைகள் பற்றிய வரையறைகளில் சொல்லப்படும் ஆணின் நோக்குதலில் மட்டுமே பெண்உடல் என்பதும், அதற்கென தனித்த இருப்பற்று இருப்பதையும், பெண் நிலமாகவும், ஆண் விதையாகவும் உள்ளதாகச் சொல்லும் தாவர-உருவகத்தில், நிலத்தைவிட விதையையே முதன்மைப்படுத்திப் பேசுவதையும், பெண் மற்றும்

ஆண் செயல்பாடுகள் வழியாக ஆணின் பிறிதொரு உறுப்பாக, களமாக பெண் பற்றிய பிம்பங்களை உருவாக்குவதையும் இதனுடன் இணைத்துக் காணலாம். இந்த ஆண்-பெண் பாலின உடல்நோக்குதல்களின் பின்புலம் நவபிராமணிய அழகியலும், அதற்கான சமூக அதிகாரத்திற்கான முதலீடாக உடல்கள் மாற்றப்படுவதுமே எனலாம். இந்த நவபிராமணிய நோக்குதலின் செயல்பாட்டை கீழ்க்கண்டவாறு தொகுத்தளிக்கலாம்.

1. நோக்குதலை சாதிரீதியாக கட்டுப்படுத்துவது. சாதிக்கொரு நீதி, சாதிக்கொரு குணம் என வரையறுத்து வைத்திருப்பது. சான்றாக அரிவாள் எடுத்தால் தேவர்சாதி, அடங்கிப்போதலும், தந்திர ஆலோசனைகள் சொல்வதும், அறிவாளியாக இருப்பதும் பிராமணசாதி என்பதைப்போல.

2. ஒருவனுக்கு ஒருத்தி என்கிற பதிவிரதா தர்மம் சார்ந்த வரையறையை வைத்திருப்பது. அதை மீறுபவர்களை எப்படியும் அதற்குள் கொண்டுவந்துவிடத் துடிப்பது.

3. நன்மை/தீமை என்கிற தர்மம் சார்ந்த அல்லது மதம் சார்ந்த தர்மவிதிகளைப் பின்பற்றுவது. இறுதியில் தர்மம் வென்றுவிட வேண்டும் என்று அடம்பிடிப்பது. அல்லது அநீதிக்கு எதிரான இரட்சகனின் வருகையை எதிர்பார்த்திருப்பது.

4. காட்சிகளில் வழக்கப்படுத்தப்பட்ட மொழியில் ஒழுங்கை ஏற்படுத்திப் பார்ப்பது. புதிய மாற்றங்களை, மீறல்களை ஏற்காமல், ஒழுங்கிற்குள் கொண்டுவந்துவிட வேண்டுவது.

5. மத/சாதியக் குறியீடுகளை முற்றும் முதலானதாக விமர்சனமற்றதாக நோக்குவது. அதை மீறாதவகையில் உடல்களின் செயல்பாட்டை அடையமுயல்வது.

6. காமத்தில் ஆணுடல் பெண் உடல்மீது ஆதிக்கம் செலுத்துவது. காதலில் பெண்ணுடல் ஆணுடலுக்கு ஏங்கித்தவிப்பது. பெண்ணுடலுக்கான தனித்த இருப்பை மறுப்பது.

7. குறிப்பிட்ட சாதியினரை தாழ்த்தப்பட்டவர்களாக, அருவருப்பான உடல்களாக, தீட்டாகக் கருதி அடிமை உடல்களாகவும், அழகற்ற உடல்களாகவும், நாகரிகமற்ற உடல்களாகவும் சித்திரிப்பது. அவர்களை கதையாடலின் மையத்தில் வைப்பதை ஏற்க மறுப்பது.

மேற்கண்ட வரையறைகளை புரிதலுக்காக தமிழ்ப்படங்களில் பொருத்தி வாசித்துப் பார்க்கலாம். வெகுஜனங்களால் விரும்பிப் பார்க்கப்பட்ட வெற்றிப்படங்களான முதல்மரியாதை, சின்னவீடு, சிந்துபைரவி என்கிற மூன்று படங்களும் ஒரே வருடத்தில் (1985) தமிழின் மூன்று முக்கிய இயக்குநர்களால் வெளியிடப்பட்டது. அன்றைய குடும்ப அமைப்பின் விரிசலைக் கண்டுணர முனைந்த கதையாடல் போக்கு. இப்படங்களில் மேற்கொண்ட நோக்குதல்நிலைகள் பல காட்சி அமைப்புகளாக பாத்திரமாக சித்தரிக்கப்பட்டுள்ளதை மேலோட்டமாகப் பார்த்தாலே புரிந்துகொள்ளமுடியும்.

'முதல்மரியாதை'-யில் செயல்படும் ஆணிய நோக்குதலின் பெண் உடல் ராதா. கிராமத்தின் தர்மத்தைப் பேணும் நாட்டாமையாக நாயகன் சிவாஜி. இவர் தனது குடும்ப வம்சாவழியைக் காக்க, ஏற்கெனவே வேறொரு ஆணுடன் உறவுகொண்டுவிட்ட வடிவுக்கரசியை மணக்கிறார். ஆனால், மணம்முடித்தபின் மனைவியோடு அவரால் குடும்பம் நடத்த முடியாத "கற்பு" என்கிற புனிதஉடல் பற்றிய நோக்குதல் செயல்படுகிறது. ஒதுக்கப்பட்ட அப்பெண், அதனால் வக்ரமடைந்தவளாக ஆகிவிடுகிறாள். அவளை மலர்ச்சி கொண்டவளாக மாற்றாமல், அவளது செயலை 'குற்றமாக்கி' தண்டிக்கும் நாட்டாமைத்தனத்தை பார்வையாளர்கள் ஏற்கும்படி செய்யப்படுகிறது. இல்வாழ்வின் தர்மப்படி மனைவியாக ஏற்றபின் வாழவேண்டும் அல்லது விலகவேண்டும். ஆனால், அப்படி இல்லாமல் இருப்பது ஒரு குற்றமாக கருதப்படாமல், ராதாவுடன் அவரது உறவை ஏற்கும் மனநிலை பார்வையாளர்களிடம் உருவாகிறது. ராதா மற்றும் வடிவுக்கரசி என்கிற இரண்டு உடல்களின் இளமை, அழகு ஆகியன ஒப்பிடலுக்கு உள்ளாகும் ஒரு பெண்ணுடல் பற்றிய ஆணிய நோக்குதலே இதன் அடிப்படை. அந்த பெண்ணோடு உறவுகொண்டுவிட்ட அந்த ஆளைக் கொல்வதன் வழியாக, கிராமத்தின் தனது காதலுக்கு உரியவனின் மரியாதை மீட்டெடுக்கப்படும் ஒரு தியாக உடலாக பெண்ணுடலின் சித்தரிப்பு செய்யப்படுகிறது. அதாவது கிராம ஒழுங்கைக் காக்கும் ஒருவகை ஆணிய மற்றும் சாதிய நோக்குதலே இதன் அடிப்படைக் கதையாடல்.

இதே தியாகப் பெண்ணுடல் 'சிந்துபைரவி'-யில் படித்த மேல்தட்டு வர்க்க ஆணிய நோக்குதலுக்கான பெண் உடலாக

(சுகாசினி ஏற்ற பாத்திரத்தின் உடல்) காட்சியாகிறது. அறிவார்ந்த பெண், சுதந்திரமாக உள்ள பெண் என்கிற தோற்றத்தை ஏற்படுத்தி இறுதியில் மனுசொல்லும் வம்சாவழித் தூய்மையான விதையை ஏற்ற நிலமாக தன்னுடலின் நோக்குதலை கட்டமைக்கிறது அவ்வுடல். அவளது அந்த குடும்பம்மீறிய அறமற்ற செயலுக்கு, அவளது பிறப்பின் தூய்மையின்மையே காரணம் என்பதாக நுட்பமான பொருளாக்கம் தருவதாக உள்ளது. கதையின் ஓட்டத்திற்கு அவள் அப்படி பிறப்பில் “கறை” உள்ளவளாக இருக்க வேண்டிய அவசியமில்லை. அவள் அப்படி அமையவேண்டிய அவசியத்தை கதைமொழி திணிக்கிறது. இது நவபிராமணிய நோக்குதலின் ஒருவிளைவு. சங்கீதம் என்கிற கலைப் பிரதேசத்தில் படம் நகர்ந்தாலும், அதற்குள் மீறத்துடிக்கும் காம-ஆற்றலே படத்தை நடத்திச்செல்கிறது. ‘சங்கராபரணம்’ படத்திலும் சங்கீதம் என்பதோடு பிணைந்து நகரும் காதல் மற்றும் காம-ஆற்றலே படத்தை நடத்திச்செல்கிறது என்பதை இதோடு இணைத்து வாசிக்கலாம். காமம் மீறும் புள்ளியிலிருந்து தர்மம் கொண்டு அதை அடியில் இழுத்து தர்மத்தை நிலைநிறுத்துவதே இப்படங்களின் அடிப்படை. சிந்துபைரவியில் சங்கீதத்தினை சுமந்து பெற்று, வித்வானின் வம்சாவழியை நிலைநிறுத்திய தர்மமாக, தியாகமாக பெண்ணுடல் வெளிப்படுகிறது.

‘சின்னவீடு’ படத்தில் நேரடியாக பெண்ணுடல் பற்றிய சமஸ்கிருதமயமான சாஸ்த்ரீய சாமுத்ரிகா லட்சண வரையறை முன்வைக்கப்படுகிறது. வாத்ஸ்யாயனரின் காமசாஸ்திரம் மற்றும் சங்கரரின் காமசாஸ்திரம் இரண்டிலும் சொல்லப்பட்ட பெண்ணுடல் வரையறைதான் ஆண்களின் பெண்ணுடல் நோக்குதலில் செயல்படுவதை நேரடியாக தனது அழகியலாகக்கொண்ட மத்தியதரவர்க்க இளைஞனே படத்தின் நாயகன். இது நேரடியான காம-தர்ம முரண் காட்சியாக மாறிய கதையாடல். ஆனால் அது வேடிக்கையாகச் சொல்லப்பட்டது இதில். தர்மத்தின்படி மனைவியாகாத பெண்ணுடல் வில்லியாக சித்தரிக்கப்படுதலும், காமத்திற்கும் தர்மத்திற்குமான போட்டியில் தர்மம் வென்று, குடும்பத்தில் ஆணுடல் அங்கமாகிவிடுவதும் என்பதால் காமசாஸ்திரத்தை மனுசாஸ்திரம் வென்ற கதை அல்லது காமத்தை தர்மத்திற்குள் அடக்கிய கதை இது. நிலவுடைமையின் கிராமிய மரியாதை, சாஸ்த்ரீய சங்கீதம் மற்றும் காமத்திற்கான அழகியல் என்பதாக இப்படங்களின் மைய அமைப்பு செயல்படுவதே

இதற்கான நோக்குதலைக் கட்டமைக்கிறது. ஆணுடலின் துய்ப்புக்களமாக அதற்கான சங்கீத பாவமாக தன்னுடலை மாற்றிக்கொள்வதன் வழி, "சின்னவீடு சிந்தாந்தத்தை", விமர்சித்து குடும்பமாக சமூகவயப்படுத்தலைச் செய்கிறது. குடும்ப அமைப்பை அவை குலைப்பதில்லை. பெண்ணுடலின் விருப்பைப் பற்றிய அக்கறையற்று, அவற்றை பலியிடும் இப்படங்கள் முற்றிலும் ஆணிய நோக்குதலை நிறைவேற்றின. பெண்ணுடலை பிராமண 'பதிவிரதா' தர்மத்திற்குள் வைத்து மனைவியாதலை நிறைவேற்றிய கதையாடல்கள். கௌரவம், சங்கீதம், குடும்பம் என்ற வெவ்வேறு களங்களில் செயல்பட்டாலும், பெண் உடலை ஒரேவிதமாக முன்வைப்பதும், பெண் உடலை ஆணின் அதிகாரத்தைக் காப்பாற்றுவதற்கான தியாகமாக மாற்றுவதும், தர்மத்தை முதன்மைப்படுத்துவதும், சாதீய, அழகியல் மதிப்பீடுகளை மீட்டுருவாக்கம் செய்வதுமான நவபிராமணீய நோக்குதலைக் கொண்டவை இவை.

ஒருதாரமணத்தை முன்வைக்கும் ஒருவனுக்கு ஒருத்தி என்கிற இராமாயணக் கதையாடலின், ராமன் மற்றும் சீதை என்கிற இலட்சிய உடல்களைத் தாண்டி இவை போவதில்லை. இதுதான் இதிகாசங்கள் உருவாக்கிய பிராமண தர்மம். இராமாயணத்தில் வரும் சூர்ப்பனகை என்பவள் பெண்ணிய நோக்குதலில் லஷ்மணன் மீது காமம் கொண்டாலும், அவளை மூக்கறுப்பதுதான் ஆணிய நோக்குதலின் புனைவியல் இன்பம். அல்லது இராவணன் என்கிற மற்றொரு ஆண்கொண்டு பழிவாங்குவது என்பதே. இந்திய தமிழ் சினிமாக்களின் கதையாடல்கள் இந்த நோக்குநிலையை உற்பத்தி செய்வதைத் தாண்டிச் செயல்படுவதில்லை. 16-வயதினிலே படத்தில் மயில் என்ற உடல் மீதான இயக்கம்தான் காட்சியின் ஒழுங்கமைப்பு. பார்ப்பவரின் பழக்கப்படுத்தப்பட்ட மொழியிலிருந்து மீறிச்சென்றது இப்படம், உடலை முன்வைத்து தனது கதையாடலைத் துவக்கியது. மயிலைப் பார்ப்பது மயிலைக் காண்பது மயிலை நோக்குவது என்ற வெவ்வேறு படிநிலைகளில் சினிமாவுக்குள் பார்ப்பவன் வாழ்ந்து பார்த்ததும், சினிமாவை விட்டு வெளியே வாழ்ந்ததும், அதனை நோக்கியதும், கண்டதும், பார்த்ததுமாகத் தொடர்ந்தது. முற்றிலும் புதியதொரு அனுபவவெளியை அது உருவாக்கியது. ஆனால், பல தமிழ்ப்படங்கள் இன்று கண்ணீர்த் துளிகளைக் காசாக்க முனைகிறது குறிப்பாக அங்காடித்தெரு, வழக்குஎண்

போன்ற படங்களைச் சொல்லலாம். வழக்கமாக பழகிய உணர்வுகளை அப்படியே திரும்ப காட்சியாக்குவதன் மூலம், பார்வையாளன் பெறுவது ஒரு அமைப்பின் சங்கேதங்களை அப்படியே ஏற்கும் புனைவு சுகத்தைத்தான். இந்திய-தமிழ் படங்கள் பார்த்தல் என்ற நிலையையும், நோக்குதல் என்ற நிலையையும் மீறிய காணுதலாக, பிம்பங்களின் புலனறிச்செயலாக, மூளையில் புதியதொரு உணர்வை, உடைசலை உருவாக்கக்கூடியதாக அமைய வேண்டும். அதுதான் இன்றைய அதிகாரத்தின் குறியமைப்பிற்குள் வாழ்ந்து சலிக்கும் உடலை புதிய அறிதலுக்கு இட்டுச்செல்லக்கூடும்.

- (20-05-2012 - 31-05-2012) நிழல்

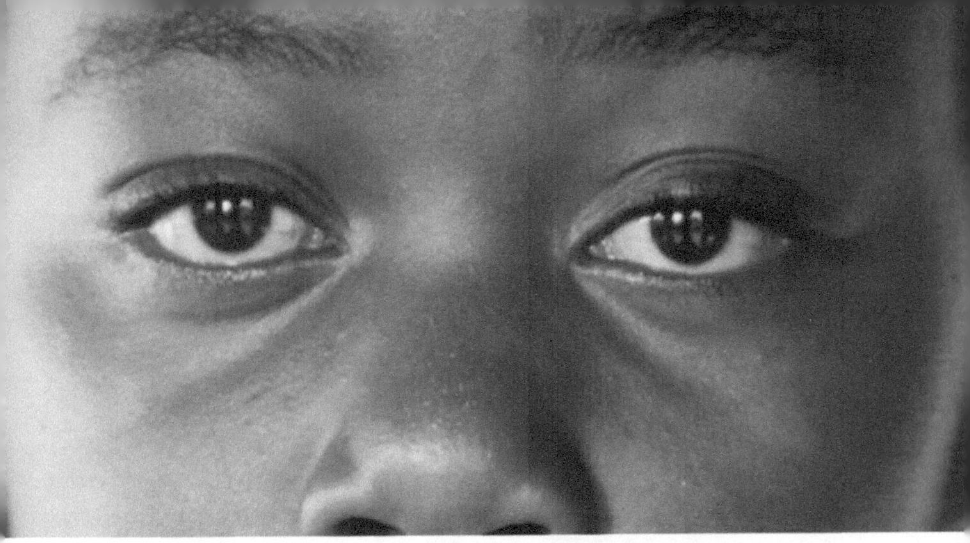

உலக சினிமாவும் மசாலா சினிமாவும் – பிம்பங்களின் அக–புற விளையாட்டுகள்

'போஸ்ட்-சினிமா' (Post-Cinema)[11] என்கிற பின்னைய-சினிமா குறித்த உரையாடல்கள் வந்துகொண்டிருக்கும் இக்காலத்தில், தமிழில் உலகப்படம் என்ற வகைத்திணையை நோக்கிய பேச்சே அதிகபட்ச சினிமா மதிப்பீடாக வந்துகொண்டுள்ளது. உலகப்படம் என்பது ஒற்றை வரையறையைக் கொண்டது அல்ல. அது ஹாலிவுட் படங்கள் என்கிற உலகமயப் படங்களின் ஒரு மற்றமையாகக் கட்டமைக்கப்பட்டது. அதாவது முழுக்க பொழுதுபோக்கு என்கிற அம்சங்களைக் கொண்ட ஒரு நுகர்வுப் பண்டமாக சினிமாவைக் கட்டமைக்கக் கண்டறிந்த ஒரு இருமை எதிர்வே வணிகப்படம் (ஹாலிவுட்-பாலிவுட்-கோலிவுட்) மற்றும் உலகப்படம் என்பது. அதாவது ஐரோப்பிய-அமெரிக்கப் படங்கள் குறிப்பாக ஹாலிவுட் பாணி வணிகப்படங்கள் அல்லாத மற்ற நாடுகளின் (அமெரிக்க-ஐரோப்பிய உட்பட) கலைத்திரைப்படங்களைக் குறிப்பதே உலகப்படம் என்ற சொல்லாக்கம்.

அறிவுஜீவிகளுக்கான சினிமா என்று உலகப்படத்தையும் மற்றவர்களுக்கானது என்று உலக அளவில் ஹாலிவுட் வகைப்படங்களையும் இந்தியாவில் மசாலா சினிமாவையும் இப்பிரிவினை ஏற்படுத்தியது. உலகப்படம் என்ற சொல்லைப்

11 Post Cinema குறித்த அறிமுகம் இயல்-3ல் விவாதிக்கப்பட்டுள்ளது.

பயன்படுத்துமுன் இந்த அரசியலைப் புரிந்துகொள்வது அவசியம். சுருக்கமாக உலகப்படம் என்பது வணிகம் சார்ந்த மைய நீரோட்டப் படங்களுக்கு மற்றமையாகக் கட்டமைக்கப்பட்டு சுட்டுவதற்கான ஒரு குறிச்சொல்லே. அதாவது இவை 'உலகத்தரம்' என்ற ஒன்றை உருவாக்கியுள்ளன. அதன் அடிப்படை ரியலிசம் எனப்படும் யதார்த்தம் சார்ந்தவை அல்லது உணர்வுக்கூறுகளை முதன்மைப்படுத்தும் சர்-ரியலிசம், ஹைபர்-ரியலிசம், நியோ-ரியலிசம் சார்ந்த படங்கள்.

தமிழில் "மசாலாபடம்" என்றொரு திரைப்படம் வந்துள்ளது. சினிமாவை மசாலாபடமாக எடுப்பதில் உள்ள பிரச்சனைகளை அங்கதமாக மாற்றிக் காட்டும் திரைப்படம். குறைந்தபட்ச காட்சியின்பம் கொண்ட ஒரு சினிமாவாக இல்லை என்றாலும், எல்லோரும் எளிமையாக விமர்சித்துத் தள்ளிவிடும் மசாலாப்படம் என்ற இந்திய திரைப்படங்களுக்கு என பிரத்யேகமாக உருவாக்கப்பட்ட திரைப்படங்களை எடுப்பதில் உள்ள சிக்கலை விவரிக்கிறது. சினிமா எண்மருவுதலாக (Digitalize) ஆகிவிட்ட நிலையில் அது முகங்கொள்ளும் இணையதள முகநூல், டுவிட்டர், யுடியுப் விமர்சனங்கள் ஏற்படுத்தும் சந்தைத் தாக்கம் உள்ளிட்டவற்றை இச்சினிமா பேசுகிறது. புதிதாக உருவாகியிருக்கும் உலகமயமான இணையர் ("நெட்டிசன்") என்கிற வலைதளக் குடிமக்களின் கருத்துருவாக்கத்தில் இன்றைய சினிமா எதிர்கொள்ளும் பிரச்சனைகள் பேசப்படுகிறது.

சினிமா இரண்டுவகையானது ஒன்று, பார்வையாளனுக்கான சினிமா. இரண்டு, படைப்பாளனுக்கான சினிமா என்ற குரலுடன் தொடங்குகிறது அத்திரைப்படம். இக்கூற்றில் உள்ள சிக்கல் பார்வையாளன், படைப்பாளன் என்கிற அதிகாரப் படிநிலையில் சினிமா உள்ளது என்பதே. பார்வையாளனை படைப்பாளனாக மாற்றுவதே சினிமா. அத்தகைய சினிமாவே எதிர்கால சினிமாவாக இருக்க முடியும். ஆனால், இன்றைய சினிமா படைப்பாளனை பார்வையாளனாக ஆக்கியுள்ளது அல்லது பார்வையாளனின் நிலையில் நின்று படைப்பது என்ற நிலைக்குத் தள்ளியுள்ளது. உண்மையில் பார்வையாளர்கள் என்பவர்கள் பிறப்பதில்லை, உருவமைக்கப்படுகிறார்கள். இந்த உருவமைத்தல் என்பதைச் செய்வது அதிகாரத்தின் கலாச்சார விழுமியங்கள், ஊடகங்கள், சினிமா மற்றும் முதலாளிய உற்பத்திமுறை உருவாக்கியிருக்கும் சமூக அமைப்பு.

இக்கூற்றில் உள்ள மற்றொரு சிக்கல் பார்வையாளன் சினிமா என்கிற வரையறை. இன்று அறியப்படும் வெகுஜனப் படங்கள் என்கிற மசாலாப் படங்களே பார்வைாளன் படங்கள் என்பதாகும். பார்வையாளன் சினிமாவைக் காண்பதில்லை, மாறாக சுவைக்கிறான் என்கிற பிம்பமே இச்சிந்தனைக்கான அடிப்படை. சினிமா உணவாகவும், தியேட்டர் உணவுச் சாலையாகவும் இருப்பதான பிம்பமே இக்கூற்று உருவாக்கத்தின் பின்னணியில் இருப்பது. அழகியல் என்பது 'சுவை (ருசி)' அல்லது 'ரசிப்பு' என்ற அடிப்படையில் இது உருவாகிறது. அழகியல் ஒரு பேரானந்தநிலை என்பதிலிருந்து தற்காலிக சுவையுணர்வாகக் கட்டமைப்பதே முதலாளிய சினிமா என்கிற பண்ட உற்பத்திக்கான அடிப்படையாக அமைகிறது. இச்சுவையுணர்வைக் கொண்ட சினிமாவே மசாலா-பிம்பங்களை உற்பத்தி செய்கிறது.

உலக அளவில் மசாலாப்படம் என்று ஒரு திரைப்பட வகைத்திணை இல்லை. இந்தியாவில் மட்டுமே அப்படி ஒன்று உள்ளது. டேவிட் மார்டின்-ஜோன்ஸ் என்பவரால் எழுதப்பட்ட "டெல்யுஸ் அண்ட் வேர்ல்ட் சினிமாஸ்" என்ற நூலில் "மசாலா இமேஜ்" என்ற தலைப்பில் "த மசாலா இமேஜ்: பாப்புலர் இன்டியன் (பாலிவுட்) சினிமா" என்ற விரிவான கட்டுரை ஒன்று உள்ளது. ஜீல் டெல்யுசின் சினிமா கோட்பாட்டில் விவரிக்கப்படும் அசைவியக்க பிம்பம் *(Movement Image)* மற்றும் கால பிம்பம் *(Time Image)* என்பதை வைத்து இந்திய வெகுஜன சினிமாவின் பிம்பம் மசாலா பிம்பமாக *(Masala Image)* உருவாகுவதை விவரிக்கிறது அக்கட்டுரை.

டெல்யுஸின் கோட்பாட்டை ஐரோப்பிய-மையவாதப் பார்வையாகக் கொள்ளும் அந்நூலாசிரியர் அக்கோட்பாட்டைக் கொண்டு இந்திய சினிமாபற்றிய பார்வையை விரிவுபடுத்தி அசைவியக்க மற்றும் கால பிம்பமாகப் பிரிக்கமுடியாத ஒரு பிம்ப-முழுமையை அதாவது மசாலா-பிம்பத்தை இந்திய வெகுஜன சினிமா கொள்கிறது என்கிறார். அம்முழுமையை 'தர்மிக் வோல்' *(Dharmic Whole)* என்கிறார். தமிழில் 'தர்மம்-முழுமையடைதல்' என நேரடியாக மொழிபெயர்க்கலாம். அல்லது தர்மத்தின் வாழ்வுதனை சூது கவ்வும் இறுதியில் தர்மமே வெல்லும் என்பதைக் கொண்ட தர்மம்-வெல்லும், வென்றே தீரும் என்கிற தர்மாவேசக் கோட்பாடு எனலாம். அதற்கான திரைக்கதையாடல் வடிவம் தர்மம்-அதர்மம்-தர்மம் என்பதாக உள்ளதை சொல்லிச்

செல்கிறது அக்கட்டுரை. தமிழில் வெளிவந்த 'சூது கவ்வும்' திரைப்படம் இந்த தர்மா-முழுமையைப் பகடி செய்து எடுக்கப்பட்டதே. அதேபோல் 'மூடர்கூடம்' என்ற திரைப்படமும் தமிழ் சினிமா கட்டமைத்த உலகமும், தமிழ் சினிமா உருவாக்க உலகமும் எப்படியானதொரு மூடர்களின் கூடமாக, கூடாரமாக உள்ளது என்பதைக் காட்சிப்படுத்திய படம்.

ஹாலிவுட் திரைப்படங்களில் உள்ள மையக்கதையாடலான நன்மைக்கும் தீமைக்குமான போராட்டம் இறுதியில் நன்மை வெல்லும் என்ற கட்டமைப்பு (Paradigm) இந்திய சினிமாவில் இறுதியில் தர்மம்-வெல்லும் என்கிற கட்டமைப்பாக தள மாற்றம் பெறுகிறது. ஹாலிவுட்டின் நன்மை-தீமைக்கிடையிலான போராட்டம் ஒரு கிறித்துவ கட்டமைப்பிலிருந்து உருவமைக்கப்பட்டது. கடவுள்-சாத்தான் என்கிற பிம்பச் சிந்தனையே அக்கட்டமைப்பிற்கான அடிப்படை. இந்திய சினிமாவில் இக்கட்டமைப்பு தர்மம் வெல்லும் என்கிற இந்திய-வேதமத புராணிக் கட்டமைப்பாக மாறும்போது, தர்மம்[12]- என்பது எதன் தர்மம்? எதற்கான தர்மம்? யாருக்கான தர்மம்? என்பதெல்லாம் கதையாடல் வரையறுக்க வேண்டியதாக மாறிவிடுகிறது. இந்திய சினிமாவில் எதிர்கொள்ளப்படும் இச்சிக்கலே அதை ஹாலிவுட் திரைப்படத்திலிருந்து விலக்கி வைப்பதாக உள்ளது. இப்படி ஹாலிவுட் திரைப்பட வகைமைகளில் விலகிய படங்களையே அதாவது அமெரிக்க-ஐரோப்பிய வெள்ளை சினிமாவிலிருந்து விலக்கப்பட்டவையே உலகப்படம் என்ற வகைத்திணைக்குள் அடக்கப்பட்டவையாக உள்ளது.

இந்திய சினிமா இராமாயணம் மற்றும் மகாபாரதம் என்கிற இரண்டு புராணிகங்களின் தாக்கத்திற்கு உட்பட்டு கதைக்குள் கதை பல்வேறு கதைகள் என்கிற வடிவத்தைக் கொண்டதாக இருக்கிறது என்று கூறும் அக்கட்டுரையாளர் மசாலா-பிம்பம் தனக்கானதொரு

---

12 தர்மம் என்பது பண்டைய காலத்தில் மதம் அல்லது சமயப்பிரிவு என்பதைக் குறிப்பதாக இருந்தது. பின்னாளில் அது பொதுவானதொரு அறம் சார்ந்த சொல்லாக மாறியது. வர்ண அடிப்படையில் இது ஒவ்வொரு வருணத்திற்க்கும் ஒவ்வொரு தருமம் என்பதாக மனுதர்மக் கோட்பாடு வருணதர்மத்தை வரையறுக்கிறது. எனவே, தருமம் என்பது எப்பொழுதும் ஆதிக்கச் சொல்லாடல்புலத்தால் அர்த்தமாக்கப்படும் ஒரு சொல் அல்லது மிதக்கும் வெற்றுக் குறிப்பான் எனலாம். அதற்குள் அந்தந்தக்கால மத-அரசியல் சொல்லாடல்புலம் உள்ளீடைத் (குறிப்பீட்டை) திணித்து அதை ஒரு புழங்கும் சொல்லாக மாற்றுகிறது.

காலத்தைக் கொண்டது என்பதை விவரிக்கிறார். அது கதையாடல் யதார்த்தத்திற்கான ஒரு முழுமையை ஒழுங்கைக் கொண்டிராது. அதற்கு பதிலாக, காட்சி மற்றும் உணர்ச்சிகளுக்கு முன்பாக அதை நகைப்புக்குரியதாக மாற்றும் ஒரு அழகியலையே கதையாடல் நிர்ப்பந்திக்கிறது. அதனால் இந்திய சினிமாவின் காட்சிகள் பார்வையாளருக்கு மகிழ்வை அல்லது நகைப்பை ஏற்படுத்துவதாக உள்ளது. தொடர்பற்ற பல காட்சிகளை இணைக்கும் பாடல்கள் சண்டைகள். நகைச்சுவைக் காட்சிகள் என ஒருகதையாடல் முழுமையை உருவாக்காமல் செய்கிறது. இத்தகைய தொடர்பற்றதான ஒரு முழுமையை உருவாக்கும் காட்சிகளை மசாலா-பிம்பம் என்ற ஒரு சொல்லாடலைக் கொண்டு அலசுகிறது அக்கட்டுரை. இது டெல்யுஸின் இரண்டுவித பிம்பங்களும் கலந்ததொரு பிம்பமாக பிரத்யேகமாக இந்திய சினிமாவில் ஆகிவந்த பிம்பம் என்று விவரிக்கிறது. இந்திய வெகுஜன சினிமாவில் உள்ள நடனமும் பாடலும் ஒரேநேரத்தில் பாத்திரங்களின் அசைவியக்க-பிம்பத்தையும், வெவ்வேறு வெளிகள் உலகங்கள் என காட்சிகள் நகர்ந்து செல்லும் கால-பிம்பத்தையும் கலந்து தரும் மசாலா-பிம்பம் என்று விவரிக்கிறது.

இப்பார்வை இந்திய சினிமாவைப் புரிந்துகொள்ள, குறிப்பாக இது அறிவுஜீவிகளுக்கான படம் அல்ல என்று தன்னையொரு பாமரனாகக் காட்டிக் கொள்ளும் சொல்லாடலின் பின் உள்ள கோட்பாட்டைப் புரிந்துகொள்ள ஏதுவாகும். அறிவுஜீவிகளுக்கான தனித்ததொரு சினிமா என்று ஒன்று இல்லை. சினிமா என்பது சினிமாதான். வெற்றிபெற்ற சினிமா தோல்வியடைந்த சினிமா என்பதெல்லாம் முதலாளியத்தின் இலாபநோக்கு கோட்பாட்டைக் கொண்ட சொல்லாடலுக்குள் சிக்கிக் கொண்டுள்ள வாதமே தவிர. அது சினிமா பற்றிய வாதம் அல்ல. பலகோடிகள் முதலீடு செய்யப்படும் தொழில் என்பதால் இலாப நோக்கில் உருவாக்கப்படும் ஒரு முதலாளிய நுகர்வுப் பண்டமாக சினிமாவை எடுப்பதற்கு இந்த தர்மாவேச பிம்பம் அவசியப்படுகிறது. இந்தியாவில் எல்லோருக்கும் பொதுவான மனப்-புலமாக உள்ளிருத்தப்பட்ட பிம்பமாக தர்மாவேசம் உருவமைக்கப்பட்டதால், சினிமா என்பது பொதுநோக்கு கொண்டதொரு பிம்ப-பால்வினை-சுகமாக உள்ளது. இது ஒருவகையான வேட்கையைக் கட்டமைத்து அதற்கு உணவளிக்கிறது. இந்த வேட்கையைப் பரப்பும் மசாலா-பிம்பம் உருவாக்கிய பெருந்திரளான பார்வையாளர்கள், சினிமா சந்தையை மட்டும்

தீர்மானிப்பவர்கள் அல்ல, இன்றைய சமூக வாழ்வையும் தீர்மானிப்பவர்களாக உள்ளனர்.

அதேபோல் கலை சினிமா, வணிக சினிமா, வெகுஜன சினிமா, அறிவுஜீவி சினிமா என்பதெல்லாம் ஒருவகை வியாபார உத்தியின் வழியாகப் பிரிக்கப்பட்ட ஒன்றே. ஒரு சினிமா கலையாக வெற்றிபெறுகிறதா? என்பது கலை-அதிகார-மையவாத[13] சிந்தனையே தவிர அது சினிமாவைத் தீர்மானிக்கும் வாதம் அல்ல. சொல்லப்போனால் கலை சினிமாவை அளக்கும் அளவீடே அல்ல. சினிமா ஏற்படுத்தும் தாக்கமும், சினிமா ஏற்படுத்தும் பிம்பம்-சார் வினையுமே முக்கியம். ஏனெனில் சினிமா என்பது கலையல்ல. கலைபோன்ற மற்றொன்று. அதுதான் சினிமா. அல்லது எல்லா கலைகளும் கலந்து உருவான புதியதொரு வடிவம் அது. கலை என்பதும் சினிமா என்பதும் முற்றிலும் வெவ்வேறான அறிதல்கள். சினிமாவைக் கலைப்படமா இல்லையா என்று ஆராய்வது சினிமா பற்றிய புரிதலின்மையை வெளிப்படுத்துவதுடன், கலைதான் உலகின் அழகியலை தீர்மானிக்கும் உச்சபட்சம் என்கிற கலை-அதிகாரக் கோட்பாட்டை நிறுவுவதற்கான முயற்சியே.

சினிமா ஒரு கலை அல்ல, அது சினிமா. உலகை, புறத்தை, அகத்தை, யதார்த்தத்தை சினிமாகவாக பார்ப்பதும், சினிமாவாக சிந்திப்பதும், சினிமாவாக அழகியலை உள்வயப்படுத்திக் கொள்வதுமான ஒன்று. சினிமா எந்த அளவிற்கு துல்லியமாக யதார்த்தத்தைக் காட்டுகிறது என்பது சினிமாவிற்கான ஒரு அளவுகோல் அல்ல. சான்றாக, காக்கா முட்டையில் காட்டப்படும் சேரி, புறத்தில் உள்ள சேரி அல்ல. அது சினிமாட்டிக் பிம்பங்களால் உருவாக்கப்பட்ட சேரி. சினிமாவில் பார்க்கும் சேரியை யதார்த்தத்தில் பார்க்கமுடியாது. அது கேமரா கண்களால் கதையாடலுடன் உருவமைக்கப்பட்ட சேரி. அது இயக்குநரின், ஒளிப்பதிவாளரின் தேர்வில் உருவாக்கப்படும் ஒரு புற யதார்த்தம். அதாவது சினிமா யதார்த்தம் *(Cinematic Reality)*.

சினிமா புறத்தின் புறம். புறவெளிக்குள் இயங்கும் மற்றொரு புறவெளி. சினிமாவின் அகம் அதன் பார்வையாளர்கள் புழங்கும் சமூகமே. சினிமாவில் இருப்பது அகமற்ற பொருட்களே. அதற்கான அகமாக உருவாவது பார்வையாளர்களின் உலகமே.

---

13 கலைமுதல்வாதம் என்பது முதலாளியம் உருவாக்கிய செயற்கை இயற்கை முரணடிப்படையில் உருவான மனிதமையவாத சிந்தனையுடன் உருவான ஒரு மேட்டிமை சார்ந்த கோட்பாடு.

இந்த உள் வெளி அல்லது அக புற விளையாட்டை சினிமாவாக நிகழ்த்திய படமே பின்நவீனப்படங்களின் வரிசையில் பேசப்படும் வுட்டி ஆலனின் 'த பர்ப்பள் ரோஸ் ஆஃப் கெய்ரோ' (*The Purple Rose of Cairo (1985)*). சினிமாவிற்கும் பார்வையாளருக்கும் இடையில் உருவாகும் உள்வெளி விளையாட்டே இச் சினிமா.

'த பர்ப்பள் ரோஸ் ஆஃப் கெய்ரோ' என்ற சினிமா திரையிடப்பட்டுள்ள திரையரங்கிற்கு வெளியே நிற்கும் ஒரு மத்தியதரவர்க்க பெண்ணின் சோகம்படிந்த ஏக்க விழிகளுடன் துவங்குகிறது. இரண்டாம் உலகப்போருக்கு முன்பு உருவான அமெரிக்கப் பொருளாதாரப் பெருமந்தத்தின் விளைவாக ஏற்பட்ட வேலையின்மையால் ஏற்பட்ட நெருக்கடியும் வறுமையும் இணைந்து ஏற்படுத்திய மன அழுத்தத்திற்கு வடிகாலாக தினமும் சினிமா பார்க்கும், சினிமாவின் தாக்கத்திற்கு உட்பட்ட ஒருவரின் அகமா புறமா கதை நடப்பது உள்ளா வெளியா? யார் நகல் யார் அசல் என்று சினிமா உலகையும் இயல் உலகையும் கலைத்துப் போட்டு விளையாடுகிறது. அப்பெண்ணை தினமும் அரங்கில் பார்க்கும் சினிமாவிற்குள் உள்ள நாயகப் பாத்திரம் திரையிலிருந்து வெளியில் வந்து உன்னை இங்கு ஐந்தாவது முறையாகப் பார்க்கிறேன் என்ன பிரச்சனை? என்று அவளோடு ஊர் சுற்றவும் அவளை காதலிக்கவும் துவங்கிவிடுகிறது.

சினிமாக் கதையாடலின் மையப்பாத்திரம் திரையிலிருந்து வெளியேறிவிட்டதால் உள்ளிருக்கும் பாத்திரங்கள் அதற்குமேல் கதையை நகர்த்த முடியாமல் உட்கார்ந்து விவாதிக்கத் துவங்கி விடுவார்கள். வெளியேறிய பாத்திரத்தை திரைக்குள் கொண்டு சென்றால் மட்டுமே சினிமாவிற்குள் ஏற்பட்ட நெருக்கடியான நிலையைத் தீர்க்கமுடியும் என அதன் தயாரிப்பாளர் மற்றும் இயக்குநர் அந்த பாத்திரமாக நடித்த நடிகரை அனுப்பி அப்பாத்திரத்தை திரைக்குள் கொண்டு போகச் செய்வார்கள். திரைக்குள் ஒரு கட்டத்தில் இயல் உலகில் உள்ள பாத்திரம் சினிமா உலகிற்குள் நுழைந்துவிடும். இப்படி இயல் உலகும், சினிமா உலகும் எது உண்மை? எது பொய்? எது உள்ளே? எது வெளியே? என்கிற விளையாட்டை நிகழ்த்துகிறது இச்சினிமா. பார்வையாளர் என்பவர், எப்படி கதையாடலை நிகழ்த்துபவராக, சினிமா உலகினால் கட்டமைக்கப்படுபவராக இருக்கிறார் என்பதை காட்சிப்படுத்திய சினிமா இது. பார்வையாளராக உள்ள பெண் பாத்திரம் தனது கணவனை விட்டு சினிமா நாயகன் மீது

காதல் கொண்டுவிடும் வேட்கை கட்டமைப்பையும் காட்சிப்படுத்துகிறது.

இச்சினிமாவில் சினிமாவிற்குள் சினிமாவாக உள்ளே-வெளியே அக-புற விளையாட்டு நிகழ்ந்தால், அப்பாஸ் கைரோஸ்தோமியின் 'ஷ்ரீன்' (*Shirin (2008)*) என்ற ஈரானிய படத்தில் ஷ்ரீன்-குஸ்ரோவ் காதல் என்கிற பழங்காப்பியம் சினிமா இல்லாத சினிமாவாக பார்வையாளர்களை மட்டுமே கொண்டு படமாக்கப்பட்டிருக்கிறது. சினிமா என்பதன் அடுத்த பரிமாணமாக மூளை என்ற திரைக்குள் நிகழ்த்தப்படும் காட்சிப்புலனில் பதியாத ஒரு சினிமாவை நிகழ்த்துகிறது.

ஒலி-ஒளி இரண்டு மட்டுமே கொண்டு நூற்றுக்கும் மேற்பட்ட பார்வையாளர்களின் (எல்லோரும் பெண் நடிகர்கள்) முக உணர்வுகள் மட்டுமே காட்சியாக்கப்பட்டிருக்கிறது. இதில் சினிமா என்பது ஒலி அதாவது வசனம், இசை மற்றும் சிறப்பு சப்தங்கள் வழியாக கதையாடலாக்கப்பட்டிருக்கும். எந்த ஒரு காட்சியும் இன்றி சினிமாவின் வசனம், இசை மற்ற சப்தங்கள் அதன் ஒளி அமைப்பு வெளிச்சம், இருள் என மாறி மாறி அரங்கில் ஒளி வந்துபோவதும் அதற்கு ஏற்ப முகபாவனைகள் மாற்றமும் என நுட்பமாக பர்வையாளர்களின் தாக்கம் மட்டுமே காட்சிப்படுத்தப்பட்ட சினிமா. பார்வையாளர்களிடம் ஏற்படும் மாறுபட்ட உணர்வுச் சித்திரங்களைக் கொண்டு அந்த காதல் காப்பியத்தின் உணர்வை திரைக்கு வெளியிலான பார்வையாளரான நமக்கு ஏற்படுத்திவிடுகிறது. அதில் உள்ள அத்தனை பார்வையாளர்களும் பெண்களே. வுட்டி ஆலனின் பர்ப்பள் ரோஸிலும் பார்வையாளர் பெண்ணே. ஒலித்தல் உருவாக்கும் பிம்பங்களும், பார்வையாளரின் உணர்ச்சிகள் ஏற்படுத்தும் பிம்பங்களும் அக்கதையாடலை நமக்குள் நிகழ்த்திக் காட்டிவிடுகிறது.

இவ்விரண்டு படங்களும் பார்வையாளர் சினிமாவுடன் ஏற்படுத்திக்கொள்ளும் உயிரோட்டமான உறவு எப்படி பார்வையாளரை கட்டமைக்கிறது என்பதை சிந்தனை பிம்பமாக மூளைக்குள் ஏற்றிவிடக்கூடிய சினிமா. இத்தகைய படங்களை அறிவுஜீவிகளுக்கானவை என்று ஒதுக்கும்போது பாமரத்தனம் என்பதை பாமரத்தனமாக வைத்துக்கொள்வதற்கான விருப்பே வெளிப்படுகிறது. இத்தகைய சினிமாக்கள் ஏற்படுத்தும் தாக்கம் அறிதலை மாற்றியமைக்கக் கூடியது. சினிமா என்பதில் மட்டும்

வாழப்பழகிவிட்ட தமிழ்க்குடிகளைப் புரிந்துகொள்ள இந்த பார்வையாளன் கட்டமைப்பு என்கிற உடலரசியல் செயல்பாடுகளைப் புரிந்துகொள்வது அவசியம். தமிழர்கள் அரசியல் தலைவனை சினிமாவில் தேடுகிறார்கள் என்றால், சினிமா என்கிற பிம்பவினையின் வலிமை ஏற்படுத்தும் தாக்கமே காரணம். திரைக்குள் ஒரு எம்ஜியாரையும் திரைக்கு வெளியே எண்ணற்ற எம்ஜியார்களையும் உருவாக்கும் பிம்பவினையாக தமிழ் சினிமா உருவாக்கிய 'தர்மம் வெல்லும்' மசாலா பிம்பத்தை தமிழ்ச்சமூகச் சூழலில் தவிர்த்துவிட முடியாது.

ஒரு சினிமாவை அறிவுஜீவிக்கான சினிமா அல்ல என்பதற்குள் உள்ள பிம்பம் அறிவு எதிர்ப்பு அதிகார பிம்பமே. அறிவைக் கைக்கொள்வதன் வழியாக அதிகாரம் பெறுவதும், அறிவை எதிர்ப்பதன் வழியாக அதிகாரம் பெறுவதும் அதிகாரத்திற்கான விளையாட்டின் இரண்டு பக்கங்களே. இரண்டிலுமே அதிகாரம் கைக்கொள்ளப் படுவதற்கான அறிவு உற்பத்தியே செயல்படுகிறது. இந்திய சினிமாவில் குறிப்பாக தமிழ் சினிமாவில் மசாலா பிம்பம் என்பதைக்கூட ஒரு அறிவுஜீவியால் ஆராய முடியும் என்பதும், அதற்குள்ளும் சமூகக் கட்டமைப்பிற்கான அறிவை உற்பத்தி செய்தும், அல்லது இருக்கும் சமூகத்தின் அறிவை நிலைப்படுத்திப் பெருக்கவும் முடியும் என்பதும் இதுபோன்ற வாக்கிய உற்பத்திகளுக்கு முன் சிந்திக்க வேண்டிய ஒன்று. ஒன்றைப் பார்த்தவுடன் உணர்ச்சிவசப்படுவது தமிழ் சினிமா கட்டமைத்த ஒரு மனப்புலமே. அப்படியொரு பரவசத்தை 'காக்கா முட்டை' தமிழ் சினிமா விமர்சன சமூகத்திடம் உருவாக்கியிருக்கிறது.

'காக்கா முட்டை' மேற்சொன்ன 1. பார்வையாளன் கட்டமைப்பு 2. உலக முதலாளிய வேட்கை மாதிரிகளை உடலுக்குள் முதலீடு செய்தல் என்ற இரண்டு தளங்களைக் காட்டிச் செல்கிறது. இது ஒரு பொதுக் குறித்தலை உருவாக்குவதால், உலகப்படச் சந்தையில் புரிந்தேற்பதற்கான ஒரு திரைப்படமாக உள்ளது. உலகமயத்தின் தாக்கத்தினால் உருவாகும் உடலரசியல் நிலை மூன்றாம் உலக நாடுகளில் ஒரு பொது மனத்தளத்தை உருவாக்கியிருப்பது இதுபோன்ற படங்களை அடையாளப்படுத்திக் கொள்வதற்கான பின்புலத்தைத் தருகிறது.

'காக்கா முட்டை' என்ற சினிமாவைக் கட்டமைத்துள்ள பொருட்கள்: 1.தொலைக்காட்சி 2.செல்போன் 3.வாட்ச்

4.வோடொபோன் நாய் 5.பீசா விளம்பரம் 6.மால்கள் 7.பேஷன் டிரஸ் 8.முகநூல் 9.பணம் 10.கட்சி அரசியல் 11.பணம் தந்து உருவாக்கும் போராட்டம் 12.லைவ்-ஷோ எனப்படும் தொலைக்காட்சி விவாத மேடைகள் 13.ஊடகங்கள் – பேட்டிகள் 14.மனித உரிமை அரசியல் 15.தமிழ் வணிக சினிமா 16.கூவம் எனும் தாய்மடி

உலக முதலாளிய நுகர்வு வேட்கையை பரப்பும் முன்மாதிரிகள்: 1.நடிகன் 2.பீசா- 3.தரகர்கள் 4.ஷாப்பிங் வாழ்க்கை.

முதலில் குறிப்பிட்ட 16 பொருட்களும் இணைந்து புறவயப்படுத்தப்பட்ட ஒரு வாழ்க்கையை இந்தியாவில் குறிப்பாக இப்படத்தில் சுட்டப்படும் 'திடீர் நகர்' சேரிகளில் உருவாக்குகிறது. அதாவது உலகமயம் ஏற்படுத்தும் ஒரு புறநிலை வாழ்க்கை இது. இதில் அகநிலை என்பது நுகர்வு வேட்கை மட்டுமே. காக்கா முட்டை சாப்பிடுபவர்கள் அதாவது ஒருவேளை உணவிற்கும் வழியற்ற முட்டை என்பதே அரிதாகிவிட்ட வாழ்நிலையைக் கொண்டவர்கள் பீசா சாப்பிட வேண்டும் என விரும்புவது நுகர்வு வேட்கையின் விளைவு. பீசா, காக்கா முட்டையின் வெளியை ஆக்ரமித்துவிட்ட ஒரு நவீனத்தளம். காக்கா முட்டை மரம் கலர்புஃல் பீசா ரெஸ்ட்டாரண்டாக மாறுகிறது. காக்கா முட்டையின் இடத்தில் பீசா முளைக்கிறது. பீசா என்பதன்மீது வேட்கைகள் கட்டப்படுகிறது. அந்த வேட்கையை கட்டுவதற்கான முதலாளிய வேட்கை-மாதிரிகளே பின் சொன்ன நான்கும். அதாவது நடிகன். இப்படத்தில் சிம்பு என்ற நடிகர் ஒரு வேட்கைமாதிரியாக வருகிறார். சிம்பு சேரிமக்களை பிரதி செய்யும் ஒரு காட்சி இப்படத்தில் வைக்கப்படுவது, இந்த வேட்கை சினிமாவினால் உருவாக்கப்படும் மெய்-நிகர் சேரிகளில் உருவாகும் நாயக பிம்பத்தை தனது மாதிரியாக கொள்வதற்கே.

அடுத்து பீசா. பீசா உணவு அல்ல அது ஒரு மேட்டிமைக் கலாச்சார மூலதனத்தினால் உருவாக்கப்பட்ட வேட்கை-குறியமைப்பு. அதை உண்பவன் சிம்புவாகலாம் என்கிற மாதிரியை உருவாக்கும் மற்றொரு மாதிரி அது. சேரிவாழ் சிறுவர்கள் இருவருக்கும் இணையாக பீசா உட்கொள்ளும் மேல்தட்டு சிறுவர்கள் இருவர் வரும் காட்சி அமைவது இந்த மாதிரியை உருவகித்துக் காட்டுவதே. இந்த சேரிவாழ் சிறுவர்கள் என்னவாகப் போகிறார்கள் என்பதற்கான மற்றொரு வேட்கை மாதிரியே அரசியல் தரகர்களாக வரும் இரு இளைஞர்கள். ஷாப்பிங்

வாழ்க்கை என்பது மற்றொரு வேட்கை-மாதிரி. உள்ளே ஐஸ்கிரீம் அல்லது பீசா என்றால் வெளியே பானிபூரி. வேட்கை இப்படி மேல் கீழாக இடம் மாறி மிதக்கிறது. இப்படியாக மிதக்கும் வேட்கைகள் எந்த உடலையும் பற்றிக் கொள்ளும். பின் அது மோகமாக மாறும்.

வேட்கை குறையை நிறைவு செய்வது அல்ல. மிகையை உற்பத்தி செய்து வழிந்தோடவிடுவது. பசிக்காக அவர்கள் பீசா புசிக்க வேட்கை கொள்வதில்லை. அவர்கள் கொள்ளும் வேட்கை புறத்தினால் விளம்பரங்களால் நடிகர்களால் தொலைக்காட்சிகளால் கட்டப்படுகிறது. ஆசையைத் தூண்டுதல் அதை வேட்கையாகக் கட்டுதல் பின் மோகமாக மாற்றுதல். அதை அடைவதைக் குறி இலக்காக இலட்சியமாக மாற்றுதல். அதற்காக எதையும் எடுத்தெறியும், எதைச் செய்வதற்கும், தனது உடலை உழைப்பால் பிழிந்தெடுப்பதற்கும் தயாராக்குதல் என்பதே இவற்றின் பணி. “அப்பா வேண்டாம், செல்போன் வேண்டும்; பாட்டி வேண்டாம், பீசா வேண்டும்” என்பதாக மனஅமைப்பை மாறச் செய்தல்.

இந்தவகை வேட்கை மாதிரிகளைக் கட்டமைப்பது சினிமா, ஊடகம் உள்ளிட்ட மேற்சொன்ன பதினாறு பொருட்களுமே என்ற ஒரு மாதிரியை முன்வைக்கிறது. இப்பொருட்கள் வேட்கையை உருவாக்கி ஒழுகியோடும் காட்சிகளின் தொடர்ச்சியே இப்படம். இது பார்வையாளன் எப்படி கட்டமைக்கப்படுகிறான் என்பதைச் சொல்வதே. சேரிவாழ் சிறுவர்களின் தொடர் தொலைக்காட்சி ஈடுபாடும், ‘கேட்டட் கம்யூனிட்டி (*Gated Community*)’ எனப்படும் புதுவகை உயர் மத்தியதரவர்க்கத்தைச் சேர்ந்த சிறுவனின் மாதிரியும் உருவாக்கும் பார்வையாளன் இவன். இந்த ‘கேட்டேட் கம்யூனிட்டி’ என்கிற எதிர்கால தீண்டாமை பாராட்டும் ஒரு புதிய இனமும், சாதியும் உருவாக்கப்பட்டு நகர்களின் சேரிகளுக்கு இணையாகக் கட்டமைக்கப்படுவது மற்றொரு வேட்கை மாதிரி. இப்படி வேட்கைகளைப் பெருக்கி அதற்கான மாதிரிகளைக் கட்டமைப்பது சினிமா. காக்கா முட்டை அந்தவகையில் சினிமா குறித்த ஒரு சினிமா. சினிமாவை சுவாசித்து வாழும் தமிழ்ச் சமூகத்தில் இப்படம் ஆழ்தளத்தில் உணரப்பட்ட தன்னடையாளமாக மாறியிருப்பதே இதன் வெற்றிக்கு அடிப்படை. சினிமா உலகமயமாக மட்டும் ஆகவில்லை, உடல்மயமாகிவிட்டது. இன்று ஒவ்வொரு தனியுடலும் தன்னையே சினிமாவாக மாற்றிக்கொண்டுள்ளது

டிஜிட்டல் மற்றும் மொபைல் தொழில்நுட்பத்தில். தன்னையே ஒரு காட்சிப்பொருளாக மாற்றிக் கொண்டுள்ளது.

இந்திய மற்றும் தமிழ் சினிமாவின் தர்க்கம் கதையாடலுக்குள் கட்டப்படுவதில்லை. கதையாடலுக்கு வெளியில் உள்ள பார்வையாளர்களால் அவர்களது சமூக அடையாள இருப்பால் கட்டமைக்கப்படுகிறது. இந்திய மற்றும் தமிழ் சினிமா திரைக்குள் பாதியும் திரைக்கு வெளியில் பாதியுமாக ஒன்றை ஒன்று இட்டும் நிரப்புகிறது. எல்லா சினிமாவிலும் பார்வையாளர் ஒரு பாத்திரமாக அந்தக் கதையாடலை தனது சூழலிலிருந்து தர்க்கப்படுத்தி நிரப்பிக் கொள்ளும் பாத்திரமாக இருக்கிறார். பரிமாறப்படும் மசாலாவை தனக்கான விகிதத்தில் கலந்துகொள்பவராக பார்வையாளரை வைத்துக் கொள்வதிலேயே சினிமாவின் வணிக நோக்கு நிரம்பியுள்ளது. சினிமா ஒரு தொழிற்சாலையாக மாறியதும், மாற்றப்பட்டதும் உலகின் பெருமுதலீட்டு நிறுவனமாக மாறியிருப்பதும் அதனால்தான்.

1. தற்கால சினிமா முதலாளிய வேட்கைகளை மற்றும் வேட்கை மாதிரிகளை ஒரு உடலுக்குள் முதலீடு செய்கிறது. இது முதலாளியப் பாலுந்த-பொருளியலின் அரசியல்.
2. தற்கால சினிமா லாபநோக்குக் கொண்ட பெரும் முதலீட்டு நிறுவனமாக உள்ளது. உலக முதலாளித்துவத்தின் மிகப்பெரும் முதலீடுகள் மட்டுமின்றி அதன் வணிகச்சின்னங்கள் (Branding) மற்றும் அதன் வணிக மாதிரிகளையும் உலகமயப்படுத்துவதாக உள்ளது.
3. தற்கால சினிமா இருக்கும் அமைப்பின் ஒழுங்கை அல்லது தர்மாவை உறுதிப்படுத்தி ஒடுக்குமுறை அமைப்பை மீள்கட்டமைப்புச் செய்வதும் புத்தாக்கம் செய்வதுமான பணியைச் செய்கிறது.
4. தற்கால சினிமா வேட்கைகளை நிறைவு செய்யும் பிம்பங்களை மட்டும் உற்பத்தி செய்வதில்லை. புதிய புதிய வேட்கைகளை உற்பத்தி செய்து பரவவிடுகிறது.
5. தற்கால சினிமா இழப்பின் கனவுகளை மட்டும் நிறைவு செய்வதில்லை, புதிய கனவுகளை உற்பத்தி செய்கிறது. அடைவதற்கான கனவுகளையும், அடைய முடியாத வேட்கையையும் மோகத்தையும் பெருக்குகிறது.
6. மாற்று சினிமா பார்வையாளர்மீதான சுயவிமர்சனத்தை உருவாக்கி அவனது முதலாளிய-அதிகாரம் கட்டமைத்த

ஒடுக்குமுறை உலகிலிருந்து எல்லைநீக்கம் செய்வதாக இருக்க வேண்டும். உணர்ச்சிகளுக்கான சினிமாவாக இல்லாமல் அறிவை உற்பத்தி செய்து அதை ஓரிடத்தில் குவிக்காமல் எல்லோருக்குமானதாக மாற்றுவதாக இருக்க வேண்டும். உடலை நுகர்வின் குறியமைப்பிலிருந்து விடுதலை செய்வதாக இருக்க வேண்டும்.

7. எதிர்கால சினிமா உயிர்த்தலுக்கான பிம்பங்களற்ற சிந்தனையை உற்பத்தி செய்வதாக இருக்க வேண்டும். படைப்பாக்கமிக்கவர்களாக பார்வையாளர்களை மாற்றுவதாக இருக்க வேண்டும்.

- மலைகள்.காம் (01-11-2015)

மூன்றாம் வடிவம் எனும் திரைத்தனம் நோக்கி சலனிக்கும் மலையாள சினிமா...

சினிமா கலையா? கேளிக்கையா? என்கிற உரையாடல் சினிமா தோன்றிய காலந்தொட்டு நடைபெற்றுவரும் ஒன்று. சினிமா கலையோ, கேளிக்கையோ அல்ல. சினிமா எப்பொழுதும், எல்லாவகையிலும் சினிமாதான். அது ஒரு புதிய வடிவம். மக்களின் பழகிய சிந்தனைக்குள் அல்லது ஒரு வகைமைக்குள் உட்படுத்திவிட முனையும் வகைப்பாட்டியல் சார்ந்த ஒரு விருப்பமே அது கலையா? கேளிக்கையா? என்கிற கேள்விக்கான அடிப்படை. சினிமா கலையா? கேளிக்கையா? என்ற இரண்டு வகைமையிலிருந்து வித்தியாசப்படும் ஒரு மூன்றாவது வகைமை. அதாவது கலை, கேளிக்கை மற்றும் சினிமா என்பதே. இதன்பொருள் சினிமா கலையாக, கேளிக்கையாக இருப்பதுடன் அது ஒரு காணுதல் என்கிற புலன்சார் அறிதலாகவும் உள்ளது. அல்லது மனிதன் ஒரு எந்திரத்தின் கண் வழியாக உலகைப் பார்க்கும் சாதனமாக உள்ளது. எந்திரத்தின் உள்ளுணர்வு என்பதே சினிமாவிற்கும் காணுதலுக்கும் இடையில் உருவாகும் ஒரு சலன உணர்வுதான்.

காணுதலும் சினிமாவும் இணைந்து உருவாகும் ஒருவகை அரங்கம்சார் உள்ளுணர்வே (தியேட்டரிக்கல் கான்சியஸ்) சினிமா என்கிற மூன்றாம் வடிவத்தின் அடிப்படையாகும். மனித மனதை

ஒரு அரங்கமாக உருவகித்தவர் பிராய்ட். இதன்பொருள் உளவியல் இயக்கம் என்பது உள்ளுக்குள் நடக்கும் அரங்க நாடகமே. இந்த அரங்க நாடகத்தை ஒரு புறநிலை நிகழ்வாக மாற்றியதில் சினிமாவிற்கு முக்கிய பங்கு உண்டு. ஆக, சினிமா என்பது சினிமாதான். சினிமா மற்ற கலைவடிவங்களைப் போலவே பல வகைமைகளைக் கொண்டது என்றாலும் அது கலையாகவோ, கேளிக்கையாகவோ. தொழிற்படவில்லை. மாறாக, புதியதொரு மூன்றாம் வடிவமாகவே உள்ளது. அதனை சினிமா அல்லது சினிமாட்டிக் அல்லது திரைத்தனம் என்ற சொல்லால் குறிப்பிடலாம்.

சினிமா துவங்கிய காலத்தில் அது இயல்பான காட்சிகளைப் பதிவு செய்து காட்டியது. ஒரு ரயிலின் வருகை, தொழிலாளர்கள் வேலைமுடிந்து தொழிற்சாலையை விட்டு வெளிவரும் காட்சி என இயல்பான காட்சிகளைப் படம் பிடித்துக் காட்டியது. அதை முதலில் கண்ட மனிதர்கள் திரை உண்மையைக் கொண்டுவந்து விட்டதாக தங்களது கண்ணின் மாற்றாக எண்ணி அதை எதிர்கொண்டனர். திரையில் வரும் ரயில் தங்கள்மீது பாய்ந்துவிடலாம் என பயந்து அலறியதாக அறியமுடிகிறது. யதார்த்தம் என்ற ஒன்றை ஒரு திரைக்குள் கண்டுவிட்ட காணுதலின் புலன் செயல் உருவாகிய கணங்கள் அவை.

இயல்பான சூழல்களைப் படம் பிடிக்கத் துவங்கிய சினிமா முதன்முதலாக மனித கண் இல்லா இந்த உலகைப் பார்த்து அதை பதிவு செய்த ஒரு எந்திரமாகியது. அல்லது உலகை மனிதன், எந்திரக் கண்ணால் பார்க்கும் ஒரு புதிய அனுபவத்தைத் தந்தது. இந்த அனுபவமே காணுதல் வழியான ஒரு புதிய பாதிப்பை உருவாக்கியது. பாதிப்பு என்பது உணர்தலும், அறிதலும், அதனால் உடலில் ஏற்படும் மாற்றத்தால் புதியவகை சிந்தனைக்கும், செயலுக்கும் நகர்தல் எனலாம். சினிமா அத்தகைய பாதிப்பை அடிப்படையாகக் கொண்டிருப்பதால்தான் மக்களின் எல்லாத் தரப்பினரும் விரும்பி ரசித்துப் பார்க்கும் ஒரு வடிவமாக உள்ளது. அதாவது, சமூகவாழ்வில் திரைத்தன்மை என்ற ஒன்றைக் கொண்டுவந்தது சினிமா.

இன்றைய வெகுஜன ஊடக வடிவங்களில் மிகவும் சக்திவாய்ந்தது காணுதலின் பாதிப்பைக் கொண்ட சினிமாவே. இது தமிழகத்தைப்போல ஒரு சில அரசியல் தலைவர்களை உருவாக்கும் ஒரு பிரச்சார சாதனமாக மட்டுமே கருதத்தக்கது

அல்ல. சினிமா அதையும் தாண்டிய ஒன்று. சினிமா காணும் உடலினை தனது புறஉலக யதார்த்தத்தை ஒரு கட்டமைப்பாக அறிந்து கொள்ளவும், அதுவே இயல்பானதாக ஏற்கவும் செய்கிறது. காண்பவர்களின் வாழ்தல் தளத்தைக் கட்டமைப்பதாகவும், புற உலகோடு இயல்பானதாகவும் ஆக்குகிறது. காணுதல் என்ற செயலின் முழுமையை உருவாக்கியது. அது ஒன்றை நகலெடுப்பதோ அல்லது ஒன்றைப் போலச்செய்வதோ அல்ல. அது ஒரு உற்பத்தி. தனித்தன்மை வாய்ந்த உற்பத்தி. சினிமாவிற்குள் உள்ளது தமிழவன் நாவல்களினுள் குறிப்பிடுவதைப்போல சினிமாவினுள் இருப்பதும் அல்லது காட்சிப்படுத்தப்படுவதும் ஒருவகை 'இரண்டாவது யதார்த்தம்'. அது அதற்கான தர்க்கங்களை, இயக்கங்களைக் கொண்டது. சினிமா யதார்த்தம் புற யதார்த்தத்தைப் பிரதிபலிப்பதில்லை, மாறாக, உற்பத்தி செய்கிறது அல்லது புற யதார்த்தத்தை இயல்பானதாக ஆக்குகிறது. காணுதல் என்கிற புலன்வழியாக யதார்த்தத்தை ஒரு உடலின் மூளைக்குள் கொண்டு செல்கிறது. அல்லது புற யதார்த்தமாக மனம் அறிந்த ஒன்றோடு இயைபு படுத்துகிறது. உலகின் எண்ணற்ற யதார்த்த சாத்தியப்பாடுகளை உருவாக்கிக் காட்டுகிறது. இந்த உலகை ஒரு முழுமையின் வடிவமாக, கால வெளியின் தொடர்ச்சியாகக் காட்டியது சினிமாதான்.

சினிமா என்கிற ஒன்றின் தோற்றத்திற்கு முன்பாக புறஉலகை ஒரு உடல் எப்படி உள்வாங்கியதோ அதைவிட கூடுதலாகவும் நுட்பமாகவும் உள்வாங்கும்படி செய்துள்ளது. ஒருவகையில் சினிமா இன்றைய புறத்தை வடிவமைத்துக் கொடுத்தது. பிரஞ்சு தத்துவ அறிஞர் டெல்யுஸ் கூறுவதைப்போல மூளையை ஒரு திரையாக மாற்றியது. புலனில் காணுதல் என்பதே ஒரு சிந்தனை செயல்பாடாக மாற்றியுள்ளது. சலனம் என்கிற அசைவியக்கத்தையும், மாறிக்கொண்டிருக்கும் கணங்கள் என்கிற காலஇயக்கத்தையும் பற்றிய பிம்பங்களை, கற்பனைகளை உருவாக்கியது. அதாவது ஆங்கிலத்தில் சொல்லப்படும் இடம் சார்ந்த Movement (மூவ்மெண்ட்) மற்றும் காலம் சார்ந்த Moment (மமண்ட்) என்பதைப் பிம்பமாக்கியது சினிமாதான். கால இட அசைவியக்கத்தை ஒரு பிம்பமாக அல்லது சிந்திப்பதற்கான பின்புலமாக மாற்றியது சினிமா. இதன் பின்புலமாக இருந்த, அன்று உருவாகிய, நவீன விஞ்ஞானக் கருத்தாக்கத்துடன் இதனை இணைத்து புரிந்துகொள்வது அவசியம்.

20-ஆம் நூற்றாண்டின் ஆரம்பத்தில் உருவான நவீன விஞ்ஞானத்தின் வளர்ச்சியான சார்பியல் கோட்பாடு முன்வைத்த காலவெளித் தொடர்மம் (time-space continuum) என்கிற கருத்தாக்கத் தோற்றத்துடன் சினிமாவின் தோற்றமும் உருவாகுகிறது என்பதை இணைத்துக் காணும்போது இதைப் புரிந்து கொள்ளமுடியும். பொருட்களின் முப்பரிமாணத்துடன் காலம் வெளி என்கிற நான்காவது பரிமாணம் முக்கியம் என்பதைக் கண்டு சொன்னது ஐன்ஸ்டைன் சார்பியல் விஞ்ஞானம். இவை இரண்டும் ஒரு பொருளின் இருப்பை அதன் பண்பைத் தீர்மானிப்பதை வெளிப்படுத்தியது. அதாவது ஒரு பொருளை இன்ன இடத்தில் இன்ன நேரத்தில் இன்னவாக உள்ளது என்றே அறுதியிட முடியும் என்றது. பொருட்களின் பண்பு அதன் காலம் மற்றும் வெளியினால் உருவாகிய ஒரு தொடர்மத்தில்தான் வைத்து அறியமுடியும் என்றது. காலமும் வெளியும் பொருளின் தன்மையை பாதிக்கிறது என்றது. இந்தக் கால வெளித் தொடர்மத்தில் ஒரு பொருளின் இருப்பு மாறிக்கொண்டு உள்ளது. பொருட்கள் காணுதலின் முன்தீர்மானத்தில் ஒரு நிலையான தன்மையைப் பெற்றாலும், பொருட்களின் இருப்பு அதன் கால வெளி தொடர்மத்தில் திரள்வதால் (அசம்லேஜ்) உருவாகிக் (பிக்கமிங்) கொண்டு உள்ள ஒரு இயக்கப் போக்கு. ஒரு பொருளின் இருப்பு மற்றும் அடையாளம் அதன் கால வெளி திரளுதலின் உருவாகுதலே.

உப்பு வேறு, நீர் வேறு. வெவ்வேறு இயற்பியல் குணங்களைக்கொண்டவை. ஆனால் உப்பை நீரில் போட்டால் அது கரைந்து பிரிக்க இயலாத உப்புநீர் ஆவதைப்போல சினிமா பல வெவ்வேறு காட்சிகளை ஷாட்டுகளை இணைப்பதன் மூலம் பிரிக்க இயலாத ஒரு புதிய கூட்டுப்பொருளை அல்லது வேதிப்பொருளை உருவாக்கி விடுகிறது. ஒரு குறிப்பிட்ட காலத்தில் ஒரு குறிப்பிட்ட இடத்தில் பொருட்களை, கதாபாத்திரங்களை நிகழ்த்திக்காட்டி மாறிக்கொண்டிருக்கும் அல்லது உருவாகுதல் போக்கில் அவற்றின் அர்த்தங்கள் பல பரிமாணங்கள் கொள்வதை எடுத்துக் காட்டியது. காட்சி உப்பு நீரைப்போல காலத்தோடும் இடத்தோடும் கரைந்த ஒன்றாக மாறிவிட்டதை தனது படத்தொகுப்பு (மோண்டேஜ்) உத்திகள் வழி வெளிப்படுத்தியது. மனிதன் ஒரு காலவெளிக்குள் இணைவதால் உருவாகிக் கொண்டிருக்கும் இயக்கப்போக்கை பிம்பங்களாக்கியது. காலவெளிக்கு அப்பால் மனித யத்தனம் என்பது என்ன என்பதையும், கதையாடலுக்குள் சிக்கிவிட்ட

மனிதனையும் விவரணையாக்கியதன் மூலம் சினிமா இந்த நூற்றாண்டின் ஒருவகை தத்துவமாகியது. இதனை சினிமாத்துவம் அல்லது திரைத்துவம் என்று குறிக்கலாம். காலத்தை முன்னோக்கியும் பின்னோக்கியும் இயக்கி காட்டியது. இடத்தை வெவ்வேறு நிலப்பரப்புகளை இணைத்து ஒரு கற்பனையான இடத்தை உருவாக்கிக் காட்டியது.

அதாவது சினிமாவே பிம்பங்களின் வழியாக சிந்திக்கும் ஒரு செயலை உருவாக்கி உள்ளது. சினிமாட்டிக் அறிதலால் சினிமா ஒரு கதை சொல்லும் எந்திரமாக மட்டுமின்றி காண்-அறிதல் என்கிற ஒன்றை உருவாக்கி உள்ளது. இத்தகைய காண்-அறிதலின் வழி உருவாகும் பாதிப்பால் பழகிய வாழ்விலிருந்து விலகிய ஒரு புதியநிலைக்கு மனித உணர்வுகளையும், உடல்நிலையையும் கொண்டு செல்லக் கூடியதாக உள்ளது. இந்த காண்-அறிதலை ஒரு சினிமா என்னவாக கட்டமைக்கிறது என்பதைக் கொண்டு, அதனை வகைப்படுத்திக் கொள்ளமுடியும்.

1. வெகுஜன சினிமா: பழகிய வாழ்வை பழகிய முறையில் அல்லது பழகிய உணர்வை பழகிய முறையில் பழகிய யதார்த்தத்தைக் கட்டமைக்கும் சினிமாக்கள். உணர்ச்சிகளை அடிப்படையாகக் கொண்டவை அல்லது உணர்தலுக்கானவை.

2. இணை சினிமா: பழகிய வாழ்வினை, பழகிய உணர்வினை, பழகிய யதார்த்தத்தை விமர்சித்து அதன் மீதான ஒரு நெருடலை, விலகலைக் கட்டமைப்பவை. அறிவை அடிப்படையாகக் கொண்டவை அல்லது புரிதலுக்கானவை.

3. அழகியல் சினிமா: ஒரு புதிய உணர்வுநிலையை உருவாக்கி பழகிய வாழ்விலிருந்தும், பழகிய யதார்த்த நிலையிலிருந்தும் விலக்கி புதிய அறிதலை புதிய யதார்த்தங்களைக் கட்டமைப்பவை. பாதிப்பை அடிப்படையாகக் கொண்டவை. அழகியலுக்கானவை. உலகை அழகியலாக உள்வாங்கும் ஒரு கலை சார்ந்த ஆன்மீக பாதிப்பை உருவாக்குபவை.

இவ்வகைப்பாட்டில் சமீபத்தில் உலகெங்கும் புதிய தலைமுறையைச் சார்ந்த இளைஞர்களால் இணை சினிமாக்கள் எனப்படும் இரண்டாவது வகை சினிமாக்கள் பரவலாக எடுக்கப்படுகின்றன. அதாவது உணர்தல் என்கிற தளத்திலிருந்து பார்வையாளர்களை புரிதல் என்ற தளத்திற்கு நகர்த்துபவையாக அவை உள்ளன. அச்சினிமாக்களைப் பற்றிப் பொதுவாகவும்

குறிப்பாக மலையாள சினிமாக்களைக் கொண்டும் இந்த உரையாடலைத் தொடரலாம்.

தமிழ் சினிமாக்களின் பழகிப்போன "மெலோடிராமா" குடும்ப உணர்வெழுச்சிகள், "ஆக்சன்" பழிவாங்கல்கள், "ரொமாண்டி"க் காதல்கள், மிகைக் கதையாடல்களில் ஏற்பட்ட ஒரு உடைசலாக புதிய இயக்குநர்களின் புதியவகைப்படங்கள் சமீப காலங்களில் வரத்துவங்கி உள்ளன. (நிழல் இதழில் இப்படங்கள் பற்றிய ஒரு உரையாடல் வெளிவந்துள்ளது) கண்ணா லட்டு தின்ன ஆசையா, ஆதிபகவன், தலைவா, வருத்தப்படாத வாலிபர் சங்கம், ஆரியா சூர்யா உள்ளிட்ட மேடைநாடக மற்றும் மேற்சொன்ன பழகிய கதையாடல்களுக்கு இடையே நடுவுல கொஞ்சம் பக்கத்த காணோம், சூதுகவ்வும், நேரம், ஆரண்ய காண்டம், பீட்சா, மூடர்கூடம், ஓநாயும் ஆட்டுக்குட்டியும் உள்ளிட்ட ஒருசில படங்கள் புதிய உணர்வுகளும், புதியவகை கதையாடல்களும், புதிய உத்திகளும், கோட்பாட்டுரீதியாக பல புதிய சிந்தனைகளையும், குறிப்பாக உலகமயமாதலினால் உருவான புதியவகை சமூக உணர்வுகளையும் அது ஏற்படுத்தும் அவலநகைச்சுவை எனப்படும் பிளாக் காமெடி வகை உணர்வுகளையும் கொண்டு வெளிவந்து உள்ளன.

இப்படங்கள் எல்லாம் புதிய இயக்குநர்கள் மற்றும் புதிய தொழில்நுட்ப கலைஞர்கள் என சினிமாவின் மீதான ஆர்வம் உள்ளவர்களின் கூட்டு முயற்சியாகவும், தற்போதைய உலகப்படங்களின் பாதிப்பாகவும் வெளிவந்துள்ளன. வெகுஜன சினிமாவிலிருந்து விலகி, அதேசமயம் இத்தாலிய நியோ ரியலிஸம் அல்லது பிரஞ்ச் புதிய அலை (நியுவேவ்) வகை கலைப்படங்களாகவும் இல்லாமல் சமூக அரசியல் மற்றும் தற்காலத்தைக் கொண்டு பின்னப்படும் கதையாடல்களைக் கொண்ட படங்கள். கலைப்படங்கள் என அறியப்படும். 1950-களில் சத்யஜித்ரே துவக்கிய வங்காள திரைப்படங்களின் யதார்த்தத்தை அப்படியே சித்தரிக்கும் போட்டோ ரியலிஸமாக இல்லாமல் இப்படங்கள் சமூகம்பற்றிய ஒரு இடையீட்டு விமர்சனப் படங்களாகவும், அதேநேரத்தில் சில வணிகக்கூறுகளைக் கொண்ட கதையாடல்களாகவும் வெளிவருபவை. சமூகத்தின் பேசப்படாத மௌனங்களை இருண்மைகளை இவை வெளிப்படுத்தும் அதேவேளையில் சமூகம்பற்றிய ஒரு அரசியல் விமர்சனமாகவும். சமூகத்தின் அவலம் பற்றிய ஒரு சித்தரிப்பாகவும்

வெளிவருபவை. வெகுஜனப்படங்களுக்கும் கலைப்படங்களுக்கும் இடையில் ஒரு சமநிலையில் நின்று பேசுபவை. வெகுஜன சமூகத்தை பதியவும், பாதிக்கவும் செய்யும் படங்கள். மேற்சொன்ன வகைப்பாட்டில் இரண்டாம்வகையான இணைப்படங்கள் என்பதற்குள் அடங்குபவை.

சமூக பாதிப்பு என்பது அப்படியே ஒரு முழு சமூகத்தையும் உடனடியாகவோ அல்லது ஒருசேரவோ மாற்றும் ஒன்று போன்ற கற்பனையை தவிர்த்துவிட்டுப் பார்த்தால், பாதிப்பு என்பது ஒரு சில முன்னணிகளை உருவாக்குவதே. அவர்கள் உருவாக்கும் ஒரு அலை சமூகத்தின் ஒரு பாய்வாக அதாவது பிரவாகமாக (ஃப்ளோ) பரவுகிறது. அந்த ஓட்டத்தில் பங்கேற்பவர்கள் அதன் பாதிப்பைப் பெறுகிறார்கள். அப்படித்தான் பராசக்தி துவங்கி 16 வயதினிலே உள்ளிட்ட பல படங்கள் பாதிப்புகளை உருவாக்கி சமூகச் சொல்லாடல் வெளியில் பிரித்தறிய முடியாமல் கலந்துவிட்டன. இன்றைய வாழ்வு இப்படி எண்ணற்ற பிரவாகங்களின் ஊடுபாவாக வெட்டிச் செல்லும் பாய்வுகளாலும் உருவானவையே.

இந்தியாவில் இந்தவகை சினிமாக்களை உருவாக்கியவர்கள் ஷியாம் பெனகல், மிருணாள்சென், ரித்விக் கடக் போன்றவர்கள். இத்தகைய இணைத் திரைப்படங்கள் (பேரலல் சினிமாக்கள்) உலகெங்கிலும் தயாரிக்கப்படுகிறது என்றாலும் தமிழில் இதற்கான முயற்சிகள் விரல்விட்டு எண்ணும் அளவில்தான் இருந்து வருகிறது. தமிழைப்போல மலையாளத்திலும் இத்தகைய சினிமாக்கள் இப்போது வெளிவரத் துவங்கி உள்ளன. அவற்றின் வகைமைகளில் (Genre) வித்தியாசம் உண்டு. மலையாளப் படங்கள் தமிழ் படங்களைவிட கலை மற்றும் இணைத்திரைப்பட உருவாக்கத்தில் முன்னணியான மாநிலமாக விளங்கிவருவது சினிமாவுடன் தொடர்புடையவர்கள் அறிந்ததே. இந்திய சினிமாவில் ஆரம்ப காலம் முதல் பங்களித்துவரும் தமிழ் சினிமாவைவிட, பின்தோன்றிய மலையாள சினிமா ஆரம்பம் முதல் கலை, இணை மற்றும் அரசியல் சார்ந்த மாற்று சினிமாக்கள்வரை முயற்சி செய்துவந்துள்ளது. இந்தியாவில் முதன்முதலாக மரபான புராண தெய்வீக கதையாடல்களைக்கொண்ட படங்கள்தான் எடுக்கப்பட்டன தமிழ் உட்பட. ஆனால் மலையாள சினிமாவின் துவக்கமே புராண இதிகாச நாடகக் கதையாடலாக இல்லாமல் சமூகப்படம் எனப்படும் சமூக வாழ்வில் உள்ள பாத்திரங்களைக்கொண்டு எடுக்கப்பட்டு உள்ளது.

பல் மருத்துவரான ஜே.சி.டானியல் என்பவர் 1928-ல் ‘விகிதகுமாரன்’ என்கிற மலையாளப் படத்தை தயாரித்து இயக்கி வெளியிடுகிறார். இம்முதல் மலையாளப்படமே சமூக்கதையாடல்தான். பால்கே போன்றவர்கள் புராணக் கதையாடல்களை எடுத்து இந்திய சினிமாவைத் துவக்கியபோது மலையாள சினிமா சமூக கதையாடலுடன் துவங்குகிறது. அடுத்து 5 ஆண்டுகள் கழித்து சுந்தர்ராஜ் என்பவரால் சி.வீ. ராமன்பிள்ளையின் ‘மார்த்தாண்டவர்மா’ என்கிற நாவல் படமாக எடுக்கப்படுகிறது. இப்படத்துடன் மலையாள மௌனப்பட வரலாறு முடிகிறது. 1938-ல் வெளியிடப்பட்ட ‘பாலன்’ என்கிற மலையாளப்படமே பேசும்பட வரலாற்றை துவக்குகிறது. இப்படம் தமிழகத்தைச் சேர்ந்த மாடர்ன் தியேட்டர் சுந்தரத்தால் தயாரிக்கப்பட்டது.

தொடர்ந்து கேரளப்படங்கள் தமிழ் சினிமாவைப்போல அசுர வளர்ச்சி அடையாதபோதும், குறிப்பிடத்தகுந்த இயக்குநர்களை, குறிப்பிட்டுச் சொல்லும்படியான உலகப்படத் தரம்கொண்ட படங்களை ஒரு திசையில் இணையாக உருவாக்கி வந்து உள்ளது. அதற்கான பின்னணி அங்கு ஆரம்பம் முதல் இருந்துவந்த கம்யூனிச அரசியல் இயக்கங்களின் தாக்கமே. அதேபோல் இந்திய சினிமாவிலும் குறிப்பிடத்தகுந்த சினிமாக்களை எடுத்து தனக்கென ஒரு இடத்தை பிடித்தவை வங்காள சினிமாக்கள். இவ்விரண்டு பிராந்தியங்களும் தொடர்ந்து கம்யூனிஸ தாக்கம் கொண்டவை என்பது சமூகவியல் நோக்கில் முக்கியத்துவம் வாய்ந்தது. அதாவது ஒரு குறிப்பிட்ட அரசியல் சொல்லாடல் சமூகத்தின் சிந்தனை முறைக்குள் செலுத்தும் பாதிப்பை, அந்த சிந்தனையை கட்டுப்படுத்தும், கட்டமைக்கும் இயக்கப்போக்கை இது வெளிப்படுத்துகிறது. தமிழ்சினிமாவில் திராவிட இயக்க கருத்தியலின் ஆதிக்கத்தைபோல கேரளாவில் கம்யூனிஸ கருத்தியலின் பாதிப்பு அச்சினிமாக்களை தீர்மானிப்பதாக இருந்துவந்துள்ளது.

ஆனால், திராவிட இயக்க பாதிப்பு தமிழ்சினிமா வழியாக உருவாக்கிய தமிழ் வாழ்க்கைநிலை சமூக மானுடவியல் ஆய்வாளர்களால் விரிவாக ஆராயப்பட வேண்டியது. குறிப்பாக திராவிடக் கருத்தியலின் உள் மற்றும் வெளி வாழ்க்கை என்கிற இரட்டை நிலையும், வீரம், காதல் என்கிற தமிழ் புற, அக உணர்வுநிலைகளை மிகைப்படுத்திய கதையாடல்களும் தமிழ்சினிமாவில் ஆக்க்ஷன், ரொமான்ஸ் என்கிற சாகஸ மற்றும்

காதல் என்கிற உணர்வுநிலைகளாக தங்கி பாதித்து வருவது கண்கூடு. தமிழ்சினிமா அதிலிருந்து விடுபடத் துவங்கியுள்ள காலகட்டமாக மேற்சொன்ன சமீபத்திய படங்களைச் சொல்லலாம் என்றாலும், தொடர்ந்து தமிழ் வணிக சினிமா அகம் புறம் என்ற காதல் வீரம் தாண்டாத சாகஸ சினிமாக்களையே ஊட்டி வளர்ப்பதாக உள்ளது. தமிழ் வெகுஜன சினிமா மிகை உணர்ச்சி நிலையிலிருந்து விலகி இந்தப் புதிய பாதை நோக்கி நகரக் காரணம், புதிய தலைமுறையினருக்கு திராவிட இயக்கம் என்பது முந்தைய வரலாறாக அல்லது நினைவுச் சின்னமாக மட்டுமே அறிமுகமாகி உள்ளது. அதன் தாக்கத்திலிருந்து விடுபட்ட படங்களே தமிழில் சமீபத்தில் வெளிவந்த இந்த இணை சினிமாக்கள் வெளிப்படுவதற்கான சமூகச் சூழல் என்பதைக் கணிக்க முடிகிறது.

சமீபத்திய மலையாளப் படங்களான 5 சுந்தரிகள் (2011), சால்ட் அண்ட் பெப்பர் (2013), ஷட்டர் (2013), தாங்-யு (2013), டிராபிக் (2011), திருவாண்ட்ரம் லாட்ஜ் (2012), உஸ்தாத் ஓட்டல் (2012), லெப்ட் ரைட் லெப்ட் (2013), 22 பீமெல் கோட்டயம் (2012), அன்னாயும் ரஸீலும் (2013), ஈ அடுத்த காலத்து (2012) ஆகியவை கதையாடல், உத்தி, காமிரா, வசனங்கள், உணர்வுநிலை, காட்சிப்படுத்தும் பன்முகத்தன்மை, கலாச்சார மாற்றங்களின் பதிவு, கேரளாவின் தற்போதைய சமூகத்தைப் பதியவைக்கும் முறை, கதைசொல்ல எடுத்துக்கொண்ட களம். படத்தொகுப்பில் உருவாகி உள்ள மாற்றம், கதையின் நவீனத்தன்மை ஆகியவை செவ்வியல் மலையாளப்படங்களிலிருந்து ஒரு மாறுபட்ட அனுபவத்தைத் தருவதாக உள்ளது.

மலையாள சினிமாவின் கம்யூனிஸ பாதிப்பு மாற்று சினிமா வகையிலிருந்து முற்றிலும் விலகிய படங்களே சமீபத்தில் வெளிவந்த இப்படங்கள் என்பது முக்கியம். ஒரு புதிய தலைமுறை இளைஞர்களுக்கு கம்யூனிஸ கேரளா எனும் இலட்சியநிலை ஒரு முந்தைய வரலாறாக, ஒரு நினைவுச்சின்னமாக மாறிவிட்டதன் வெளிப்பாடாக இப்படங்களைக் கருதமுடிகிறது அல்லது வரலாற்றிலிருந்து விடுபடும் புதிய தலைமுறையின் கதையாடல் இப்படங்களின் அடிப்படையாக உள்ளன என்பது மிகைக்கூற்றாகாது. இப்படங்கள் கம்யூனிசத்திலிருந்து விலகி உலகமயமாதலின் விளைவாக கேரள சமூகத்தில் உருவாகி உள்ள சமூகச் சலனங்களைப் பதிய வைக்கின்றது. உலகமயமாதல் உருவாக்கிய குறிப்பாக

கேரளாவின் வளைகுடாமயமாதல் ஏற்படுத்தியுள்ள புதிய உணர்வுநிலையை வெளிப்படுத்துகின்றன.

கம்யூனிஸ கேரளா, சினிமாவிலிருந்து காணாமல் போய் உலகமய வளைகுடா கேரளாவை வெளிப்படுத்தும் சினிமாக்களே இவை. இப்படங்கள் கேரளா என்கிற சமூக அமைப்பின் பன்மைத் தன்மையை வெளிப்படுத்துவதாகவும், அவர்களது வாழ்க்கைநிலை எப்படி மாற்றம் அடைந்து ஒரு புதிய உணர்வுநிலை நோக்கி நகர்ந்துள்ளது என்பதைத் தெளிவாகப் பதிய வைத்துள்ளன. சென்னையின் நவீன வளர்ச்சியைப் பிரதிநிதித்துவப்படுத்தும் தமிழ் சினிமாக்களைக் காண்பது அரிது. ஆனால், மலையாளப் படங்களில் காட்சிப்படுத்தப்படும் நகரங்களான கொச்சின், திருவனந்தபுரம் போன்றவை முற்றிலும் புதியதான ஒரு சினிமாட்டிக் அனுபவத்தைத் தரக்கூடியவை.

கேரளப்படங்களின் பாத்திர அமைப்புகளின் பன்மைத்தன்மைப் பதிவு என்பது இப்படங்களில் மிக முக்கியமானது. குறிப்பாக இஸ்லாமிய பாத்திரங்கள் அல்லது கிறித்துவ பாத்திரங்களை அவர்கள் சித்தரிக்கும் விதம். எந்தவகையிலும் ஒரு மத அடையாளத்தை உருவாக்கி பதியவைக்கும் 'ஸ்டீரியோடைப்' என்கிற ஒருபடித்தான தன்மையில் அமைவதில்லை. எப்போதும் தொப்பி, தாடி, மெக்கா துண்டு, முட்டுக்கு மேல் கட்டிய கைலி ஒரு மைனர் ஜிப்பா, இவற்றோடு மறக்காமல் நெற்றியில் ஒரு தொழுகைத் தழும்பு எனக் காட்டப்படும் தமிழ் சினிமாவின் ஒருபடித்தான முஸ்லிம் கார்ட்டூன் முல்லாக்களிடமிருந்து முற்றிலும் விலகிய ஒரு சித்தரிப்பைச் செய்கின்றன. தமிழ் சினிமா இதுவரை ஒரு தமிழ் முஸ்லிமைக்கூட யதார்த்தமாகக் காட்டியதில்லை எனலாம். நான் பார்த்தவரை பாலுமகேந்திராவின் ராமன் அப்துல்லாவில் மட்டுமே ஒரு நீளக்கால்சராய் (பேண்ட்) அணிந்த படித்த முஸ்லிம் இளைஞன் வருவான். அவன் தந்தையும்கூட மேற்சொன்ன கார்ட்டூன் முல்லாவாகவே சித்தரிக்கப்பட்டிருப்பார். தமிழ் இயக்குநர்கள் காட்டிய முஸ்லிம்கள் எல்லோரும் "அச்சா அச்சா" என்று உருப்படியில்லாமல் உருதுவும், உடைந்துபோன தமிழும் பேசுவார்கள். தமிழ் முஸ்லிம்கள் என்கிற உருதோ, இந்தியோ ஏன் பாகிஸ்தான் என்ற ஒன்றே தெரியாத முஸ்லிம்களை தமிழ் சினிமா ஒட்டுமொத்தமாக புறக்கணித்ததுடன், முஸ்லிம்கள் பற்றிய ஒரு எதிர்மறையான பதிவையே உருவாக்கி உள்ளது. அதாவது இந்துமுன்னணி சித்தரிக்கும் முஸ்லிம்களையே

தமிழ் சினிமா தொடர்ந்து காட்டி வருகிறது எனலாம். இதிலிருந்து விலகிய இந்திய குறிப்பாக கேரள முஸ்லிம்களைச் சித்தரிப்பது மலையாளப் படங்களில் கவனிக்க வேண்டிய புள்ளி. காரணம் கேரளா தமிழகம் போலன்றி முஸ்லிம்கள், கிறித்துவர்கள், ஆங்கிலோ இந்தியர்கள், யூதர்கள் மற்றும் இந்துக்கள் என பன்முகப்பட்ட சமூகத்தினர் வாழும் பிரதேசமாக உள்ளதே.

முன்பெல்லாம் மலையாளத்தில் ஹாஜியர் என்கிற பாத்திரம் மேற்கண்ட சித்தரிப்பைக் கொண்டிருக்கும் என்றாலும் அவர்கள் அந்தப் பாத்திரத்தை ஹஜ் செய்த முஸ்லீமாகக் காட்டுவது முக்கியம். ஆனால், பெரும்பாலான மலையாளப் படங்களில் இந்தச் சிறுபான்மையினர் என்கிற தனித்த அடையாளமற்ற சித்தரிப்பு மிக முக்கியமானது. ஒருவகையில் இதுதான் யதார்த்தம் என்றாலும், மற்றொருவகையில் மையநீரோட்டத்தோடு ஒருங்கிணைந்து சிறுபான்மையினரை ஒரு வினோதமான ஜீவிகளாகச் சித்தரிக்காத இயல்புத்தன்மை முக்கியமானது. தமிழில் சிறுபான்மையினர்கள் முஸ்லிம், கிறித்தவ ஆண்கள் எனில் வில்லன்களாக, பெண்கள் எனில் கவர்ச்சி ஆட்டம் ஆடுபவர்களாக சித்தரிப்பதுவே ஒருவகை சினிமா மொழியாக ஆகியுள்ளது. இது சிறுபான்மையினர் பற்றிய ஒருவகை எதிர்மறை உணர்வை வெகுஜன தமிழ் சமூகத்தில் உருவாக்கியுள்ளது என்பது முக்கியம். மற்றொரு வகையில் முஸ்லிம்களை சினிமாவின் பார்வையாளர்களாக இல்லாமல் அடிப்படைவாதம் வளர வழியாகி உள்ளது. கேரளாவில் இந்துத்துவா தமிழகத்தைவிட வலுவாக இருந்தும், அங்கு இஸ்லாமிய அடிப்படைவாதம் தமிழக அளவிற்கு ஊடுருவவில்லை என்பதற்குக் காரணம் ஒருவகையில் இந்த தமிழ் சிறுபான்மையினர் பற்றிய சினிமாட்டிக் பிம்பம் மக்களிடம் உருவாக்கி உள்ள பாதிப்பு எனலாம்.

மலையாளத்தில் பல சினிமாக்கள் இன்னும் குறிப்பாக பெரும்பாலான படங்களில் கதாநாயகப் பாத்திரமோ அல்லது மையப்பாத்திரமோ சிறுபான்மையினத்தவராக இருப்பதைக் காணலாம். அது ஒருவகையில் பார்வையாளர்களின் அடையாளத்தோடு உறவுகொண்டது என்றாலும், (அதாவது பல மதத்தினரும் ஓரளவு செறிந்து உள்ளதால்) அந்தச் சித்தரிப்பில் ஒரு பொதுமனநிலை கட்டமைக்கப்படுவது முக்கியம். அது சிறுபான்மையினர்கள் சகமனிதர்கள் என்கிற உணர்வுதான். தமிழில் பாத்திர சித்தரிப்பு இடஒதுக்கீட்டு அடிப்படையிலோ அல்லது

மதச்சார்பின்மை பேசவோ அவ்வப்போது ஒரு பாதிரியார், ஒரு முல்லா, ஒரு சிங் ஒரு அய்யர் (அதாவது பிராமணர்தான் இந்துமத பிரதிநிதி என்று தமிழ்சினிமா மொழி அரசியல் இயங்கி வருகிறது பல ஆண்டுகளாக, இது ஒரு திராவிட பாதிப்பின் பக்கவிளைவு எனலாம்) எனக்காட்டுவதைத்தவிர சிறுபான்மையினரை ஒரு யதார்த்தப் பாத்திரமாகக் காட்டுவதே இல்லை. அவ்வகையில் மலையாளப் படங்கள் பலதூரம் கடந்து வந்துள்ளன. இங்கு ஒன்றைச் சுட்டிக்காட்டுவது அவசியம். மலையாள பிராமணர்கள் மலையாளம் பேசமாட்டர்கள். அவர்களது புழங்குமொழி தமிழ்தான் என்பதால், பெரும்பாலான மலையாளப் படங்களில் வரும் பிராமணர்கள் தமிழ்தான் பேசுவார்கள். ஒரு சிறிய பாத்திரம் என்றால்கூட. அது வணிக சினிமா என்றாலும், இந்த நுணுக்கம் தமிழ்ப் படங்களில் காணக்கிடைப்பதில்லை. அதாவது மலையாள சினிமாவின் இந்த கலாச்சார நுணுக்கம் பற்றிய புரிதல் அப்படங்களில் வெளிப்படுகிறது.

காரணம் மலையாளப்படங்கள் எப்போதும் இயல்பான யதார்த்தத் தன்மையுடன் தனது கலாச்சார வேர்களைச் சரியாக படங்களில் பதியவைக்கக் கூடியது என்பது முக்கியம். மலையாளக் கதாநாயகர்கள் பெரும்பாலும் தங்கள் கலாச்சார உடைகளையே அணிவதையும், நகரங்களில் மட்டும் அவர்கள் நாகரிக உடை எனப்படும் நீளக்கால்சராய் அணிவதையும் காணலாம். தமிழில் வேட்டி கட்டிய நாயகன் என்பது அரிதானது. ‘மல்லுவேட்டி மைனர்’ போன்ற படங்களில் வேட்டி என்பது ஒரு அதிகாரக் குறியீடாகவும், பெரும்பாலான படங்களில் கிராமிய மூடக் கதாநாயகப் பாத்திரத்தின் குறியீடாகவும் வரக்கூடியதே. பாரதிராஜாவின் ‘16-வயதினிலே’ படம் மட்டுமே இந்த வேட்டி, நீளக்கால்சராய் கலாச்சார முரண்பாட்டைப் பதியவைத்த ஒரு படம். மலையாளப் படங்கள் தமிழில் எடுக்கப்படும்போதுகூட, மோகன்லால் வேட்டி கட்டியிருந்தால் சத்தியராஜ் ‘பேண்ட்’-தான் போட்டிருப்பார். இது வெறும் கலாச்சாரப் பிரச்னை அல்ல. ‘பேண்ட்’ என்ற உடையின் நாகரிகத்தின் அதன் ஆங்கில ஏகாதிபத்தியத்தின் மோகம்தான். ஒருவகைக் கலாச்சார ஏகாதிபத்தியத்தை ஏற்றுக்கொண்டுவிட்ட மனநிலை. இது தமிழ்சினிமாவின் ஒருவகை காம்ப்ளக்ஸ் (ஒவ்வாமை) என்றால் மிகையாகாது. இந்த ஆங்கிலமோக மேட்டிமை மனநிலையை கட்டமைத்ததில் திராவிட அரசியல் கருத்தியலுக்கு முக்கிய பங்கு

உண்டு. அதன் பாதிப்பு தமிழ் சினிமாவில் வெளிப்படும் ஒரு வடிவம் என்று இதனைக் குறித்துக் கொள்ளலாம்.

கதாபாத்திரம் வெட்டியானாக, குடியானவனாக, கிராமப்புறத்தானாக நடித்தாலும் நைக் ஷூவும், ஜீன்ஸூம் அணிந்து வரும் ஒரு மேட்டிமைத்தனமான போலிப் பாத்திர வார்ப்பு செய்யப்படுகிறது. இதன் நீட்சிதான் தமிழ் தெரியாத, தமிழுக்கு அறிமுகமற்ற நாயக நாயகிகளின் பின்னால், தமிழ் சமூகம் செல்லக் காரணம். வெகுஜனப் படங்களில் கூட மலையாளப் படங்கள் ஓரளவு உடை நடை பாவனை போன்றவற்றில் கலாச்சாரத்தை மீறுவதில்லை. ஆனால், கதையாடலில் மது அருந்துதல் துவங்கி பாலியல் சார்ந்த காட்சிகள்வரை அவை கலாச்சார மீறலைச் செய்கின்றன. 'திருவாண்டரம் லாட்ஜ்', 'ஸட்டர்', 'ஒரே கடல்' போன்ற மலையாளப் படங்களை தமிழில் சிந்திக்க முடியுமா வெகுஜன தளத்தில் என்பது சந்தேகமே.

நாயகன் என்பதற்கான தனித்த அடையாளங்கள் (எம்ஜியார் சிவாஜி ரஜனி கமல் பாணி) மலையாளத்தில் உருவாக்கப் படுவதில்லை. தமிழில் நாயகன், நாயகி, அப்பா, அண்ணன், வில்லன் எல்லாம் ஒருபடித்தான குணவார்ப்புகளைக் கொண்டவர்களே. தமிழில் வெகுஜனப் படங்கள்கூட மக்களின் தினவாழ்வுத் தன்மையைக் கொண்டவை அல்ல. அது ஒரு மிகைக் கற்பனையாகவே உள்ளன. தமிழ் சினிமா மலையாள சினிமாவைவிட அதிகம் நாடகத்தன்மை கொண்டதாக இருக்கிறது. காரணம் அதன் பின் இயங்கிவரும் சமூக அரசியல் சொல்லாடலே. கம்யூனிஸ அர்சியல் யதார்த்தமாக மக்களிடம் ஏற்படுத்திய மதிப்பீடு, தமிழகத்தில் திராவிட இயக்க அரசியல் குறிப்பாக திமுக அரசியல் உருவாக்கிய கற்பனை குடிமக்களின் மிகை மதிப்பீடு ஆகியவை ஏற்படுத்திய வாழ்நிலை உணர்வே காரணம். சினிமா ஏற்படுத்தும் மதிப்பீடுகள் சமூக மதிப்பீடுகளாக மாற்றம் பெறுவதால், இத்தகைய அரசியல் சமூகச் சொல்லாடல்களின் பாதிப்பு என்பது சினிமாவின் உற்பத்தியிலும், காணுதலிலும் ஆதிக்கம் செலுத்துவதாக அமைகிறது.

தமிழ் மற்றும் மலையாள சினிமா இரண்டு வேறுபட்ட அரசியல் சமூகச் சொல்லாடல்களால் எப்படி இயக்கப்படுகிறது என்பதை விவரித்தோம். இவ்விரண்டு சொல்லாடல்களுக்கும் ஒரு மாற்றுச் சொல்லாடலாக பொருளியல் தளத்தில் உலகமயமாதலும்,

சமூக வாழ்தளத்தில் நகர்மயமாதலும், அரசியல் தளத்தில் இந்துத்துவச் சொல்லாடலும் எப்படி தற்போதைய புதியவகை இணைப்படங்கள் என்று வகைப்படுத்திய இரண்டாம் வகைப்படங்களில் தங்களைப் பதிய வைக்கின்றன என்பதை மேற்சொன்ன மலையாளப் படங்களை விரிவாக விவாதிப்பதன் மூலம் புரிந்துகொள்ள முனையலாம். சினிமா என்பது கலையோ கேளிக்கையோ அல்ல அது ஒருவகை மூன்றாம் வடிவமான திரைத்தனம் என்பதாக சினிமா என்பதன் முக்கியத்துவத்தை கோட்பாட்டுத் தளத்தில் விவரித்தோம். இனி மேற்சொன்ன கோட்பாட்டைக் கொண்டு மலையாள சினிமா என்பதன் திரைத்தனத்தின் சமூக விவரிப்பை அடுத்த பகுதியில் காணலாம்.

- (16-10-2011) நிழல்

திரைச்சலனங்களின் பிம்பமொழியாக மலையாள சினிமா

முன்னோட்டம்

இப்பகுதியில் விவரிக்க எடுத்துக்கொண்ட மலையாளப் படங்கள் 5சுந்தரிகள் (2011), சால்ட் அண்ட் பெப்பர் (2013), உஸ்தாத் ஓட்டல் (2012), லெப்ட் ரைட் லெப்ட் (2013), 22பீமெல்கோட்டயம் (2012), ஷட்டர் (2013), தாங்-யு (2013), திருவாண்ட்ரம் லாட்ஜ் (2012), ஹனி பீ (2013) ஆகியவை. முதல் பகுதியில் சினிமா பிம்ப மொழியாக இயங்குவது பற்றிய சில கருத்தாக்கங்களும், இரண்டாம் பகுதியில் அக்கருத்தாக்கங்களைக் கொண்டு இப்படங்களை ஒட்டியும் வெட்டியும் சில விவரணைகளும் எழுதப்பட்டு உள்ளது.

பகுதி-1 சினிமா எனும் பிம்பமொழி

சினிமா அதன் தனித்துவமான இயக்கத்தின் அடிப்படையிலே ஒரு புதிய வடிவமாகி உள்ளது. சினிமா வழக்கில் உள்ள குறியீட்டு மொழி அல்ல. அது மொழியைப் போன்று மற்றொரு சிந்தனை சார்ந்த மற்றும் அறிதல் சார்ந்த ஒரு ஊடகம். சினிமாவின் அடிப்படை அலகு பிம்பங்கள். சினிமா பிம்பங்கள் இயல் உலகிலிருந்து துண்டித்து எடுக்கப்பட்டு, ஒரு குறிப்பிட்ட வடிவச் சட்டகத்திற்குள் இருத்தப்பட்டு ஒளி-ஒலிக் காட்சியாக்கப்படும் ஒன்று. இத்தகைய ஒலி-ஒளி பிம்பங்களின் கால-வெளி இயக்கமே சினிமா. ஒரு பிம்பம் ஒரு குறிப்பிட்ட காலத்தில், ஒரு குறிப்பிட்ட வெளியில் இயக்கம் கொள்வது அல்லது சலனிப்பதே சினிமா.

சினிமா மெய் உலகு எனப்படும் இயல் உலகிலிருந்து பிரித்துக் காட்டப்படும் பிம்பங்களின் ஊடாட்டமே. இவ்வுலகில் வாழ்தலுக்கான எண்ணற்ற சாத்தியங்களை, எண்ணற்ற உருவாகுதலுக்கான வகைமாதிரிகளை உருவாக்கிக் காட்டுவது. சினிமா பார்வையாளனால் மொழிகொண்டு உள்வாங்கப்படுவதில்லை. அது பிம்பமாகவே உள்வாங்கப்பட்டு பிம்பமாகவே சிந்திக்கப்படுகிறது. கனவு, பகற்கனவு, உருவெளித் தோற்றங்கள், நமது கடந்தகால நிகழ்வுகள் பற்றிய நினைவுகள் எப்படி பிம்பங்களின் நிகழ்வுகளாக நடைபெறுகிறதோ அப்படியே சினிமாவும் நிகழ்கிறது. அதனால்தான் சினிமாவின் பாதிப்பு உளவியல் மற்றும் உடலியல் சார்ந்ததாக அமைகிறது. அதாவது பார்வையாளர்களிடம் காணுதல் வழியாக உளவியல் பாதிப்பாகி, அது நினைவில் அடுக்கப்பட்டு ஒரு உடலியல் கட்டமைப்பை உருவாக்கிவிடுகிறது. இயல்வாழ்வை ஒழுங்கமைப்பதற்கான உடலியல் அசைவுகளை உருவாக்கித் தருகிறது. சினிமா இப்படியாக வாழும் உலகை சரிசெய்வதுடன், வாழ பல சாத்தியங்களை உருவாக்கித் தருகிறது.

சான்றாக சில சூழல்களில் நம்மை அறியாமல் சினிமாப் பாடல்களை உச்சரிப்பதை ஒரு நனவிலியின் வெளிப்பாடாக நாம் கருதுகிறோம். உண்மையில் அது நனவிலி (அன்-கான்சியஸ்) சார்ந்த ஒன்று மட்டுமல்ல. நனவுசாரா (நான்-கான்சியஸ்) நிலையில் உடலின் ஒரு வெளிப்பாடாகவும் உள்ளது. வலியை ஒரு சத்தமாக உடல் வெளிப்படுத்துவதைப்போல, அப்போதைய ஒரு உணர்வழுத்தத்தை ஒரு பாடலாக அது வெளிப்படுத்துகிறது. அந்தச் சூழலோடு ஒட்டிய ஒரு கதையாடலின் தொடர்போடு அப்பாடல் வெளிப்படுவது, அக்கதையாடலை மூளையின் நினைவடுக்கில் ஒரு ஒலிப்-பிம்பமாக அது பதிவுறுத்தி வைத்து உள்ளதால்தான். அந்த ஒலிப்பிம்பம் அந்தச் சூழலோடு உடலின் எதிர்வினையாக வெளிப்படுத்தப்படுகிறது. அதாவது அந்த ஒரு குறிப்பிட்ட காட்சியின் அடிப்படையில் பதிவாகும் ஒலிக்குறிப்பான் என்பதன் வழியாக அப்பாடல் அதோடு ஒட்டிய சூழலில் வெளிப்பாடு கொள்கிறது. இப்படி சினிமா என்பது காணுதலின் வழியாக உடலின் இயக்கத்தை உருவமைப்பதாக உள்ளது. அதேபோல் சூழலை எதிர்கொள்வதற்கான யதார்த்தநிலைக்கான உடலியக்கத்தையும் உருவாக்கித் தருவதாக உள்ளது. கார் ஓட்டுவது எப்படி ஒரு நனவுசாராத (நான்-கான்சியஸ்) நிலையாக உடலின்

வெளிப்பாடாக பதிவாகிறதோ, அப்படி ஒன்றுதான் சினிமா காணுதலின் வழியாக உடலில் பதிவுற்றுவிடுகிறது. சினிமா உளவியல் தளத்திலிருந்து உடலியல் தளத்திற்கு நகர்வதும் இப்படித்தான்.

சுருக்கமாகச் சொன்னால் சினிமா காணுதல் என்ற செயலால் வாசிக்கப்படும் ஒரு பிம்ப மொழி. பலவகை பிம்பங்களின் ஊடாட்டத்தில் காணும் உடலுடன் நிகழும் காணுதல் என்ற செயலே சினிமாவின் அடிப்படை. (காணுதல் என்ற செயல்குறித்து 'சினிமாட்டிக் மெஷின்ஸ்' என்ற கட்டுரையில் விரிவாக விவாதிக்கப்பட்டு உள்ளது.) மொழி வாயசைவு, சப்தம் என்பதோடு மூளையில் கொள்ளும் உறவைப்போல பிம்பம், விழித்திரை, காணுதல் வழியாக மூளையுடன் கொள்ளும் உறவாகும். சினிமாவை மொழி என்றோ, திரைமொழி என்றோ சொல்வதைவிட பிம்ப-மொழி என்று சொல்வதே பொருத்தமானதாக இருக்கும். நாம் காணும் கடலை ஒரு பதிவாக நமது மூளை கேமிராபோல பதிய வைத்துக்கொள்கிறது. அதை நமக்குள் ஓட்டிப் பார்ப்பது என்பதே சினிமா. நாம் பார்த்த கடல் நமக்குள் பதிவாகியிருப்பதையே பிம்பம் என்கிறோம். இந்த பிம்பங்களின் அசைவும், இயக்கமும் புற உலகில் நிகழும் ஓர் எந்திர இயக்கமே சினிமா என்பது. சினிமா என்ற எந்திரத்தின் அடிப்படை மூளையின் இந்த காணுதல் மற்றும் பிம்பமாக்குதல் என்ற செயலின் அடிப்படைதான். காணும் உலகை பிம்பமாக்குவதன் வழியாக, மூளையின் பிம்பமொழி என்ற ஒரு புதிய சிந்திக்கும் இயக்கத்தை உருவாக்கியது சினிமாதான். பிரஞ்சு தத்துவ அறிஞர் ஜீல் டெல்யுஸ் தனது 'சினிமா-1 சலனபிம்பம்' மற்றும் 'சினிமா-2 காலபிம்பம்' ஏன்ற நூலில் இதை விரிவாக விவாதிக்கிறார்.

சினிமாவின் காட்சி சட்டகங்களை ஏன் பிம்பங்கள் என்று சொல்கிறோம் என்றால், சினிமா என்ற ஒன்றின் வருகைக்கு பின்பே காட்சிகள் பிம்பங்கள் என்ற வடிவத்தை அடைகிறது. பண்டைய குகை ஓவியங்களை, சிற்பங்களை அல்லது நவீன ஓவியங்களை யாரும் பிம்பமாக சொல்வதில்லை. பண்டைய புராணங்களில், தொன்மங்களில், நாட்டார் கதைகளில் தண்ணீரில் பார்த்த தன் உருவை பற்றிய கதையாடல்களில், குறிக்கப்படுவது நவீன பொருளின் பிம்பம் என்பதை குறிக்கும் ஒன்று அல்ல. நவீன புகைப்படக் கருவியின் வருகைக்குப் பின்பே பிம்பம் என்பது 'உண்மையின் நகல்' என்கிற பொருளைப் பெறுகிறது.

புகைப்படம் மற்றும் சினிமா ஒளிப்படக் கருவியின் உருவாக்கமே பிம்பங்கள் என்பதன் ஆரம்பம் என்றே கருதமுடிகிறது. பிம்பம் என்பதற்கான ஆங்கிலச்சொல்லான Image என்பதையே இங்கு தமிழில் பிம்பம் என்ற சொல்லால் குறிக்கிறோம். இச்சொல் ஒன்றின் மற்றொரு'போல'-ச் செய்யப்பட்ட பிரதிநிதித்துவ வடிவத்தையே குறிக்கிறது. பிம்பம் என்பது ஒன்றின் மறுஉருவாக்கம் செய்யப்பட்ட வடிவம் அல்லது உருவம். பிம்பம் உண்மையல்ல, உண்மையைப்போன்று அல்லது உண்மைக்கு பதிலீடாக நின்று உண்மையை பிரதிநிதித்துவம் செய்வது. பிம்பம் என்ற சொல்லுக்கு பலபொருட்கள் இருந்தாலும், சினிமாவில் உள்ள பிம்பம் என்பது மேற்சொன்ன இலக்கணங்களில் இருந்து முற்றிலும் வேறுபட்டது.

சினிமா பிம்பம் ஒன்றை பிரதிபலிப்பதில்லை. அல்லது உண்மையின் நிழலாகவோ, நகலாகவோ, பிரதிநியாகவோ நிற்பதில்லை. சினிமா பிம்பம் என்பது ஒளிப்படக்கருவியினால் உருவாக்கப்படும் ஒன்று. அது உண்மையின் பிரதிபிம்பம் அல்ல. முற்றிலும் தானியக்கத்தைக் கொண்ட தூயதான, தன்னிச்சையான பிம்பங்களின் உற்பத்தி. அதன் காட்சி அமைப்புகள், படத்தொகுப்பு மற்றும் ஒலி, ஒளித் தொகுப்பால் உற்பத்தி செய்யப்படும் பிம்பங்களின் இயக்கம். சினிமாவின் காலமும், இயல் உலகின் காலமும் ஒன்று அல்ல என்பதால், காலத்தை பார்வையாளர்கள் சினிமாவின் வழியாகவே உணர்கிறார்கள். சினிமாவைப்போல தன் வாழ்வை நினைவுப் பிம்பங்களாக தனக்குள் ஓட்டிப் பார்ப்பதற்கான ஒரு அடிப்படை முறையை சினிமாவே தருகிறது.

சினிமாவின் பிம்பம் ஒளி-ஒலியால் கட்டமைக்கப்பட்டது. இப்பிம்பங்கள் இயல்வாழ்வின் தன்னை தானே பிம்பங்களாக கண்டுணரும் அனுபவத்தைத் தருவதாக உள்ளது. காலத்தின் முப்பரிமாணம் பற்றிய ஒரு கருத்தாக்கத்தைத் தருவதாக உள்ளது. சினிமாவில் நிகழ்வது எல்லாம் நிகழ்காலத்தில் நடப்பதுதான் என்றாலும், சினிமா உருவாக்கும் ஒரு காலத்தில், இந்த முப்பரிமாணத்தை பார்வையாளர்கள் நேரடியாக உணரமுடிகிறது. கடந்தகாலம், நிகழ்காலம், எதிர்காலம் எல்லாம் சினிமாவின் வழியாக ஒரு அனுபவமாக பார்வையாளருக்கு மாற்றப்படுகிறது. எனவே சினிமா தரும் அனுபவம் பிம்பங்களாக உள்வாங்கப்படும் ஒன்று. வலிமையான மாற்று பிம்பங்களை உருவாக்கும் சினிமாக்கள் பல்-சாத்தியங்களை தருவதாக, புதியதொரு சமூகத்தை அதற்கான உலகத்தை திறந்துகாட்டுவதாக அமைகிறது.

பகுதி – 2 சினிமா எனும் புதிய வடிவம் நோக்கிய மலையாள சினிமா

புதிய தலைமுறை இயக்குநர்கள், தொழில்நுட்ப கலைஞர்கள், புதிய நடிகர், நடிகைகள் என பழைய கிளாசிக் சினிமா எனப்படும் செவ்வியல் சினிமாவிலிருந்து விலகி கடந்த 10ஆண்டுகளுக்கும் மேலாக தமிழ் திரைப்பட பிரமாண்டங்களால் மிரண்டுபோன மலையாளப் படங்களில் புதியதொரு விழிப்புகொள்ளல் நடந்திருப்பதையே இப்படங்கள் வெளிப்படுத்துகின்றன. இதனை கேரள சினிமாவின் நவீனத்துவத் திருப்பம் என்று சொல்லலாம். கேரள நிலப்பரப்பின் நகர்ப்புறம் என்கிற திணை முற்றிலும் நவீனத்துவம் அடைந்திருப்பதை இப்படங்கள் பதிய வைக்கின்றன. பொதுவுடமை அரசியல் இயக்கங்களால் கட்டமைக்கப்பட்ட சமூக யதார்த்தத்தை இன்றைய கேரளம் மீறியிருப்பதையும், கம்யூனிஸ இயக்கங்களே ஓர் அதிகார அமைப்பாக மாறியிருப்பதையும் சொல்கின்றன. மலையாள கலாச்சார சினிமாவிலிருந்து உலகமய சினிமா நோக்கிய பொதுப் பார்வையாளர்களை ஈர்க்கத்துவங்கி உள்ளன.

இப்படங்கள் அனைத்தும் 2011-2013 இடைப்பட்ட இரண்டு ஆண்டுகளுக்குள் வந்தவை. 1990-களில் அறிமுகமான உலகமயமாதலில் ஏற்பட்ட பண்பாட்டு மாற்றம், பொருளியல் தளத்தில் உருவான மேட்டிமையான வாழ்க்கை, நுகர்வுப் பண்பாட்டின் ஆதிக்கம் மிகுந்து நகர்மயமாதல், புதிய அரசியல் எழுச்சியாக மேலெழும்பிவரும் வலதுசாரி மதவாதம் ஆகியவற்றின் வலைப்பின்னலுக்குள் உருவான ஒரு புதிய தலைமுறையினரால் இப்படங்கள் அவற்றிற்கான பதிவாகவும், வினையாகவும், எதிர்வினையாகவும் வெளிப்பட்டு உள்ளன. இவை மேற்சொன்ன அரசியல் கருத்தாக்கங்களை நேரடியாக முன்வைக்கவில்லை என்றாலும், அவற்றிற்குள் இத்தகைய போக்குகளின் ஓட்டத்தைப் பார்க்கமுடிகிறது.

குடும்பம் என்ற வடிவம் தனது நிறுவன அமைப்பிலிருந்து வெளியேறி, கள்ளமும், காதலுமாக மீறிச் செல்வதைக் காட்சிப்படுத்துகின்றன. 2007-ல் வெளிவந்த சியாம்பிரசாத்தின் ‘ஒரே கடல்’ படத்திலும் இந்த முறைமீறல்தான் மையக் கதையாடலாக இருந்தது. ஒரு வங்கமொழி நாவலைத் தழுவி எடுக்கப்பட்ட படம் அது. அப்படம் குற்ற உணர்வின் ஆழ்மன மொழிப்பதற்றத்தை கடலின் அமைதியான மேற்பரப்பிற்குள்

குமுறும் அலைகளின் பிம்பமாகக் காட்டியது. கடல் மலையாள சினிமாவின் பின்புலமாக அமைந்திருப்பது கவனிக்க வேண்டிய ஒரு முக்கிய அம்சம். பெரும்பாலான படங்கள் கடல் என்ற பெரிய நிலப்பரப்பைச் சுற்றியும், அதைக் காட்சிப்படுத்தியுமே அமைந்துள்ளன. கடல் கேரள சினிமாவின் ஒரு அழிக்கமுடியாத திணைப்புலமாக உள்ளது. ஆனாலும் அப்படத்தில் ஒரு குடும்ப நிறுவனத்தின் கலாச்சாரக் குரலின் முணுமுணுப்பும், கண்டனமும் குற்ற உணர்வின் வடிவமாக கடலலைப்போல வந்து வந்து போகும். ஆனால், சமீபத்திய மேற்குறிப்பிட்ட படங்கள் அத்தகைய குற்ற உணர்வு என்பது பற்றிய எந்த சுவடும் இல்லாமல்,அதை ஒருவகை விளையாட்டாக, ஒரு புதிய குரலாக வெளிப்படுத்தி உள்ளது என்பதே முக்கியம். தொடர்ந்து இப்படங்களில் ஒரு கலாச்சாரம் மீறிய நவீனக்குரல் ஒன்று ஒலிப்பதைக் காண முடிகிறது. இக்குரல் ஓர் அவலநகை உணர்வின் அதிர்வைக் கொண்டதாக உள்ளது. சமூகத்தின் தனக்கான வேர்களற்று மேலே மிதந்து வரும் குரலாக உள்ளது.

கள்ளத்தின் குற்ற உணர்வை இலக்கியப் பேச்சாக பதிலீடு செய்தும், அதை ஆழ்தள உளவியலுக்கு உட்படுத்தியும் தாகூரின் சிறுகதை ‘சாருலதா’-வை (1964) படமாக்கிய சத்யஜித்ரேயின் வலிமையான பெண்பாத்திரம் கே. பி. வேணுவின் ‘ஆகஸ்ட் கிளப்’ (2013) என்கிற மலையாளப்படத்தில் வரும் சாவித்திரியில் பார்க்க முடியவில்லை. இப்படம் சதுரங்கம் என்கிற ஆட்டத்தை வைத்து உருவாகும் திருமணத்திற்குப் பிறகான ஒரு ஈர்ப்பைப் பற்றிப் பேசினாலும் குடும்பம் என்ற அமைப்பிற்குள் முடங்கிவிடும் கலாச்சாரக்குரலிற்குள் மடிந்துவிடுகிறது. சாருலதாவின் ஒரு நீர்க்கப்பட்ட சமீபத்திய மிகைநுகர்வு கலாச்சார பிம்ப வடிவமே ஆகஸ்ட் கிளப் சாவித்திரி. இதேகாலத்தில்தான் வி.கே. பிரகாசின் ‘திருவனந்தபுரம் லாட்ஜ்’ (2012) படத்தின் நாயகி த்வனி, ஆசிக் அபுவின் 22பிமேல் கோட்டயம் (2012) டெஸ்ஸா கே ஆப்ரஹாம் மற்றும் ஜுபைதா, அன்வர் ரசீதின் ‘உஸ்தாத் ஓட்டல்’ (2012) நாயகி ஸகானா போன்ற வலிமையான பெண் பாத்திரங்கள் கலாச்சாரத்தை மீறிய தங்களது குரலை ஒரு அபத்த நாடக வடிவிலாவது வெளிப்படுத்தும் பிம்பங்களைக் கொண்ட சினிமாக்கள் வருகிறது.

அருண் குமார் அரவிந்தின் ‘லெப்ட் ரைட் லெப்ட்’ கேரளபாணி கட்சி கம்யூனிஸம் பற்றிய பிம்பத்தைத் தகர்க்கிறது. அது ஒரு

சுரண்டல் அரசியல் அமைப்பாகிவிட்டதைச் சொல்லும் இப்படம், வழக்கமான படங்களைப்போல இல்லாமல் மூன்று தலைமுறைகளினூடாக கேரள-கட்சி-கம்யூனிஸம் என்ற அரசியல் பிம்பத்தை எடுத்துச்சென்று அதை அறுவைசிகிச்சை செய்து காட்டுகிறது. இப்படத்தின் கதை சொல்லுதல் முறை முற்றிலும் ஒரு புதியவகை எடுத்துரைப்பாக அமைந்து உள்ளது. மூன்று காலகட்டங்களில் மூன்று சிறுவர்கள் எப்படி சமூகவயமாகிறார்கள் என்கிற தலைமுறை சார்ந்த அரசியல் சமூகவியல் நடைமுறைகள்தான் இப்படத்தின் காட்சிகளாக கட்டமைக்கப்பட்டு உள்ளது. இம்மூவரும் சந்திக்கும் ஒரு சமூக அமைப்பின் பதற்றமும், மூர்க்கமும்தான் இப்படம். இன்றைய தலைமுறைக்குள் அந்த வன்முறை எப்படி செறிவடைந்து உள்ளது என்பதை, அரசியல் எப்படி வன்முறையை தனது ஆழ்தள அமைப்பாகக் கொண்டுள்ளது என்பதை விவரிக்கிறது. இடதுசாரி கம்யூனிஸவாதம் லெனின் என்ற பிம்பத்தை ஆதர்சமாகக் கொண்ட ஒரு தலைமுறையும், சேகுவேரா என்ற பிம்பத்தை ஆதர்சமாகக் கொண்ட அடுத்த தலைமுறையும் கடந்து, வெறும் மையமற்ற காரணமற்ற வன்முறை ஆயுதக் கலாச்சாரம் ஆகிவிட்டதையும் சொல்லும் படம். இந்தியாவில் கம்யூனிஸம் அதன் உயர்சாதி-நிலவுடமை அரசியல் ஆதிக்க தளகர்த்தர்களால் வணிகமயமாகி, நுகர்வுமய வன்முறைகளாக மாறியகதை.

உலகமயமாதலில் உருவாகி பெருகிவிட்ட ரியல்எஸ்டேட் வியாபாரத்தில் சிக்கிக் கொண்டுவிட்ட நகரங்களின் பழமையை அகற்ற முனையும் அரசின் கெடுபிடிக்கு ஆளாகி கடற்கரையில் அமைந்து உள்ள கொச்சினில் உள்ள ஒரு லாட்ஜ்தான் வி. கே. பிரகாஷின் 'திருவாண்ட்ரம் லாட்ஜ்' படத்தின் களம். ஒரு மாற்றுப் பண்பாட்டையும், மாற்றுப் பெண்மையையும் முன்வைக்கும் ஒரு நவீனத்துவக் கதையாடலாகவும் இப்படம் காட்சியாகிறது. ஒரு பெண் உயர்வர்க்க சீமான்களின் தாசியாக இருந்து அந்த வருமானத்தில் கட்டப்பட்ட லாட்ஜ். அதன் பழமைக்குள் சிக்கிக்கொண்டுவிட்ட காதல்கள், உடல்கள், உரசல்கள், இன்பங்கள், முணுமுணுப்புகள் அடர்ந்திருக்கும் அரை இருட்டில் உருவாக்கப்பட்ட காட்சிகள். அந்த லாட்ஜில் தங்கியிருப்பவர்கள் சுற்றிப் பின்னப்பட்ட கதையாடல். இசையும், காதலும், உடல்களும், என ஒருவகையான கீழ்மையின் அழகியலை முன்வைப்பது.

விஷுவல் நாவல் என்கிற புதியவகையான நாவலை எழுதவரும் நாயகி த்வனி, பெயருக்கு ஏற்ப படத்தின் தொனிப்பொருளாக வெளிப்படுகிறார். அவரது தோழியான ஜரினா என்ற பெண் தனது திருமண தேர்வு பற்றிச் சொல்லும் காரணங்கள் முக்கியமானவை. மனைவிகளின் காதல், குடும்ப இத்யாதிகளின் எந்த ஒரு அடர்வுமற்ற முற்றிலும் யதார்த்த வாழ்வு அடிப்படையிலான காரணங்கள். இருவருக்கும் இடையில் நிகழும் உரையாடல் குறிப்பாக பாலியல் சார்ந்தவை மிகவும் வெளிப்படையாக தற்போதைய கலாச்சாரத்தினை மீறியதாக, அதைப் பற்றி எந்த அக்கறையற்றதுமாக வெளிப்பட்டிருப்பதும், அது மிகவும் இயல்பான ஒரு நிலையாகவும் முன்வைக்கப்பட்டு உள்ளது. திருமண உறவு என்ற கசப்பிலிருந்து வெளியேறிய நாயகி, திருமணமாகாத ஆண்களோடு உறவு வைத்துக்கொள்ளும் விருப்பை வெளிப்படையாக அறிவிப்பதும், விடுதலை மட்டுமே தனக்கு தேவை என்று குடும்ப அமைப்பை விட்டு வெளியேறுவதும் என வலுவான சுயதேர்வு கொண்ட பெண்ணிய பாத்திரமாக முன்வைக்கப்பட்டுள்ளது.

அப்பெண் தனது முன்னாள் கணவனை பொறாமை கொள்ள வைக்க அழைத்து செல்லும் நாயகன், அவனது பின்புலம் எல்லாம், ஒரு அவலநகையின் நாடகமாகவே காட்சிப்படுத்தப்பட்டு உள்ளது. தாஜ்மஹால் போன்றொதொரு பிம்பத்தைக் கொண்ட அந்த லாட்ஜ் இசை, காதல், காமம், உடல், வேட்கை என்கிற வட்டத்திற்குள் சுற்றுவதும், இத்தகைய உணர்வுகளை பார்வையாளனுக்குள் பிம்ப மொழியாக விட்டுச்செல்லும் காட்சிகளையும் கொண்டபடம். குறிப்பாக 'ஃபார்ண்' எனப்படும் பாலியல் கதைகளை வாசிப்பதும், காம சாத்திரத்திலிருந்து பெண் உடல் வருணனைகளை விவரிப்பதும், படத்தின் உடல்-பாலியல் தளம் பற்றிய பல சுவடுகளைக் கொண்டு உள்ளது. காதலுக்கும், காமத்திற்கும் இடையில் தள்ளாடும் அந்த லாட்ஜின் பழமை ஒரு விடுதலை மறுக்கப்பட்ட பெண் பாலியல் பிம்பத்தைப் போல் காட்சிப்படுத்தப்பட்டு உள்ளது.

'22 பீமெல் கோட்டயம்' (2012) நர்ஸ்களாக உலகெங்கிலும் பரவியிருக்கும் கேரளப் பெண்கள் எதிர்கொள்ளும் பிரச்சனைகளில் ஒன்று. வெளிநாடு ஏற்றுவதாக சொல்லி உதவும் முகவர் ஒருவனால் ஏமாற்றப்பட்டு, பணக்காரன் ஒருவனின் பாலியல் வக்ரத்திற்கு பலியாகும் பெண் கதை. இது கோட்டயத்தில் நடந்த

உண்மைக் கதை என்பதாக துவங்கினாலும், எண்ணற்ற படங்கள் இக்கதைக்கருவில் இந்தியா முழுவதிலும் எடுக்கப்பட்ட தேய்வழக்கு (கிளிஷே) கதைதான். ஆனால், படத்தின் ஒளி-ஒலி ஏற்படுத்தும் காட்சியமைப்புகளும் பின்னணியும் படம் தரும் முதல்பாதி அழகுணர்ச்சி குறிப்பாக அலைபேசியின் குறுஞ்செய்தி பரிமாற்றம் நகரத்தின் அரை இருட்டில் கடந்து வரும் காட்சி நிச்சயமாக இன்றைய இளந்தலைமுறை பற்றிய ஒரு ஒளி-ஒலிப் பிம்பப்பதிவு.

இதைத் தவிர்த்து படத்தில் முக்கியமான கதாபாத்திரம் சிறையில் உள்ள சுபைதா. அவர்கூறும் “பெண் பிறக்கும்போது ஒரு அதிகபட்ச ஆயுதத்துடன் பிறக்கிறாள். சிலநேரம் வரமாகவும், சிலநேரம் அது சாபமாகவும் இருக்கிறது.” என்ற வசனம் முக்கியமானது. அந்த ஆயுதம்தான் பெண்ணின் உடல். சிதைக்கப்பட்ட அந்த உடலைக் கொண்டே அதிகாரத்தை அறுத்தெறிகிறாள் டெஸா. தன் சிதைவுக்கு காரணமாக இருந்த ஆண் என்கிற திமிர் செறிந்த அந்த குறியை காயடித்துவிடுகிறாள். இது ஒருவகை பொதுப்புத்தி சார்ந்த தண்டனை மனோபாவத்தின் பிரதிபலிப்பு என்பதால் அது ஒரு விருப்பு-நிறைவேற்றமாக உள்ளதே தவிர குறிப்பான பாதிப்பை உருவாக்குவதாக இல்லை. ஜப்பானிய இயக்குநரான நஜிஷா ஒஸிமாவின் ‘ரியலம் ஆஃப் சென்ஸ்’ என்ற படம் உண்மைக் கதையை அடிப்படையாகக் கொண்டிருந்தாலும், அதில் வெட்டப்படும் ஆண்குறி உடலின், காதலின் வேட்கை சார்ந்த பொருளைத் தந்தது என்றால், இதில் அதிகாரத்தை வெட்டி எறிவதான பொருளில் காட்சிப்படுத்தப்பட்டு உள்ளது.

இதே போன்றதொரு கதைக்கருவே வி.கே. பிரகாசின் ‘தாங்க்-யு’ (2013) என்ற படமும். பெண்கள்மீது நடத்தப்படும் பாலியல் வன்கொடுமைக்கு எதிரான ஹீரோயிசப்படம். இதில் தனது மனைவியை இழந்த பாதிக்கப்பட்ட ஒரு அமெரிக்க ரிட்டர்ன் பழிவாங்குகிறான். பாலியல் பலாத்காரத்தை எதிர்கொள்ளும் ஹீரோ பாணி சமூக மனசாட்சியின் பொதுப்புத்திசார்ந்த உணர்வைப் பிரதிபலிப்பதும், அதை ‘வெட்னெஸ்டே’ படம்போன்று அம்பலப்படுத்துவதற்கு பயன்படுத்துவதும். இதுவும் வழக்கமான தேய்வழக்கைக் கொண்ட படமே. ஒரு சாமான்யன் தனது சில நண்பர்கள் உதவியுடன் இந்த பழிவாங்கல்களைச் செய்வதும், மக்களை எழுச்சி கொள்ளச்

செய்வதும். இந்த இரண்டு படத்தையும் ஒப்பிட்டால், சினிமாவின் அடிப்படையான ஒலி-ஒளி வடிவத்தில் '22 பீமேல் கோட்டய'த்தின் முன் இப்படம் ஏதுமற்றிருப்பதைக் காணலாம். ஒரு குறிப்பிட்ட சமூகப் பிரச்சனையைப் பற்றிய படம் என்ற ரீதியில் வெளிப்படும் இப்படம் அதிகாரத்தை எதிர்க்க முடியாத ஒரு சாமான்யனின் பகற்கனவே. அப்பகற்கனவே இதில் சினிமாவாக விரிகிறது அதன் அனைத்து மெலோடிராமாக்களுடன். இந்த டிராமா ஒரு எதிர்ப்பு உணர்வை ஏற்படுத்துகிறது குறைந்தபட்சம் பார்வையாளனின் கற்பனையில் அல்லது அவனது எதிர்ப்புணர்விற்கு தீனி போடுகிறது. இதுவும் ஒரு விருப்பு-நிறைவேற்ற பிம்பமாகவே மிஞ்சுகிறது.

அன்வர் ரஷீத்தின் 'உஸ்தாத் ஓட்டல்' (2012) கேரளா பற்றிய அந்நிய மாநிலங்களின் பிம்பமான 'நாயர் டீக்கடை' பற்றிய ஒரு நவீனத்துவக் கதையாடலாக வளர்கிறது. இதிலும் மூன்று தலைமுறைக் கதைகள் ஒரே கதையாடலாக பிணைக்கப்பட்டு உள்ளது. தொடர்ந்து பெண் குழந்தை பிறப்பதால் வறுமையை நீக்க துபாய் செல்லும் ஒரு தொழிலாளி. அவனது தந்தை தனது ஓட்டலைக் கைவிட்டு துபாய் சென்றதால் வைராக்கியமாக கோழிக்கோடு கடற்கரையில் நடத்தும் ஓட்டலே உஸ்தாத் ஓட்டல். மகனின் செல்வத்தில் எதையும் பெறாமல் தனியாக தனது தொழிலாளிகளுடன் கடற்கரையில் தனது தொழிலைத் தொடர்கிறார். மூன்றாவது தலைமுறையான மகன் ஸ்விட்சர்லாந்த் சென்று அங்கு தன்னை வெளிநாட்டில் பெரிய படிப்பு படிக்க அனுப்பிய தந்தையின் விருப்பத்திற்கு எதிராக ஹோட்டல் மானேஜ்மெண்ட் படிப்பதாகச் சொல்லி ரகசியமாக 'செஃப்' எனப்படும் சமையல்கலை படித்து வருகிறான். தந்தைக்கும் மகனுக்கும் இடையிலான இந்த முரணில், மகன் தந்தையைவிட்டு தனது தாத்தாவிடம் சென்றுவிடுகிறான்.

தாத்தாவின் உஸ்தாத் ஓட்டலில் ஒரு சாதாரண சமையல்காரனாக பணியை துவங்குகிறான். பிறகு அங்கு வரும் நட்சத்திர ஓட்டல், தனது விரிவாக்கத்திற்காக அந்த உஸ்தாத் ஓட்டலின் இடத்தை அரசுஅதிகாரிகள் உதவி கொண்டு அபகரிக்க முயல்கிறது. அதனால் ஏற்படும் பாதிப்புகள் என்பதாக தொடரும் கதையில், பசி என்பதை போக்கும் அறமாக இல்லாமல் ஓட்டல் தொழில் என்பது உலகமயத்தில் ஒரு நுகர்வின் பாஷனாக மாறியிருப்பதைப் பதியவைக்கிறது இப்படம். உலக பகாசுர கார்ப்பரேட் நிறுவனங்கள்

எப்படி உள்ளூர் தொழில்களை அழிக்கிறது என்பதும் இதில் ஒரு சரடு. மற்றொரு சரடு மதுரையில் ஏழைகளுக்கு உணவளிப்பதை தனது லட்சியமாக கொண்ட ஒரு படித்த அரசு ஐஏஸ் அதிகாரி தனது வேலையை விட்டுவிட்டு அந்த உணவளிக்கும் அறப்பணியைச் செய்வதைத் தனது லட்சியமாகக் கொண்டு இயங்குகிறார். அவருக்கு இந்த உஸ்தாத் ஓட்டலின் வருமானத்தில் ஒரு பகுதியை தவறாமல் அனுப்பி வைக்கிறார் தாத்தா கரீம்.

படத்தின் இன்னொரு முக்கிய சரடு இஸ்லாமிய மதத்தின் இரண்டு போக்குகளை பிரதிநிதியாக்கும் பாத்திரப் படைப்புகள். சுன்னத்துல் முஸ்லிம்களுக்கும், சூஃபி முஸ்லிம்களுக்கும் இடையிலான ஒரு உரையாடல் படத்தின் ஆழ்தள அமைப்பில் நிகழ்கிறது. தாத்தா கரீம் சூஃபியாகவும், மகன் ரசாக் ஒரு பழமைவாத முஸ்லிமாகவும் இருக்க, புதிய தலைமுறையான பயீஸ் மற்றும் சகானா சூஃபி வழக்கை ஏற்கும் விடுதலை உணர்வு கொண்டவர்களாக உள்ளனர். அதாவது லௌகீக இஸ்லாமிற்கும், ஆன்மீக இஸ்லாமிற்கும் இடையிலான ஒரு உரையாடலின் பிம்ப மொழியே இப்படம். கடற்கரய் அதில் உள்ள உஸ்தாத் ஓட்டல், கரீம் அவரது கனவுகள், ஸகானாவின் இசை ஆர்வம், பயீஸின் பழமை ஏக்கம், கரீமின் காதல், தொழுகை உள்ளிட்ட சடங்குகள் என இந்த பிம்பமொழி தொடர்கிறது. மலையாளத்தின் சிறந்த நடிகர்களில் ஒருவரான திலகனின் கடைசிப்படம் என்பது குறிப்பிடத்தக்கது.

நாசர் கெமீயர் எடுத்த துனீசிய படமான ‘பாப் அசீஸ்’ (2005) சூஃபியிசத்தை ஒரு பிம்பமாக மாற்றி நமக்குள் இறங்கச் செய்யும் அற்புத ஆன்மீக பாதிப்பைத் தரக்கூடியது. அப்படத்தின் அளவிற்கு இல்லாவிடிலும், இந்திய சூஃபியிசத்தின் சில கூறுகளை பிம்பமாகக் காட்டிச் செல்கிறது இப்படம். இப்படத்தின் அடிப்படை பிம்பமொழி பசி, உணவு, ஆன்மா, பேரின்பம் என்பதாக விரிந்து செல்கிறது. தனது ஆன்மாவை தேடிச் செல்லும் ஒரு இஸ்லாமிய படித்த நாகரிகமான உலகமய இளைஞன் அதை கண்டடைவது அடுத்தவரின் பசிப்பிணி போக்குதலே என்பதைச் சொல்கிறது. பசியால் தவிக்கும் ஏழையின் வயிற்றில்தான் ஒருவனது உள்ளுக்குள் தேடும் ஆன்மா உள்ளது என்கிற புறவய யதார்த்தமே இப்படத்தின் அறம் எனலாம். அதாவது ஃபக்கீராதல் என்கிற சூஃபி நிலையே இப்படத்தில் வரும் கறீம் பாத்திரத்தின் பிம்பம்.

ஆசிக் அபுவின் "ஒரு தோசா உண்டாக்கிய கதா"-வான 'சால்ட் அண்ட் பெப்பர்' (2013) திரைக்கதை வடிவில் ஒரு குறிப்பிடத்தகுந்த படம். உணவை மையமாக வைத்து எடுக்கப்பட்ட இப்படத்தில் முதிர்ந்த வயதின் அந்திமந்தாரைக் காதலும், இளந்தலை முறையின் அல்லிமலர்க் காதலும் குறுக்கும் மறுக்குமாக ஓடும் ஒரு அணிவரிசையை அமைத்துக்காட்டும் படம். உணவு என்பதில் உள்ள நினைவுகள், அது தரும் உடல் விழிப்பு கொள்ளுதல், அதனால் உள்ளம் ஒருவித பரவசத்தில் ஆழ்தல் என்பதுவே இப்படத்தின் உள்சட்டகம். உணவும் உடலும் உருவாக்கும் காதல்.

உஸ்தாத் ஓட்டல் உணவைப் பசி என்கிற இயல்புணர்வின் வேட்கை நிறைவு பிம்பமாகக் காட்டியது என்றால், இப்படம் காமம் அல்லது காதல் என்கிற உடல்சார் இயல்புணர்வின் விருப்ப நிறைவு பிம்பமாக காட்டியுள்ளது. உணவின் ஆட்கொல் உணர்சிதைவை (அப்சசிவ் டிஸ்ஸாடர்) காதல் என்பதன் வழியாக நிறைவடையச் செய்கிறது. படத்தின் எல்லா பாத்திரங்களும் உணவோடும், உணர்வோடும் கொள்ளும் உறவுகள் தொடர்ந்து திரைக்கதையினூடாக காட்சியாகிக் கொண்டே உள்ளது. ஒவ்வொரு பாத்திரமும் உணவோடு இணைந்தே காதல் உணர்வு கொள்வதாக காட்சிப்படுத்தப்பட்டிருக்கிறது. உணவு உடலாக பதிலீடாகிறது.

இடையில் சிலசில கிளைக்கதைகளாக, மூப்பனை அழைத்து வந்து வைத்துக் கொள்வதும், இரண்டாம் உலகப்போரில் கலந்துகொண்ட ஒரு ராணுவ வீரனை எதிர்பார்த்துக் காத்திருந்த காதலி செய்யும் ஜோன்ஸ் ரெயின்போ கேக் காட்சிகள் இப்படி உறவற்ற தொடர் காட்சிகள் மூலம் சினிமாவின் கதை என்பதே காணுதலின் உறவுகொள்தலில் உருவாகும் பிம்பங்களின் நகர்ச்சியும் தொடர்ச்சியும் ஏற்படுத்தும் உணர்வு என்பதைச் சொல்வதாக அமைக்கப்பட்டுள்ளது. படத்தின் கதை மிகவும் சாதாரணமாக தமிழில் அதிகம் பழகிய தவறான போன்காலால் உருவாகும் காணாக்காதல் கதைதான். படத்தின் முக்கியமான நோக்க வாசகம் பள்ளியில் உணவுச்சங்கிலி பற்றிய ஆசிரியரின் விளக்கத்திற்கு நாயகன் சிறுவனாக சொல்லும் எதிர்விளக்கம்தான். உயிர் வாழத்தான் உணவு தேவை என்பதற்கு எதிராக உணவு உண்ணத்தான் உயிர் என்று சொல்லும் விளக்கம் முக்கியமான எதிர்-தத்துவச் சொல்லாடலாக விரிவடைகிறது படத்தில். உணவு உயிர்வாழ்தலின் முக்கியம் என்பது உயிர்வாழ்வதே உணவிற்குதான் என்று தலைகீழாகும்போது வாழ்தலின் பொருள் மாறிப்போகிறது. படம் உயிரின் இடத்தில் உணவை மாற்றிவைக்கிறது.

ஜாய் மாத்தியுவின் “ஷட்டர்” (2013) செல்லுலாய்டில் ஒரு கவித்துவ வன்முறை என்று அதன் இயக்குநரால் வர்ணிக்கப்பட்ட ஒருபடம். வளைகுடாவில் இருந்து வரும் ஒருவனின் உளவியலில் பெண் உடலும், மதுவும் செலுத்தும் ஆதிக்கம் எப்படி ஒரு பெரும் நெருக்கடிக்கு அவனை ஆளாக்குகிறது என்பதுதான். ஷட்டருக்குள் இருப்பது சுதந்திரமும், உடல் தேவைகளின் வெளிப்படையான நுகர்வும், மறுக்கப்பட்ட ஒரு நிலவெளி. அதாவது வளைகுடாவின் ஒரு குறியீட்டு பிம்பமே அப்படத்தில் அவன் அடைபடும் அறை. உள்ளிருப்பதை தீர்மானிப்பது வெளியில் இருக்கும் ஒன்றே. ஷட்டருக்கு உள்ளும் வெளியும் இரண்டு உலகங்கள் இயங்குகின்றன. ஷட்டருக்குள் அடைபட்டவன் எப்படி சுதந்திரம் கிட்டியும் அனுபவிக்க முடியாதபடி அலுத்துப் போவதும், வாழ்வின் கலாச்சார அச்சுறுத்தல், கண்காணிப்பு என்பதே படத்தின் அடிப்படையான பிம்பமொழி எனலாம். ஷட்டர் என்பது அடைக்கப்பட்ட ஒரு விடுதலை வெளி என்றாலும், அதனுள்ளும் உடலும், மனமும் கலாச்சாரத்தால் வழிநடத்தப்படுகிறது. கடவுளின் கண்காணிப்பு வேறொன்றுமில்லை சமூக ஆதிக்கக் கலாச்சாரமே என்பதை பிம்பம்நிலைப்படுத்துவதே இப்படத்தின் குவிமையம். இதில் வரும் பாலியல் தொழிலாளி முக்கியமான ஒரு கதாபாத்திரம். மிகவும் விடுதலை உணர்வுடன் செயல்படும் ஒரு பாத்திரம். பெண்விடுதலை குறித்த சமூகபிம்பமாக காட்சியாகும் பெண்.

குற்றஉணர்வு ஒரு சிறையாக மாறிவிடுவதை முழுக்க பிம்பமாக மாற்றுவதே இப்படம். குற்றத்தைத் தூண்டும் கலாச்சாரம், அக்குற்றத்தைச் செய்யும் வெளிகளை எப்படிக் கண்காணிக்கிறது என்பதைத் தொடர்ந்து நிகழும் எதேச்சையான சம்பவங்கள் வழியாக விவரிக்கிறது. சினிமா எப்படி வியாபாரமயமாகிவிட்டது என்பதை விமர்சிக்கும் இடையீடுகளும் வந்துபோகிறது. காணாமல் போன தனது திரைக்கதையைத் தேடும் இயக்குநர் அத்திரைக்கதையை தனது காதலிபோன்ற மையல் கொண்ட பாலியல் தொழிலாளியான பெண்ணிடம் பெறுவதோடு படம் முடிகிறது. அத்திரைக்கதை காணாமல் போய் ஆட்டோ டிரைவரால் ஷட்டருக்குள் சிக்கி, அங்கிருந்த பாலியல் தொழிலாளிமூலம், திரும்ப எழுதியவனிடமே போய் சேருகிறது. படத்தின் மையப்பாத்திரம் இந்த திரைக்கதையே. காணாமல் போன கதை ஒரு புதிய கதையைக் கொண்டுவந்து சேர்க்கிறது மற்றொரு படமாக அப்படத்தின் தலைப்பே ‘ஷட்டர்’.

இதில் ஷட்டர் என்பது ஒரு கலாச்சாரத் தடைச்சுவர். அதை எளிமையாக நம்மால் தூக்கிவிட்டு திறந்த வெளியாக சமூகத்தை படைத்துவிடமுடியும். ஆனாலும், அப்படி ஒரு சமூகத்தைப் படைக்க முடியாத தடையாக நாமே நமது குற்றத்தை மறைக்க அதை மற்றொருவரைக் கொண்டு பூட்டிக் கொள்கிறோம். சமூகக்கலாச்சாரமே கண்காணிப்பு எந்திரமாக படத்தின் காட்சிகளாக பிம்பப்படுத்தப்படுகிறது. பாப்லோ நெருடாவின் "*Tonight I can write the saddest lines.*" என்ற கவிதையைப் பாடலாக்கிக் காட்சிப்படுத்தியிருக்கும் விதம் அருமை.

"ஹனி பீ" நடிகரும், திரைக்கதையாசிரியரும், தயாரிப்பாளரும், இயக்குநருமான லாலின் மகன் ஜூனியர் லாலால் எடுக்கப்பட்ட மலையாளப்படம். வழக்கமான தமிழில் வந்த "காதல்" படக்கதை போன்ற வீட்டைவிட்டு தப்பிச்செல்லும் காதல் ஜோடி, தப்பிப் பிழைப்பதற்கான யத்தனம்தான் என்றாலும், அது சொல்லப்பட்ட விதம் சூழல் முற்றிலும் மாறானது. கதையின் போக்கிலும், ஒரே சோகம் என்பதாக இல்லாமல் ஒரு விளையாட்டைப் போன்று எடுக்கப்பட்ட படம். ஆனால், காதல் என்பதை ஒரு புனித, மனிதர் உணர்ந்துகொள்ள முடியாத தெய்வாம்சம் என்பதுபோன்ற சாராம்சவாதக் கருத்தாக்கத்திலிருந்து கழற்றிவிட்டு, காதலை ஒரு விபத்தாக, விளையாட்டாக, போதையின் முக்தியாக மாற்றிக் காட்டியிருப்பதும், காதல் ஒரு வேண்டப்படாத உணர்வாக, தவிர்க்கமுடியாத யதேச்சை இணைப்பாகக் காட்டியிருப்பது முக்கியமானது. காதல் பற்றிய பழகிய பிம்பங்களை மாற்றியமைத்து காதல் ஒரு விபத்தின் வேண்டப்படாத விருப்பாக மாறியிருப்பதைப் பிம்பமாக்குகிறது இப்படம். காதலின் காவியத்தன்மையைக் கழற்றிவிட்டுவிட்டு, காதலை ஒரு விளையாட்டின் விபரீதமான பிம்பமாக மாற்றி வைக்கிறது.

அன்வர் ரஷித், அமல் நீராத், ஆஷிக் அபு, ஷமிர் தாஹிர் மற்றும் சிஜீ காலித் என்ற ஐந்து இயக்குநர்களின் மாறுபட்ட கதைசொல்லல் மற்றும் பிம்பமொழியால் உருவாக்கப்பட்ட ஐந்து வேறுவேறு கதைகளே 5 சுந்தரிகள். பெண் என்ற பிம்பத்தின் ஐந்து வகைமாதிரிகளை முன்வைக்கும் இப்படம், பெண் என்கிற உடலின் பலவகையான ஆணிய நோக்குதல்களின் பிம்பவெளியை வெளிப்படுத்துகிறது.

சீதாலஷ்மி என்ற முதல்கதையில் ஒரு சிறுபெண்ணின்

புகைப்பட சேகரிப்பு ஆசை வளர்ந்து அச்சிறுமியை தனது இச்சைக்கு பயன்படுத்திக் கொள்ளும் ஒரு புகைப்படக்காரன். இது ஒருவகை பிம்பங்கள்மீதான வேட்கையால் சினிமா என்கிற சாதனத்திற்குள் நுழைந்து பலியாகும் எண்ணற்ற கிராமிய "சினிமாவிற்கு போன சித்தாளுகள்" பற்றிய ஒரு சொல்லாடல். சினிமா தற்பிம்ப வேட்கையின் ஆழ்மனக்கூறை எப்படி சிறுமியின் வயதில் கட்டமைக்கிறது என்பதும், அதுவே வாழ்வை வேட்டையாடி விடுவதையும் சொல்லும் கதை. சினிமா இந்தியாவில் எப்படி சமூகவயமாகிறது பெண்ணுடலின் பிம்பவேட்கை என்கிற ஆணிய நோக்குதலாக என்பதைச் சொல்லும் கதையாடல். இதில் இயங்கும் பிம்பமொழி சினிமா என்ற பிம்ப வேட்கைதான்.

அடுத்தகதையில் வரும் ஈசா என்கிற பெண், ஒரு கலைப்படத்தை திருடும் கதை. இது மிகவும் நேர்த்தியாக படம் ஆக்கப்பட்டிருந்தாலும், இரவு என்பது, குறிப்பாக புத்தாண்டு இரவு என்பது ஏற்படுத்தும் கிளர்ச்சியும், கள்ளமும் இணைந்த ஒரு இரவின் பிம்பமே இக்கதை. கிம்கிடுக்கின் '3-அயான்' சாயலைக்கொண்டு எடுக்கப்பட்ட படம் என்றாலும், பெண்ணின் அறிவை ஆணின் அறிவிற்கு மேலாக வைத்துப் பேசும் படம். இதில் ஆண் என்பவன் ஒரு பெண்ணின் புதிர்மைக்கான விடைதேடும் நபராக மட்டுமே மிஞ்சுகிறான்.

இதன் ஒரு விரிவான வடிவமாக "ஆமி" என்ற இறுதிப் படத்தில் கதையும், விடுகதையும் இரவு என்கிற மிகவும் இறுக்கமான வாழ்வா? சாவா? போராட்டத்திற்கு இடையில் ஆயிரத்தொரு இரவு ஷகர்சாதிப்போன்ற கதைக்குரலில் நகரும் கதை. இங்கு குரலே ஒரு பிம்பத்திற்கான சாத்தியங்களை எடுத்திருக்கிறது. கதையில் விடுகதைக்கான விடைகள் ஒவ்வொரு காட்சியாக மாறுவது, கதை என்பதின் முடிச்சுகளை இவ்வுலகப்பரப்பில் அறியமுடியாது கிடக்கும் சிக்கல்களாகவும், ஒரு குறிப்பிட்ட தருணத்தில் அவிழும் விடையாகவும் வெளிப்படுத்தும் படம். இதில் வரும் இரவு என்ற பிம்பம் இரண்டாம் கதையில் வரும் இரவு பிம்பத்துடன் ஒப்பிட்டால், இரவு ஏற்படுத்தும் ஒரு பன்மையான உணர்வை அறிந்து கொள்ளமுடியும்.

நான்காவது கதையிலும் விளையாட்டு ஒரு தற்கொலைவரை கொண்டு செல்வதைச் சொல்கிறது. ஐந்தாவது கதையான

குள்ளனின் பாரியாள் கதைமட்டுமே ஒரு வழக்கமான சினிமாவாக இருந்தாலும், அதில் உடற் பொருத்தம் என்பது சமூகம் தனது பொதுமனப் பொறாமையின் வழியாக வெளிப்படுத்துவது காட்சியாக்கப்படுகிறது. மனைவி இறந்த பின்னும் அவளுக்கும், அவள் பெற்று தந்த குழந்தைக்கும் குடைபிடித்து செல்லும், அவனின் வலதுபுற மனைவி அற்ற சூன்யம் ஒரு ஆகிருதியான பெண்மீது பலவீனமானதாக்கப்பட்ட மனைவிகள் உலகம் ஏற்படுத்தும் தாக்குதல் என்பதைச் சொல்லும் இறுதிக்காட்சியுடன் முடிகிறது இக்கதை. ஒரு நீண்டகதையின் காட்சிகளில் பயணிக்காமல் வெவ்வேறு கதைப்பரப்புகளில், பெண்ணை மையமாகக் கொண்டு சொல்லப்பட்ட இக்கதைகள் முற்றிலும் ஒரு புதிய முயற்சி. இன்று பெண்ணியமாக அறியப்பட்டிருக்கும் சிந்தனைகளை முன்வைத்து பெண்ணியப் பிரச்சனையைப் பேசும் ஒரு முக்கியப்படம்.

இப்படங்களின் பிம்ப மொழியைத் தொகுத்துப் பார்த்தால், 'திருவாண்ட்ரம் லாட்ஜ்' போன்றதொரு பட நாயகி முற்றிலும் உலகமயத்தின் பெண் பிம்ப விளைவு என்றாலும், ஒரு பெண் விடுதலைக்குரலை பதிய வைக்கும் பெண்ணியம் என்ற பிம்பத்தில் மற்றொரு புதிய அடர்த்தியைக் கூட்டுகிறார். 'ரெப்ட் ரைட் லெப்ட' கம்யூனிசத்தை விமர்சித்தபோதிலும், அது ஒருவித வலதுசாரி விமர்சனப்போக்கிற்கான பதிவைத் தரும் ஆபத்தைக் கொண்டிருக்கிறது. என்றாலும், கம்யூனிசம் என்று கேரளா உருவாக்கி உள்ள பிம்பத்தின் மீதான அரசியல் வெறுமையை வெளிப்படுத்தி அந்த பிம்பம் பற்றிய புதியதொரு பதிவை உருவாக்குகிறது. '22 பீமேல் கோட்டயம்', 'உஸ்தாத் ஓட்டல்' போன்ற படங்கள் நகர்மயமாதலும், உலகமயமாதலும் இணைந்து உருவான ஒரு பண்பாட்டை முன்வைத்து நகர்கிறது. இதில் வரும் இளந்தலைமுறை நாம் புரிந்துகொண்டுள்ள இளந்தலைமுறைகளின் பிம்பத்தை மாற்றியமைப்பதாக உள்ளது. தனது கட்டுப்பெட்டியான பழமைவாத இஸ்லாமியக் குடும்பத்திலிருந்து, மீறி சுவரேறிக் குதித்து டிஸ்கோ கிளப்பில் பாடும் பாடகியாக இரவு வாழ்வை நுகரும் 'உஸ்தாத் ஓட்டல்' ஸகானா இஸ்லாமியப் பெண் பிம்பம் குறித்து வரும் கட்டுப்பெட்டி கேள்விகளை உடைத்தெறியும் ஒரு நவீன பிம்பமாக வெளிப்படுகிறார். '22 பீமெல் கோட்டயத்தில்' தன்னுடலை சிதைத்து வாழ்வை, கனவை நசுக்கி தன்னை சிறைக்குள் செலுத்திய ஆணிய அதிகாரத்தை, தனது உடல்

கொண்டு காயடித்துவிடும் நாயகி, அவனைக் கொல்லமுடியாத தனது உண்மைக் காதலை வெளிப்படுத்துகிறாள். ஏற்கனவே தான் காதலித்து கைவிடப்பட்ட நிலையில் காதல் என்ற ஏக்கத்தின் விளைவாக தானழிவு நடந்ததையும் அதை மீட்பதையும் செய்யும் பெண்ணுடல் பிம்பமாக வெளிப்படுகிறாள்.

'ஹனி பீ' முற்றிலுமாக காதலை ஒரு மனநுகர்ச்சி சார்ந்த உணர்வாக மாற்றிக் காட்டுவதும்கூட உலகமயத்தில் உருவான மேலோட்டமான உணர்வைப் பிரதிசெய்வதாக உள்ளது. காதல் பற்றிய புனிதம் சார்ந்த தூய பிம்பங்களில், திடீரென உருவாகும் ஒரு விளையாட்டு உணர்வும், அதைத் தவிர்க்கமுடியாமல் பின்பற்ற வேண்டிய நிர்ப்பந்தமும் என்ற காதல் என்பதை ஒரு இறுக்கமற்ற விளையாட்டும் விபரீதமும் கொண்ட பிம்பமாக்கிக் காட்டுகிறது. தந்தையின் பெண்நுகர்வு மனோபாவத்தைப் புரிந்துகொண்டு தனது தலைமுறைக்கு அத்தகைய பாலீர்ப்பு இல்லை என்பதைச் சுட்டும் மகளின் எடுத்துரைப்போடு வந்துள்ள 'ஷட்டர்', தலைமுறைகளைப் புரிந்துகொள்ள நிர்ப்பந்திக்கிறது. மகள் என்ற பிம்பத்தின் தந்தை தலைமுறைசார்ந்த அச்சத்தை மாற்றி, தனது வெளிப்படையான நட்பின் மூலம் அச்சமற்ற உறவை உருவாக்கிக் காட்டும் மகள் என்ற புதிய பிம்பம். உணவு என்பது குறித்த ஒரு அசட்டையான வயிறு வளர்ப்பதற்கான சாதாரணமான ஒன்று என்கிற பிம்பத்தை, உணவு-காதல்-உடல் என்ற நினைவுகளின் இணைப்பின் அடியில், உயிர்வாழ் பிம்பமாகக் காட்சிப்படுத்துகிறது 'சால்ட் அண்ட் பெப்பர்'.

இப்படங்கள் வளைகுடா மற்றும் ஆங்கிலோ-அமெரிக்க பண்பாட்டின் ஒருவகை கலப்பான உலகமய பண்பாட்டிற்கு கேரளா மாறிச்சென்றிருப்பதை முன்வைக்கின்றன. இவைகள் கலைத்தரமானவை என்றோ முற்றிலும் வணிகமயமானவை என்றோ சொல்லிவிட முடியாது. ஒருவகையான மாற்றைப்பற்றி யோசிக்க வைக்கும் இணை சினிமாக்கள். சமூகத்தின் மாற்றத்தை அதன் அடியில் ஓடும் உணர்வு சலனத்தைப் பதியவைக்கும் படங்கள். இவை பார்வையாளருக்குள் உருவாக்கிப் பதியவைக்கும் பிம்பமொழி கேரள கலாச்சார வேர்களற்ற ஒரு புதிய உலகமய பிம்பங்களாக புதியதலைமுறை மாறிவருவதைப் பற்றியதாக இருப்பதே முக்கியம்.

மலையாளப் படங்களில் ஏற்பட்டுள்ள இந்த சமீபத்திய மாற்றம், முந்தைய செவ்வியல் வகை சினிமாவின்

உணர்வழுத்தங்களில் இருந்து விடுபட்டும், கலை சினிமாக்களில் உள்ள ஆன்மத் தேடல் என்ற அப்பாலை விசாரங்கள், மனித மன ஆழ்தள உளவியலின் சிக்கல்கள், மனிதனின் வாழ்வியல் நெருக்கடிகள் என்பதிலிருந்து விடுபட்டும், ஒரு புதியவகைமையை முன்வைப்பதாக உள்ளன. சினிமா என்பது யதார்த்தமும் அல்ல, நடப்பியலும் அல்ல, அது ஒருவகையான கதை சொல்லப்படும் காட்சியின் பிம்பமொழி. காலத்திலும், இடத்திலும் அசையும் பிம்பங்களின் மொழி என்பதை உணர்த்தும் வண்ணம், நடப்பியல் யதார்த்தம், கதையின் கற்பனைக் கட்டமைப்பு, பாத்திரங்களின் நவீன குணவார்ப்பு என முற்றிலும் புதிய ஒன்றாக வெளிப்பட்டு உள்ளது. வழக்கமான வியாபார மற்றும் வெகுஜன கலைவடிவங்கள் இல்லாத சினிமா எனும் புதிய வடிவம் பற்றிய தேடலுக்கான முயற்சியைக் கொண்டவையாக அமைந்துள்ளன இப்படங்கள்.

கலைப்படங்கள் தரும் அனுபவம் ஆன்மீகம் மற்றும் அழகியல் சார்ந்தது என்றால், இணைப்படங்கள் என்கிற வெகுஜன சினிமாவில் ஒரு மாற்று முயற்சியைச் செய்து பார்க்கும் மேற்சொன்ன மலையாளப்படங்கள் உருவாக்கிக் காட்டும் பிம்பங்கள் இயல்வாழ்வில் ஒரு மாற்று சாத்தியத்தை, சமூகத்தின் புதிய உலகு நோக்கிய சலனத்தை முன்வைக்கிறது. இப்படங்கள் பார்வையாளர்களால் புதிய பிம்பங்களாக உள்வாங்கும் சாத்தியத்தைக் கொண்டவை. அதாவது சினிமா என்ற பிம்பமொழியின் அடிப்படை அலகால் கட்டமைக்கப்பட்ட படங்கள். இப்படங்கள் பழகிய வாழ்தல் பற்றிய சில கேள்விகளை தத்துவ அளவில் இல்லை என்றாலும், ஒரு ஒத்துப்போகாத மனநிலையில் வெளிப்படுத்துவதாக உள்ளது. ஒரு புதிய கதை சொல்லுதல் வழியாக பார்வையாளரை இடைஞ்சல் படுத்துவதாக உள்ளது. இதன் பொருள் இவை சிறந்தவையாக கொண்டாடப்படுவதாகக் கொள்ள வேண்டியதில்லை. இவை ஒரு மாற்று முயற்சி என்றவகையில் சில பதிவுகளை உருவாக்குகிறது என்பதே முக்கியம்.

சினிமா பிம்பமொழி என்று மேலே நாம் விவரித்த கருத்தாக்கங்கள், சினிமாவோடு தொடர்புடைய உற்பத்தியாளர்கள், இயக்குநர்கள், பார்வையாளர்கள், விமர்சகர்கள் ஆகியோருக்கான ஓர் உரையாடலாக முன்வைக்கப்பட்டதே. இக்கோட்பாட்டை இந்த மலையாளப் படங்களோடு முற்றிலுமாகப் பொருத்திப் பார்க்கமுடியாது என்றாலும், இப்படியான ஒரு சிந்தனைத்

தூண்டலுக்கு அடிப்படையாக அமைந்து உள்ளது என்பதைப் பதியவைப்பது அவசியம்.

- (20-02-2014) நிழல்

பாலினமாதல், சொர்க்கம், நிறம், கனவு, விளையாட்டு: ஈரானிய திரைப்படங்களை முன்வைத்து.

ஈரானியக் கலைப்படங்களில் (இப்படி பிரிப்பதில் உடன்பாடில்லை என்றாலும்) சில்ரன்ஸ் ஆப் ஹெவன், கலர் ஆப் பாரடைஸ், ஆப்பிள், பாரன் மற்றும் அம்மாவின் விருந்தினன் ஆகியவை உலக அளவில் பேசப்பட்ட படங்கள். இப்படங்கள் எல்லாவற்றிலும் ஒரு பொதுத்தன்மை உண்டு. அவற்றில் முக்கிய பாத்திரங்கள் சிறுவர்கள் அல்லது சிறுமியர்கள். ஈரானியப் படங்கள் அழுத்தமாக வாழ்வை அதன் அவலத்தைச் சொல்லக் கூடியவை. ஈரானிய கலாசாரத் தனித் தன்மைகளையும் உலகு பற்றிய மனிதார்த்த சிந்தனைகளையும் உள்ளடக்கியவை. இப்படங்கள் குறித்த பரவலாக்கத்திற்கும் ஏற்படுத்தப்படும் விழிப்புணர்விற்கும் உலக அரசியல் போக்குகளுடன் உள்ள உறவு பிறிதொரு ஆய்விற்கு உரியது. சான்றாக, உலக அழகியாக இந்தியா குறிப்பாக ஆசிய-ஆப்பிரிக்கப் பெண்கள் தேர்ந்தெடுக்கப்பட்ட பிறகு அதன் தாக்கம் உள்ளூர் அழகிப் போட்டிகளாகவும், அழகு என்பதில் மஞ்சள், குங்குமம் என்கிற உள்ளூர் அழகியலை 'காஸ்மெட்டிக்ஸ்' கொண்டு மாற்றீடு செய்ததும், அந்த அழகுப்பொருள் வியாபாரம் பெருகியதும், இந்தப் படத்திலாவது தன்னுடன் நடிக்கமாட்டாரா என அறிக்கை

விட்டுத் 'தள்ளாத வயதிலும் பொல்லாத புலியென' காத்துக் கிடக்கும் ரஜினியின் 'பாலி-கோலி- ஹாலிவுட்' நாயகி ஐஸ்வர்யா ராய் கிடைத்ததும்தான் மிச்சம்.

குறிப்பாக 'பாரன்' சவூதி அரேபியாவில் உள்ள ஆப்கானிகளின் அனுபவத்துடன் ஒப்பிட வைத்த ஒன்று. ஆப்கானிய ஆண்கள் அகதியாகக் கார் கழுவுதல் துவங்கி செருப்பு தைத்தல் வரை, பெண்கள் சாலைகளில் பிளாஸ்டிக் பூ விற்பது, சிறுவர்கள் சூயிங்கம் விற்பது என பார்க்கவே மனம் சங்கடப்படும் காட்சிகள் அவை. சில ஆப்கானியர்கள் கார்ப்பெட் கடைகள் மற்றும் உணவுச்சாலைகள் வைத்து நடத்தியபோதிலும் பரவலாக அவர்களது நிலை பாரனில் வரும் அடையாள அட்டை இல்லாமல் பணிபுரியும் 'நித்தியக் கண்டம் நீண்ட ஆயுசு' சிக்கலுடன் உறவு கொண்டதே. அமெரிக்க-ரஷியப் பனிப்போரின் கோர முகத்தை அவர்களது கண்களில் வழியும் சோகம் சொல்லிக் கொண்டே இருக்கும். போதைப் பொருளாதாரத்தாலும், போர்ப் பதற்றங்களாலும் அரைப் பைத்திய நிலைக்கு ஆளான ஆப்கானியர்கள் ஏகாதிபத்தியத்தின் புவிசார் அரசியலின் கொடூரத்தைச் சொல்லிக்கொண்டே இருப்பார்கள். 'பாரன்' படம் போர் பற்றி நேரடியாகச் சொல்லாவிட்டாலும் போரின் வன்முறையை நமக்கு அற்புதமாக உணர்த்தி விடுகிறது.

'பாரன்' பாலினமாதல் என்கிற அரசியல் பிரச்சனையையும் முன் வைக்கும் ஒருபடம். அதேபோல் ஆப்கானியப்படமான 'ஒஸாமா'வும். இரண்டிற்கும் உள்ள ஒற்றுமை குடும்பத்தைக் காக்க ஆப்கானியச் சிறுமிகள் ஆண்வேடமிட்டு வேலைக்குச் செல்வது. ஏகாதிபத்திய வேட்டைக் காடுகளாக்கப்பட்ட காபுல் யுத்தத்தினால் பாதிக்கப்பட்டவர்களின் குடும்பங்கள் பற்றிய கதைகள். போர் நிகழும் காலங்களைவிட முடிந்த பிறகான காலங்களில் ஏற்படுத்தும் பாதிப்புகள்தான் அதிகம். பாரனில் ஆப்கான் எல்லையைத் தாண்டி ஈரானில் பணிபுரியும் போரினால் பாதிக்கப்பட்ட குடும்பத்தின் ஆப்கானியச் சிறுமி, 'ஒஸாமா'வில் அதே போரினால் பாதிக்கப்பட்டு ஆப்கானிற்குள்ளேயே பணிபுரியும் ஆப்கானியச் சிறுமி. இரண்டுமே இஸ்லாமிய நாட்டில் அதன் சமூகப் பின்னணியில் நடைபெறுகிறது.

இவை இரண்டிற்கும் இத்தாலிய இயக்குநர் பியார் பாவ்லோ பசோலினியின் '1001 அரேபிய இரவுகளி'-ல் வரும் ஒரு கிளைக்கதையான 'நூருல்தீன் ஜமாரூத் கதை'-க்கும் ஒரு

ஒற்றுமை உண்டு. அக்கதையில் ஜமாரூத் ஒரு அழகான அறிவுள்ள அடிமை. 'அரேபிய இரவுகளி'-ல் வரும் ஆண்களைவிட பெண்கள் அறிவாற்றலும் சாமர்த்தியமும் மிகுந்தவர்கள். பெண்ணரசியல் பேசும் கதைகள் அவை என்று கூறலாம். நூருல்தீன் என்கிற வேலையற்ற இளைஞன் மீதான கவர்ச்சி காரணமாக ஜமாரூத் தனது சம்பாத்தியத்தில் சேர்த்த பணத்தைத் தந்து தன்னையே ஏலத்தில் எடுக்கச் சொல்வாள். அந்த அடிமையின் அறிவாற்றலால் அவள் எஜமானன் அவள் விரும்பும் நபருக்கே தன்னை விற்றுக் கொள்ளும் உரிமையைக் கொடுத்திருப்பான். அவ்வூரின் வயதான செல்வந்தனிடம் ஏலத்தில் போக விரும்பாமல் நூருல்தீன் வழியாகத் தன்னையும் அவள் விடுதலை செய்துகொள்வாள். அந்தச் செல்வந்தனுக்கு நீலநிறக் கண்கொண்ட ஒரு 'கிறித்துவ' வேலையாள் (கதையில் இப்படித்தான் குறிக்கப்படுகிறது) இருப்பான். அவன் அவளைக் கடத்திச் சென்றுவிட, அவள் தப்பிச் செல்ல... ஆண்வேடமணிந்து அவள் ஒரு நகரை நோக்கிச் செல்ல, நகர்வாயிலில் காத்திருக்கும் அந்நகர் மக்கள் அவளை முடிசூட்டி அரசனாக ஆக்கிவிடுவார்கள். காரணம் அந்த நகரின் மன்னன் இறந்துவிட அந்நாட்டு வழக்கப்படி யார் வெளியிலிருந்து நகருக்கு முதலில் வருகிறார்களோ அவர்களே அந்த நாட்டின் இளவரசியையும் மணந்து அரசனாக வேண்டும். ஆண் வேடமணிந்த ஜமாரூத் அரசனாகிவிடுவாள். பெண்ணை ஆண் வேடமிட்ட பெண் மணந்து கொள்வது என்பதாகக் கதை போகும். இதனைப் பாலியல் புனைவு நுட்பத்துடன் அருமையான ஒரு செவ்வியல் படமாக எடுத்திருக்கிறார் இத்தாலிய இயக்குநர் பியார் பாவ்லோ பசோலினி. உடலரசியல் பற்றிய பல நுட்பமான கருத்தாக்கங்களைக் கொண்ட படங்களை எடுத்துள்ளவர். ஆக, இந்தக் கதையும் பாலினமாதல் அரசியலுடன் உறவுகொண்ட ஒரு கதை. இந்த 3 கதைகளிலும் பெண்கள், ஆண் உடையில் வந்து ஆணாக வாழ்கிறார்கள் தங்கள் இருத்தலுக்காக. இவை எல்லாம் இஸ்லாமிய கலாசாரத்திற்குள்தான் நடைபெறுகின்றன.

'The Colour of Paradise' 'Childern of Heaven' மூன்று நான்கு ஆண்டுகளுக்கு முன்பு பார்த்தது. சினிமாவிற்கும் நாவலுக்கும் இருக்கும் அடிப்படை வித்தியாசம் அக உலகை முன்வைப்பதில் உள்ள பிரச்சனைதான். நாவல் அக உலகைக் குரல்கள் அல்லது விவரணைகள் வழியாகச் சொல்லிவிடக்கூடிய சாத்தியங்களைக் கொண்டது. சினிமாவில் அப்படி எதுவும் பண்ண முடியாது.

பழைய பாலசந்தர் படங்களில் வரும் சூத்ரதாரி போன்று துருத்திக் கொண்டு ஒரு பாத்திரத்தைப் பயன்படுத்துவது யதார்த்த சினிமாவிற்குப் பொருந்தாது. இயக்குநர் தனது காட்சி அமைப்புகள் வழியேதான் இதனை உணர்த்த முடியும். அவற்றின் குறிப்புப் பொருள் தொல்காப்பியத் தமிழில் 'இறைச்சி' அல்லது பாணினியத்தின் 'த்வனி'ப் பொருள் முக்கியமானது. இதழியலில் ஒரு பாலபாடம் உண்டு. யானை நடந்தால் செய்தி இல்லை, விழுந்தால்தான் செய்தி என்பது. வாழ்க்கையை அப்படியே காட்டுவது கலையாகிவிடாது.வாழ்க்கையின் நுட்பமான கட்டமைப்புகளைக் கேள்விக்கு உட்படுத்துவதும் அதனைக் கட்டுடைப்பதுமே தற்போதைய கலையின் முக்கியப் பணியாக உள்ளது. அவ்வாறு சொர்க்கம் என்கிற மதங்கள் முன்வைக்கும் பெரும்புனைவை கட்டுடைக்க முயலும் ஒரு படமே 'கலர் ஆஃப் பேரடைஸ்'.

இப்படம் முன்வைக்கும் ஒரு முக்கிய கேள்வி மதங்கள் குறிப்பாக இஸ்லாம் முன்வைக்கும் சொர்க்கம் என்பது குறித்த வர்ணனைகளில் உள்ள சிக்கலைக் கேள்விக்கு உட்படுத்துகிறது. இப்பூமியில் கண் தெரியாத ஒருவனுக்கு வண்ணமயமான சொர்க்கத்தின் வர்ணத்தை எப்படிப் புரிந்துகொள்ள முடியும்? கண் தெரியாத ஒருவருக்கு நிறம் என்பது குறித்து என்ன உணர்வு அல்லது படிமம் இருக்கும்? அதாவது கண் தெரியாத ஒருவன் தனது கனவை விளக்குவதாகக் கொள்வோம். அதில் நிறம் பற்றிய என்ன உணர்வை அவன் வெளிப்படுத்துவான்? கனவுக்கு நிறம் உண்டா என்கிற வாதம் ஒன்று உள்ளது. இதனை அடிப்படை படிமமாகக் கொண்டு லா.ச.ரா. 'பச்சைக்கனவு' என்கிற கதையை எழுதியுள்ளார். கதையின் கரு கனவின் நிறம் என்ன? என்பதுதான்.

இப்படத்தில் நான் புரிந்து கொண்டது இதுதான். சொர்க்கத்தில் மதுவும் கூரிய கண்களுடைய (ஈருல்-ஹைன்) பெண்களும், எண்ணற்ற பெண்களை அனுபவிப்பதற்கான கட்டற்ற ஆற்றலும் உண்டு என்பதாக சொர்க்கம் பற்றிய ஒரு மிகப்பெரிய புனைவு இஸ்லாத்தில் உள்ளது. (பெண்ணுக்கு எண்ணற்ற ஆண்கள் சொர்க்கத்தில் உண்டா? என்கிற இஸ்லாமியப் பெண்ணியலாளர் பாத்திமா மொனஸியின் கேள்வி ஒன்றும் உள்ளது.) பரவலாக இந்த 'உன்னதம்' பற்றிய புனைவு எல்லா மத சொர்க்கங்களிலும் உண்டு. இங்கு உள்ள பிரச்சனை இங்கு அதனை

அனுபவிக்காதவனுக்கு சொர்க்கத்தில் அது கிடைப்பதன் மூலம் அதனை எப்படி அனுபவமாக உணர முடியும் என்பதுதான். இதனை நிறத்தின் மூலம் விளக்க முயல்கிறது இப்படம். ஒரு கண்பார்வையற்றவனுக்கு வண்ணமயமான சொர்க்கம் என்ன அர்த்தத்தை அல்லது அழகைத் தரமுடியும்.

இதில் நிறம் என்பது ஒரு குறியீடு. அது அடைய முடியாததின் குறியீடு. இச்சமூகத்தில் வறுமை என்பது நிறம் உணர முடியாதவாறு ஒரு மக்கள் கூட்டத்தைப் பிறிதொரு மக்கள் கூட்டம் வைத்திருக்கும் ஒரு குருட்டு நிலைதான். ஒருவன் கண்பார்வையற்றவனாக இருப்பதற்குக் கடவுளைக் காரணம் காட்டலாம். ஆனால் ஏழையாக இருப்பதற்கு இந்த சமூக அமைப்பே காரணம். இந்த இரண்டும் பயணிக்கும் ஒரு தளம்தான் காட்சிகளாக விரிகிறது படத்தில் முகமதும் அவனது தந்தையுமாக. கடவுளுக்குப் பிரியமான நெருக்கமான கண்பார்வையற்றவனைக்கூட இந்த லௌகீக உலகில் வைத்துக் கொள்ள அவனது தந்தைக்குப் பொருளாதாரம் தேவைப்படுகிறது. ஒருவன் இறைவனால் பார்வை பறிக்கப்பட்டவன், மற்றவனோ புதிய கடவுளான பணமில்லாததால் குருடாக்கப்பட்டவன். இருவருக்குமே சொர்க்கம் என்பது நிறமற்றதுதான். இவ்வுலகில் குருடாக இருத்தல் என்பது மதங்களின் அறங்களைப் பின்பற்றிச் செல்வதுதான். இந்த அறங்களைப் பின்பற்றியவன் சுவர்க்கத்தில் தரப்படும் கட்டற்ற திறந்த உலகில் எதை அனுபவிக்க முடியும் என்பதுதான் இப்படம் எழுப்பும் கேள்வி. இப்படத்தில் அருவியில் தவறி விழுந்துவிடும் மகனைக் காப்பாற்ற முடியாமை என்பது ஒருவகையில் கடவுளுக்குத் தரப்படும் பலிச்சடங்குதான். அம்மகனின் இறப்பை நிகழ்த்துவது அவனது உள்மன வேட்கையே.

சுவர்க்கம் பற்றி மற்றொரு கேள்வியுடன் வந்த இவரது முந்தைய படமான 'சில்ரன்ஸ் ஆப் ஹெவன்' படத்தில் உலகமயமாதல், நுகர்வு வெறி மற்றும் வெற்றி கொள்ளும் வேட்கை என்கிற நுட்பமான அரசியல் விமர்சனங்கள் உண்டு. அது வெற்றி என்பது என்ன? மனிதகுலத்தின் வெற்றி குறித்து வெறியை, வேட்கையை நுட்பமாக விமர்சிக்கும் அப்படம் தனது தளத்தை உலகமயமாக்கல் வரை விரித்துச் சொல்லக்கூடிய அரசியலைக் கொண்டிருக்கிறது. போட்டி என்றால் என்ன? போட்டி எப்படி பார்வையாளனை சார்பு நிலை எடுத்து ஆட்ட விதிகளுக்குள் இழுத்து விடுகிறது என்கிற பலவற்றைப் பேசிய

படம். விளையாட்டின் விதி வெற்றிக்கான உந்துதலே தவிர வெற்றியடைந்தே தீர்வேன் என்கிற வெறி அல்ல. காரணம் வெற்றி ஏற்படுத்தும் மகிழ்வு மதிப்பு மிக்கதாகக் கட்டமைக்கப்பட்ட சமூக விதியால் வருவதே.

இப்படத்தில் தனது தங்கையின் ஷூ-வை தொலைத்துவிட்ட ஒரு அண்ணன் அவளுக்கு ஷூ வாங்கித் தருவதற்காக ஒரு ஓட்டப்பந்தயத்தில் கலந்து கொள்வான். அப்போட்டியில் அவன் கலந்துகொள்ள காரணமே அதில் இரண்டாவது பரிசாக உள்ள ஷூ தான். கடுமையான பயிற்சிக்குப் பிறகு அப்போட்டியில் ஓடும்போது மிகவும் சுயகட்டுப்பாட்டுடன் முதலாவதாக வரக் கூடாது என்பதற்காகவும் இரண்டாவதாக வருவதற்காகவும் தனது ஓட்டத்தைக் கட்டுப்படுத்தி ஓடுவான். அவன் ஒவ்வொருமுறை பின் தங்கும்போதும் அவனது தங்கையின் முகம் நினைவில் வர ஓடுவான். இறுதியில் அவன் பின் தங்கிவிடும் நிலையில் அவனது பள்ளியைச் சேர்ந்தவர்களின் ஆர்ப்பாட்டம் அவனையும் தொற்றிக்கொண்டு தன்னையறியாமல் முதலில் ஓடிவந்து மயங்கி விடுவான். மயக்கமடைந்த அவன் விழித்தவுடன் முதலில் கேட்பது தான் இரண்டாவதுதானே என்பதுதான். அவன் முதலாவதாக வந்ததற்குப் பாராட்டுகள் நடக்கும். அவனைத் தூக்கிக் கொண்டாடுவார்கள். அவன் முதலாவதாக வந்ததையே வெறுத்து அந்த வெற்றி அவனுக்கு அர்த்தமற்றதாகி தங்கையிடம் மன்னிப்பு கேட்பான். அவளும் ஷூ இல்லாமல் வெற்றிக்கோப்பையுடன் வந்த அவனை முகச்சுளிப்புடன் பார்த்துவிட்டு அகலுவாள். கால்களின் கொப்புளங்களின் வலி ஷூ கிடைக்காத வேதனை குனிந்த தலையுடன் அவனை உட்கார வைத்துவிட்டதுடன் முடியும் படம் திரையைவிட்டு நமது அக உலகிற்குள் ஓடத் துவங்கிவிடுகிறது. (இறுதிக் காட்சியில் அவர்களது தந்தை குழந்தைகளுக்கு ஷூ வாங்கி வருவது என் பார்வையில் அதிகப்படியான ஒரு காட்சியே.) இதுதான் குழந்தைகளின் சுவர்க்கம். இந்த உலகில் கிடைக்காத சொர்க்கம் வேறு உலகில் கிடைப்பதால் பயன் என்ன? இதில் அவனது வெற்றி மறுஉலகிற்கான குறியீட்டைக் கொண்டு விடுகிறது. இங்கு வறுமை உனக்கு, கடவுளிடமோ சொர்க்கம் என்கிற விதிவாதம் கேள்விக்குறியாகிறது. 'ஏழைகளின் சிரிப்பில் இறைவன்' என்கிற ஏமாற்று வேலைதான் அவனுக்குக் கிடைத்த வெற்றி என்பது. அவனுக்குத் தேவை வெற்றியல்ல வாழ்க்கை.

தனது தங்கையுடன் கூடிக் களிப்பதற்கான வாழ்க்கை. அதை அந்தப் போட்டி தரவில்லை. உலகம் மகிழ அவனுக்குக் கிடைத்தது வெற்றிவீரன் என்கிற பட்டம். அது சொர்க்கமல்ல அந்தக் குழந்தைகளுக்கு.

இதுதான் உண்மையான விளையாட்டு. இப்படம் இன்றைய அனைத்து வெற்றி, வெறி, ஏன் போர், தன்முனைப்பு அத்தனையையும் கேள்விக்குட்படுத்தும் ஒரு படம். இங்கு வெற்றி என்பதை எப்படி அளவிடுவது? தனக்கு மகிழ்வைத் தராத வெற்றியின் பொருள் என்ன? இக்கேள்வியை நாம் இன்று நட்சத்திர விளையாட்டாகத் தொலைக் காட்சிகள் மற்றும் ஊடக உலகத்தால் மாற்றப்பட்டுள்ள கிரிக்கெட்டை முன்வைத்துக் கேட்பது அவசியமான ஒரு அரசியல் நடவடிக்கை ஆகும். 50 டாலர் தினப்படியில் கவாஸ்கர் காலத்தில் விளையாடப்பட்டுக் கொண்டிருந்த கிரிக்கெட், இன்று டெண்டுல்கர் காலத்தில் மில்லியன் கணக்கில் வருமானம் உள்ள ஒன்றாக மாறியுள்ளதற்கு யார் காரணம்? கிரிக்கெட்டில் கிடைக்கும் வெற்றி என்பது எது? அது யாருக்குச் சாதகமானது? அதில் யார் பயனடைகிறார்கள்? அது தரும் மகிழ்வின் எச்சமாக நமது மன அமைப்பில் கட்டப்படும் அரசியல் எது என்பதும் இதனுடன் தொடர்புடைய கேள்விகள்தான்.

– (20, மார்ச் 2008 jamalantamil.blogspot.com
இணையதளத்தில் வெளியானது)

காதலைக் காதல் என்றே சொல்லலாம்!

தமிழ் சினிமாக்களில் காதல் என்கிற 'அவஸ்தையை' கட்டமைத்தவர் இயக்குநர் ஸ்ரீதர். அவரால் அறிமுகமான மற்றொரு 'அவஸ்தையை' விட்டுவிடலாம் என்றாலும் அவர் முன்வைத்த 'தமிழ் சினிமாக் காதல்' என்ன என்பதை யோசித்துப் பார்க்கும் முயற்சியே இது.

காதலை அவஸ்தை என்று சொல்லலாமா என்று கேட்காதீர்கள். 'காதல் என்றால் பெரும் அவஸ்தையென்று உன்னைக் கண்டதும் கண்டு கொண்டேன்.. என்றன் கழுத்துவரை இன்று காதல் வந்து இரு கண்விழி பிதுங்கி நின்றேன்'-என்று 'ஆயிரம் விருதுகள் பெறப்போகும் அபூர்வக் கவிஞரான' 'கவிப்பேரரசு' வைரமுத்து வறுமையறியாது வளர்ந்த நக்மாவைப் பார்த்து வறுமை மட்டுமே அறிந்த தமிழ் இளைஞர்களின் அனைத்து சில்மிஷப் பிரதிநிதியாக தமிழ்சினிமா அறிமுகப்படுத்திய பிரபுதேவா பாடுவதாக எழுதிய பாடல் இது.

தற்போதைய தமிழ்சினிமா பிரபுதேவாவின் இடத்தை தனுஷை இட்டு நிரப்புவதாகத் தோன்றுகிறது. அதாவது தமிழ் சினிமாவின் ஐந்தாம் தலைமுறை இது. 1.பாகவதர்-சின்னப்பா 2.எம்ஜிஆர்-சிவாஜி 3.கமல்-ரஜினி 4.விஜய்-அஜித் 5.தனுஷ்-சிம்பு. பெயர்கள் முக்கியமல்ல, வரலாறுதான் முக்கியம். இவை சினிமாவின் உள்ளும் புறமும் நடந்த பல மாற்றங்களைப்

பிரதிநிதித்துவப்படுத்துபவை என்பதுடன் சினிமா பார்வையாளர்களிலும் சமூகத்திலும் நிகழும் மாற்றத்தையும் இவை குறிக்கிறது. அது என்ன மாற்றம் என்பது கள ஆய்வுகளை உள்ளடக்கிய ஒரு விரிவான எழுத்தால் மட்டுமே சாத்தியம். ஆக, இன்றைய பதின்ம வயதினருக்கான சினிமாவின் துவக்கம்தான் பிரபுதேவா. அதன் தொடர்ச்சியே தனுஷ் அதனால் காதலை அவஸ்தை என்றே இங்கு குறித்துக் கொள்வோம். காரணம் காதல் அதன் எல்லைகளைக் கழற்றிக்கொண்டு விட்டது. அதை தமிழ்சினிமா பாட்டுப்பாடி, ஆட்டம்ஆடி, அரைகுறையாக மழையில் நனைந்து, கட்டிப்புரண்டு, முக்கி, முனகி காட்சிகள், பிம்பங்கள், பேச்சுகள், பாடல்கள், இசை என வடிவம் வடிவமாக ஆக்கியிருக்கிறது. இன்று புனிதம் அல்லது பாவம் என்பதைத் தாண்டி துரோகம் (சுப்ரமணியபுரம்), ஒரு பருவத்தின் உணர்வியக்கம் (ஆட்டோகிராப்), திருமணத்திற்குப் பின்னும் தேடிக்கொண்டிருக்கும் ஒரு உறவு (அழகி), காதலியைத் தங்கையாக மாற்றிக்கொள்ள வேண்டிய செயற்கை நிலை (இதில் 'இயற்கை நம்மைச் சேர்த்தாலும் செயற்கை நம்மைப் பிரிக்கிறதே' என்கிற பாடல் வேறு. படம் கண்ணும் கண்ணும்), கொழுந்தன் மீது காதல் கொ(ல்லு)ள்ளும் அண்ணி (உயிர்), அக்காள் கணவனை வெறித்தனமாகக் காதலிக்கும் கொழுந்தியாள் (கலாபக் காதலன்) என்பதாகப் பலவிதமாகப் பேசிவிட்டது. இப்படங்களில் எல்லாம் காதல் தீவிரப்பட்டு அலைபவர்கள் பெண்கள்தான். ஒரே விதிவிலக்கு நான் பார்த்தவரை மதுமிதாவின் 'வல்லமை தாராயோ'. ஒருவேளை பெண் இயக்குநர் என்பதால் பெண்ணின் மன உணர்வுகளுக்கு நெருக்கமாக எடுத்திருக்கலாம். மனைவியான பெண், முன்னாள் காதலனுடன் பாடும் ஒரு பாட்டு நிழலாக இதில் காட்டப்பட்டு உள்ளது ஒரு முக்கியமான மாற்றம்தான். பெண்ணின சுயதேர்வை ஓரளவு பேசும் படம்.

ஆக, ஸ்ரீதர் முன்வைத்த இருகோண, முக்கோண, அறுகோண, வட்ட, சதுரக் காதல்கள் எல்லாம் கழன்றுபோய் இன்று காஃபி ஷாப்களில் அல்லது மெல்லிய வெளிச்சத்தில் குளிர்சாதனம் உள்ள உணவகங்களில் 'பியர்' பகிர்தலில் நிற்கிறது. காதல் ஒரு வலி. இன்பம், துன்பம், நினைவு இன்னபிற போன்ற 'பளபளாக்கள்' எல்லாம் போய் ஒரு சராசரி உணர்வு நிலையாக மாறி உள்ளது. ஆனால் ஏனோ தமிழ்சினிமா மட்டும் காதலைக் காதல் என்று சொல்வதே இல்லை. 'காதலைக் காதல் என்றே சொல்லலாம்'

என்று ஒரு கவிதையை பூமா ஈஸ்வர மூர்த்தி கீழ்க்கண்டவாறு எழுதியுள்ளார்.

மரணம் என்று சொல்
வேதனை என்று சொல்
கொடூரம் என்று சொல்
தண்ணீர் என்று சொல்
விவேகம் என்று சொல்
உற்சாகம் என்று சொல்
ரத்த ருசி என்று சொல்
திருடும் கை என்று சொல்
சித்திரவதை என்று சொல்
பிணந்தின்னி என்று சொல்
காலையில் எழும்போதே
காத்துக் கிடக்கும் நாய் என்று சொல்
விளக்கு இல்லாத ராத்திரியில்
கொட்டின தேள் என்று சொல்
ரயில் ஏறிச் செத்துப்போன அவளின்
கழுத்தில் கிடந்த சேதமில்லா
மல்லிகையென்று சொல்
நல்ல புணர்ச்சியிலும் பாதியில்
காரணம் தெரியாமல் அழும்
பெண் என்று சொல்
காதலைக் காதல் என்றும் சொல்லலாம்.

தமிழ்சினிமா மேற்கண்ட கவிதை போல காதலைப் பலவிதமாகச் சொல்லிப் பார்த்துவிட்டது, காதலைக் காதல் என்று சொல்வதைத் தவிர. தமிழ் மொழியின் தனித்தன்மையா? அல்லது தமிழ் பயன்படுத்துபவரின் விசேஷத்திறனா என்றே அறிய முடியாத வகையில் தமிழில் பயன்படுத்தும் சொற்களின் சமநிலையிலான அர்த்தங்கள் சாத்தியமற்றதாகவே உள்ளது. தமிழவனின் ‘சரித்திரத்தில் படிந்த நிழல்கள்’ நாவலில் வரும் தெகிமோலாக்கள் போல இரண்டக மனநிலையில் வாழும் இனம்தானோ? சொல்வதும், நினைப்பதும் வெவ்வேறான பொருள் கொண்ட ஒரு இருதள இயக்கம் கொண்ட மக்கள் கூட்டம் போலும். தமிழ் அடையாளம் என்பது பன்முகத் தன்மையை இழந்துவரும் இந்நிலையில் காதல் என்பதன் வழியாக அடையாளமாகும் தமிழ் வாழ்க்கை அல்லது தமிழ் ‘அகம்’ என்பது ஒருவகை மனம் சார்ந்த பழக்குதலாக மாறிவிட்டது. தமிழ் சினிமாவின் ‘நகல்போலி’ உலகிற்கு வெளியே இனிக்

காதலைத் தேடி, பின் அகத்தைத் தேடி தோண்டி எடுக்க வேண்டிய ஒரு அகழ்வாராய்ச்சி நடத்த வேண்டிய நிலைதான் மிஞ்சியுள்ளது.

இந்த இரண்டக மனநிலைக்குப் பொருத்தமாகக் காதலைப் பேசும் (அல்லது கள்ளக் காதலைப் பேசும்) உள்பிரதிகளைக் கொண்ட ஒரு உரையாடலான E.E. Comings ஈ.ஈ.கமிங்ஸ்)-ன் கவிதை ஒன்றை மொழிபெயர்த்து செய்து (அதாவது மொழியை பெயர்க்க அது என்ன கட்டடமா? அதனால் பெயர்த்த கல்களைக் கொண்டு செய்வதால் இப்படிக் கூறுகிறார் போலிருக்கிறது. மொழிபெயர்ப்பு என்பதே மூலத்தின் பெயரைக் குறிப்பிட்டுப் படைக்கப்படும் மற்றொரு படைப்புதானே) தருகிறார் பெருந்தேவி.

உணரட்டுமா என்றான் அவன்
(உணரட்டுமா என்றான் அவன்
எவ்வளவு என்றாள் அவள்
நிறைய என்றான் அவன்)
ஏன் கூடாது என்றாள் அவள்

(வாயேன் என்றான் அவன்
ரொம்ப தூரம் வேண்டாம் என்றாள் அவள்
எது ரொம்ப என்றான் அவன்
நீ இருக்குமிடம் என்றாள் அவள்)
இருக்கட்டுமா என்றான் அவன்
(எப்படி என்றாள் அவள்
இதைப் போலத்தான் என்றான் அவன்
நீ முத்தமிட்டால் என்றாள் அவள்
நகரட்டுமா என்றான் அவன்
இது காதலேதான் என்றாள் அவள்)
நீ விரும்பினால்தான் என்றான் அவன்
(ஆனால் என்னைக் கொல்கிறாய் என்றாள் அவள்
என்றாலும் இது வாழ்க்கை என்றான் அவன்
ஆனாலும் உன் மனைவி என்றாள் அவள்
இப்போதே என்றான் அவன்)
ஓ.. ஓ என்றாள் அவள்

(டிப்... டாப்... இது அவன்
நின்றுவிடாதே இது அவள்
இல்லை இது அவன்)
மெதுவாக இது அவள்
(வர... வா? என்றான் அவன்
உம்... ம் என்றாள் அவள்
அருமையடி நீ என்றான் அவன்
என்னுடையவன் நீ என்றாள் அவள்)

இந்த வகையான காதலில்தான் நவீனம் இருக்கிறதோ என்று தோன்றுகிறது. கள்ளக்காதல் இல்லாவிட்டால் நல்லக்காதலை நாம் எப்படித்தான் புனிதப்படுத்திக் கொள்ள முடியும்? பேச்சும் உள்பேச்சும் இயங்குவதாக இந்தக் கவிதையை வாசிக்கும்போது.. உள்உருவாக நிகழும் இந்த உடலீர்ப்பின் அல்லது கலவியன் போகசுகம் என்பது 'இது காதலேதான் என்றாள்' என்பதில் விரிவடைகிறது. ஆக, காதல் என்பது மற்ற எல்லாவற்றையும்விட நவீனமாகிவிட்டது யதார்த்தத்தில் என்றால், தமிழ் சினிமா அதனை ஒரு புனைவாகவே வைத்து விளையாடிக் கொண்டிருக்கிறது.

காரணம், காதல் திரைப்படங்களின் ஏகோபித்த இயக்குநராகக் கருதப்படும் ஸ்ரீதரின் 'கல்யாணப் பரிசு' அன்றைய அரும்புமீசைக் காதலர்களில் ஏற்படுத்திய தாக்கம் எங்கள் ஊரில் அதிகம். மரங்களில் பெயர் கிறுக்குவதில் துவங்கி, ரெட்டைசடை, பிறகு பரிசுகள் தந்து பத்திரமாகப் பாதுகாத்தல் இப்படியாக... கிளைமாக்சில் சாகும் நாயகன் இப் பரிசுப்பொருளைக் கையில் மடக்கி வைத்துக் கொண்டு இறுதித் தருணத்தில் கையை விரித்து நம்மிடம் காட்டுவதைப் போன்ற ஒரு கற்பனையைச் சுமக்கும் பொருட்கள் இவை. இப்படி பாருங்கள் இந்தப் பொருள்கள் மேற்கொண்ட இறுதிவாசகம் எழுதப்பட்டே பகிரப் படுகின்றன. எப்படி ஒரு காதலர்களின் உடல்மீது 'உடற்புனிதம்' மற்றும் 'கற்பு' எழுதப்படுகிறதோ அதைப் போல.

'கல்யாணப் பரிசு' பார்த்து சொக்கிப்போன ஒரு காதல் ஜோடி எங்கள் ஊரில், கொல்லைக்கதவை நள்ளிரவில் திறந்துகொண்டு தமிழ் சினிமாவில் காட்டுவதைப் போல ஊரின் எல்லை நோக்கி மரங்களிடையே ஓடிவிட்டார்கள். அதை ஏன் அப்படி ஓடுவதாகக் காட்டுகிறார்கள் என்பதும், ரயில் ஏறியவுடன் அந்த ஜோடியை அந்த ரயில் இந்திய எல்லையைத் தாண்டி விட்டுவிடுவது போல

வில்லன்கள் அடுத்த ஸ்டேஷனில் போய் பிடிக்காமல் ஏமாற்றத்துடன் திரும்பும் அந்த இயலாமைக் காட்சியும் என தமிழ்சினிமா காதலை விற்றுத் தீர்க்கும் விதங்கள் பல. இப்படி ஓடியவர்கள் சிலரைப் பிடிப்பதும், சிலரை விட்டுவிடுவதுமாக அப்படி விட்டுவிட்ட காதல்கள் ‘உல்லாசம் பொங்கும் இன்பத் தீபாவளியாக மாறும்’என்கிற அதீத நம்பிக்கையில் ஓடுகிறார்கள். எனக்குத் தெரிந்து ஒரு காதல்ஜோடி இப்படித்தான் ‘உடன்போகியது’ (சங்கத்தமிழ்). சென்றவருடம் அவர்களைப் பார்த்தபோது ஒரு பிள்ளையுடன் அடுத்த வேலைக்காக அலைந்து கொண்டிருந்தான் அவன். வீட்டில் தையல் தைத்துக் குடும்பம் ஓட்டினாள் அவள். காதல் அவர்களின் வைராக்கியத்திலும் வறுமையிலும் சோறுபோட்டு ஊட்டி திடகாத்திரமாக வளர்ந்து கொண்டுதான் உள்ளது.

ஓடிப்போன பிறகு வணக்கம் போடுவதும் வாய்கிழிய வசனம் பேசுவதும், காதல் வாழ்க என மலர்க்கொத்துகளைக் காட்டுவதையும் விட்டுவிட்டு ஓடிப்போவதில் துவங்கி சமூகத்தில் முகங்கொடுக்க முடியாமல் சிக்கி சின்னாபின்னமாகச் சீரழியும் கதைகளை யாரும் எடுப்பதில்லை. பிரச்சனைகள் துவங்கும் இடங்களில்தான் தமிழில் பெரும்பாலான காதல் சினிமாக்கள் முடிந்து போகின்றன.

- (அக்டோபர் 29, 2008. jamalantamil.blogspot.com

இணைய தளத்தில் வெளியானது)

ஆடுதன் ராஜா, ஹாட்டின் ராணி மற்றும் வெட்டப்படாத ஜோக்கர்கள்

கருத்து கந்தசாமிகள் ஆளும் இவ்வுலகில் தனக்கு மலச்சிக்கல் என்றால்கூட அதை ஒரு பிரபலம் ஏதாவது கருத்து சொல்லி அங்கீகரிக்க வேண்டும் என்கிற க.க.க.க.க. (கருத்தைக் கச்சிதமாகக் கவ்விக்கொள்ளும் கருத்து கந்தசாமிகள்) உலகில் வாழ்ந்து கொண்டிருக்கிறோம். அதனால்தான் பிரபலங்களை முன்வைத்து தங்களது வியாபார உலகைக் கடை விரிக்கின்றன ஊடகங்கள். அதிலும் தமிழ் ஊடகங்கள் சொல்ல வேண்டியதில்லை. அவை பிரபலங்களிடம் கொண்டிருக்கும் உறவு என்பது சம்பந்திகள் போல கொடுக்கல்-வாங்கல் உறவுதான். ஒரு கட்டத்தில் தனக்கான சரக்காக ஒரு சாதாரணரைப் பிரபலமாக்குவது. அப்புறம் அவர் பிரபலமானவுடன் அந்தச் சரக்கை வைத்துத் தன்னைப் பிரபலமாக்கிக் கொள்வது. இது ஒரு அலகிலா விளையாட்டாக மாறிக் கொண்டிருக்கிறது. அந்த ஆட்டத்தின் உச்சகட்டமாக உள்ளது தமிழ்த் திரைஉலகு. தமிழ் ஊடகங்கள் திரைப்படம் இன்றி வாழ முடியாத நிலையை எய்தியுள்ளன என்றால் அது மிகையாகாது. ஒருகாலத்தில் திரைப்படங்கள் ஊடகங்களை நம்பி இருந்தது. இன்று திரைப்படமே ஒரு ஊடகமாக மாறி உள்ளது. கலை, அழகியல் போன்றவற்றை மக்களிடம் கொண்டு செல்லும் வலுவான ஊடகம் திரைப்படம். ஒரு தத்துவமாகவும்,

குறிகளின் கூட்டியக்கமாகவும் உள்ளது திரைப்படம். இந்த வலுவுள்ள ஊடகத்தில் நடித்து, இதர பத்திரிகை மற்றும் அரசியல் சக்திகளால் கட்டமைக்கப்பட்ட மிகை-பிம்பமே ரஜினி என்கிற பிம்பம்.

மிகை-பிம்ப வாழ்க்கை தமிழனின் தனிச்சொத்து என்பது சொல்லாமலே விளங்கும். புதுமைப்பித்தன் கூறியது போல உலகில் குரங்குதான் முதலில் பிறந்தது என்றால் அதிலும் “கல்தோன்றி மண்தோன்றா காலத்தே முன்தோன்றிய மூத்த குரங்கு தமிழ்க் குரங்கே” என்பது நமது அலாதியான ஒரு வரலாற்றுப் பெருமிதம். இத்தனை பெருமிதம் உள்ள தமிழர்கள் எப்பொழுதும் ராஜராஜ சோழன் துவங்கி ரஜினி வரை ஒரு மிகைபிம்பத்துடன் தங்களை அடையாளம் கண்டு வாழ்தல் என்பது ஒரு சாதாரண வாழ்க்கை நிலையாகிவிட்டது. தமிழர்கள் ஒரு பிளவுண்ட மனநிலையை சாதாரணமாகக் கொண்டவர்கள் என்பதற்கு உதாரணம், தேசிய இனப்பிரச்சனை எனப்படும் ‘தமிழன் என்றொரு இனம் உண்டு தனியே அதற்கு ஒரு குணமுண்டு’ என்று திரையில் ஆடிப்பாடி வளர்க்கப்பட்ட இனப்பிரச்சனை இந்தியாவிலேயே முதலில் முகிழ்த்தது தமிழகத்தில்தான், தமிழ் அல்லாத பிரபலங்கள் எம்ஜிஆர் துவங்கி ரஜினி, விஜயகாந்த் வரை அரசியல் ஆதிக்கம் செய்யும் நிலை உள்ளது. நமது பிரச்சனை தமிழனைத் தமிழனே ஆளவேண்டும் என்கிற இனவாதப் பிரச்சனை அல்ல. யாரையாவது யாராவது ஆண்டுவிட்டுப் போகட்டும், ஆனால் அதற்காக செய்யப்படும் ஏமாற்று வேலைகள், முட்டாள் தனங்களுக்குப் பட்டம் கட்டி மகிழ்வது, இல்லாத ஒன்றை இருப்பதாகக் காட்டும் ஊடகப் புரளிகள்தான் இங்கு நாம் பேசுவது. தமிழகமே மின்தடையில் (பவர்கட்டில்) உள்ளபோது ரஜினி வீட்டில் மட்டும் மின்தடை என கட்டம் கட்டி செய்தி போடும் அளவிற்கு இந்த ஊடக வியாதி பரவியிருப்பது முக்கியமான புள்ளியாகும்.

‘தசாவதாரம்’ படத்திற்கு ஒலித்தகடு வெளியீட்டு விழா. அதற்கு ஜாக்கிசான் வருகை. தமிழக முதல்வர் வருகை இப்படியாக ஒரு விளம்பர வியாபார விழா ஒன்று நடத்தப்பட்டது. பல கோடிகள் புரளும் ஒரு வியாபாரம், என்ன செய்வது சந்தைப்படுத்த வேண்டிய கட்டாயம் அவர்களுக்கு. அச்சந்தைப் படுத்தலின் ஒரு

விளைவே ஊடகக் கும்மிகள். ஒரு வருடமாக ரஜினியின் 'சிவாஜி' குறித்துக் கும்மியடித்து முடிந்து அடுத்த சுற்றாக 'தசாவதாரம்' துவங்கி உள்ளது. வெகுஜனப் பண்பாடு குறித்து பழைய வகைப்பட்ட பிரிவினைகளான உயர் மற்றும் தாழ் பண்பாட்டுக் கூறுகள் எல்லாம் ஒன்றிற்குள் ஒன்று மயங்கி குழம்பி இன்றைய உலகம் ஒருவகை மீ-யதார்த்தக் (Hyper Red) கூறுகளைக் கொண்ட உலகமாக மாறிவிட்டது.

வாழ்க்கை குறிப்பாக நகர வாழ்க்கை என்பது அதன் யதார்த்த தளத்திலிருந்து நகர்த்தப்பட்டு சினிமா காட்டும் மீ-யதார்த்த உலகில் இயங்கிக் கொண்டிருக்கிறது. நீங்கள் உங்கள் காதலியைச் சந்திக்கும்போது ஒரு திரைப்படக் காதலன் காதலியை சந்திப்பதைப் போலத்தான் சந்திக்கிறீர்கள். இன்னும் நுட்பமாக உங்கள் பாலியல் கிளர்ச்சி என்பதில் இன்று திரைப்பட மிகை பிம்பக் கூறுகள் இல்லாமல் சாத்தியமில்லை. நீங்கள் ஒரு மாற்றுப் பால்-உடலை திரைப்படம் ஒழுங்கமைத்துக் காட்டும் காம-வேட்கையுடன் அது காட்டும் முறையில்தான் புணர்கிறீர்கள் என்பது மிகையான கூற்றாகாது. உடல் என்பதில் தசைகளின் இடத்தை மின்னணு செல்லுலாய்ட் சில்லுகள் கைப்பற்றிவிட்டன. இனி புணர்ச்சி என்பது உடலைப் புணர்வதல்ல, உடலாக உருவகிக்கப்பட்ட மின்திரை பிம்பத்தைத்தான் என்பதும் ஒரு மிகைக்கூற்று அல்ல.

மத்தியகால ஐரோப்பாவில் மதங்கள் மற்றும் மறுமலர்ச்சிக் கால அற- ஒழுக்கங்கள் ஒழுங்கமைக்கப்பட்ட புனிதப் பாலியலை முன்வைத்த போதுதான் பிரெஞ்சில் உள்ள ஒரு அரச குடும்பத்தைச் சேர்ந்த கனவானான 'மக்கி தி சாத்' தனது எதிர்ப்பாக ஒரு உடல்ரீதியான மிகைப் பாலியல் கலகத்தை நிகழ்த்தினான். தனது நூலுக்கு 'படுக்கை அறையில் தத்துவம்' (Philosophy in The Bedroom) என்று பெயரிட்டுப் பாலியலின் அதீதத்தின் மூலம் உடலினை மன இறுக்கத்திலிருந்து விடுவிக்க முயன்றான். பாலியல் குற்றம் காரணமாக தனது 32 ஆண்டுகால வாழ்வை சிறையிலும் மனநோய் விடுதியிலும் கழித்தவன். உடலை வலித்தலின் மூலம் உணர வேண்டிய நிலைக்கு மனித தன்னிலை தள்ளப்பட்டு விட்ட ஒரு துயரமே அவனது எழுத்துகள். பாலியல் என்பது உடல் உணரும் ஒரு மகிழ்வானுபவம் என்பதைச் சொல்ல அதீத பாலியலை முன்வைத்து அவன் தேடிய உடலே அவனது எழுத்துகள். ஆக, அன்றைய மதம் மற்றும் அற-ஒழுக்கங்களுடன் சேர்ந்து இன்று திரைப்படமும் உடல்களை மின்பிம்பங்களாக மாற்றிக்

கொண்டுள்ளது என்பதையே சாத்தின் தீவிர எழுத்தியக்கம் நமக்குச் சொல்லிச் செல்கிறது.

பாலியல் மட்டுமின்றி, குடும்ப உறவுகள் குறித்த தமிழ்த்திரைக் கட்டமைவுகள் பற்றி சொல்லவே வேண்டாம். ஒரு படத்தில் நடிகர் மணிவண்ணன் கூறுவார். ஒரு வெள்ளையின மாது பெண்தெய்வமான சாமியின் கழுத்தில் உள்ள தாலியைப் பற்றிக் கேட்பாள் "வாட் இஸ் திஸ்?" என்று. அதற்கு மணிவண்ணன் ஒரு அருமையான பதிலைச் சொல்வார். "திஸ் இஸ் த சென்டர் தீம் பார் டமில் பிலிம்" என்று. தாலி இல்லாவிட்டால் பல தமிழ்ப்படங்கள் வர வாய்ப்பே இருந்திருக்காது. தாலி இல்லாவிட்டால் தமிழ்ப்படத் திரைக் கதையாசிரியர்கள் பாடு படுதிண்டாட்டம்தான். ஆக, 'சங்ககாலத்தில் மீன்கள்' என்பது போல் 'தமிழ் திரைப்படத்தில் தாலி' என்று ஒரு முனைவர் பட்ட ஆய்வே செய்யலாம். இது ஒருபுறமிருக்க குடும்ப உறவுகள் என்னவாகியது என்று பாருங்கள். நீங்கள் உங்கள் யதார்த்த அண்ணனிடம் ஒரு குறிப்பிட்ட பிரச்சனையில் பேசும்போது, உண்மையில் நீங்கள் பேசுவது திரைப்படம் உருவாக்கியுள்ள லட்சிய அண்ணனிடம்தான். நீங்கள் விரும்பும் அம்மா அல்லது நீங்கள் பாசம் செலுத்துவதாக எண்ணும் அம்மா திரைப்பட அம்மாதான். உங்கள் அம்மாவிற்கும் நீங்கள் ஒரு திரைப்பட மகன்தான். 'திரைத்தனம்' என்கிற ஒன்று மெல்ல உருவாகி வாழ்வின் படலமாக அனைத்துத் தளத்திலும் விரவி நீக்கமற நிறைந்துவிட்டது. இப்படி அப்பா, அம்மா, தங்கை, மனைவி என குடும்ப உறவுகளை மீள் உருவாக்கம் செய்து எப்படி பழகுவது? எப்படி அணுகுவது என்பதெல்லாம் 'சினிமாத்தனமாக' மாறிவிட்டது என்பதைவிட சினிமாவைத்தான் இனி 'வாழ்க்கைத்தனமாக' இருக்கிறது என்று சொல்ல வேண்டும். இன்றைய இயலுலகு என்பது தமிழ்ப் புனைகதைகளில் உருவாகி அதற்குள் குடியேறும் ஒன்றாக இருப்பதற்கான சாத்தியமே எஞ்சியுள்ளது. கலைதான் விடுதலைக்கான வழி போலும்.

இப்படியாக திரைப்படம் கட்டமைத்த திரைத்தனத்தின் ஒரு நேரடி விளைவாக உள்ள ரஜினி என்கிற பிம்பம். ரஜினி தனது மனித ஆளுமையிலிருந்து ஒரு இயக்கமுள்ள (சரியாகத்தான் 'ரோபோ' என்று அவரை வைத்துப் படம் எடுக்கிறார்கள்) காட்சிப் பொருள். ஊடகங்கள் அரசியல் சுயநலமிகள் மற்றும் ரசிகர் என்கிற பிழைப்புவாதக் கும்பல் சேர்ந்து அவரைக்

காட்சிப்படுத்தித் தங்கள் தீனியைத் தின்று தீர்க்கின்றன. ஒருவகையில் ரஜினி பாவம்தான். வாழ்க்கையை இழந்த.. சர்க்கஸ் கோமாளி போல. அவர் தனது வேடத்தைக் கலைத்து மனிதனாக மாற யாரும் விடப்போவதில்லை. அவரும் ஒன்றும் தெரியாமலே உலகை ஆளும் கனவில் திரிகிறார். 'வெற்றி பெற்ற மனிதர் எல்லாம் புத்திசாலி இல்லை' என்று கண்ணதாசன் மனம் நொந்து பாடியது அன்று எம்ஜிஆருக்கும் இன்று ரஜினிக்கும்தான் பொருந்தும்.

சார்லி சாப்ளின் தனது 'சர்க்கஸ்' என்கிற படத்தில் இந்த முரணை நுட்பமாக வெளிப்படுத்துவார். அதாவது இயல்பாக இருத்தலே கோமாளித்தனமாக மாறிவிட்டதால் கோமாளியாக இருப்பதே இயல்பானதாக மாறிவிட்ட ஒரு வாழ்க்கை அது. இதைத்தான் கமல் தனது 'அபூர்வசகோதரர்கள்' படத்தில் காட்டியிருப்பார். அப்பு கோமாளியாக நடித்து யதார்த்த வாழ்வில் அவரது காதலியே அவரைக் கோமாளியாக எண்ணி விடுவாள். கோமாளிக்குள் இருப்பது ஒரு உடலும் சதையும் உள்ள மனிதன் அல்ல. அவனது ஒப்பனைதான் உடல், அவனது வாழ்க்கை, அர்த்தம் எல்லாம். தனக்கும், தனது வாழ்விற்கும் ஒரு அர்த்தம் தர பழிவாங்கும் தொடர் நிகழ்வில் ஈடுபட்டுத் தனது கோமாளித்தனத்தை பதிலீடு செய்வான் "குள்ளன்" அப்பு. கொலைகள் அல்லது பழி தீர்த்தல் மூலம் உலகின் முன் தன்னை, தனது இருத்தலை நிரூபித்துக் கொள்ளும் ஒரு நிலைதான் அது.

நடிகர் நாசரின் அற்புதமான நடிப்பில் வெளிவந்த ஞான. ராஜசேகரனின் 'முகம்' இந்த ஒப்பனை அடிப்படையிலான ஒரு நடிக-வாழ்வின் அபத்தத்தைச் சொல்லும் படம். அதில் ஒரு நாடக நடிகனான நாசர் அகோரமான முகத்தைக் கொண்டிருப்பார். ஒருமுறை விபத்தாக ஒரு அழகான முகமூடி அவரது முகத்தில் ஒட்டி பிய்க்க இயலாமல் இறுகிவிடும். அந்த முகமூடி கொண்ட முகத்துடன் தமிழ் சூப்பர் ஸ்டார் ஆகிவிடுவார். அவரது முகத்தில் மையல்கொண்ட தமிழ்ப் பெண்கள் கூட்டம் அலையும். அதிலும் குறிப்பாகக் கல்லூரி மாணவியான ரோஜா, நாசர் வீட்டு வாசலில் உண்ணாவிரதம் இருந்து அவரைத் திருமணம் செய்வார். ஒருநாள் அவரது முகமூடி கழன்றுவிடும். ஆனால் அவரது உண்மையான முகத்தை யாரும் ஏற்காமல் நீ அந்த நடிகன் இல்லை என்று வீட்டைவிட்டுத் துரத்தி

விடுவார்கள். மீண்டும் தேடி அந்த முகமூடியை ஒட்டிக்கொண்ட பின் அவரை ஏற்றுக் கொண்டாடும் சற்றுமுன் அடித்துத் துரத்திய அந்த மக்கள் கூட்டம். இதுதான் இன்றைய தமிழ்த் திரைப்படம் உருவாக்கும் பிம்பம் பற்றிய ஒரு குறுக்குவெட்டுத் தோற்றம். உண்மையில், ரஜினியின் நிலை இதுதான். அடிக்கடி ஊடகத்தில் இப்படி ஏதாவது செய்யாவிட்டால் அவரது வாழ்வை அவரே அர்த்தமற்றதாக ஆக்கிக்கொள்ள வேண்டியநிலை வந்துவிடும்.

ரஜினியை வைத்தே அவரது படங்கள் ஓடுகிறது என்கிறார்கள். அதாவது பந்தயத்தில் முன்னே ஓடும் குதிரை அவர். 'மணிச்சித்திரத்தாழ்' என்கிற மலையாளப்படத்தை 'சந்திரமுகி' என்கிற பெயரில் மறு-உருவாக்கம் செய்த படத்தில் வேறு ஒருவர் நடித்திருந்தால் ஓடாது என்பதாக ரஜினி என்கிற பிம்பத்தின் சந்தை மதிப்பு பற்றிப் பேசப்படுகிறது. இதையும் சந்தை மதிப்பாக இல்லாமல் அவரது தனிப்பட்ட திறமையின் அளவீடாக முன்வைக்கப்படுகிறது. தமிழ்ப் படங்களில் ரஜினியின் படங்கள் மட்டுமே ஓடுவதில்லை. தவிரவும் 'ஆட்டுக்கார அலமேலு' என்கிற வெற்றிப்படம் ஆட்டை நம்பி ஓடிய படம் இப்படி மிருகங்களை வைத்து ஓடிய எண்ணற்ற படங்கள் உள்ளன. 'ஜெகன்மோகினி' என்கிற படம் பேய்கள் என்கிற நகைச்சுவையான மலின தொழில்நுட்பத்தை வைத்து ஓடியது. பட வெற்றி என்பது ஒரு நடிகனின் உயர்வைக் காட்டுவதாக ஆகாது. அந்நடிகனின் அரசியல் என்னவாக மனிதர்களை அல்லது பார்வையாளர்களைக் கட்டமைக்கிறது என்பதே முக்கியம். ரஜினி உருவாக்க விரும்பும் அரசியல் மற்றும் பொது பிம்பங்கள் மிகவும் ஆபத்தானவை என்பதால் அவரைக் குறித்தும் அவரது வெற்றி குறித்தும் சமூக நோக்கில் ஆய்ந்து புரிந்து கொள்வது அவசியம்.

'மணிச்சித்திரத்தாழ்' மலையாளத்தில் குடியரசுத்தலைவர் விருது வாங்கியது. நடித்த ஷோபனா 'ஊர்வசி' பட்டம் பெற்றார். மலையாளப் படம் ஒரு வெற்றிப்படமே. அதில் கதாநாயகன் மோகன்லால் இடைவேளையில்தான் அறிமுகம் ஆவார். அதனுடன் ஒப்பிட்டுப் பேச எந்தத் தகுதியும் 'சந்திரமுகி'க்கு இல்லை. அப்படத்தில் உளவியல் அறிஞர் பிராட்லியன் சீடராக அறிமுகம் ஆவார் மோகன்லால். இப்படத்தில் ரஜினி கால்வைத்தால் புயல் அடிக்கும் எனவும் ஆன்மீகவாதியாக அறிமுகம் ஆகும் சாமியார் ஒரு போலி சாமியார் அளவிற்கே காட்டப்படுகிறார். தவிரவும் மலையாளப்படம் ஒரு புதிய முயற்சியாக

ஸ்கிஸோபெரனியா எனும் மனச்சிதைவிற்கு நமது பேயோட்டும் மரபை அடிப்படையாகக் கொண்டு ஒரு புதிய வைத்திய முயற்சியை முன் அனுமானித்தது. முள்ளை முள்ளால் எடுக்கும் வைத்தியமுறை. பி.வாசுவிற்குத் தாலி என்றால் என்னவென்றே தெரியாத கேனையர்களைத் தவிர வேறு யாரையும் தெரியாது. அவருக்கு எங்கு தெரியப் போகிறது உளவியல் எல்லாம்?

அடுத்தவன் மனைவியுடன் கொஞ்சும் ஒரு மலினமான நகைச்சுவை; அதற்கு வடிவேலுவை ஆண்மையற்றவராக நக்கலடிக்கும் கதை வேறு. மேடைகளில் ஆன்மீக ஒழுக்கம் பேசுபவர் இவ்வசனங்களைப் படங்களில் ஏன் பேசுகிறார்? படத்தில் பெண்களை கவரும் ஒரு கதாபாத்திரமாகக் காட்டப்படுவது என்பது சாதாரண விஷயம் இல்லை. வாழ்க்கை சினிமாவாகும் காலத்தில் நாம் இல்லை. சினிமா வாழ்க்கையாக மாறிவிட்ட காலத்தில்தான் இருக்கிறோம். நமது மொத்த வாழ்வையும் சினிமா தொலைக்காட்சி துவங்கி பத்திரிகைகள் வரை அனைத்தும் தீர்மானிப்பதாக அர்த்தம் உள்ளதான ஒரு (நாகார்ஜுனன் வார்த்தையில்) 'நகல்போலி' உலகில் வாழ்கிறோம். தொட்டுணரும் உண்மை எதுவும் இல்லை. கட்டமைக்கப்பட்டு இப்படித்தான் தொட்டுணர வேண்டும் என்று ஊடகங்கள் சொல்லித் தந்த உண்மைகள்தான் உள்ளன.

ஒரு பொருளை எப்படி உணர்வது என்பதையும் எப்படி அதை அனுபவமாக மாற்றுவது என்பதையும் ஊடகங்களே தீர்மானிக்கின்றன. அதனால் ரஜினி என்கிற பிம்பத்தை மட்டும் அவை கட்டமைப்பதில்லை, அந்த பிம்பத்தை எப்படி நுகர வேண்டும் என்றும் சொல்லித் தருகின்றன. அதனால் இன்று நீங்கள் உங்கள் விருப்பு அடிப்படையில், அப்படி ஒன்று உங்களுக்கு இருக்கிறதா? சாத்தியமா என்பது மற்றொரு கேள்வி என்றாலும், ரஜினியை ரசிக்க ஊடகங்கள் சொல்லித் தந்த வண்ணம் உள்ளன. ஊடகங்கள் எதை சிறந்த மக்கள் ரசனையாக இன்று கட்டமைத்துக் காட்டுகின்றனவோ அந்த அடிப்படையில்தான் ரசிக்க வேண்டும். சரக்கை உற்பத்தி செய்வது மட்டுமல்ல சரக்கை எப்படி நுகர்வது என்பதும் இன்று சரக்கு உற்பத்தியுடன் சேர்ந்த ஒன்றாக மாறிவிட்டது.

பிரச்சனை ரஜினியை முன்வைத்துக் கட்டமைக்கப்படும் பிம்பங்கள் தான். தமிழ்த் திரைப்பட வியாபார உத்திகள்தான்

அவரது வெற்றிக்குக் காரணமே ஒழிய ரஜினி என்கிற தனிநபர் சாதனை அதில் எதுவும் இல்லை. ரஜினி என்கிற பிம்பம் ஒரு அரசியல் பிம்பம். அது கட்டமைக்கும் உடல்கள், தமிழ்ச் சமூகத்தைப் பின்னோக்கி இழுத்துச் செல்லும் ஒரு சீரழிவுப் போக்காகும். ரஜினி சினிமா மூலம் கொண்டாட்ட மனநிலையை உருவாக்குவதில்லை, ஒரு மலினமான உணர்வுகளையே வளர்த்து வருகிறார். அதனால் அதைப் பொழுதுபோக்குப் படங்களாகப் பார்க்கவே இயலாது. லியோனி கூறுவது போல் 'மெனக்கெட்டு தலையைச் சீவி பின் கலைத்துவிடும் ஸ்டைல்' என்கிற ஒன்றுதான் ரஜினியின் தனிமனித பாதிப்பிற்கு ஒரு உதாரணம்.

இப்படம் மலையாள மூலத்தில் மாற்றாமல் அப்படியே நேர்மையாக எடுத்து மக்களிடம் வெற்றியடைந்திருந்தால் ரஜினியின் செல்வாக்கை சோதித்துப் பார்த்திருக்கலாம். ஒரு தொழிலில் தன்னம்பிக்கை அவசியம். ரஜினிக்கு அது இல்லை என்பது வெட்ட வெளிச்சம். தன்னை மட்டுமே நம்பி சோதனையாக எடுத்த படங்கள் தோல்வியைத் தழுவியதால் அந்தப் பக்கமே போவதில்லை. படம் எடுப்பதற்கு முன்பாக அவர் பார்க்கும் சோதிட, எண்கணித, நாடி இன்னபிற மற்றும் வேண்டுதல்கள், காவுகள், யாகங்கள் இப்படி அது ஒரு தனி பட்ஜெட். இரண்டும் ஒரே எழுத்தில் வைத்து எடுத்தால் ஓடும் என்று நாடி சோதிடம் சொல்லி அவரது ஆன்மிக குருவின் நல்லாசியுடன் எடுக்கப்பட்ட 'பாபா' என்னவாகியது? (உதாரணம்: ராகவேந்திரா, வள்ளி, பாபா போன்றவை) ஓடவில்லை என்றவுடன் சிம்மராசி 4 ஆண்டுகளுக்கு எதுவும் செய்யக்கூடாது என்றார்கள். அப்புறம் ஒரு நல்லநாளில் 'சந்திரமுகி'. ஆக, இதுதான் தன்னம்பிக்கையா? சினிமா வெறும் பணம் சம்பாதிப்பதை மட்டுமே நோக்கமாகக் கொண்டது என்பதை அவரே "ஓடும் குதிரையில்தான் பணம் கட்டுவார்கள்" என்று வெளிப்படையாக அறிவித்தவர்.

மலையாளப்படம் நோய் பற்றியது, தமிழ் 'சந்திரமுகி' பேய் பற்றியது. பி.வாசுவின் படங்கள் மிகவும் மலினமான தற்குறியான "சென்டிமெண்ட்களை" உள்ளடக்கியே வருபவை. உதாரணம்: 'சின்னத்தம்பி'. அவரது 'குசேலரும்கூ'ட இப்படித்தான் எஞ்சிய சக்கையாகவே வரும் என்பது தெரிந்ததே. ரஜினி படங்கள் இளைஞர்களுக்கானவை அல்ல.குழந்தைகள் மற்றும் பெண்களுக்கானவை. 'சந்திரமுகி' அந்த இரு தளங்களில்

கவனமாக இருந்தது. ரஜினியின் வெற்றியே ஆண்-பெண்களின் மனதில் உலவும் எதிர்-நாயக (ஆன்டி-ஹீரோ) செண்டிமெண்ட்தான். இந்த எதிர்-நாயக பிம்பம் என்பது ஆண்-பெண் இருபாலரின் ஒடுக்கப்பட்ட பாலியலின் ஒரு உளவியல் புள்ளியைத் தொடுகிறது என்பது முக்கியமான விஷயம். இங்குதான் சாத் முன்வைக்கும் வன்முறை சார்ந்த மீ-புனைவு (பாஃண்டஸி) பாலியல் வழியாக, ஒரு உடல் உணரும் சாத்தியங்களுக்கான கற்பனார்த்த உளவியல் கூறின் தடத்தை உணர முடிகிறது. குழந்தைகளைக் கவரும் சில்மிஷங்கள். பொதுவாக பேய் மற்றும் மாயா ஜாலங்கள் பெண்கள், குழந்தைகளைக் கவருவதுதான். அதை 'சந்திரமுகி' சரியாகவே செய்தது. தவிரவும் அப்படம் ரஜினியின் பழைய படமான 'ஆயிரம் ஜென்மங்களின்' ரீமேக்தானே ஒழிய 'மணிச்சித்திரத்தாழ்' அல்ல.

படத்தின் வெற்றிக்குப் பல காரணங்கள் உள்ளன. அதை ஒரு குறிப்பிட்ட நடிகனின் தலையில் வைப்பதன் மூலம் அவனை ஒரு வியாபார சரக்காக மாற்றும் வணிகத் தந்திரமே ரஜினியின் வெற்றிக்குப் பின் இருப்பது. ரஜினியை முன்வைக்கும், ஆதரிக்கும் சக்திகள் அரசியல் பின்புலங்களை ஆய்வதும், அவரது நேரடி அரசியல் ஆதரவையும் ஆராய்ந்தால் அவர் தமிழ்ச் சமூகத்தைப் பின்னோக்கி இழுத்துச் செல்லும் குறிப்பாக இந்திய சமூகத்தைப் பின்னோக்கி இழுத்துச் செல்லும் ஒரு அரசியலுக்குத் துணைபுரிபவர் என்பதை உணரலாம்.

இறுதியாக சமூக உணர்வுள்ள யாரும் இத்தகைய பிம்ப அரசியலை ஒரு சீரழிவு சக்தியாகவே பார்ப்பார்கள். அல்லது உங்கள் சமூக உணர்வின் மட்டத்தை அளவிட என் வரையில் இன்று அது ஒரு அளவுகோல் என்பதே எனது நிலைப்பாடு.

இதற்கு முதலில் இடப்பட்ட தலைப்பு 'தமிழன் வாழ்க! தமிழ் ஒழிக! அல்லது தமிழன் என்று சொல்லடா? தலைகுனிந்து நில்லடா'. இந்த விவாதத்திற்குரிய தலைப்பிற்கு விளக்கம் தேவையில்லை என்று எண்ணுகிறேன். எழுத்தின் நோக்கத்தை அல்லது எழுத்தின் உள்ளுணர்வை ஒரு சில வார்த்தைகளில் சொல்லும் மனம் நொந்துபோன ஒரு வாக்கியமே அது. பிறகு யோசித்துப் பார்த்தபோது எல்லாத் தமிழனையும் பொதுமைப்படுத்த இயலாது என்பதால் வேறு தலைப்பை இட்டேன். இப்புதிய தலைப்பில் இன்று தமிழக அரசியல் சூதாட்டத்தில் யார் ஆடுதன்

ராஜா? யார் ஹாட்டின் ராணி? யார் ஜோக்கர்கள்? என்பது புரியாதவர்கள் இந்த எழுத்தைப் படித்ததாகவோ அல்லது பார்த்ததாகவோ வெளியே சொல்லாமல் இருப்பதே நல்லது.

(மே 5, 2009)

குறிப்பு: பதிவாக எழுதப்பட்டு பிறகு 'கீற்று' இணைய இதழில் வெளியிடப்பட்டது. இங்கு திருத்தி எழுதப்பட்டுள்ளது.

இயல் 2

திரையாக்கம்

"Cinema allows us to re-see reality, expanding our perceptions, and showing us a new reality. Film challenges our view of reality, forcing a phenomenological realisation about how reality is perceived by our minds."

- Daniel Frampton. "Filmosophy"

வர்க்கம் பாலினம் குறித்த திரைப்படிமங்கள் – ‘மேற்குத் தொடர்ச்சி மலை’, ‘96’

தமிழ் சினிமாவில் சமீபத்தில் வெளிவந்த இரண்டு முக்கியமான சினிமாக்கள் பரவலான கவனத்தை பெற்றுள்ளன. 1. மேற்குத் தொடர்ச்சி மலை 2. 96. இவ்விரு படங்களும் வெவ்வேறு வகைத்திணைகளைச் சேர்ந்தவை. “மேற்கு தொடர்ச்சி மலை” பரவலான உரையாடல்களையும், தொடர் கவனக் குவிப்புகளையும் உருவாக்கியது என்றால், “96” வெகுஜன சினிமாவில் பரவலாக பேசப்பட்ட, பார்வையாளரிடம் பல பழமையேக்க (நாஸ்டால்ஜிக்) உளக் கிளர்ச்சியை தரக்கூடிய படமாக இருந்தது. மேற்குத்தொடர்ச்சிமலை நிலம், வர்க்கம், உலகமயமாதல் என்கிற சமூக அரசியலை, திரைப்படிமங்களாக காட்சிப்படுத்தியது. 96 தமிழ் வெகுஜன சினிமாவில் ஒவ்வொரு புதிய தலைமுறை பார்வையாளர்கள் வரும்போதும் வெளிவரும் ஒரு வழக்கமான காதல், பிரிவு, தவிப்பு, நினைவேக்கம் என்கிற உணர்வில் விளையாடும் பாலின வேட்கையை திரைப்படிமமாக காட்சிப்படுத்தியது.

முதலில் திரைப்படிமம் (cinematic image) என்பது சினிமாவின் திரைக்காட்சிகள் உருவாக்கும் பிம்பங்களை குறிப்பதற்காக பயன்படுத்துகிறேன் என்பதை சொல்லிவிடலாம். இது காட்சிப்படிமம் (visual image) என்பதிலிருந்து வேறுபட்டது

என்பதைக் குறிக்கவே. காட்சிப்படிமம் என்பது ஒரு நிலையான காட்சியை யதார்த்தத்தில், வாழும் இயல் உலகில் காணும் ஒன்று. திரைப்படிமம் என்பது திரையின் இலக்கணமான "ஷாட்" எனப்படும் காமிராவால் துண்டாடப்பட்ட காட்சியாக திரையில் விரிவது. விழித்திரையின் காட்சியாக விரிவது காட்சிபிம்பம் என்றால், காமிரா எனும் எந்திரவிழி கொண்டு நாம் பார்க்கும் காட்சி திரைப்படிமம். காட்சிப்படிமத்தில் இயல்தன்மை உள்ளது என்றால், திரைப்படிமத்தில் கதையாடலுடன் இணைந்த, தொகுக்கப்பட்ட (மோண்டேஜ்), இயக்குநர் மற்றும் கேமிராவின் தேர்விற்குட்பட்டு துண்டாடப்பட்ட காட்சி கட்டமைப்பே உள்ளது. ஆக, திரைப்படிமம் என்பது கதையாடல், கோணம், ஒளி, ஒளி பிம்பமாக ஒரு கருத்தாக்கத்தை உணர்வாக மாற்றும் காட்சிப்படிமம் என வரையறுக்கலாம்.

இந்த வேறுபாடுகளை இயற்கை, செயற்கை என்கிற எதிர்வுகளாக புரிந்து கொள்ளக் கூடாது. மெய்தன்மை அல்லது உடனடித்தன்மை (actual) மற்றும் மெய்நிகர்த்தன்மை (virtual) அல்லது பதிவாக்கப்பட்டது என்பதாக புரிந்து கொள்ள வேண்டும். அதாவது மெய்தன்மை நிகழ்காலத்தின் நிகழ்வு என்றால், மெய்நிகர்த்தன்மை இறந்தகால மற்றும் எதிர்கால நிகழ்வு. திரைப்படிமம் இப்படியாக காலந்தாண்டிய ஒரு குறிப்பானாக, காலத்தால் உள்ளீடு செய்யப்பட்டு அர்த்தமாகும் குறிப்பீடாக உள்ளது.

சினிமா குறித்த விரிவாக ஆராய்ந்து எழுதிய ஜீல் டெல்யுஸ் இந்த படிமங்கள் அல்லது பிம்பங்கள் (image) என்பது பிரபஞ்சம் எங்கும் வியாபித்துள்ளது என்கிறார். உலகின் அனைத்து பொருட்கள், நடவடிக்கைகள், கருத்தாக்கங்கள், சிந்தனைகள் எல்லாம் படிமங்களாக அல்லது பிம்பங்களாக உள்ளவையே என்கிறார். சினிமா இந்த பிரபஞ்சத்தை துண்டாடி ஒரு படிமமாகக் காட்டுவதே என்கிறார். இப்படிமங்களின் வகைபாடுகள் குறித்து விரிவாக பேசுகிறார். பத்திற்கும் மேற்பட்ட படிமங்கள் பற்றியும், ஐந்திற்கும் மேற்பட்ட 'சினிசைன்ஸ்' எனப்படும் திரைக்குறிகளையும் வகைப்படுத்தியுள்ளார். தமிழ் சினிமாவில் இப்படிமப் பயன்பாடுகள் குறித்து விரிவான ஆய்வுகள், சினிமாவைப் பயிலும் மாணவர்களுக்கு அவசியமானவை.

பிம்பம் என்ற சொல் வடமொழி என்றாலும், தமிழில் புழக்கத்திலும், புரிதலிலும் உள்ளது. படிமம் என்பதே அதற்கு

பகரமான சரியான தமிழ்ச்சொல்லாக நவீனத் தமிழில் ஆளப்பட்டுள்ளது என்பதுடன், பிம்பம் என்பது தரும் ஒரு அசைவற்ற தன்மையிலிருந்து படிமம் என்பது ஒரு இயக்கத்தன்மை கொண்டதாக உள்ளது. தொல்காப்பியத்தின் பாயிரத்தில் படிமம் என்ற சொல் பயன்படுத்தப் பட்டுள்ளது. நவீன தமிழ் இலக்கியத்தில் புதுக்கவிதைகள் வழியாக படிமம் என்ற சொல்லாட்சி பிம்பம் என்பதற்கு பகரமாக பயன்படுத்தப்பட்டது. படிமம் என்பதற்கு உளக்காட்சி, மனத்திரையில் உருவாகும் காட்சி, மனதில் ஒரு காட்சியை எழுப்புதல் உள்ளிட்ட பல பொருள்கள் உண்டு. திரைக்காட்சி என்பது சொல்லால் விவரிக்க வேண்டிய ஒரு மன உணர்வை, திரையில் ஒரு காட்சியாக காட்டுவதன் வழியாக, பார்வையாளர் மனத்திரையில் அதை நிகழ்த்தி உணர்த்தும் ஒன்று. திரைப்படிமம் என்பது காட்சிகளின் வழியாக மனத்திரையில் உருவாக்கப்படும் ஒரு காட்சி. இங்கு பேசப்படும் சினிமாக்களில் குறிப்பான திரைப்படிமங்கள் பார்வையாளரிடம் சாதி, வர்க்கம் மற்றும் காதல் வேட்கை என்கிற கருத்தாக்கங்களை ஒரு திரைப்படிமமாக கட்டமைத்துள்ளன. அதற்கானதொரு சினிமாக் கதையாடலை தேர்ந்து, அதை திரைக்காட்சியாக விரிக்கின்றன.

1. மேற்குத் தொடர்ச்சி மலை

திரையியக்கம் என்பது மூன்று பார்வைகள் வெட்டிச்செல்லும் ஒரு வெளி அல்லது பரப்பு. 1. அரங்கில் உள்ள பார்வையாளரின் பார்வை 2. திரைக்குள் உள்ள பாத்திரத்தின் பார்வை 3. காட்சியாக்க சூழலில் உள்ள கேமிராவின் பார்வை. இப்பார்வைகள் உருவாக்கும் ஒரு பரப்பில்தான் சினிமா என்கிற திரையியக்கம் நிகழ்கிறது. பார்வையாளரின் பார்வை திரைப் பாத்திரப் பார்வையாகவும், கேமிராவின் பார்வையாகவும் மாறி மாறி ஆடும் ஒரு இயக்கமே சினிமாவாக உருவாக்கம் பெறுகிறது. ‘மேற்குத்தொடர்ச்சி மலை’ பார்வையாளர் பார்வையை, கேமிராவின் பார்வையோடு இணைத்து விடுகிறது. திரைப் பாத்திரங்களின் பார்வையை தனித்து பிரித்துவிடுகிறது. திரைப்படம் முழுக்க இயல்பானதொரு மலைவாழ் மக்களின் வாழ்வை உள்ளபடி அம்மக்களின் பார்வையில் சொல்ல முனைகிறது.

பெருவாரியான பார்வையாளர்களான சமவெளிப் பகுதியினருக்கு பரிட்சயமற்றதாக இருப்பதால், ஒரு புதிய உலகை படைத்துக் காட்டுவதாக உள்ளது. சினிமா பல சாத்தியமான உலகை

படைத்துக் காட்டுவதுதான். இத்திரைப்படத்தில் காட்டப்படும் உலகு எந்த கற்பனையும் கலக்காத ஒரு இயல்புவாதத் தன்மையில் காட்சிப்படுத்தப்படுகிறது. ஒரு புதிய யதார்த்த உலகு, நாம் காணாத, நாம் காண மறந்த, ஒரு வாழ்வை காட்டுகிறது. அவர்கள்பாட்டு அவர்களது பாடுகளுடன் வாழ்ந்து கொண்டிருக்கிறார்கள். பார்வையாளரும், கேமராவோடு அவர்களை பின்பற்றிச் செல்கிறார். இது ஒரு புதுவிதமான அனுபவமாக தமிழ் சினிமாவில் நிகழ்ந்திருப்பது முக்கியம். பிரமாண்டமான ஒரு மலைத் தொடர்ச்சியில் மனித வாழ்வு அற்பத்திலும் அற்பமாக உள்ளது. அந்த அற்பமான வாழ்வையும் சுரண்டும் ஆதிக்க வர்க்கச் சக்திகளின் பிரமாண்டமான வளர்ச்சியை உருவாக்கிய உலகமயமாதலின் விளைவுகள்தான் படத்தின் மையக் கதையாடல்.

திரைப்படம் வர்க்கம் என்கிற மார்க்சிய, கம்யூனிசக் கருத்தாக்கத்தை ஒரு திரைப்படிமமாக்கி, பார்வையாளர் உடலில் அதையொரு உணர்வாக்கமாக காட்சிப்படுத்தியுள்ளது. மொழிவழிச் செய்தியாக வசனமாக வெளிப்படும் சொற்படிமம் ஒருவருக்குள் நிகழும் பாதிப்பு என்பது அறிவார்ந்த தளத்திலான உரையாடலுக்கு பின்பே ஒரு கத்தாக்கமாக மூளையில் பதிவுறும். காட்சி வழியாக உருவாகும் திரைப்படிமம் என்பது நேரடியாக புலன்கள் வழியாக மூளையில் ஒரு உணர்வாக படிந்துவிடும். அவ்வுணர்வு ஒரு இனம் புரியாத செயலாக வெளிப்படும். வர்க்கம் என்பதை தன்னறிவற்று பார்வையாளரிடம் ஒரு திரைப்படிமமாக மாற்றியிருப்பதே இத்திரைப்படத்தின் வெற்றி.

இச்சினிமாவில் நான்குவித கதையாடல்கள் அருகருகே நிகழ்ந்தபடி உள்ளது. அவை நான்கு விசைக்கோடுகளாக (வெக்டர்களாக) திசைவழிப்படுத்தப்பட்டு இணைந்தும் பிரிந்தும் செல்கிறது. 1. ஏலக்காய் பறித்து மேட்டிலிருந்து, தரைக்கு இறக்கும் நிலவுடமை சார்ந்த உற்பத்தி உறவுகள் 2. பிழைக்க வந்த ஒருவன் கமிஷன் ஏஜெண்டாக வளர்ந்து உலகமயத்தின் தரகு முதலாளியாக மாறும் வர்க்க வளர்ச்சி 3. கம்யூனிசக் கட்சி உழைக்கும் வர்க்கத்திடம் பற்றிப் படர்ந்து வளர்ந்து ஐந்து ஏக்கருக்கு மேலாக எஸ்டேட் வைத்திருந்தால் கட்டாயம் தொழிற்சங்கம் அமைக்க உரிமை பெறுதல், உலகமயத்தில் சரியான வர்க்கப் பகுப்பாய்வு அற்று சமரசமாகி அழித்தொழிப்பு பாதைக்கு செல்லவேண்டிய நிர்ப்பந்தத்தால் சரிவடைதல் 4. நிலம் என்பதை ஒரு கனவாக வளர்த்துக் கொண்டு, நிலத்தை பெற முனையும்

உழைப்பாளி வர்க்கம் உலகமயத்தில் கடனாளியாகி நிலத்தை இழந்து ஒரு நிரந்தரமற்ற தொழிலாளியாக மாறும் அவலம்.

இந்திய நிலஉடமை இயல்பான உற்பத்தி உறவுகளின் வளர்ச்சியால் முதலாளியமாக மாறாமல், உலகமயத்தினால் நேரடியாக ஒரு தரகு வர்க்கமாக மாறுவதும், இயற்கையாக அமைந்துள்ள மலைகளின் மூலவளம் சுரண்டப்படுவதற்காக வளர்ச்சி, முன்னேற்றம் என்ற பெயரில் மலையோடு பிணைந்த மலைக்குடிகள், மலைகளை விட்டு வெளியேற்றப்பட்டு சமவெளிகளில் கூலிகளாக சிதறடிக்கப்படுவதும் இத் திரைப்படத்தின் அழகான, அழுத்தமான உரத்துப் பேசாத இயல்பான காட்சியமைப்புகளால் பார்வையாளருடன் வினைபுரிகிறது. கடந்த நானூறு ஆண்டுகளாக நிலமானியச் சமூகங்கள் சிதைந்து முதலாளிய உற்பத்திமுறை வளர்ந்து அது ஏகாதிபத்தியமாக மாறி உலக மூலவளங்களை சுரண்டும் ஒரு பேரமைப்பாக மாறிய வரலாற்றினை வர்க்கம் என்கிற ஒற்றைத் திரைப்படிமத்தை வைத்து மிக அழகான திரையியக்கமாக ஆக்கியுள்ளார்கள் இயக்குநர் லெனின் பாரதி, ஒளிப்பதிவாளர் தேனி ஈஸ்வர் மற்றும் மாஸ்ட்ரோ இளையராஜா. படத்தின் காஸ்டிங் எனப்படும் பாத்திரங்களின் தேர்வு நேர்த்தியும், நுட்பமுமாக அந்த பகுதி மக்களையே பயன்படுத்தி இயல்பாகவும் சித்தரித்துள்ளார்.

முதலாளியப் புரட்சி என்பது அடிப்படையில் நிலவுடமை உறவுகளால் நிலத்தில் கட்டுண்டு கிடந்த உடல்களை, தனிமனித உரிமை, சமத்துவம், சகோதரத்துவம் பேசி, நிலத்திலிருந்து வெளியேற்றி, அவர்களை சுதந்திரமாக தங்கள் உழைப்புச் சக்தியை விற்கும் கூலிகளாக மாற்றுவதே. தனது உழைப்புச் சக்தியை சந்தையில் விற்பதற்கான சுதந்திரமே முதலாளியப் புரட்சி, ஒடுக்கும் வர்க்கத்திற்கு ஏற்படுத்தி தந்த வளர்ச்சி. இந்த வரலாற்றை, மலையிலிருந்து மக்களை வெளியேற்றுவதன் வழியாக அவர்கள் சுதந்திரமற்ற கூலிகளாக மாற்றும் கதையாடலே ரங்கசாமியும், மேட்டு நிலத்தில் உள்ள கங்காணி, முத்துராசு ஆகியோரின் கதை. எந்தவித முதலாளியப் புரட்சியும் அற்று, வாழ் நிலத்திலிருந்து மக்களை அப்புறப்படுத்தும் உத்தி எப்படி இந்திய சமூகத்தில் நிறைவேற்றப்பட்டது என்பதை காட்சிப்படுத்துகிறது இத்திரைப்படம்.

மழை பெய்துக் கொண்டிருக்கும் ஒரு அதிகாலை 4 மணிக்கு, கோம்பை என்ற மலையடிவாரக் கிராமத்தின் இருள்பிரியாத காட்சியுடன் துவங்கும் இத்திரைப்படம், இருளிலிருந்து புலரும் பொழுதோடு மலையேறும் ரங்கசாமியும், அவனது நண்பனும், நம்மைப்போல ஒரு சமவெளி மனிதன் திருமண பத்திரிக்கை வைக்க அவர்களோடு இணைந்து மூவரும் பயணிப்பதில் துவங்குகிறது. மலையேற்றத்தில் சமவெளி மனிதன் படும் துயரங்களை சுட்டுவதற்கான பாத்திரமே அந்த பத்திரிக்கை வைக்கும் மனிதர். பார்வையாளரை முதல் காட்சியிலேயே திரைக்குள் நுழைக்கும் இந்த உத்திதான், கேமிரா வழியாக படத்தை கட்டமைப்பதற்கான வினையாக பார்வையாளரிடம் நிகழ்கிறது. திரைப்படத்தின் மிக முக்கியமான பணி, கேமிரா உருவாக்கியிருக்கும் மலை குறித்த கவித்துவமான காட்சிகள்தான். அந்த கவிதைக்குள் ஓலமிடும் துயரமிக்க அவர்களின் வாழ்வு. ஒரு சுற்றுலாத் தலமாக மட்டுமே நம்மால் உணரமுடிந்த அந்த அழகான மலைகளுக்குள் ஒரு ஆறாத்துயரம் ஓடிக் கொண்டிருப்பதை அகழ்ந்து, அதன் இயல்புத் தன்மை மாறாமல் காட்சியாக்கியுள்ளது இத்திரைப்படம்.

இத்திரைப்படத்தில் நொடிக் காட்சியாக வந்துபோகும் இரண்டு மரணங்கள் வலுவான திரைப்படிமமாக வெளிப்பட்டுள்ளது. ஒன்று மலையேறுதல் என்பதை தனது சாகசமாகக் கருதுவதே தனது "தானுமை" என்பதாக எண்ணி இறுமாந்து மலையேறும் வயதான கிழவர், இரத்தம் வெளிப்பட சாத்தாவின் கற்குவியலுக்கு அருகில் இறந்துகிடக்கும் காட்சி. அது நிலவுடமையின் கருத்தாக்கமான, விசுவாசம், வீரம், நம்பிக்கை, துரோகமிழைக்காத தன்மை ஆகிய உணர்வுகளின் கருத்தாக்கம் மரணமுற்றத்தின் படிமம். தன்னை நம்பியவருக்காக கொட்டும் புயல் மழையில் மூட்டை சுமந்த கதையைக் கூறும் காட்சிகள், வெறும் குரல்களாக அந்த பிரமாண்ட மழையில் பிரதிபலிக்க, சிறு எறும்புகளாக அந்த மழையில் இறங்கிச் செல்கிறார்கள். அக்காட்சி தூரக் காட்சியில் (லாங் சாட்டில்) நமக்கு சொல்வது ஆளற்ற அந்த மலையின் குரல்களைத்தான். அக்குரலின் மரணம்தான் அக்கிழவரின் மரணக்காட்சி.

அடுத்து, யானைகளால் கொல்லப்பட்ட கணவனை இழந்த காட்டில் வளையல்களுடன் வாழும் கிழவி. வைராக்கியத்துடன் காலம் உறைந்துவிட்ட பிறழ்ச்சியுடன் "ஆனைகள் அம்புட்டையும்

கொல்லப்போறேன்" எனத் திரிந்து கொண்டிருப்பாள். யானைகள் அவளை ஒன்றும் செய்வதில்லை என்று சொல்லப்படும் வசனத்தின் பின் நமக்கு தரப்படும் செய்தி, மிருகங்களிடம் உள்ள ஒரு அடிப்படை அறம்கூட மனிதர்களிடம் இல்லை என்பதுதான். எந்த ஒரு மிருகமும் தன்னினத்தை அழிப்பதில்லை, மனிதர்களைத் தவிர. அக்கிழவி ஒரு பெரும் புயல் மழையில், அழிக்கப்பட்ட விளைச்சல்களுக்கிடையில் மாண்டு கிடப்பாள் மரங்களுக்கும், குப்பைகளுக்கும் இடையில் முகந்தெரியாமல். அவள் ஒரு காட்சியில் எண்ணிக் கொண்டிருந்த வளையல்கள் கை நிறைய கிடக்க கைகள் மட்டுமே வெளித்தெரிய வீழ்ந்து கிடக்கும் மர இடுக்குகளில் நொடிக் காட்சியாகி மறையும். இயற்கையோடு பிணைந்துவிட்ட மலைவாழ் மக்கள் அந்நிலத்தோடு மடிந்துவிட்டதற்கான ஒரு காட்சிப்படிமம். இந்த இருவரின் மரணத்தோடு அந்த நிலவுடமைசார், புராதனத் தன்மை சார்ந்த உறவுகள் முடிவை எட்டிவிட்டது என்பதை உணர்த்துவதாக உள்ளது.

இந்த மரணத்திற்கு இடையில் லோகு மற்றவர் வண்டியில் உதவி கேட்டு ஏறி, பின்னாளில் ஸ்கூட்டியில், காரில் என வளர்ந்து செல்லும் கதையில், சுத்தமான வளைந்து அழகாகச் செல்லும் இருவழித் தார்ச்சாலைகள், பளிச்சென மின்னும் சர்ச் பள்ளிக்கூடம், ரியல் எஸ்டேட், ரெசிடென்சி, இவர்களை மதிக்காத அந்த ஐபோனில் தடவிக் கொண்டிருக்கும் ஒரு இந்திய வழுக்கைத் தலைக் கார்ப்பரேட் என வளர்ந்துவிட்ட நிலையைக் காட்டும் காட்சிகள் மிகவும் வலுவான ஒரு உணர்த்தலை சுட்டுகிறது. வளர்ச்சி என்கிற அரசியல் குறித்து வரையப்பட்ட திரைப்படிமங்கள் அவை. அவை செய்தியாக சென்று மூளையில் மொழியாக படிவதைவிட, நேரடியாக உணர்வுப் படிமங்களாக உறைந்துவிடுகிறது என்பதே முக்கியம். வளர்ச்சி என்பது பற்றிய இத்தகைய திரைப்படிமங்களே இன்றைய வளர்ச்சிப் பாசிச அரசியலை உணர்த்தக் கூடியவை.

ரங்கசாமியின் ஏலக்காய் மூட்டை தவறிவிழும் காட்சியும், பெருமழை வந்து அவனது பயிர்கள் நாசமாவதால் லோகுவிடம் கடனாக உரம், மருந்து, வீரிய ரக விதைகள் என வாங்கி கடனாளியாவதும் திரைப்படத்தின் இரண்டு முக்கிய மாற்றங்களுக்கான காட்சிகள். இவை இயற்கை நிகழ்வுகளாக, யதேச்சையானது என்பதாக திரைப்படக் கட்டமைப்பில்

காட்டப்படுவது, விதிவாத அடிப்படையிலான காட்சியமைப்புகளாக அமைந்திருப்பது அல்லது இயற்கையும்கூட ஏழைகளை பலிவாங்கிவிடுகிறது அது முதலாளிகளுக்கு சாதகமாக உள்ளது என்பதான பொதுபுத்தி வாசிப்பைத் தரக்கூடிய காட்சிகளாக உள்ளன.

ஏலக்காய் மூட்டை விழும் காட்சி உருவாக்கும் உணர்வு இயக்க படிமத்திலிருந்து (action image) நகர்ந்து உணர்வாக்க படிமமாக (affection image) மாறுகிறது. திரைக்காட்சியின் இயக்கத்தில் ஒரு மாற்றத்தை நிகழ்த்தும் இக்காட்சி, பார்வையாளர்களின் உணர்வுத்தாக்கத்தை நிகழ்த்தும் ஒன்றாக உள்ளது. மூட்டை சரிவதோடு இணைந்து பார்வையாளர்களின் பதற்றமும், அக்காட்சியில் அம்மூட்டை பகுதி பகுதியாக பட்டு சிதறும் ஏலக்காய்களோடு ஒரு முன்னேற துடிக்கும் ஏழையின் வாழ்வும் சிதறுவதை நமக்குள் ஒரு உணர்வு பாதிப்பாக மாற்றிவிடுகிறது. அக்காட்சியோடு துவங்கும் ''அந்தரத்தில் தொங்குதம்மா ஏழையோட வாழ்க்கை'' என்ற பாடலும், தாவிச் செல்லும் பல காட்சிகளின் இணைப்பாக நுட்பமாக காட்சிப்படுத்தப்பட்டுள்ளது.

உலகமயம் அடிப்படையில் முதலாண்மை நிறுவனங்களால் சாமான்ய மனிதர்களை கடன்மயமாக்கல் என்பதுதான் என்பதை அழுத்திச் சொல்கிறது இத்திரைப்படம். இப்படத்தில் வரும் மீரான் அத்தா என்ற இஸ்லாமியர் பாத்திரம் தமிழ் படங்களில் காணமுடியாத ஒரு அற்புதம். இத்தகைய படிமங்கள் இன்றைய இந்துத்துவ மதவாத பாசிசத்தில் மிக முக்கியமான ஒன்று. அந்த பாத்திரமே இஸ்லாமியர்கள் பற்றியதொரு நேர்மறைப் படிமமாக உள்ளது.

லோகுவிடம் கடன் பெறும் ரங்கசாமியின் காட்சியில் கணக்கெழுதும் அந்த கை மட்டுமே அண்மியக் காட்சியில் காட்டப்படுவது கடனெழுதும் கையாக மாறிய உலகமயத்தின் கரம் குறித்த ஒரு படிமம் பார்வையாளரின் மனத்திரையில் எழுதப்படுகிறது. படத்தின் பின்னணியில் காலத்தையும் கால மாற்றத்தையும் ஒட்டி ஒளியின் மாற்றம் நிகழ்கிறது. முதல் காட்சியில் இருட்டிலிருந்து புலரும் பொழுதில் மலையேற கிளம்பும் ரங்கு, இறுதிக்காட்சியில் ஒரு கூலியாக மாறி உடலும், மனமும் சோர்ந்து, வாழ்க்கை உருவாக்கிய அனுபவங்களின் துயர்நிறைந்த முகத்துடன் நடந்து வந்து அந்த காற்றாலை பாதுகாப்பு பணியில் அமரும்போது பளிச்சென வெளிச்சம்

நிறைந்த ஒரு காலையாக இருக்கும். வெளியில் இருள் உள்ளே ஒளியும், உள்ளே இருள் வெளியே ஒளியும் என அந்த காட்சிகள் அமைக்கப்பட்ட விதம் என இத்திரைப்படத்தின் ஒளிப்பதிவில் கற்றுக்கொள்ள வேண்டிய பல காட்சிகள் உள்ளன.

உலகமயமாதலை, சாலைகள் வளர்ச்சி, கனரக எந்திர வருகை தொழிலாளி வர்க்கத்தை பாதிப்பதைப்பற்றிய உரையாடலில் ‘‘பிரச்சனைகள் வரும்முன் காப்பவனே கம்யூனிஸ்ட்’’ போன்ற வசனங்கள் தமிழில் புதியதொரு இடதுசாரி அரசியல் படத்திற்கான முன்னெடுப்பை காட்டக்கூடியதாக உள்ளது. சகாவு அந்த உரையாடலுக்குப்பின் நடந்துவரும் காட்சி காமிராவின் கண்களோடு நம் கண்களை இணைத்து, ஒரு பிரமாண்டமான மலைத்தொடர்ச்சியின் முன்னால் சிறு புள்ளியென வந்து காட்சி சட்டகத்தின் ஒரு மூலையில் மனக்கிலேசத்துடன் அமருவதை, அவனது கையறு நிலையை நமக்கு கடத்திவிடும் ஒரு உணர்வியக்க படிமமாக ஆக்கப்பட்டிருக்கிறது. இயற்கை எனும் பிரமாண்டத்துடன் இடைவிடாது போராடும் மனிதனை செயற்கையான வளர்ச்சி எனும் ராட்சதம் விழுங்கி ஏப்பமிடும் இறுதிக் காட்சியான பிரமாண்டமான காற்றாலை. மேற்குத்தொடர்ச்சி மலை எனும் இயற்கையை காற்றாலை எனும் செயற்கை வென்றுவிட, மனிதன் அதில் ஓர் அற்பமாக மாற்றப்பட்ட அரசியலை அழகியலோடு காட்சிப்படுத்துகிறது.

மூனாறுக்கு சாக்கோ எனும் சகாவுவை அனுப்பும் காட்சி. அக்காட்சியில் சகாவு வெளியேற ஒரு மரத்தில் கட்டப்பட்ட பிரமாண்ட சிலந்திவலையில் ஒரு சிறு பூச்சி சிக்கியிருப்பதில் காமிரா ஒரு அண்மியக்காட்சியாக காட்டி நகரும். அந்த ஒரு வினாடியில் உருவாக்கப்படும் படிமம், இன்றைய உலகில் பின்னப்படும் உலகமய முதலாளியத்தின் வலைப்பின்னல் சிக்கலில் சிக்கிய மனிதம், கட்சிகள், கோட்பாடுகள் என எல்லாவற்றையும் வெளிப்படுத்தும் ஒரு உருவகப் படிமமாக (metaphorical image) காட்சிப்படுத்தப்படுகிறது.

துவக்கத்தில் கம்யூனிஸ்ட் கொடிகள் மட்டுமே பறந்த அந்த கிராமங்களில், எஸ்டேட்டுகளை தொழிற்சங்க தலைவரை விலைக்கு வாங்கி, எஸ்டேட்டை சட்டத்திற்கு உட்பட்டு 3 ஏக்கர், 4 ஏக்கர் என உறவினர்களுக்கு எழுதி வைத்து (நில உச்சவரம்பு சட்டத்தை காங்கிரஸ் நிலச்சுவான்தார்கள் ஏய்த்த வரலாறு அது) அட்டையாக இருந்த முதலாளியின் முன்னேற்றத்துடன் காங்கிரஸ்

கொடியும் பறக்கும் ஒரு கணநேரக்காட்சி என்பதற்கு பின்னாள் இத்தகைய வரலாற்றுக் காலம் உள்ளது. இப்படி மிகவும் தேர்ந்த அரசியல் புரிதலுடன் காட்சிகள் கட்டமைக்கப்பட்டிருப்பதற்கு உதாரணமாக இதை சொல்லலாம்.

சகாவு ரங்கசாமி உள்ளிட்ட சிலருடன் சென்று அந்த கருங்காலி தொழிற்சங்க தலைவரையும், முதலாளியையும் கொலை செய்த அடுத்தடுத்த காட்சிகளே இத்திரைப்படத்தின் "கேமிரா கான்சியஸ்" எனப்படும் கேமிரா-ஓர்மைக்கு (பிரக்ஞைக்கு) ஒரு உதாரணம். முதலாளியை கொன்று விட்டு அவர்களை சகாவு பரபரப்புடன் அழைத்துக் கொண்டு வெளியேற, அறையில் இறந்து கிடக்கும் இருவரில் அந்த கருங்காலியின் கழுத்தறுபட்ட இரத்தத்துடன் அருகில் அடுக்கி வைக்கப்பட்ட ஏலக்காய் மூட்டையின் அரிவாள் பட்ட ஓட்டையிலிருந்து சிதறும் பசுமை நிற ஏலக்காய், அதில் சில துளிகள் நிற்கும் கேமிரா, அதன்மேல் பசுமையாக அலையும் ஏலக்காய் செடிகள் காற்றில் அசைய, அக்காட்சியின் மேல் பொருத்தப்பட்ட சிறைக்கம்பி வெளிப்பட, ஏலக்காய் செடிகள் கரைந்து மறையும். இந்த மூன்று காட்சிகளும் ஒன்றின்மேல் ஒன்றாக பொருந்தி ஒருவிதமான விளக்கக் குறிப்பை தரக்கூடியதாக அமைந்துள்ளது. கேமிராவிள் ஆழ்தளக் கட்டமைப்பாக வெளிப்படும் ஓர்மை (பிரக்ஞை) இது.

அந்த சிறைக்காட்சிக்குப் பிறகு சகாவு முற்றிலும் திரையில் தோன்றாமல் இன்மையாக மாறிவிடுகிறார். இதில் ஒரு பெரிய அரசியல் இன்மையின் மௌனம் பேணப்படுகிறது. இடதுசாரி அரசியல் வீழ்ச்சிக்கு முக்கிய காரணங்களில் ஒன்று உலகமயத்தை எதிர் கொள்வதிலும், மக்களின் வாழ்க்கைத் தரத்தை கடனின் மேல் கட்டமைத்து அது உயர்த்திய அரசியலை எதிர்கொள்ள முடியாததும் ஒரு காரணம் என்பதே. அது இந்திய அரசியல் வரலாற்றில் கம்யூனிஸ்டுகள் தங்கள் மக்கள் சக்தியை இழந்து அருகிப் போனதின் சோக வரலாறும்கூட. விஜய்சேதுபதி போன்ற மையநீரோட்ட நடிகர்கள், இத்தகைய படங்களுக்கு தயாரிப்பை ஏற்றிருப்பது ஒரு நல்ல மாற்றத்திற்கான அடிப்படை.

இறுதியாக, இரண்டு முரண்கள் இத்திரைக்கதையாடலை கட்டமைத்து வழிநடத்துபவை: ஒன்று மனிதன் X இயற்கை (நிலம்) முரண், இது சமூகத்தில் நிலவுடமை சமூக முரணாக வெளிப்பட்டது. மனிதன் X செயற்கை (வளர்ச்சி) முரண், இது உலகமய முதலாளியத்தின் சமூக முரணாக வெளிப்பட்டது.

இவ்விரண்டு அடுக்குகளையும் கதையாடலாக முன்வைக்கிறது இத்திரைப்படம். அட்டையாக உறிஞ்சிக் கொழுத்த முதலாளியை அழித்தொழித்தோம், ஆனால் லோகு (உலகம் என்ற பொருள்கொண்ட பெயர்) போன்ற உலகமயம் உருவாக்கிய முதலாளியத்தை என்ன செய்தோம்? என்கிற துன்பியலின் ஒரு பிரமாண்டக் குறியீடே இறுதிக்காட்சி. தன் சொந்த நிலத்திலேயே காற்றாலையை பாதுகாக்கும் கூலியாக மாறுகிறான் ரங்கசாமி. மனிதனை ஒரு உழைப்புச் சக்தியாக மாற்றி, அதை சுதந்திரச் சந்தையில் கூட விற்கமுடியாத ஒரு அவலமான வர்க்க முரண்கொண்ட சமூகத்தை ஒரு திரைப்படிமமாக முன்வைத்த, அழகியலோடு அரசியலையும் இணைத்த ஒரு திரையாக்கமே 'மேற்குத்தொடர்ச்சி மலை'.

2. 96 (தொண்ணூற்றியாறு)

96 காதல் எனும் வேட்கையை உடலுக்கும் மனதிற்கு இடையில் வைத்து விளையாடும் ஒரு திரைப்படம். பார்வையாளர்கள் திரையின் இந்த இருள் வெளியின் இடுக்கில் சிக்குவதால் தங்களது அபுனித காதல் நடவடிக்கைகளுக்கான குற்ற உணர்விலிருந்து விடுபட்டு புனிதப்படுத்திக் கொள்வதற்கான ஒரு திரைவெளியில் ஒன்றிவிடுகிறார்கள். வேட்கை இன்மையாக நிரப்பப்படுவதில்லை, அது இப்படியான புனித வெளிகளை நாகரிகம் என்ற பெயரில் உற்பத்தியும் செய்கிறது. உடல் வேட்கையை, மனதின் இன்புறுத்தலாக மாற்றிக் கொள்வதில் காதலும், அதில் சிக்கிய உடல்களும் படும்பாடுதான் இத்திரைப்படம். இது திரைக்கு வெளியில் பார்வையாளர்களாக உள்ள 96-பேட்ச் எனும் ஒரு தலைமுறையின் பாடுகளாக உளவியலில் ஒரு நிரப்புதலை நிகழ்த்தியதும், நினவுகளையும் கிளர்த்தியதுமே இப்படத்தின் வெற்றிக்கான அடிப்படை.

மென்மையாக பண்பாட்டுக் குரலுடன், குடும்பம் என்கிற இடிபலாக்க வேட்கை பரப்பின் கற்பு, ஒருவனுக்கு ஒருத்தி, என்கிற எதிர்-பாலின (hetrosex) உடலுறவு முதன்மைக்கான பாலின உடல் கட்டமைவை வைத்து விளையாடிய ஒரு திரைப்படம். ஆண், பெண் என்கிற பாலின உடல்களே அதிகாரத்தினால் கட்டமைக்கப்பட்ட உடல்கள் என்பதால், அவ்விரு உடலுக்கு இடையிலான பிணைப்பை காதல் என்கிற இயல்புணர்வாக மேற்பரப்பில் காட்டி உள்ளார்ந்து ஒழுகி ஓடும்

பாலின்ப வேட்கையை அதாவது காமத்தை காதல் என்பதால் மூடி வைத்து பேசும் ஒரு கதையாடல்.

“மாற்றங்களே வினா? மாற்றங்களே விடை” என்ற கருத்தட்டையுடன் துவங்கும் இத்திரைப்படம், பண்பாட்டின் மேற்பூச்சாக உள்ள காதல் என்பதை தனது வழக்கமாக திரைப்படிம மொழியில் அகழ்ந்து காட்டாமல், காதல் கண்ணாமூச்சி ஆடி பார்வையாளரின் உள்ளார்ந்துள்ள வேட்கையை, கடைசிவரை ஒளித்துவைத்து விளையாடுகிறது. திரையின் ஒவ்வொரு காட்சிக்குப் பின்னாலும், ‘அது நடந்துவிடுமோ’ என்கிற பதைபதைப்புடன் பார்வையாளரை பார்க்க வைப்பதன் மூலம், உள்தளத்தில் வேட்கையும், மேற்பரப்பில் காதலும் என்று கடைசி காட்சிவரை விளையாடித் தீர்க்கிறது.

96 படத்தின் நாயகனோ, நாயகியோ ஒரு தலித் அடையாளத்துடன் காட்சிப்படுத்தப் பட்டிருந்தால் அத்திரைப்படம் இந்த அளவிற்கு பார்வையாளர்கள் மத்தியில் ஒரு கற்பனையை, தன்னடையாளச் சிக்கலை தந்திருக்குமா? என்பது ஒரு முக்கியமான கேள்வி. அடையாளமற்ற பொது பாத்திர வார்ப்பில் இப்படியான காதல் ஈரத்தை கலந்துவிடும்போது, அது பார்வையாளர்களின் மனத்தளத்தில் ஏற்படுத்தும் சுய ஒப்புமையும், சுய ஒன்றிப்பும் முக்கியமானதாக படுகிறது.

நினைத்தலின் வன்முறையும், மறத்தலின் இதமும் மாறி மாறி வந்துபோகும் காட்சிகளாக நுட்பமான திரைக்கதையாடலே இப்படத்தின் வெற்றிக்கு காரணம். இதே கதையாடலுடன் பல படங்கள் தமிழில் வந்துள்ளன. என்றாலும் அத்துணை படங்களும் அதன் வெளிப்பரப்பில் காதல் எனும் கற்பனை வயத்தையும், உள் தளத்தில் வேட்கை எனும் ஈர நைப்பையும் வைத்திருப்பதால் ஒருவகை பாய்மத் தன்மைமிக்க திரைப்படிமங்களால் பார்வையாளரிடம் கிளர்ச்சியை ஊட்டக்கூடியதாக அமைந்துள்ளது.

பள்ளிப்பருவக் காதல் என்பது எப்போதுமே ஒரு செவ்வியல்தன்மைக் கொண்டதாக மனதில் படிந்துவிடுகிறது. காரணம், ஒரு உடல் உணர்வுகளை முதன்முதலாக எதிர்கொண்டு அதை மூளையில் மனமொழியாக பதிவுறுத்திக் கொள்கிறது. அதுவே உணர்வை மூளை உடலில் பரப்புவதற்கான அடிப்படை அலகாக உள்ளது. அதாவது காதலின் இதம் என்கிற இன்ப உணர்வை அடிப்படை அலகாக உடலுக்குள் கட்டமைப்பதே

முதல்காதல். உதாரணமாக, அழும் குழந்தை பசியை குறிக்கிறது என்பது சமூக பொருள்கொள்ளல் என்றால், பசியை வெளிப்படுத்தும் மொழியாக அழுகை அக்குழந்தையின் மூளையில் பதிவுறுகிறது. இங்கு அழுகை என்பதன் இந்த மொழிப் பரிமாற்றம் அக்குழந்தையின் உடலில் உணர்வாகப் படிகிறது. அதுபோல், முதல்காதல் உடலீர்ப்பினால் உருவாகும் காமம் என்கிற வேட்கையின் அடிப்படை அலகு ஒரு உடலில் உணர்தலாக அமைகிறது,

சுருக்கமாக, பள்ளிப்பருவ முதல்காதல் என்பதுதான் ஒரு உடலிற்குள் காதல் என்பதை ஒரு உணர்தலாக குறியமைப்பது. அதுதான் காதல் என்ற உணர்வுப் படிமத்தை ஒரு மூளைக்குள் பதிவுறுத்துவதால், காதலின் அடிப்படை அலகாக அது அமைகிறது. அடுத்தடுத்து வரும் காதல் என்பது, இந்த முதல் காதலின் உணர்வுப் படிமத்தின் சதமானங்களில்தான் உணரப்படும். அதாவது காதல் என்பதற்கான அளவீடு பள்ளிப்பருவக் காதலைதான் மூல அலகாக கொள்கிறது. சற்று நிதானமாக இதை யோசித்தால் புரியும். இச்செயல்பாடுதான் குடும்பம் என்ற அமைப்பும், அதன் சூழலும், அதன் மத, சாதிய, குல, இன அடையாளங்களும் தனக்கென்று தனித்த அடையாளத்தைப் பெறக் காரணமாக உள்ளது. நமது உடல் இப்படியாக குடும்பம் மற்றும் சூழலால் சாராம்சப்படுத்தப்பட்டதாக மாற்றப்படுகிறது. காதலை பண்பாடு ஒரு இயல்புணர்வாக அமைப்பாக்கம் செய்துவிடுகிறது. காதலின் சாராம்சத்திற்கான மூல நிகழ்வு என்பதே வளரிளம்பருவக் காதல் அல்லது பள்ளிப்பருவக் காதல் அல்லது முதல்காதல்.

சமூக நோக்கில், காதல் என்பதே எதிர்பாலினத்தை கட்டமைப்பதற்கான ஒரு பண்பாட்டு உத்தி என்றுரைக்கலாம். எதிர்பாலின வேட்கை சமூகத்தின் இன உற்பத்திக்கான அடிப்படை என்பதால், இந்த வேட்கையை ஒவ்வொரு உடலுக்குள்ளும் ஒரு பொருண்மையான ஆற்றலாக சமூக உறவுகள், சமூகவயமாதலின் வழியாக காம-ஆற்றலாக (*libidinal energy*) கட்டமைக்கிறது. இவ்வாற்றலின் பல்வேறு உற்பத்தி நடவடிக்கைகளே காதல் செயல்பாடுகளாக பண்பாட்டு வடிவம் கொள்கிறது.

96 இப்பண்பாட்டு வடிவத்தின் மேற்பரப்பிலிருந்து ஒரு பெண் வழியாக அடுத்த அடுக்கிற்கு சென்று மீண்டும் இயல்பான மேற்பரப்பிற்கு வந்துவிடுகிறது. நாயகன் நாயகி இருவரும் தங்களது காம ஆற்றலை காதல் என்கிற கற்பனைகளின் வழியாக

பேசிப் பேசித் தீர்ப்பதே இப்படத்தின் வெற்றிக்கான அடிப்படை. நாயகி அடிக்கடி அவனது பழைய சட்டை புது சட்டையை முகர்வதும், அவனது கையை பிடிப்பதும், கன்னிப் பையனாடா நீ என்பதும், அவனது சோப்பை போட்டுக் குளிப்பதும் என இந்த காம ஆற்றலை மேலெழுப்பி அதை அப்படியே உள்ளேயே தள்ளி விளையாடிக் கொண்டே நகர்கிறது திரைக்கதை.

முதல் காதலை ஒரு திறந்து உள அமைப்பாக அனுபவித்தவர்கள் அனைவரது வாழ்விலும் அமைவதால் அது ஒரு இன்புறுப் புனைவாக செவ்வியல் தன்மைக் கொண்டதாக உள்ளது. 96 இம்முதல் காதல் குறித்த இன்புறுப் புனைவை திரையாக்கமாக்கியதால், அதன் அதீத கற்பனார்த்தம் பார்வையாளர்களின் மனத்திரையில் காணும் ஒரு சினிமாவாக இதை மாற்றியமைத்துள்ளது. திரைப்படம் முழுக்க இரவில், யாருமற்ற சாலையில், தனிமையான அறையில், நனையும் மழையில் என காதலின் உள்ளார்ந்துள்ள காமத்தின் படிமங்களாக விரிகிறது. 20 வருடங்களாக "நீ எங்கெ விட்டேயோ அங்கேயேத்தான் நிற்கிறேன்" என்கிறான் நாயகன். நாயகன் தனது பாலுந்தத்தை முழுக்க பிரம்மச்சர்யமாக, பக்தியாக, போட்டோகிராபராக, தனது மாணவிகளிடம் கடுமையாக நடந்துகொள்ளும் ஒரு கறார் ஆசிரியராக மடைமாற்றம் செய்துகொண்டவனாக உள்ளான். திரைப்படத்தின் பாடலில் வரும் ஒரு வரி 'தாபங்களின் ரூபங்கள்' என்கிறது. இருவருமே தங்களது தாபங்களின் ரூபங்களாகத்தான் இரவில் திரிகிறார்கள், உள்ளுக்குள் குத்திக் கொண்டிருக்கும் மோகமுள்ளுடன்.

முதற்காதல் நினைவு ஒரு உடலின் உள்ளார்ந்துள்ள காம ஆற்றலின் மூல அலகு என்றோம். அது எதிர்பாலின் உடலோடு உறவு கொள்ளும் ஒன்றாக மட்டுமே இருப்பதில்லை. அது முடிவற்ற பேச்சாக, அர்த்தமற்ற உரையாடலாக பிரமிள் ஒரு கவிதையில் சொன்னதைப்போல 'சொல்லின் சுனை தர பேசு' என்கிற சுனையின் சுகமாக, அதன் வலித்தலின் இதமாக இருப்பது. முதற்காதலின் நினைவின் வலியும், மறக்கவியலா போதையும் ஒரு உடலிருப்பின் ஆழ்தளத்தின் படிவுற்றிருப்பதை மேற்பரப்பில் கொண்டுவந்து பேசமுயன்ற ஒரு எதிர்பாலின கட்டமைவிற்கான காம-ஈர்ப்பை, காதல் என்கிற திரைப்படிமமாக மாற்றி வைத்து விளையாடிய திரைப்படமே '96'.

இங்கு பேசப்பட்ட படங்களும் வெவ்வேறான அனுபவத்தை, அரசியலை பேசக்கூடியவை என்றாலும், இவை பார்வையாளரிடம் உருவாக்கிய உணர்வுகள் திரைப்படத்தின் படிமங்களாக (பிம்பங்களாக) உணர்வு வெளியில் தன்னறிவற்ற நிலையில் கட்டமைப்பவையாக உள்ளன. சினிமா பல்வேறு உலகை திறந்தும், அகழ்ந்தும், உற்பத்தி செய்தும் காட்டுவது. அது யதார்த்த வாழ்வை சரிசெய்து வாழ்வதற்கான நுட்பங்களை பார்வையாளருக்குள் உருவாக்குவது. அவ்வகையில் சமீபத்திய தமிழ் சினிமாக்களில் பதிவான இத்திரைப்படங்கள் வாசிக்க நிறைய இடைவெளிகளையும், சிக்கலான கட்டமைப்புகளையும் கொண்டவை என்பதால் சற்றே கடினமான மொழிநடையில் இவ்வாசிப்பு நிகழ்த்தப்பட்டுள்ளது.

- *(12-11-2018)* நிழல்

பெண் புறத்தில் மடியும் ஆண் அகம் : "இறைவி"

"மே 17ம், தமிழினப்படுகொலையும் 'இறைவி' திரைப்படத்தின் ஒரு பின்புலக் களன் என்றால் தாய் தெய்வமும் சிலப்பதிகாரமும் இன்னொரு பின்புலக்களனாகும். இந்த இரு பின்புலக்களன்களின் காரணமாகவே 'இறைவி' ஒரு சமூக விரோத கதையாக மாறாமல் தமிழ் சமூகம் அகம் சிதைந்த மனிதர்களால் நிரம்பிய சமூகம் என்ற காத்திரமான விமர்சனத்தை முன்வைக்கிற படமாகிறது."
- எம்.டி.எம். (அகம் உருக்குலைந்து பொருக்காடிவிட்ட சமூகத்தின் கதை 'இறைவி')

நவீனத்திற்கு பிந்தைய சிதைவுற்ற. உருக்குலைந்த சமூகத்தில் பொருளாதாரத்தின் அரசியல் நுகர்விலும் அதற்கான சந்தையிலும், பாலுந்தங்களின் பொருளியல் (லிபிடனல் எக்கானமி) பெண் உடலிலும் முதலீடு செய்யப்பட்டுள்ள நிலையில் கார்த்திக்-சுப்புராஜ் இயக்கத்தில் வெளிவந்துள்ள "இறைவி" திரைப்படம் குறித்து தீர்க்கமாகவும், விரிவாகவும் சிந்திக்க வேண்டியுள்ளது. ஓர் இயக்குநர் தமிழீழப் படுகொலையையும், ஒடுக்கப்பட்ட பெண் உடலையும் அதன் மீதான ஆணாதிக்க திமிரையும் ஒரு தளத்தில் வைத்து திரைப்படம் பண்ணவேண்டிய தேவை என்ன

என்பதும் இதனோடு சிந்திக்க வேண்டியதாக உள்ளது. பெண் ஆணின் மற்றமையல்ல எதிர்மை என்ற அடிப்படையான கோட்பாட்டிலிருந்து உருவாகுகிறது இத்திரைப்படத்தின் கதையாடல். பெண்ணை புறமாக வைத்து அதன் மடிப்பில் உருவாகியுள்ள ஆணின் அகத்தை முன்வைக்க முனைகிறது.

"இறைவி" என்ற சொல் தமிழ்த்தாய்த் தெய்வமான கண்ணகியைச் சுட்டுகிறது என்பதைவிட இறைவன் என்பதற்கான ஓர் எதிர்மைச் சொல்லாகக் கட்டப்பட்டது என்பதை மனிதி என்ற மனிதன் என்கிற ஆண்பாலினத்திற்கு எதிர்மையாகக் கட்டமைக்கப்பட்டு திரையில் அறிமுகமாகும் சொல்லோடு இணைத்து நோக்கலாம். இறைவி என்பது பெண்தெய்வத்தைக் குறிப்பதும், திரைப்படத்தில் வரும் ஒரு பாடல்வரியுடன் ஒப்பிட்டால் அது எல்லாத் தெய்வத்திற்கும் மூலத்தெய்வம் என்பதான பொருளையும் முன்வைக்கிறது.

இறைவன் ஏகன் என்று நம்பும் செமட்டிக் மதங்களான யூத-கிறித்துவ-இஸ்லாமிய மதங்களாகட்டும் 'அகம் பிரம்மாஸ்மி' என்கிற இந்து-(அத்வைத) வேதமதமாகட்டும் இவை பாலினபகுப்பை இறை என்ற கருத்தாக்கத்தில் முன்வைப்பதில்லை. காரணம் அம்மதங்கள் ஒருமை என்பதிலிருந்து தங்கள் மதக்கதையாடலைத் துவங்குகின்றன. உயிரினங்கள் இறையின் படைப்பு அதில் பால்வேறுபாடு என்பது உயிர் உற்பத்தி நிமித்தம் உருவாக்கப்பட்டது என்பதே அக்கதையாடல்கள் பின்னலாக்கப்பட்டிருப்பதின் அடிப்படை. அவற்றில் குடும்ப-அரசு-சமூக நிறுவன அமைப்பு என்கிற ஒழுங்கமைப்பைக் கட்டமைப்பதில் எல்லா மதங்களும் அடிப்படை அலகாகக் குடும்பம் என்பதையும் அதற்காகப் பெண்உடல் என்பதை வரைதோலாகக் கொண்டு கற்பு, பத்தினித்தன்மை, புனிதம், 'தெய்வம் தொழால் கொழுநன் தொழுதெழுவாள் பெய்யனப் பெய்யும் மழை' என்று மழையைப் பத்தினி வாக்கின் குறிநிலையாக்குதல் உள்ளிட்டவற்றை எழுதிவைத்துள்ளன. இப்படியாக, அடிப்படையில் தனிச்சொத்தும், அரசும் நிலைக்க வாரிசு சொத்துரிமை என்ற தொடர்ச்சியில் குடும்பம் என்ற அமைப்பை நிலைநிறுத்துவது மதங்களின் கடமையாகிறது.

ஒழுங்கற்ற ஓர் அமைப்பைச் சமூகஒழுங்காக அமைப்பதற்கும் அதில் அரசு என்கிற அதிகார அமைப்பின்வழி கண்காணிக்கவும் ஆன ஒரு கட்டமைப்பை உருவாக்க மதம் என்கிற பாவ-புண்ணிய,

சொர்க்கம்-நரகம் உள்ளிட்ட கட்டமைப்புகள் உருவமைந்தது. இந்தக் கட்டமைப்பில் பெண் உடல் புனிதப்படுத்தவும், ஆணிய அரசஅதிகாரத்தில் தந்தமைக்குள் கட்டுப்படுத்தி வைக்கவும் உருவமைக்கப்பட்ட ஏற்பாடே இறைவன். ஏக-இறைவன் எனப் பேசும் மதங்கள் பாலினமாகக் கடவுளை முன்வைக்காததால், அவை ஆண்பாலினமாகக் கருதப்படுகின்றதே தவிர அவற்றின் மறைநூல்களில் ஆண்பாலினமாக அவை வர்ணிக்கப்படுவதில்லை. இத்தாலியின் மார்க்சிய திரை இயக்குநரான பசோலினி ஏசுநாதரின் வரலாற்றை 'த காஸ்பல் அக்கார்டிங் டு செயின்ட்மாத்யு' என்ற திரைப்படமாக எடுத்துள்ளார். அதில் வரும் இறையின் செய்தியைக் கொண்டுவரும் தூதர் ஒரு பெண்ணாகக் காட்டப்படுவார். அப்பெண் இறை என்ற ஆணியத்தன்மைக்கு எதிரான ஓர் இடையீடாக மிகச் சாதாரணமான எந்த ஒரு மிகைப்படுத்தல், புனிதத்தன்மை கொண்டதாக இல்லாமல் ஒரு குடியானவப் பெண்ணாகக் காட்டப்பட்டிருப்பார். கிறித்துவ மும்மைக் கோட்பாட்டில் மட்டுமே பிதா-சுதன்-பரிசுத்தஆவி என்கிற கட்டமைப்பு உள்ளது. அதிலும் மேரியை ஒரு கடவுள் நிலையில் வணங்கும் வழக்கும் உள்ளது.

பெருமதங்களாக உருவாகிவிட்ட மதங்களைத் தவிர்த்துப் பழங்குடி மதங்கள், கிரேக்க மற்றும் இன்று இந்து மதமாகக் கருதப்படும் வேதமதம் உள்ளிட்டவை மட்டுமே பல தெய்வக் கொள்கைகளை முன்வைப்பவை என்பதால் அதில் எல்லாவித குடும்ப உறவுகளும் கடவுளாக அறியப்படுகின்றன. மனிதக்குடும்பம் கடவுள் குடும்பமாகத் தளமாற்றம் பெற்றிருக்கிறது. இறைவன் என்ற சொல் ஏகத்தைக் குறிக்குமெனில் இறைவி என்ற சொல் அதற்கு ஓர் எதிர்மையாக உருவாகும் ஒன்றே. இறைவி என்ற கார்த்திக் சுப்புராஜின் திரைப்படம் இந்த எதிர்மையிலிருந்தே தனது கதையாடலைத் துவங்குகிறது.

நான்கு பெண்களை மையப்படுத்திய இறைவி, நான்குபேரையும் அதன் தர்க்கங்களில் வெவ்வேறு தளத்தில் முன்வைக்கிறது. கணவனுக்காக உழைத்து, அவனது அனைத்து ஒடுக்குமுறைகளையும் அனுபவித்த அம்மா பாத்திரம் மரபான பெண்ணைக் குறிநிலைப்படுத்திய மௌனம் இறுகிய ஆற்றல்கள் உள்ளடக்கப்பட்ட பாவமன்னிப்பிற்கான அன்னை என்ற இறைவி பிம்பமாக ஆக்கப்பட்டுள்ளது. அதை வளர்த்திருக்கலாம் இன்னும் ஆழ்ந்த தளத்தில். இந்த அம்மாவின் மீதான ஒடுக்குமுறைகளைக்

கண்டு வளர்ந்த ஜெகன் என்ற மகனே கதையை நடத்திச் செல்கிறான். பெண்ணின் விடுதலைப்பற்றியும், கண்ணகியின் எதிர்க்கதை வடிவத்தையும் முன்வைக்கிறான். பெண்கள் குடும்பம் என்ற அமைப்பால் கல்லானாலும் கணவன், புல்லானாலும் புருஷன் என்ற மரபால் பெரும் கொடுமைக்கு ஆளாக்கப்படுகிறார்கள் என்று பொருமுகிறான். கடைசியில் தன்னைக் கவர்ந்த பொன்னி என்ற பெண்ணிற்காக அவளுக்குச் சுதந்திரமான அல்லது ஒரு சிறந்த வாழ்வைத் தர தன்னால் மட்டுமே முடியும் என்று அவளுக்காக, அவளது கணவனைக் குற்றங்களில் சிக்கவைத்து அவளைத் தனக்கானவளாக ஆக்க முனைகிறான். தர்க்கரீதியாக இங்கு எழும் கேள்வி தாயைக் கொடுமைப்படுத்தி கோமாவிற்குத் தள்ளிய தந்தையை ஒன்றும் செய்யவில்லை, மாறாகத் தன்னைக் கவர்ந்த பெண்மீதான காதலை முதன்மைப்படுத்தியே செயல்படுகிறான் ஏன்? அவனும்கூட பெண் என்பதில் ஈர்ப்பு கொள்வது வழக்கமான அழகு அல்லது புனிதம் உள்ளிட்ட ஆணிலைவாத கருத்தாக்கங்களில்தான். இறைவி என்கிற பொதுப் பெண்கள் ஒடுக்குமுறை என்பதற்காக அல்ல.

அடுத்து பொன்னி. ஒரு கிராமத்தில் தமிழ் சினிமா நாயகர்களின், சினிமாக்காதலையும், குடும்பங்களையும் பார்த்து வளர்ந்த பெண். பெரிய லட்சியங்கள் அற்ற அன்பு, அரவணைப்பு, காதல் என்ற ரீதியில் எதிர்காலம் பற்றிய சராசரிக் கனவுகள் கொண்ட ஒரு பெண். அவள் இறைவியாக மாறுவது ஜெகன் என்பவன் அவள் மேல் கொள்ளும் காதலால். கணவன் தன்னைக் காதலிக்கவில்லை, மாறாக, வேறொரு பெண்ணிடம் ஈர்ப்பு கொண்டிருக்கிறான் என்பதால் தனக்கு மறுக்கப்பட்ட காதலால் ஜெகனின் காதலை ஏற்பதாகவும், சமூகக் கட்டுப்பாட்டால் விலகுவதாகவும் காட்சிப்படுத்தப்படுகிறது. கண்ணகியின் எதிர்க்கதைவடிவமாக மாதவியின் ஸ்தானத்தைக் கையில் எடுக்கும் ஜெகன், அதாவது கண்ணகி மற்றொரு ஆணிடம் ஈர்ப்புக் கொண்டிருந்தால், கோவலன் அதை ஏற்பானா? என்கிற வழக்கமான பெண்ணிலைவாத அலுத்து சலித்த கேள்வியை முன்வைத்து நகர்கிறது. கண்ணகியாக உருவகித்துக் கொள்ளக்கூடிய பொன்னி காதல் கொள்கிறாள் சமூக மரபால் அதை உள்ளடக்கிக் கொள்கிறாள். இது சராசரியாக உள்ள எல்லா பெண்களிடமும் உள்ள ஓர் அகநிலையே. காதல் சாராம்சமானதாகக் கருத்தேற்றம் கொள்வதால் இது வித்தியாசமான காட்சியாக உள்வாங்கப்படுகிறது பார்வையாளர்களால். காதல் ஓர்

உடனடி உணர்வு அல்லது உருவாகுதலில் வரும் உணர்வு. ஆனால் அதை சாராம்சமாகக் கொள்ளும்போது இறவா உணர்வாகவும், அப்படி ஓர் உணர்வு ஏற்பட்டுவிட்டால் அதற்கு நேர்மையாகச் சாகும்வரை அவ்வுணர்வுடன் இருக்க வேண்டும் என்பதும் உடல்மீதான மனதின் அதாவது புறம் மீதான அகத்தின் ஆதிக்கம் பற்றிய பார்வையே அல்லது பாமரக் கருத்தாக்கமாகச் சொன்னால், மனதிற்கு நேர்மையாக இருத்தல் என்பதே. திரைக்கதையாடல் பழகிய தடத்தில் பயணிப்பது இந்தத் தளத்தில்தான்.

யாழினி இவர் மற்றொரு வகைமாதிரி. கணவன் மீதான காதலால் அவனை சகிக்கிறார். ஒரு கட்டத்தில் அவன் தனது கட்டுப்பாட்டிற்குள் இல்லை என்றானவுடன் விவாகரத்துகோரி பிறிதொரு திருமணத்திற்கான முயற்சி என்று நகர்கிறார். இங்கும் விவாகரத்து என்பதும் கணவன் பிரிதல் என்பதும் வலிநிறைந்த ஒரு செயலாகக் காட்சிப்படுத்தப்படுகிறது. இதிலும் காதல் அகம் புறம் நேர்மை என்று சுற்றியடிக்கிறது கதையாடல். பொன்னிக்குக் கணவனால் காதல் மறுக்கப்பட்டது என்றால், இவளுக்கு மிகையாக அள்ளி வழங்கப்படுகிறது. இது மற்றொரு வகை காதல் கதையாடல்.

அடுத்து மலர் என்ற கணவனை இழந்த பெண். திரையில் மிகவும் புதுமையாகவும், நேர்த்தியாவும் காட்டப்படும் பெண் இவர். தாய் (வடிவுக்கரசி), பொன்னி, யாழினி போன்ற கே. பாலச்சந்தர்வகை பெண்களில் இருந்து மாறி பாலுமகேந்திராவகைப் பெண்ணாக வருபவர் இவர். கணவனை இழந்தாலும் அவரது உடற்தேவைக்காகத் தனக்குப் பிடித்தமான ஆணுடன் உறவு வைத்துக் கொள்கிறார். காதல் என்பது ஒரு வெற்றுச் சொல்லாடல். அதன் உள்ளே பதுங்கியிருப்பது காமமே என்பதை வெளிப்படுத்தக்கூடியவராக இருக்கிறார். தேவை-அளிப்பு என்கிற சந்தைப்பொருளாதாரத்தில் காதல் என்பது காமம் என்ற பரிவர்த்தனையாக மட்டுமே மிஞ்சும் என்கிற நவீனத்துவமான பெண்.

இயக்குநர் கார்த்திக் சுப்புராஜ் ஒரு தேர்ந்த இயக்குநர் என்பதற்கான பல காட்சியமைப்புகளை திரையில் வெளிப்படுத்தியுள்ளார். அம்மாவாக உள்ள வடிவுக்கரசியின் சூழல் (மருத்துவமனை), அவரது இல்லம் ஒரு சிற்பக்கலைநயம் கொண்ட மரபான வீடு, பொன்னியின் கிராமத்து இல்லம், பொன்னியின் கணவன் மைக்கேல் வீடும்கூட ஒரு சராசரியான

வீடு, ஒரு திரை இயக்குநரின் மனைவி என்ற வகையில் காட்சிப்படுத்தப்படும் யாழினியின் அறை, இவற்றிலிருந்து விலகி நவீனமாக அமைக்கப்பெற்ற மலரின் வீடு, புத்தர் சிலையுடன் உள்ள மதுகுடிப்போர் மறுவாழ்வு மையம். இங்கு புறவெளி என்பது எப்படி அகத்தோடு இயைந்ததாக அமைகிறது என்பதை நுட்பமாக சொல்லிச் செல்லும் இடங்கள். அந்த புறவெளிகள் பாத்திரங்களின் அகத்தை முன்வைத்து நகர்வதின் வழியாகப் பார்வையாளருக்குக் காட்சிப்படுத்தப்படும் பிம்பங்கள் முக்கியமானவை. சினிமா என்பது இப்படியாக பிம்பங்களால் கட்டப்படும் அக-புற வெளி இயக்கம் என்பதைச் சரியாக முன்வைக்கிறது இத்திரைப்படம்.

மலர் மூன்றெழுத்து என்று காமத்தை (செக்ஸ்) விவரிக்கும் வசனங்கள் முக்கியமானவை. ஆண் காதல் என்பதைக் கொண்டு பெண்ணை "இறைவி" என்பதாகத் தனது ஒடுக்குமுறையை இந்தியத்தனமாக முன்வைக்க முயல்வதைக் கட்டுடைக்கிறார் மலர் தனது நவீனத்துவத்தால். மைக்கேல் தனது மனைவியை முதல் இரவில் புணர்வது என்பது குடும்பங்களில் அன்றாடம் நிகழும் ஆண் திமிர் மிளிரும் ஒரு போகவிளையாட்டு. ஆனால், மலரிடம் அவன் கொள்ளும் உறவில் ஆண் திமிர் அற்ற சமத்துவமான ஒரு காம விளையாட்டு என்பதை ஒப்பீடு செய்யும் காட்சியும் முக்கியமானது. குறிப்பாக வண்ணங்களால் அமையப்பெற்ற கலவியைக் காட்சிப்படுத்துவது.

பெண்ணை ஒடுக்க இந்திய சிந்தனை முறை கண்டடைந்த ஒரு தொழில் நுட்பமாகக் காதல் என்பதும் தெய்வீகப் புனிதமும் இப்படத்தில் மிகவும் உக்கிரமான காட்சிகள் மூலம் காட்டப்படுகிறது. காதல் ஆண்களை வெவ்வேறு மனத்தளங்களில் ஆட்டுவிப்பதைக் காட்டிச் செல்கிறது இத்திரைப்படம். அருள் மனைவி மீதான காதலால், மைக்கேல் தோழியின் மீதான காதலால், ஜெகன் நண்பனின் மனைவி மீதான காதலால் ஆட்டுவிக்கப்படுகிறார்கள். காதல் என்பது ஒருவகை ஆட்டுவிப்பு மனப்பிறழ்ச்சியாகவும் குற்றத்தையும் தண்டனையையும் தியாகமாகக் கொள்வதாகவும் பிம்பப்படுத்துவதாகவும் அமைக்கப்பட்டுள்ளது. காதலால் நிரம்பிய ஆண்கள் எல்லோரும் குற்றங்களால் நிறைகிறார்கள். கலையும் அரசியலும் குற்றச்செயல்களால் மட்டுமே விலைபோகும் நிலை உருவாகுகிறது.

இதனை மெட்டாபிலிமாக அதாவது தமிழ் திரைப்படம் உருவமைத்த திரைக்கதையாடல்கள் பற்றிய ஒரு விமர்சனமாக அல்லது அதைக் காட்சிப்படுத்துவதாகக் கொண்டால், தமிழ்த் திரைக்கதையாடலில் அதிகமும் பெண்ணிற்காகப் படம் பண்ணிய பாலசந்தர், பாலுமகேந்திரா போன்றவர்களால் திரையில் பழகிவந்து குடும்பம், பெண், ஆண், காதல், வீரம் போன்ற கருத்தாக்கங்களை நுட்பமாகக் காட்சிகளின் ஊடாக, பாத்திரங்களின் ஊடாக, கதையாடல்களின் ஊடாக முன்வைத்து விமர்சிக்கும் ஒரு திரைப்படமாகக் கொள்ளலாம். இதை ஒரு மெட்டாபிலிமாகக் கொண்டால் தமிழில் வந்த சிறந்த படங்களில் ஒன்று என்பதில் மறுகேள்வி இல்லை.

தமிழ்த் திரைப்படம் உருவாக்கிய பாத்திரங்களான இன்றைய தமிழர்களைக் பாத்திரங்களாகக் கொண்டு எடுக்கப்பட்ட கோவா, மாயா, ஜிகிர்தண்டா, மூடர்கூடம் போன்றவையும், தமிழ் சினிமாவைப் பகடி செய்து எடுக்கப்பட்ட தமிழ்ப்படம், மசாலாபடம் போன்ற படங்களில் இருந்தும் இப்படம் விலகி நிற்கும் புள்ளியும் இந்த மெட்டாபிலிம் என்பதை மறைத்து படு சீரியஸாக கதையை நகர்த்திச் செல்வதே. மைக்கேல், பொன்னி போன்றவர்களின் முக்கிய திருப்பங்களை பாலசந்தர் மற்றும் பல தமிழ் இயக்குநர்கள் காட்டும் சிம்பாலிக் ஷாட்டுகள் வழியாகக் காட்சிப்படுத்துவதன் மூலம் இதை ஒரு மெட்டாபிலிமாகவே கார்த்திக்-சுப்புராஜ் இயக்கியிருப்பதாகத் தடம் காணலாம். சான்றாக, மைக்கேல் சிலை திருட ஒப்புதல் கொள்ளும்போது பொம்மை தலைகீழாக விழுவது போன்ற சில காட்சிகள் இயக்குநர் பஞ்ச் என்று தமிழ் சினிமாவின் 80-90-கள் கால திரைவிமர்சனம் கண்டு சிலாகித்த காட்சிகள் அவை. ரயில்நிலையத்தில் கடைசி உச்சக் காட்சியை (கிளைமாக்ஸ்) வைப்பது என்பது தமிழ்த்திரைப்படத்தின் வெற்றி ரகசிய சூத்திரங்களில் ஒன்று என்பதையும் இப்படம் தன்னளவில் காட்சிப்படுத்த முனைகிறது.

திரைப்படத்தின் முக்கியத்தளமாக முன்வைக்கப்பட்ட மே-17 ஈழப்படுகொலைகள் பற்றிய படத்தை வெளியிட முடியாத இயக்குநரே திரைப்படத்தின் மைய அச்சாகவும், அதை வெளியிடும் முயற்சிகளின் பிரச்சனைகளே கதையாடலாகவும் நகர்த்தப்படுகிறது. முதலில் மே-17 என்ற தலைப்பு இரண்டொரு இடங்களில் காட்டப்படுவதும், தமிழ் தமிழ் என்று பேசி காசு பண்ணுபவர்கள்

முகத்தில் செருப்படி என்ற வசனமும் மட்டுமே அது ஈழம் பற்றிய படம் என்ற தடத்தை சொல்வதாக உள்ளது. அதிலும் அப்படம் வெளிவராமல் தடுப்பது அரசோ அல்லது ஈழ எதிர்ப்பு சக்திகளோ அல்ல மாறாக, திரைப்படம் எடுத்த தயாரிப்பாளரின் தனிப்பட்ட தன்முனைப்பே காரணமாகக் காட்டப்படுகிறது.

ஒரு அரசியல் பொறுப்புள்ள படத்தை எடுத்திருப்பவர், பொறுப்பற்றவராகவும், அதீதமாகக் காரணமற்ற ஆத்திரம் கொள்ளும் ஒருவராகவும், ஆணாதிக்கராகவும், தனது சகோதரனின் கொலைக்குப் பலி கொள்வது ஆண்மை, வீரம் என்று பேசுபவராகவும் உள்ளார் என்பதும் கருத்தியல் முரணாக உள்ளது. ஒருவேளை இப்படியான அரசியல் பேசுபவர்கள் சொந்த வாழ்வில் இப்படித்தான் இருக்கிறார்கள் என்பதாகக் காட்சிப்படுத்த முனைந்திருக்கலாம்.

இத்திரைப்படத்தின் ஒரு முக்கியமான சினிமாட்டிக் நுட்பம், முற்றிலுமாக இயக்குநர் தன்னை, தனது கருத்தை அடையாளப்படுத்திக் கொள்ளாத வகையில் விலகி நின்று எடுக்கப்பட்டிருப்பதே. ஆசிரியன் குரல் என்பதை முற்றிலுமாகக் கொன்றுவிட்டு கதை, அதன் தர்க்கம், அதற்கான காட்சியமைப்புகள் என்று முற்றிலுமாகக் கதையாடல் வழியாகக் காட்சிப்படுத்தப்பட்ட சினிமாவாக வந்துள்ளது என்பது இயக்குநரின் அசாத்தியமான திறனை காட்டுவதாக உள்ளது. ஆனாலும், அரசியல்ரீதியாக இந்நிலை ஈழத்தை அதன் அரசியலுக்காக உண்மையாக உழைத்தவர்களைக் கொச்சைப்படுத்துவதாகவும் உள்ளது.

திரைப்படத்தின் மற்றவகை வாசிப்புகளையும் வகைப்படுத்திப் பார்த்துக் கொள்ளலாம்

வாசிப்பு-1: இறைவன், இறைவி ஆண்-பெண் என்ற பாலின வேறுபாட்டிலிருந்து இறைவி என்பது ஒரு பேரிருப்பு அதைச் சிறுமைப்படுத்துவதே ஆண் என்ற சிற்றிருப்பு. பெண் பேரிருப்பாக இறைவியாக மாறும்போது இந்தச் சிற்றிருப்புகள் வெறும் குற்றச்சலனங்களில் திளைத்த ஆண்-திமிர்பிடித்தவர்களாக உள்ளனர்.

வாசிப்பு-2: இறைவி சிலையைத் திருட காரணமான இருவர் படுகொலைச் செய்யப்படுகிறார்கள். அந்தத் திருட்டின் பலனை ஏற்பவன் கொலைகாரனாகிறான். இது ஒரு "சிவன் சொத்து கொலை நாசம்" என்ற முதுமொழியின்படி இறைவியின் தண்டனை

என்பதாகக் கதையை எளிமையாக முடித்துவிடலாம். இந்த எளிமையைக் குற்றஉணர்ச்சி, பெண்ஒடுக்குமுறை, ஆணாதிக்கம், ஈழப்படுகொலை என்றெல்லாம் கதையின் காட்சிகள் சுற்றப்பட்டு ஓர் ஆழ்ந்த நுட்பமாக வாசிக்கவேண்டிய சினிமாவாக ஆக்கியுள்ளதில் தான் இயக்குநரின் திறன் வெளிப்பட்டுள்ளது.

வாசிப்பு-3: சுஜாதாவின் ‘ஜன்னல்மலர்’ என்ற நாவலின் பகுதி பாதிப்பில் சிறைத்தண்டனையிலிருந்து மீளும் ஒருவன் தனது குடும்பத்தைத் தேடிச்சென்று திருந்தி வாழ முனைவதை எடுத்துக்கொண்டிருக்கிறார் இயக்குநர். பாலசந்தரின் சில பெண் கதாபாத்திரங்கள் மற்றும் பாலுமகேந்திராவின் ரெட்டைவால்குருவி வகைநாயகிகள் எனத் தமிழ்சினிமாவின் குறுக்குவெட்டாகக் கதையாடல்களையும் கலந்துசெய்யப்பட்டதே இறைவி.

வாசிப்பு-4: இறைவியை பார்த்தபோது ஏனோ ‘ஆரஞ்சுமிட்டாய்’ என்ற விஜய் சேதுபதியின் மற்றொரு திரைப்படம் நினைவிற்கு வந்துபோகிறது. காரணம் ஆரஞ்சுமிட்டாய் அபத்தம் என்ற நவீனத்துவ உணர்வைத் தமிழ்வயப்படுத்திய ஒரு படம். இறைவி முற்றிலும் அபத்தமாகவே எடுக்கப்பட்டுள்ளதோ என்று தோன்றியது. ஆனால் இறைவியில் அபத்தம் என்ற உணர்வு ஏற்படவில்லை என்பதுடன் இவ்வுணர்வை ஏற்படுத்தக்கூடிய அளவிற்குப் படத்தோடு பார்வையாளர் உறவு கொள்ள முடியவில்லை என்பது இப்படத்தின் ஓர் இழப்பு.

வாசிப்பு-5: ஜிகிர்தண்டா அளவிற்கு இது சினிமா பற்றிய ஒரு சினிமா விமர்சனமாக வந்துள்ள ஒரு முழுமையான மெட்டாபிலிம் அல்ல. அல்லது நுட்பமாக விலகி நின்று மெட்டாபிலிமை நேரடியாகத் தடம்காட்டாமல் எடுக்கப்பட்டுள்ளதாகக் கொள்ளலாம். திருடியாவது சினிமா எடுப்பது என்பது ஏற்கனவே வெளிவந்த ஒரு படத்தின் கருத்தாக்கம்தான். ஆண்திமிர் என்பதை பாலசந்தர்வகை மொண்ணையான குடும்ப குத்துவிளக்குகளை வைத்து விளக்க முயன்றிருப்பதே ஓர் ஆறுதலான விஷயம்.. ஒருவேளை பாலசந்தரை பகடி செய்து இப்படி ஒரு படத்தை அவர் எடுத்திருப்பதாக ஓர் ஆறுதலுக்கு வாசித்துகொள்ளலாம்.

ஜிகிர்தண்டா மணிரத்தினத்தின் திரைத்தனத்தை மெட்டாபிலிம் ஆக்கியதைப்போல, இப்படம் பாலசந்தரை தனது மெட்டாபிலிமிற்கான அடிப்படையாகக் கொண்டு எடுக்க முயன்றிருக்கிறார். ஆனால் ஜிகிர்தண்டா அளவிற்கு ஆழ்ந்த

அல்லது சினிமாட்டிக் அனுபவத்தைத் தரவில்லை. வசனங்களில்கூட பாலசந்தரின் போலித்தனமான பெண்விடுதலைக் குரலை வெளிப்படுத்தவில்லை. நூல்வேலி, தப்புத்தாளங்கள், அவள் ஒரு தொடர்கதை, நிழல் நிஜமாகிறது, அரங்கேற்றம் போன்ற படங்களை கலந்தாலே பாலசந்தரின் திரைத்தனம் என்பதை வெளிக்கொண்டு வந்துவிட முடியும். படம் பாலசந்தர்வகைப் பெண்களை மட்டும் எடுத்துக்கொண்டு அவரது பெண்விடுதலைப்பற்றிய மேலோட்டமான கருத்தைத் தொட்டுச் செல்கிறது. ஒரு முழுமையான சினிமாவாக உருவாகவில்லை என்பது அதன் திரைக்கதையில் உள்ள சிக்கலாகவும் கொள்ளலாம் அல்லது மெட்டாபிலிம் என்பதால் தமிழ்சினிமா பற்றிய தமிழ்சினிமா என்பதால் இப்படி உருவாகியுள்ளதாகக் கருதிக் கொள்ளலாம்.

வாசிப்பு-6: மனிதி வெளியே வா என்ற பாடல் வரியுடன் முடியும் "இறைவி" திரைப்படம் ஆண்-பெண் என்ற எதிர்மையில், பெண்ணை இறைத்தளத்தில் வைத்து ஆணைக் குற்றவாளியாக்கி பார்வையாளர்களிடம் ஒரு மௌனத்தை உருவாக்குகிறது. படத்தின் தளம் குடும்பமும், குடும்ப அமைப்பை மீறுதலும் என்ற தளத்தில் பெண்படும் பாடுகளை காட்சிப்படுத்த முனைந்துள்ளது.

பெண்கள் மீதான ஆண்களின் வன்முறை என்பதெல்லாம் சமூகத்தில் உறைய வைக்கப்பட்டுள்ள ஒரு கருத்தாக்கம். அக்கருத்தாக்கத்தை இளக்கி சமூகத்திலிருந்து வெளியேற்ற ஆண்-பெண் என்கிற பாலினவேறுபாட்டுக்கு எதிரான அரசியலைக் கையில் எடுக்க வேண்டும். பெண் சமத்துவம், பெண் விடுதலை என்பதெல்லாம் ஒருவகையில் அதிகாரத்தின் ஆடுகளத்திற்குள் நிகழ்த்தப்படும் அரசியலே என்பதையும், பெண் மற்றும் பெண் உடல் பாலுந்தப் பொருளியலில் முதலீடு செய்யப்பட்டு பண்டமாக்கப் பட்டிருப்பதையும் நுண்ணுணர்வில் கொள்வது அவசியம். பெண் என்ற கருத்தாக்கத்தை முழுமுதலானதாக அல்லது முற்றொருமையாகக் கருதுவது ஒரு மதப்புனித விளையாட்டாக மாறிவிடும் அபாயம் கொண்டது.

காதல்Xகாமம், உடல்Xமனம், புறம்Xஅகம், கோபம்Xபொறுமை, ஆத்திரம்Xஅடங்குதல், கலை X வியாபாரம், இறைவன்Xஇறைவி, குற்றம்Xதண்டனை என்கிற எதிர்மைகளின் அணிக்கோவையில் குறுக்கும் மறுக்குமாக நெய்யப்பட்ட கதையாடலே "இறைவி". இவற்றை காட்சிப்படுத்தும் பிம்பங்கள், பாத்திரங்கள் எல்லாம்

முன்பே வந்துவிட்ட தமிழ்சினிமாக் கதையாடல்களைக் கொண்டு கட்டமைக்கப்பட்டுள்ளது. கதையாடல் இந்த கருத்தாக்கின் பிம்பமாதல் என்ற வினையை ஒரு சரடாகக் கோர்த்து நிற்பதே திரைப்படத்தை ஒரு சீரியஸான அல்லது உக்கிரமான பெண்விடுதலைக் கதையாடலாக உணரவைக்கிறது. காலங்காலமாகப் பெண் உடல்மீது அல்லது பெண் என்ற கருத்தாக்கத்தின்மீது செலுத்தப்படும் அல்லது உறையவைக்கப் பட்டிருக்கும் வன்முறையாக ஆணிருப்பை கருத்தாக்கம் செய்கிறது.

ஆண் எதிர்மையாக ஆணியமே கட்டமைத்துள்ள பெண்ணை இறைவியாக மாற்றி பாவனை செய்வதன்மூலம் வன்முறையை புனித பாவமீட்சியின் தண்டனையாக பெண் உடலுக்குள் எழுத முனையும் இந்திய இந்து மதவாத வேத தத்துவ மரபின் ஒரு சரடாக தமிழ் சினிமா எப்படி கதையாடுகிறது என்பதைச் சொல்வதாக அமைந்துள்ளது.

பெண்ணை இறைவியாக்குவதன் வழியாக தியாகத்தின் திருஉருவாக மாற்றி சமூக பலி-உடலாக கட்டமைத்திருப்பதையும், அரசியலற்ற வெற்று உடலாகப் பெண் உடல் கட்டமைக்கப்படுவதையும் இப்படத்தினூடே சிந்திக்க முடிகிறது என்பது ஆறுதலானது. தமிழ்ச்சமூகம் இப்படத்தை இப்படியாக எதிர்கொள்வதிலிருந்து தப்பிச் செல்வதில் மட்டுமே தனக்கான அறிவுக் காரணியை, மிகை உணர்ச்சியை அகம்Xபுறம் அல்லது காமம்Xகாதல் அல்லது ஆண்Xபெண் என்பதாகக் கட்டமைத்துக்கொண்டுள்ள உடலரசியலையும் இதப்படுத்திக் கொள்கிறது. பார்வையாளர்கள் எதிர்கொள்ளலாக என்பது இத்தகைய படங்கள் இன்னும் நிறைய வரவேண்டியதன் அவசியத்தை வலியுறுத்துவதாக உள்ளது. அதற்கான நுட்ப-திட்ப இடையீட்டுத் திறனாய்வுகள் சினிமாவை ஒரு காணுதல் அனுபவமாக மாற்றுவதற்கு அவசியம் என்பதும் இத்தோடு பதியப்பட வேண்டியதாக உள்ளது. இத்திறனாய்வும் அந்நோக்கிலேயே எழுதப்பட்டது என்பதையும் சொல்லி முடிக்கலாம்.

- ***(29-06-2016)*** **நிழல்**

"பப் தியாலஜி" பக்திப்படம் : பிகே (PK)

மதங்களிடமிருந்து கடவுளை விடுவித்துவிட வேண்டும் என்பதையும், மதம் கடவுளை வைத்து நடத்தப்படும் ஒரு வியாபாரம் என்பதையும் நகைச்சுவை, அபத்தம், கண்ணீர், காதல் என வேற்றுக்கிரகவாசியின் "மனிதவய" உணர்வெழுச்சியைக் கொண்டு எடுத்துரைக்க முனையும் ஒரு திரைப்படமே "பிகே". சூப்பர் ஸ்டாரும், தனது படங்களின் மீது அதீத கவனம் கொண்டவரும், கார்ப்பரேட் ஊடகங்களின் உபயத்தில் சமூக ஆர்வலர் என்ற பிம்பமாகி உள்ளவருமான அமீர்கானை வைத்து ராஜ்குமார் ஹிராணியின் இயக்கத்தில் இந்தியில் எடுக்கப்பட்ட இப்படம் விஞ்ஞான புனைகதையாகவும் இல்லாமல், சமூக சீர்திருத்த படமாகவும் இல்லாமல், காதல் ரொமான்ஸாகவும் இல்லாமல் எல்லாம் கலந்துகட்டிய ஒரு முழுமையான பொழுதுபோக்கு சித்திரமாக எடுக்கப்பட்டு உள்ளது. ஏற்கனவே "முன்னாபாய் எம்.பி.பி.எஸ்." மற்றும் "3 இடியட்ஸ்" போன்ற படங்களை எடுத்தவர் ராஜ்குமார் ஹிராணி. சீர்திருத்த கருத்துகளை சுவாரஸ்யமான வெகுஜனப்படங்களாக எடுக்கக்கூடியவர் என்பதை இதிலும் நிரூபித்து உள்ளார். திரைப்படம் சினிமா என்பதைவிட அது கருத்தியலுக்கான ஒரு வெளிப்பாட்டு வடிவம் என்பதே இவரது பாணி. அதை இப்படத்திலும் தெள்ளத் தெளிவாக வெளிப்படுத்தி உள்ளார். பிகே திரைப்படத்தில் சினிமாவைவிட கருத்தியலே துருத்திக் கொண்டிருப்பதால் அதன் கருத்தியல் குறித்ததே இவ்வெழுத்தும் கவலையடைகிறது.

"உன்னை படைத்த கடவுளை நம்பு, நீ படைத்த கடவுளை நம்பாதே" என்ற நவீன ஆன்மீக "ஆப்த" வாக்கியத்தை சலன பிம்பங்களாக்கி எடுக்கப்பட்ட "தற்காலத்திய" பக்திப்படம். இவ்வாக்கியத்தை கண்மூடி தியானித்து யோகநித்திரையில் ஆழ்ந்தபின் திடீரென உங்கள் புருவமத்தியில் வரும் ஒளிப்பிழம்பிலிருந்து "சிஜிஏ" எனப்படும் கணிப்பொறி வரைபட தானியக்க பிம்பங்களால் உருவாக்கப்பட்ட வேற்றுக் கிரகத்தில் விழுந்து விடுகிறீர்கள். அந்தக் கிரகத்திலும் பல மதம், சாதி, இனம், மொழி என்ற பல்கலாச்சார தேசத்திற்குள் விழுந்து விடுகிறீர்கள். அங்கு நடப்பவை எல்லாம் உங்களது தெக்கார்த்திய பகுத்தறிவால் புரிந்துகொள்ள முயல்கிறீர்கள். இரண்டு மணிநேர அனுபவத்தில் ஒருவிதமாக உங்கள் பகுத்தறிவு தர்க்கத்திற்குள் அது தரிசனமாகி விடுகிறது. அதாவது உங்களுக்குள் உள்ள கார்டீசிய தியேட்டருக்குள் விழுந்து பிம்பங்களாகி விடுகிறது. (தெக்கார்த்திய பகுத்தறிவை பொதுபுத்திசார்ந்த சொல்லாடலுக்குள் சொல்வதென்றால், மதங்களின் பாவம்/புண்ணியம் என்ற நிலவுடமை இருமையெதிர் மொழிவிளையாட்டை, நன்மை/தீமை என்ற முதலாளிய சொல்லாடலுக்குள் மாற்றிப் புரிந்து கொள்வதே.) அதன் வினோத கோலங்களை நீங்கள் உங்களது மொழியில் விவரித்து அந்த தேசம்பற்றிய நன்மை/தீமை என்ற கருத்தை கட்டமைக்கிறீர்கள். அப்புறம் இந்திய சினிமாவின் போதனைவாத மேனியாவில் மாட்டிக் கொண்டு அறிவுரை சொல்கிறீர்கள். உங்களது பகுத்தறிவில் புலப்படும் கருத்துக்களை அதற்குள் புகுத்துகிறீர்கள். அதன்பின் கடவுள் பற்றிய ஒரு பிரபஞ்ச பார்வையை முன்வைத்து எல்லோரையும் உங்கள் காலனிய மனநிலைக்கு தள்ள முயல்கிறீர்கள். இப்படியாக கடவுள் பக்தியை பரவசமாக்கிய "கந்தன் கருணை" வகை உத்தியில் உருவாக்கப்பட்டதே பி.கே. எனப்படும் குடிகாரன் என்ற பொருள்கொண்ட இப்படம்.

சின்னசின்ன காட்சியமைப்புகளிலும் கவனம் செலுத்தி எடுக்கப்பட்டிருந்தாலும், தர்க்கரீதியாக வழக்கமான யதார்த்தவாத சினிமாக்கள் யதார்த்தம், உண்மை என்றெல்லாம் சொல்லிக் கொண்டு அதன் தர்க்கத்திற்கு அப்பாற்பட்ட பல ஓட்டைகளைக் கொண்டு எடுக்கப்படும் படங்களைப்போல இதிலும் யதார்த்தவாத தர்க்கநெறிக்கு புறம்பான பல காட்சிகள் உள்ளன. உதாரணமாக படத்தின் உச்சகாட்சியில் முடிக்கப்படும் பெல்ஜியத்தில் நாயகியின்

காதல் முறிவு கதையில், தபஸ்வி என்கிற நவீனத்துவ சாதுவிற்கு எப்படி அந்த தீர்க்கதரிசனம் தெரிந்தது என்பதற்கான காரணங்கள் மௌனிக்கப்பட்டு உள்ளதை சொல்லலாம். அப்புறம் கைவழியாக மூளையின் செய்தி பரிமாற்றம் நடைபெறும் அந்த வேற்றுக்கிரகவாசி, நாயகியின் கையை பிடித்து நாயகியின் காதல் முறிவிற்கு காரணமான அந்த 'ராங் நம்பர்' கடிதத்தில், அவளது நினைவில் தங்காத அல்லது நாயகி பார்க்காத அல்லது அவளது கவனத்தில் இல்லாத அந்தக் கடிதத்தில் பெயர் இல்லை என்பதை புரிந்து கொள்வது. இப்படி பல காட்சிகளை எடுத்துக்காட்ட முடியும்.

சினிமா யதார்த்தவாத தர்க்கத்தை காட்டும் அசையும் நிழற்படமோ அல்லது ஹோம்-வீடியோவோ அல்ல என்ற கருத்துள்ளவர்களுக்குத் தர்க்க ஆய்வு அவசியமற்றது என்பதால் அதை விட்டுவிடலாம். கடவுளைத் தேடிச்செல்லாதவரை இந்த புவியை குறிப்பாக இந்தியாவின் குழப்பங்களை புரிந்துகொள்ள முயலும் ஓர் அந்நியனின் பார்வை சுவாரஸ்யமாக எடுக்கப்பட்டு உள்ளது. கடவுள் குறித்த விராசணைக்குப் பிறகு படம் முழுக்க அதன் எள்ளல், நகைப்பு, ஒருவிதமாக நமக்குள் உருவாக்கும் அவலநகை போன்றவற்றை விட்டு விலகி வழக்கமான அழுகாட்சி சினிமாவாக அல்லது சீரியஸ் சினிமாவாக மாறிவிடுகிறது.

புதுமைப் பித்தனின் 'கடவுளும் கந்தசாமிப் பிள்ளையும்'சிறுகதையின் உத்தியே இப்படத்தின் உத்தியும்கூட. அதில் கடவுளே வந்து தனது சிருஷ்டிகளின் விநோதத்தை புரிந்து திகைப்படைவார். மாறாக, இதில் கடவுளின் இடத்தை இந்த வேற்றுக்கிரகவாசி நிறைவு செய்கிறான். மறைவாக இருக்கும்வரைதான் கடவுள், வெளிப்பட்டால் கந்தசாமிப்பிள்ளைக்கு அடிமைதானே. இதுதான் கடவுள் என்ற தத்துவத்தின் மிஸ்டிக் பண்பு எனலாம். 'மிஸ்டிக்' என்பதை மாயத்தன்மை என்பதாக புரிந்துகொள்ள வேண்டாம். மர்மம்தான் கடவுளை மாயம் கொண்டவராக, மகாசக்தியாக வைத்திருப்பது. மர்மம் என்பதே கடவுள் மதங்களின் தத்துவார்த்த மொழிவிளையாட்டுக்கான அடிப்படை. மர்மங்களைத் தேடி கண்டுணர்ந்ததாகச் சொல்லும் துப்பறியும் சாம்புகளே கடவுளிடம் மோட்சம் தேடி அலையும் மகான்கள்.

இப்படம் இப்புள்ளியை முற்றிலுமாக தவிர்த்து கடவுள் என்ற 17-ஆம் நூற்றாண்டு பகுத்தறிவுவாதம் உருவாக்கி உள்ள

பயன்பாட்டு நுகர்ப்பொருளைப் பற்றியே பேசுகிறது. கடவுள் பயன்மதிப்பு மிக்க ஒரு பண்டமாக ஆக்கப்பட்டபின் அவரை மையமாக வைத்து துவங்கப்பட்ட வியாபாரத்தை விமர்சிக்கிறது. கடவுள் என்பது ஒரு தொழிற்கூடம் என்றும் அதற்கான நிர்வாகிகள், முகவர்கள் என ஒரு வியாபார வலைபின்னல் உருவாகி உள்ளதை நகைச்சுவையாகச் சொல்கிறது. படத்தில் பேக்டரி, இன்வெஸ்ட்மெண்ட், போன்ற வணிக மொழிகளால் கடவுளின் பக்தி, பக்தர்கள், சாதுக்கள் எல்லோரையும் இறைசார் தத்துவ மொழி விளையாட்டிலிருந்து நகர்த்தி, முதலாளிய வணிக மொழிவிளையாட்டில் வைத்துப் பேசுகிறது.

இதுபோன்ற கடவுளின் வருகையை வைத்து தமிழில் ஒருசிலபடங்கள் வந்து உள்ளன. வி.கே.ராமசாமி ‘ருத்ரதாண்டவம்’ என்ற படத்தில் சிவனாக வந்து சென்னையில் சிக்கித் தவித்து, மனிதர்கள் உருவாக்கிய குழப்பத்தைக் கண்டு கடைசியில் ருத்ரதாண்டவம் ஆடி உலகை அழிப்பார். “கடவுள்” என்ற பெயரில் வெளிவந்த படத்தில் கடவுளாக நடிகர் மணிவண்ணன் சாமான்ய மனிதராக வந்து படும் அவஸ்தைகள் ஆகியவற்றை குறிப்பிடலாம். பிகே-வுடன் ‘கடவுள்’ படத்தை ஒப்பிட்டுப் பார்க்கலாம். இரண்டின் உள்ளோட்டங்களும் மக்களின் மூட நம்பிக்கையை வெளிப்படுத்திக் காட்டும் உத்தியைக் கொண்டவைதான். நம்பிக்கை என்பதும் மூடநம்பிக்கை என்பதும் வேறுபடும் புள்ளி நம்பிக்கையின் உள்ளார்ந்து உள்ள பகுத்தறிவு தர்க்கம் மட்டுமே. உண்மையில் மூடநம்பிக்கை என்பது மாற்றுக் கருத்தியலால் அல்லது எதிர் கருத்தியலால் மூட என்று இணைக்கப்படும் முன் ஒட்டு மட்டுமே. நம்பிக்கையில் மூட நம்பிக்கை என்று பொதுவானதாக ஏதுமில்லை. எல்லாமே அவரவர் கருத்தியலில் நன்னம்பிக்கைகளே.

நம்பிக்கை என்பதே ஓர் அகற்றமுடியாத சாபக்கேடு, காரணம் நம்பிக்கை என்பது கருத்தியல் சார்ந்தது. நம்பிக்கை கொண்டவர்களே பெரும் அதிகாரவர்க்க வெறியர்களாக உள்ளார்கள் என்பதும் இதோடுகூட புரிந்துகொள்ள வேண்டிய ஒன்று. இப்படம் மறைவாக நம்பிக்கையை வளர்க்க முனைகிறது என்றவகையில் சராசரி பக்தி படங்களைவிட பொதுத்தளத்தில் மோசமான பிம்பங்களை விட்டுச் செல்லக்கூடியது. என்றாலும், சிலபல காட்சிகளில் தனித்தனியாக இன்றைய சமூக அவலங்களை, குறிப்பாக பாகிஸ்தான், இஸ்லாம் பற்றி கட்டமைக்கப்பட்டு

உள்ள பொதுபுத்திசார் கருத்துக்களை விமர்சிக்கிறது. ஒருவகையில் இன்றைய இந்திய மதவாத சக்திகளின் ஆதிக்கத்திற்கு எதிரான ஒரு எதிர் முனகலை இப்படம் முன்வைக்கிறது என்பது ஆசுவாசமான ஒன்றுதான். பாகிஸ்தானிகள் பற்றி உருவாக்கப்பட்டிருக்கும் சாராம்சவாத பிம்பங்களை உடைத்து, அவர்களையும் சமநிலையில் பாவிக்கும் ஒரு கருத்தாடலை உருவாக்குகிறது.

சினிமா என்ற அனுபவத்தை தரமுடியாமல், ஒரு மேடைப்பேச்சின் அனுபவத்தை அல்லது 'மலைப்பிரசங்க' வகை தீர்க்கதரிசிகளின் இறுதிப் பேருரையை பல காட்சிகள் பேச்சுக்கள் வழி பிம்பமாக்கியிருக்கிறது இப்படம். இந்திய சினிமாவில் கதையைவிட போதனை முக்கியமானது. எல்லோரும் அதிலும் குறிப்பாக இந்தப் படைப்பாளிகள் தங்களை எப்போதும் ஒரு தீர்க்கதரிசியாக கருதிக்கொள்ளும் அதீத கற்பனைக்குள் உழல்பவர்கள் என்பதால். அதிகம் கண்டுணர்ந்த பாவனையில் பேசுவார்கள். இந்தப் படத்திலும் நாயகன் கண்டுணர்கிறான், அதைப்பற்றி பேசிக்கொண்டே இருக்கிறான். குறிப்பாக அமீர்கான் தனது அற்புத நடிப்பால் இப்படத்தை நிலை நிறுத்தினாலும், பேச்சை குறைக்காமல் பேசித் தள்ளி உள்ளார். படத்தின் மையமே இந்த வசனங்கள்தான்.

மரத்தடியில் ஒரு கல்லை நட்டுவைத்து உருவாக்கிக் காட்டும் திடீர்க் கடவுள் காட்சிகள் பலபடங்களில் வந்த பழகிய தேய்வழுக்கு (க்ளிஷே) காட்சியே. குறிப்பாக தமிழில் நிறைய பார்த்த காட்சி. அதை வைத்து கடவுள் ஒரு முதலீடு என்பதை விளக்கி புரியவைக்கிறார் நாயகன், நாயகியின் அப்பாவாக உள்ள பக்தருக்கு. இவற்றை விவரிக்க வேற்றுக்கிரகவாசியை நாடியிருப்பது என்பது இரண்டுவகையான சிக்கலை உருவாக்குகிறது. ஒன்று வேற்றுக்கிரகவாசி என்பவன் மனிதனின் பிரதிபிம்பமாகவே இருப்பான் என்கிற ஊகம். இது கடவுள் மனிதனின் பிரதிபிம்பமாக உருவாக்கப்பட்டதைப் போன்ற ஒரு பேரூகம். விஞ்ஞானம் இவ்வகை வேற்றுக்கிரகவாசிகளை ஹோமானாய்ட் என்று வகைப்படுத்துகிறது. இதன்மூலம் வேற்றுக்கிரகவாசியை கடவுளாக பாவிப்பதற்கான ஒரு கற்பனை உருவாக்கப்படுகிறது. மற்றொன்று, எந்த ஒன்றையும் ஓர் அந்நியன் சொல்லிப் புரிவதே இந்திய மனோவியல் என்பதான ஊகம். இது ஒரு காலனிய மனநிலை. குறிப்பாக பின்காலனியச் சிந்தனை இத்தகைய மனநிலைகளை

விமர்சிக்கிறது. காலனிய மனநிலை தேசங்கள் தாண்டி தற்போது வேற்றுக்கிரகம்வரை விரிந்து உள்ளது. ஹாலிவுட்டில் இப்படி வேற்றுக்கிரகவாசிகளைக் கொண்டு எண்ணற்ற படங்கள் எடுக்கப்பட்டு உள்ளன. ஆனால் அவை எல்லாம் இப்படி மதங்கள் பற்றிய அதிமனித புனித போதனைகளைச் செய்வதில்லை.

மதம் முதலாளியம் தோன்றியதற்கு முன்பு இருந்த நிலையும் முதலாளியம் உருவானபின் இருந்த நிலையும், உலக முதலாளிய உருவாக்கத்திற்குப் பின் அல்லது பிந்தைய முதலாளிய தோற்றத்திற்குப் பின் இருக்கும் நிலையும் பிரித்தறிய வேண்டியது அவசியம். எல்லாக் காலங்களிலும் மதம் ஒன்றுபோல் இல்லை. இன்று உள்ள மதங்கள் அடிப்படைவாதம் சீர்திருத்தம் செய்வதற்காக விட்டு வைக்கப்பட்டுள்ள மதங்கள். கடவுள் ஆட்சி என்ற பெயரில் அதிகாரத்தை கைப்பற்ற முனையும் மதத்தீவிரவாதிகளின் மதங்கள். இம்மதங்களை விமர்சிக்கும் சில காட்சிகள் இப்படத்தில் முன்வைக்கப்பட்டுள்ளது. தபஸ்வி என்ற நவீன சாதுவிற்கு எதிராகக் கருத்துக்களை முன்வைக்கும் அந்நியனை, அவர் முஸ்லிம் என்பதாக அடையாளப்படுத்த முனைவதும், கஜினி படையெடுத்து கோவிலை உடைத்த கதையை சொல்லி, ரிமோட் கண்ட்ரோலை வைத்து ஒரு கோவில் கட்ட முனைவதும் முக்கியமான காட்சிகள். திருடப்பட்ட ரிமோட்டை வாங்கி அதை கடவுள் இமயமலையில் தந்து அதற்காக கோவில் கட்ட சொன்னதாக சொல்லப்படும் கதை என்பதெல்லாம்கூட பழகிய காட்சிகளே என்றாலும், இன்றைய இந்திய மதவாத சக்திகளின் ஆட்சியதிகாரத்தில் இவை கவனப்படுத்த வேண்டிய ஒன்றே.

மதம் புற அடையாளத்தில் மட்டுமே தக்கவைக்கப்படுகிறது என்பதை விவரிப்பதும், குறிப்பாக உலகைப் படைத்த கடவுள் ஒருவர் என்றால் ஏன் ஒவ்வொரு மதத்திற்கும் பெரும் வித்தியாசப்படுத்தலை உருவாக்குகிறார் என்கிற அறிவார்ந்த கேள்வியை படம் எழுப்புகிறது. ஒருமதம் வெள்ளியை புனித நாளாகக் கொள்கிறது (சென்சாருக்கு பயந்து படத்தில் திங்கள் என்று எழுதி உள்ளார் வசனகர்த்தா), மற்றொரு மதம் சனியை, பிறிதொருமதம் ஞாயிறை.. இப்படி ஒவ்வொரு மதமும் தன்னை மற்ற மதத்திலிருந்து வேறுபடுத்த வேண்டிய தேவை ஏன்? என்பது ஒரு முக்கியமான கேள்வி. இக்கேள்வியின் உள்ளோட்டம், மதம் கடவுள் படைப்பு அல்ல மனிதனின் படைப்பு என்பதை சொல்வதே.

வித்தியாசம் அற்ற பொருளுக்கு தனித்த இருப்பு சாத்தியமில்லை என்பது நவீன விஞ்ஞானத்தின் ஆர்க்கிடைப் சயின்டிஸ்ட் (தொன்ம விஞ்ஞானி) எனப்படும் வுல்ப்லாஃங் பவுலியின் தவிர்த்தல் விதி. அதனால்தான், மற்ற மதத்திலிருந்து தனது மதத்தை மார்க்கத்தை வித்தியாசப்படுத்த வேண்டிய தேவை எழுகிறது தீர்க்கதரிசிகளுக்கும், மத உருவாக்கக் கடவுளருக்கும் என்பதை மறைபொருளாகச் சொல்கிறது இப்படம். உலகின் இருப்பும், இருத்தலும், உருவாகுதலும் வித்தியாசங்களின் ஆடுகளத்தால் உருவாகுவதே என்பது தெரிதாவின் சிதைவாக்கக் கோட்பாட்டின் அடிப்படை. இப்படி வித்தியாசப்படுத்திக் கொண்டபின் தன்னை உயர்வானதாகக் கடவுளின் நேர்ப்பிரதிநிதியாக கருதிக் கொண்டு மற்றவர்களை புறக்கணிப்பதும், ஒதுக்கித் தள்ளுவதிலும்தான் மத அதிகாரம் அடங்கி உள்ளது. இப்படம் இந்த வித்தியாசப்படுத்தலை கேள்விக்கு உட்படுத்துகிறது. மதம் பிறப்படையாளம் அல்ல என்பதை விவரிக்கிறது. பிறந்த குழந்தைக்கு அப்படி ஓர் அடையாளம் உள்ளதா? என்பதை நாயகன் தேடும் நிகழ்வு காட்சியாக்கப்படுகிறது.

வேற்றுக் கிரகவாசி இந்தியாவின் பல சாதி, மத, இன வேறுபாடுகளைக் கண்டு அதை தனது அறிவில் விளக்குவதும், அறிவுரைகளைச் சொல்வதும், ஒரு காலனிய நாகரிகமடைந்த எஜமான் காலனிய தேசத்தின் காட்டுமிராண்டித்தனத்தை விவரிப்பதைப்போல உள்ளது. குறிப்பாக பொதுஜனக் கண்ணோட்டத்தில் இப்படம் மதவாதிகள், சாமியார்கள், மதத்தை வைத்து பிழைப்பவர்கள்மேல் ஓர் எள்ளலை அவர்களது ஏமாற்று வேலையை பற்றிய ஒரு இகழ்வுக் கருத்தை உருவாக்குகிறது. இதைக்கூட பல படங்கள் காட்சிப்படுத்துவதில்லை என்பதனால் இத்தகைய படங்களின் வெற்றி நிச்சயமாக வரவேற்கப்பட வேண்டிய ஒன்றே. அதேநேரத்தில் இந்த வெற்றி மக்களின் ஒரு மனப்போக்கை பதிவதாக உள்ளது. உண்மையில் மக்கள் இத்தகைய கருத்தாக்கங்களை தங்களது தினவாழ்வின் ஓர் அங்கதமாக தரிசிக்கிறார்கள். அதை படமாக பார்க்கும்போது அறிவார்ந்து ஒரு இணைப்பை அதோடு உருவாக்கிக் கொள்கிறார்கள்.

படத்தின் மற்றொரு சுவாரஸ்யம் சின்ன சின்ன காட்சிகளில் எடுத்திருக்கும் கவனம். குறிப்பாக “டான்சிங் கார்” பற்றிய காட்சிகள். ஒவ்வொரு டான்சிங் காரும் அவனுக்கு தரும் உடை. அதில் ஓர் இராணுவ அதிகாரி மற்றும் ஒரு டாக்டர் பற்றிய குறிப்பு

முக்கியமானது. டான்சிங் கார் என்பது ஒரு பாலியல் மகிழ்வுந்தப் புனைவாக மாற்றப்பட்டிருப்பதை சொல்கிறது. ராணுவ அதிகாரியோ, மருத்துவரோ காரில் புணரவேண்டிய அவசியமில்லை என்றாலும், நுகர்வு பண்பாட்டில் அவர்களது மகிழ்வுந்தப் புனைவு என்பது இவ்வகையாகக் கட்டமைக்கப்பட்டிருப்பதை காட்சிப்படுத்துவதாக உள்ளது.

படத்தில் முக்கியமான குறிப்பு தனது ரிமோட்டைத் தேடி போலீஸிடம் செல்கிறான் நாயகன். போலீஸ் அவனுக்கு கடவுளை கைகாட்டி விடுகிறான். இங்கிருந்துதான் கடவுள், மதம் என்ற ஆராய்ச்சிகளை ஆரம்பிக்கிறான் நாயகன். கடவுள் என்பது போலீஸ் ஆகவும் இருக்கலாம். இரண்டின் பணியும் காவல்பணிதானே. போலீஸ் மற்றும் கடவுள் இரண்டும் ஒன்றை ஒன்று நிறைவு செய்துகொள்ளும் அதிகாரக் கண்காணிப்பு எந்திரங்களே. அரசின் காவல் எந்திரம் கடவுள் எந்திரத்தை கைகாட்டி விடும் இக்காட்சிதான் திரைக்கதையின் திருப்புமுனை.

இறுதியாக, "பப் தியாலஜி" என்பது பப் அல்லது பாரில் அமர்ந்துகொண்டு பியர் அல்லது மதுவகைகளைக் குடித்துக்கொண்டு மனம்போன போக்கில் மதம், கடவுள் பற்றிய அனுபவங்களை கருத்தைப் பகிர்ந்து விசாரணை நடத்தும் ஒரு குழுசார்ந்த தத்துவவிசாரம். இது ஒரு உலகளாவிய போக்காக இருப்பது. அத்தகைய ஒரு விசாரணையே பிகே படத்திலும் நிகழ்த்தப்படுகிறது. குடிகாரன் என்ற பொருளை தரும் பிகே பெயரற்ற நாயகன் பெயராக மக்களால் வைக்கப்பட்டிருப்பது படத்திற்கு வேறொரு பரிமாணத்தை தருகிறது. இது தற்காப்பையும், தகர்ப்பையும் செய்யக்கூடிய ஒரு பெயர். தற்காப்பு குடிகாரன் பேச்சை உளறலாக காட்டிவிடலாம். தகர்ப்பு தீர்க்கதரிசிகளின் பேச்சுக்களை இவ்வுலகம் ஆரம்பத்தில் குடிகாரன் அல்லது போதையாளன் அல்லது கவிஞனின் உளறல் என்பதாகவே எதிர்கொண்டது என்ற வகையில் தீர்க்கதரிசிகளை தகர்ப்பதாக கொள்ளலாம். மது கடவுளின் பானம் அதை மனிதன் களவாடிவிட்டான் என்று நண்பரும் கவிஞருமான முபாரக் கூறுவார். கடவுளிடம் களவாடிய மதுவால் கடவுளுக்கு சவால் விடும் மனிதன் பற்றிய ஓர் அங்கதமாக பிகே-வைக் காணலாம். அல்லது உண்மையான கடவுளை தேடும். தேடச் சொல்லும் உணர்வெழுச்சிக் கொண்ட பக்தனாக கொள்ளலாம்.

– (09–03–2015) நிழல்

"மண்டோயாத்" பற்றிய திரையாக்கம் : 'மண்டோ'

சாதத் ஹசன் மண்டோ என்கிற இலக்கிய ஆளுமையின் வாழ்-புனைவாக (Bio-fic) வெளிவந்துள்ள ஒரு திரைப்படமே நந்திதாதாஸின் "மண்டோ". மண்டோ பிரித்தானிய இந்தியாவில் பிறந்து வளர்ந்த தலைசிறந்த இலக்கிய ஆளுமை. பிரித்தானிய ஏகாதிபத்தியத்தால் 1947-ல் புதிதாக உருவாக்கப்பட்ட இந்தியா-பாகிஸ்தான் என்கிற இரண்டு நாடுகளின் மதவாத அரசியலால் தனது அடையாளம் எதுவென? தேடி அலைந்த, அரசியலால் அலைக்கழிக்கப்பட்ட ஒருவர்.

"நான் அறுவை சிகிச்சை செய்வதற்காக அனுமதிக்கப்படும் ஒவ்வொரு தேவ தூதர்களின் உடலிலும் ஒரே ஒரு முடிகூட இல்லாத அளவிற்கு மிகச் சுத்தமாகச் சிரைத்துவிடுகிறேன்" என்று எழுதியவர் மண்டோ. மதம், இனம், மொழி என ஒரு உடலின் ஆற்றல் மையமாக கட்டப்பட்டுள்ள அடையாளங்களை தனது எழுத்துக்களால் அறுவை சிகிச்சை செய்து அதன் அழுகலை வெளியில் எடுத்து போட்டவர் மண்டோ.

எஸ்.ராமானுஜத்தால் மொழிபெயர்க்கப்பட்ட மண்டோ எழுத்துக்கள் குறித்த எனது திறனாய்வு கட்டுரையில் முதல் பத்தி இப்படித் துவங்குகிறது...

“பிரித்தானிய இந்தியாவிலிருந்து 1947-இல் இந்தியா-பாகிஸ்தான் என்ற இரண்டு புதிய நாடுகள் உருவாக்கப்பட்டபோது (பிரிவினை - என்பது வகுப்புவாத நோக்கில் வரலாற்றில் கட்டமைக்கப்பட்ட ஒரு சொல்லாடல் அதனைத் தவிர்ப்போம்) ஏற்பட்ட வகுப்புக் கலவரம் பற்றிய படைப்புகளில் முதலில் நினைவுகூரத்தக்க ஒரு படைப்பாளி சாதத் ஹஸன் மண்டோ. அவரது ‘டோபா டேக்சிங்’ என்கிற கதையில் வரும் பீஷான் சிங்-லாகூரில் மனநலக் காப்பகத்தில் இருந்துகொண்டு தன் கிராமமான “டோபா டேக்சிங்”-கிற்குத் திரும்ப வேண்டும் என்று இயற்கையான அடையாளத்தை மட்டும் வேண்டி வரலாற்றால் கட்டமைக்கப்பட்ட ‘இந்தியன்’, ‘பாகிஸ்தானி’ என்கிற அடையாளத்தை மறுத்ததைப் போல இறுதிவரை தனது அடையாள நெருக்கடியில் வாழ்ந்து மனச்சிதைவிற்கு ஆளானவர். இந்தியாவா? பாகிஸ்தானா? எங்கு தன்னிச்சையாக இருக்க முடியும் என்பதே அவரது முக்கிய பிரச்சனையாக இருந்தது. பாகிஸ்தானில் அவர் வாழ்ந்த இறுதி 8 ஆண்டுகளில் முழுக்க முழுக்கத் தன்னை போதைக்குள் திணித்துக் கொள்வதன் மூலம் நிரந்தரமான மயக்கத்தில் ஆழ்ந்து தனது உடலைக் கொண்டு அவர் இவ்வுலகிற்கு எதிராக நடத்திய கலகமே அவரது மரணம்.”

மேற்சொன்ன எனது கட்டுரையின் முதல் பத்திதான், நந்திதா தாஸின் ‘மண்டோ’ திரைப்பட இறுதிக்காட்சி. இத்திரைப்படத்தில் ‘டோபா டேக் சிங்’ என்ற தனது தாய்நிலத்தை தேடி அடையமுடியாமல் ‘நோ மேன் லேண்ட்ஸ்’ *(No Man Lands)* எனப்படும், இருநாடுகளின் எல்லைக்கு நடுவில் இறந்து கிடப்பார் பீஷான் சிங். தேசியம் என்கிற கற்பிதத்தால், கட்டமைக்கப்படும் தேசம் என்கிற கற்பிதப் புவியியலிற்கு வெளியில் உள்ள ஒரு இடத்தில், தனது தாய்நிலத்தைத் தேடி அலைந்த, தேசம், தேசியம் என்கிற முதலாளிய அதிகார அரசியலால் வெற்று உடலாக்கப்பட்ட அந்த இறந்த உடலை விரி-வெளியில் (ஜூம்-அவுட்) காட்டி, அதன் மீது மண்டோ என்ற பெயர் வருவதோடு திரைப்படத்தை முடிக்கிறார் நந்திதா. மண்டோ என்ற ஒரு படிமத்தை திறப்பதற்கான திறவுகோல்தான் அக்கதை. ‘டோபா டேக் சிங்’ வேறொன்றுமல்ல மண்டோவின் அடைய முடியாமல் போன தனது கனவு நிலம் பற்றிய வேட்கை.

இந்தியா-பாகிஸ்தானை பிரிக்கும் கோடு மனநலக் காப்பகத்தின் நடுவில் வரையப்பட்டதால், இரண்டு நாடுகளின் மனநோயாளிகள்

பரிமாற்றப்படுகிறார்கள். மண்டோவின் இக்கதையின் மிக முக்கிய குறியீடு, ஒரு மனநலக் காப்பகம் இரண்டாக பிரிக்கப்படுகிறது. இந்தியா, பாகிஸ்தான் என்பதாக என வாசிக்கலாம். மனநலக் காப்பகத்தில் உள்ள பீஷான் சிங், இந்திய எல்லைக்கு மாற்றப்படுகிறார். அவருக்கோ தேவை அவரது ஊரான 'டோபா டேக்சிங்' தான். இரண்டு எல்லைக்கும் நடுவில் தனது ஊரை அங்கும் இங்குமாக தேடி அலைந்து இறந்து விடுவார். மண்டோவின் இக்கதையை திரையில் அதன் அரசியல், அழகியல் நுட்பங்களுடன் கொண்டுவந்து திரைப்படத்தை முடிக்கிறார் நந்திதாதாஸ். திரைப்படத்தின் உடலரசியல் இங்கிருந்துதான் துவங்குகிறது. இன்றைய இந்துத்துவ பாசிச இந்தியாவில் உன் அடையாளம் எது? இந்தியன், பாகிஸ்தான் இரண்டு அடையாளங்களும் கற்பிதமான ஒரு கோட்டால் உருவாக்கப்பட்டது, அதில் எது உன் அடையாளம்? என்ற கேள்வியுடன் திரைப்படம் முடிகிறது.

மனித உடல் குழந்தையாக ஒரு தாயின் வயிற்றில் கருவுரும்போதே அதன் நிலம், அதன் தேசம், அதன் தேசியம், மொழி ஆகிய அடையாளங்கள் அதன் உடலுடன் தாய்வழியாக சாராம்சப் படுத்தப்படுகிறது. இறுதிவரை இக்கருத்தியலால் ஆளப்படும் உடல், தனது இயற்கை என்ற தன்மையை இழந்த கருத்தியல் உடலாக கட்டப்பட்டு விடுகிறது. ஒரு உடல் பிறக்கும்போது நாடற்றதான நாடோடி உடலாக இல்லாமல், இத்தகைய கருத்தியல் உடலாக மாற்றப்படுவதனால் உருவாகும் அடையாள வன்முறைக்கு எதிரானதே மண்டோவின் எழுத்துக்கள். சாராம்ச அடையாளங்களுக்கு எதிராக போராடிய ஒரு நாடோடித் தன்னிலை.

கருத்தியலுக்கு (ideology) எதிரான நாடோவியலை (nomadology), அதன் அழகியலை உயர்த்திப் பிடிக்கும் டெல்யுஸ்-கத்தாரியின் சிந்தனை அடிப்படையில் இப்படத்தை அணுகினால், மண்டோ தன்னை ஒரு நாடற்றவனாக ஆக்கிக் கொள்ளும் வேட்கையினால் அடைந்த வாழ்தலுக்கான போராட்டத்தை உணரமுடியும். நாடோடிவியல் மனநிலை என்பது ஒருவகை 'சீசாய்டல்' (sezoidal) மனநிலை என்கிறார்கள் டெல்யுஸ்-கத்தாரி இரட்டையர்கள். மண்டோ-வின் சீசாய்டல் மனநிலை எப்படி அவரது படைப்பாக்கத்தின் உற்பத்திசக்தியாக இருந்தது என்பதையும், சீசாய்டல் என்பது ஒரு படைப்பாக்கச் சக்தி

என்பதையும் உணர்த்துவதாக இத்திரைப்படத்தின் உள்ளோடும் தளத்தை வாசிக்க முடிகிறது. மண்டோவின் பல செயல்கள், முடிவுகள் இப்படியான ஒரு காரணமற்ற வெளிப்பாட்டைக் கொண்டவையாகவும், ஒருவித மனச்சிதைவு நிலையில் உருவாகும் உள்ளார்ந்த உருவெளித் தோற்றங்களும், இத்திரைப்படத்தில் நுட்பமான காட்சிகளாக ஆக்கப்பட்டுள்ளன.

ஒரு உடல் ஆளுங் கருத்தியலை ஏற்கலாம், எதிர்க்கலாம், ஆனால் கருத்தியலற்ற நாடோடியாக வாழமுடியாது என்பதே இந்நூற்றாண்டின ஆகப்பெரும் அடக்குமுறை. அந்த அடக்குமுறையை உணர்வாக வடித்தவை மண்டோவின் எழுத்துக்கள். அவரது வாழ்வை அவரது இலக்கிய எழுத்துக்களின் வழி அணுகும் இத்திரைப்படம் அவ்வகையில் கருத்தியல் அரசியலுக்கு பதிலாக நாடோடிவியல் அழகியலாக உருவாக்கப்பட்டுள்ள ஒரு முக்கியமான முன்முயற்சி. (நாடோடிவியலின் அழகியலை உணர்வாக்கமாக மாற்றும் ஒரு திரைப்படம் "த எம்பராஸ் ஆஃப் த சர்பென்ட்" (Embrace of the Serpent) என்ற திரைப்படம். மேலதிக புரிதலுக்கு அக்கட்டுரையில் வாசிக்கலாம்.)

1947-க்கு பின் பாகிஸ்தானில் வாழும்படி நிர்ப்பந்திக்கப்பட்டுள்ள ஒருவரின், தனது தாய் புதைக்கப்பட்டுள்ள, தான் வளர்ந்த தனக்கானதாக தனது கனவுகளை வடிவமைத்துக் கொண்ட இந்திய மண் குறித்த ஏக்கம் என்பதே நந்திதாவின் மண்டோ பற்றிய வாசிப்பாக வெளிப்படுத்துகிறது இத்திரைப்படம். வரலாற்றால் ஆதிக்கம் செய்யப்பட்டு அழைக்கழிக்கப்பட்ட மண்டோவின் வரலாறு அல்ல. மாறாக, ஒரு குறிப்பிட்டவகை அரசியல் கருத்தியலில் பயணிக்கிறது என்பதுடன், ஒரு வாழ்-புனைவிற்குள் சாத்தியமானவற்றை அழகுறக் காட்சிப்படுத்தியுள்ளது.

நந்திதாதாஸின் 'மண்டோ' பார்ப்பது ஒரு வலிநிறைந்த அனுபவத்தை தருவதாக உள்ளது. இன்றைய அரசியல் சிக்கலுக்கு எல்லாம் அடிப்படையாக அமைந்த ஒரு கடினமான காலத்தின் உறைந்துபோன மனசாட்சியினை அகழ்ந்து காட்டியிருக்கிறார். 1946-1950 இந்திய-பாகிஸ்தானின் பிரசவ வலியாக காலத்தில் உறையவைக்கப்பட்ட, மனம்பிறழ்ந்த ஒரு மனசாட்சியின் நடுக்கம், நம்பி வாழும் பெரும்பான்மையான மக்கள் திரள், நம்பிக்கையை தகர்த்து வாழவிடாமல் வன்முறையில் அழித்தொழிக்கும், புலம்பெயர வைக்கும் ஒரு சிறுபான்மையின் பயமும், பதற்றமுமே

‘மண்டோ’ என்கிற இத்திரைப்படம்

மண்டோ 2015-ல் பாகிஸ்தானிய இயக்குநர் ஒருவரால் திரைப்படமாக வெளிவந்தது – அதில் சில தவறன சித்தரிப்புகளும், புனையப்பட்ட வரலாறும் இருந்தது என மண்டோ குடும்பத்தினர் குற்றம் சாட்டினர். அதனால், நந்திதா மண்டோ குடும்பத்துடன், அவரது பிள்ளைகள் நௌஷாத் மண்டோ, நுஷ்ரத் ஜலால், மண்டோ மனைவியின் சகோதரி ஆகியோருடன் பேசி ஆய்வு செய்து அவர்களது ஒப்புதலுடன் ஒரு திரைக்கதையாக உருவாக்கியுள்ளார். இது அவரது கனவுத் திட்டமாக உருவான படம். மண்டோவின் பல சிறுகதைகள் முழுநீளத் திரைப்படங்களாகவும், யுடியுப்பில் எடுத்துரைப்பு கதைகளாகவும் வெளிவந்துள்ளது.

நந்திதா மண்டோவை திரைப்படமாக எடுக்க, இரண்டு காரணங்களை கூறுகிறார். 1. இன்றைய இந்திய வகுப்புவாத அரசியல் நிலை, கருத்து சுதந்திர மறுப்பு, இந்துத்துவ பாசிசச் சூழல் 2. அவரது தந்தை ஜதின் தாஸிற்கும், மண்டோவிற்கும் உள்ள ஒப்புமையான வாழ்க்கை. வாழும் சமூகத்தின் அரசியலும், அவரது தன்னுணர்வும் இணையும்போது உருவாகும் ஒரு அற்புத சினிமாவே மண்டோ. தனது தந்தையின் நிழலை மண்டோவில் பார்த்ததாக நந்திதா ‘இந்துஸ்தான் டைம்ஸ்’ நேர்காணலில் கூறியுள்ளார். மண்டோவின் கட்டுரைகள், அவரைப்பற்றிய குறிப்புகளைப் படிக்கும்போது அவர் தனக்கு மிகவும் பரிச்சயமானவராக இருப்பதை உணர்ந்ததாக கூறுகிறார். வளரவளர தான் அவரைப்போன்ற ஒருவராக வளர்ந்து வருவதை உணர்ந்ததைக் குறிப்பிடுகிறார். அவரது தந்தை ஜதின் தாஸ் ஒரு ஓவியர். அவரிடம் நிறைய மண்டோயாத் உள்ளதாக கூறுகிறார்.

மண்டோயாத் என்ற ஒரு புதிய சொல்லை பயன்படுத்தும் நந்திதா, அச்சொல்லிற்கு மண்டோதன்மை அதாவது மண்டோனெஸ் (Mantoness) என்று குறிப்பிடுகிறார். உலகப் புகழ்பெற்ற நாவலாசிரியரான காஃப்கா நவீனத்துவம் உருவாக்கிய அந்நியமாதல், அதீத தனிமை உணர்வு, நிலைகொள்ள முடியாத பதற்றம், அது உருவாக்கும் அமுக்குப்பேய் போன்றதொரு மன அழுத்தம், அதீதமான உணர்வு, கையறுநிலை போன்றதொரு விநோதமான நினைவுகளால் ஆளப்படும் ஒரு மனநிலையும், அதனால் செயல்படும் தன்மையும் காஃப்காவின் கதைகளில் இருந்து உருவாக்கப்பட்டு அது காஃப்காத்தன்மை என்பதைக் குறிக்கும்

காஃப்காஸ்கோ என்ற சொல்லால் குறிக்கப்படுகிறது. மண்டோவின் செயல்பாடுகள், அவரது கதை மாந்தர்களின் பண்புகள், அவரை ஆட்கொண்ட உணர்வுகள், அதனால் வெளிப்பட்ட செயல்பாடுகளை மண்டோயாத் என்கிற சொல்லால் குறிக்கிறார் நந்திதா.

அவரது தந்தை மண்டோபோலவே கலை வியாபாரத்தில் ஈடுபடாதவர், முற்போக்கானவர். ஆனால் முற்போக்கு எழுத்தாளர் கழகத்தில் ஒருகாலத்திலும் சேராதவர். இருவரும் பணம் சம்பாதித்து அதன் மூலம் வாழ்ந்தாலும், பணம் என்பது அவர்களுக்கு ஒன்றுமேயில்லை, அதாவது பணம் அவர்களை ஊக்கப்படுத்தும் ஒன்றாக இல்லை. இருவருமே தங்கள் கலையின் மீது அதீத காதலுணர்வு கொண்டிருந்தனர். ஆழுணர்வு கொண்ட மனிதர்களாக இருந்தனர். நந்திதாவின் இவ்விளக்கத்திலிருந்து அவர் மண்டோயாத் என்று எதைக் குறிக்கிறார் என்பதை ஊகிக்க முடியும். தமிழ்ச்சூழலில் ஐரோப்பிய கற்பனாவாதம் உருவாக்கிய, படைப்பாளி என்பவன் கடவுள் என்ற கற்பனையில் அதி உச்சத்தில், குடிப்பது, வாழ்வை புறந்தள்ளுவது, தன்னைச் சுற்றி ஒரு கூட்டத்தை உருவாக்கி சுயமோகத்தில் திளைப்பது என்கிற குறுங்குழுவாத படைப்பு மனநோயாக இதை கருதிவிடக்கூடாது. மண்டோயாத் என்பது இத்தகைய உழைக்காமல் உச்சம்பெற விளையும் தமிழ் படைப்பாளிகளின் விட்டேத்தியான அங்கீகாரத்திற்கு அலையும் சோம்பேறி மனநிலை அல்ல. இத்திரையாக்கத்தின் வழியாக நந்திதா மண்டோயாத் என்கிற மண்டோ குறித்த ஒரு காட்சி வழியிலான பிம்ப உருவாக்கத்தை நிகழ்த்தியுள்ளார்.

புலம்பெயர்ந்தலைதல் என்பதன் வலி, ஏக்கம், விருப்பு ஒரு ஒளி-ஒலி பிம்பமாக விரிகிறது திரையில். இன்றைய பாசிசமயமாதலில், ஒரு முக்கியமான அரசியலை பேசுகிறது இப்படம். பெரும்பான்மை உருவாக்கும் சிறுபான்மையின் பயம், பதற்றம், நிலைகொள்ள முடியாத கொடுங்கனவுகளால், அது உருவாக்கும் அதீத பயமிரட்சியால் வாழும் ஒரு பாதுகாப்பற்ற மனநிலையை உருவாக்கிய மண்டோ எழுத்துக்களின் காட்சி வடிவங்களை பார்வையாளருக்குள் காட்சிப் படுத்தியுள்ளார். நுண்தளத்தில் சிதையும் ஆழ்மனதின் பிளவுண்ட படைப்பாற்றலை விவரிக்கிறது. ஒரு எழுத்தாளனை இத்தனை சுவாரஸ்யமிக்க சினிமாவாக காட்டுவேண்டும் என்றால், அதற்கான அர்ப்பணிப்பும், வாசிப்பும், தேடலும் மட்டுமின்றி கலை இலக்கியம் குறித்த

அழகியல் புரிதலுடன், அந்த கலைஞனாக தன்னையே உருவாக்கியும் கொள்ள வேண்டும். நந்திதா ஒரு சிறந்த சினிமா இயக்குநராக, எழுத்துக் கலையை, எழுத்தாளனின் வாழ்-புனைவை உருவாக்குவதில் சினிமா என்ற காட்சி-வடிவத்தை மிகச்சிறப்பாக வெளிப்படுத்தியுள்ளார். தமிழில் பாரதியை சினிமாவாக்குதில் படைப்புகளை, காட்சியாக மாற்றி, பாரதி என்ற கவியாளுமையை அடையாளப் படுத்துவது முக்கியம். பாரதியை ஒரு வாழ்க்கை வரலாறாக எடுத்ததே அதன் தோல்வி எனலாம். பாரதியின் பாடல்களில் முக்கியமானவற்றை காட்சிகளாக்கியிருந்தால் பாரதி சிறப்பானதொரு திரையாக்கமாக வந்திருக்கும்.

மண்டோ-வை ரொமாண்டிசைஸ் பண்ணாமல், எழுத்தும் வாழ்வும் ஒரு மெல்லிய இழையாக பிரிந்து ஏற்படுத்தும் விருப்பிற்கும், வாழ்விற்கும் இடையிலான வன்முறை கலைஞனை அலைக்கழிக்கும் காட்சிகள், அவரது வாழ்வியல் தருணங்கள் உருவாக்கிய உணர்வை, அவரது ஐந்து சிறுகதைகளை காட்சிப்படுத்தி, அதன் புனைவாக்கமாக மண்டோவை முன்வைத்து நகர்கிறது இத்திரைப்படம். கதைகள் மற்றும் அவருடைய முக்கிய எழுத்துக்களை காட்சிப்படுத்தி சினிமா வாழ்-புனைவாக (பயோ-பிக்) மாறுவதில் கவனிக்க வேண்டிய அர்ப்பணிப்பான திரைக்கதையை வெளிப்படுத்தியுள்ளார் நந்திதா.

அவரது வாழ் தருணங்களில் மாற்றங்களை உருவாக்கியதாக நந்திதாவின் திரைவாசிப்பாக முன்வைக்கப்பட்டுள்ள கதைகள் ‘தஸ் ருபியா கா நோட் (பத்து ரூபாய் நோட்டு), சா வாட் கா பல்ப் (நூறு வால்ட் வெளிச்சம்), கூல் தோ (திற), தண்டா கோஷ் (சில்லிட்ட சதைப்பிண்டம்), ‘டோபா-டேக்-சிங்’ மற்றும் மண்டோ அங்கிள் சாமிற்கு எழுதிய கடிதங்களின் சில முக்கிய முஸ்லிம் முல்லாக்களை கிண்டலடிக்கும் பகுதிகள் அவரது தேர்வின் அரசியலையும், அழகியலையும் காட்சிப்படுத்துவதாக உள்ளது.

மண்டோவின் பத்து ரூபாய் நோட்டு கதையில் ஆரம்பமாகும் திரைப்படம், பார்வையாளர்கள் மத்தியில் மண்டோவின் வாழ்வா? கதையா? என்ற கேள்விக் குழப்பத்துடன் தனது முதல் பதிவை உருவாக்குகிறது. மண்டோவின் சிறுகதையை சத்தமாக படிக்கும் அவரது மனைவியின் பதற்றத்துடன் அவரது வாழ்தள காட்சியாக தொடர்கிறது. தனது கர்ப்பிணி மனைவியிடம் இக்குழந்தை சுதந்திர இந்தியாவில் பிறக்கும் என்று மகிழ்வோடு கூறும்

மண்டோ, சுதந்திர இந்தியா ஒரு பிரிவினை இந்தியாவாக மாறுவதையும், அதுவே ஒரு கொலைக்களமாக மாறுவதையும் காண்கிறார். இப்படத்தில் காட்சியாக்கப்பட்ட ஒவ்வொரு சிறுகதையும், அதன் புனைவு உருவாக்கும் வாசிப்பின்பம் குறைபடாத வகையில் நுட்பமாகவும், அதன் இயல்போடும் காட்சிப்படுத்தப்பட்டிருப்பது முக்கியம். அக்கதையில் வரும் சிறுபெண், இறுதிவரை தனது குழந்தமையுடன் இருப்பது நமக்குள் ஏற்படுத்தும் அதிர்வு முக்கியமானது.

மண்டோவின் வாழ்வா? அது சரியாக சொல்லப்பட்டதா? மண்டோவை அப்படியே பிரதிபலிக்கிறதா? மண்டோ குறித்த தரவுகள், நிகழ்வுகள் சரியா என்கிற கேள்விகளைத் தாண்டி மண்டோவை ஒரு பிம்பமாக்கல் வாசிப்பாக நிகழ்ந்துள்ளது. மண்டோவாக நடித்த நடிகர் நவாஸ்தீன் சித்திக்கும், அவரது மனைவியாக நடித்த ராசிகா துகால் இருவரும் அந்தப் பாத்திரங்களை உன்னதப் படுத்தியுள்ளனர். பாத்திரத்தை உன்னதப்படுத்துவது என்பது, அப்பாத்திரத்தின் இயல் முகத்தை நம்மிடம் இருந்து மாற்றி, அவர்களது பிம்பமாக தங்கள் முகத்தை பதிவாக்கிவிடுவது. மண்டோவின் மனைவி சபியாவின் ஆளுமை மிக அற்புதமாக படைக்கப்பட்டுள்ளது. இறுதிவரை கணவனின் இலக்கிய வாழ்விற்கு ஒரு அறம்சார் ஆதரவாளராக இருப்பதும், மண்டோ போன்ற ஒரு எழுத்தாளனின் மறுபக்கத்தில் இத்தகைய பெண்களின் பங்களிப்பின் முக்கியத்துவத்தையும் உணர்த்தும் பாத்திரம்.

மண்டோவை உணர்த்தக்கூடிய சிறு சிறு காட்சிகளிலும், தனது அழகியல் நுட்பத்தை சினிமாட்டிக்காக செதுக்கிச் செல்கிறார் நந்திதா. ஒரு காட்சியில் மண்டோவின் மகள், அருகில் அமரும் தந்தையின் வாய் நாறுகிறது என்றுகூறிவிட்டு மண்டோவின் மடியிலிருந்து இறங்கி விளையாட ஓடிவிடுவாள். மண்டோவின் அருகில் செல்லும் காமிரா, அவரது மனைவியையும், அவரையும் ஒரே காட்சியில் வைத்து அந்த உரையாடல் காட்டப்படும். மண்டோ கூறுவார், நாம் பிரிந்துவிடலாம் என்று. அவரது மனைவி அதற்கென்ன நீதிமன்றத்தில் உள்ள வழக்கு முடியட்டும் அதன்பின் பார்க்கலாம் என்பார். இந்த காட்சி ஒரு பெண் இயக்குநரால் மட்டுமே சிந்திக்க முடிந்த ஒரு தனித்துவமான காட்சி. கணவன் மனைவிக்கு இடையிலான உடல்ரீதியான உறவு பற்றி நமக்கு சொல்லப்படும் காட்சியின் நுட்பம் இது.

மும்பையில் புதைக்கப்பட்டுள்ள தனது தாயின் சமாதியைக் காணும் மாண்டோ கூறும்-தனது இறப்பில் எழுதப்பட வேண்டிய வாசகம் 'யார் சிறந்த கதைசொல்லி கடவுளா? மண்டோவா? *(Who was the better storyteller: God or Manto?)*' என்று கூறும் காட்சி, ஒரு கதைசொல்லியாக தான் கடவுளைவிட சிறந்த படைப்பாளியாக "சிருஷ்டி கர்த்தாவா" இருப்பதை உணர்ந்திருந்த மண்டோவின் மனநிலையைக் காட்சிப்படுத்துவதாக அமைந்துள்ளது.

ஒரு காட்சியில் மண்டோவின் நண்பன் சியாம் தனது குடும்பம் முஸ்லிம் கும்பலால் தாக்கப்பட்டதை அறிந்து கோபமாக மண்டோவிடம் "நான் உன்னையும் கொன்று விடுவேன்" என்று கூறுவான். அந்த காட்சியில் மண்டோவின் இறுக்கமான முகமும், அதில் ஏற்படும் பயத்தின் அதிர்வும், முதன்முறையாக தான் ஒரு முஸ்லிம் என்கிற அடையாள உணர்வை ஏற்படுத்தும். அதன் பின் அவர் பாகிஸ்தான் செல்வதாக முடிவெடுத்து கப்பல் ஏறச் செல்வார். சியாம் தான் அன்று கோபத்தில் பேசிவிட்டதாக, முடிவை மாற்றிக் கொள்ளும்படி மன்றாடுவான். மண்டோவே கற்பனை செய்யாத, விரும்பாத அந்த முடிவை நோக்கி அவரது மத அடையாளம் தள்ளும். தன்னை புரிந்த, தனது நெருங்கிய நண்பனே தனக்கு உருவாக்கியுள்ள அந்த அடையாளம், அது தனிமனித உடலின் ஆழ்தளத்தில் அழியாத ஒன்றாக இருப்பது என்பதை வெளிப்படுத்தும் காட்சி அது.

அடையாளம் சமூகத்தின் இருமை-எதிர்வினால் கட்டப்பட்டு, எதிர்வை எதிர்கொள்ளும்போது வெளிப்படும் ஒன்று என்பதை வெளிப்படுத்தும் காட்சி. முஸ்லிம் என்பதற்கான எந்த மத ஆசாரங்களும், சடங்குகளும் இல்லாத, பிறப்பால் மட்டுமே முஸ்லிமாக உள்ள மண்டோ, முதன்முறையாக தனது மதம் தன்மேல் சுமத்திவிட்ட அடையாள நெருக்கடியை உணரும் தருணம். இன்றைய கைவிடப்பட்ட மனநிலையில் உள்ள, பெரும்பான்மை சமூகம் நம்மை காக்கும் என்கிற நம்பிக்கையில் வாழும் மதச் சிறுபான்மை முஸ்லிம்களின் அடையாள நெருக்கடியின் அரசியலை வெளிப்படுத்தும் ஒரு காட்சி அது. இன்றைய இஸ்லாமியர்களின் வாழ்வதற்கான நம்பிக்கை - அண்டை அயலார்கள், நண்பர்கள், ஜனநாயக இடதுசாரி சக்திகள்தான். அவர்களே முஸ்லிம்களை கைவிடும் நிலை எப்படி அரசியலால் கட்டமைக்கப்படுகிறது என்பதை, அடையாள அரசின் வன்முறையை உணர்த்தும் காட்சி அது. நந்திதா முன்வைக்கும்

முக்கியமான அரசியல் காட்சி. அதை மிக நுட்பமாக உணர்த்தும் வண்ணம், அதன் பிறகான மண்டோ கப்பல் ஏறும்வரை செல்லும் காட்சிகளின் தொடர்ச்சி அந்த உணர்வை நீட்டிச் செல்வதாக அமைக்கப்பட்டுள்ளது.

கலவரம் உச்சத்தில் நடந்துகொண்டிருக்கும்போது மண்டோ காரில் அவரது நண்பரும் பிரபல நடிகருமான அசோக்குமாருடன், முஸ்லிம் குடியிருப்புக்குள் நுழைந்து விடுவார்கள். முஸ்லிம் கும்பல் ஒன்று ஆயுதங்களுடன், காரைச் சுற்றிக் கொள்வார்கள். உள்ளிருக்கும் மண்டோ பயத்தில் மிரட்சியுடன் தொப்பி ஒன்றை தந்து அசோக்குமாரை பதற்றத்துடன் அணிந்துகொள்ள சொல்வார். அசோக்குமார் சிரித்தபடி அமைதியாக அதெல்லாம் வேண்டாம் என்று கண்ணாடியை திறந்தவுடன், அசோக்குமார்ஜி என்று தாக்கவந்த கூட்டம் அவரை சூழ்ந்துகொண்டு, அவரை பத்திரமாக மாற்று வழியில் பாதுகாப்பாக அனுப்பிவைப்பார்கள். மண்டோவின் பயத்தில் உள்ள காரணமற்ற தன்மையும், கலைஞர்கள் மதத்திற்கு அப்பாற்பட்டவர்களாக மக்கள் ஏற்றுக் கொண்டுள்ள விதமும் அழுத்தமாக சொல்லும் காட்சி அது.

மண்டோ பாகிஸ்தான் செல்வதற்காக, சியாமுடன் காரில் வரும்போது, அவருக்கு பழக்கமான மும்பையின் சந்தில் பான் வியாபாரி கோவிந்திற்கு தான் ஒரு ரூபாய் தரவேண்டும் என்று அவனை மண்டோ தேடுவார். சியாம் அதை நான் தந்துவிடுகிறேன் உடனடியாக போக வேண்டும் இங்கு நீண்டநேரம் இருக்கமுடியாது என்பார். காரணம் கலவரங்கள் காட்டுத்தீயாக எங்கும் வெடிக்கும்நிலை இருப்பதால். இத்தனை நெருக்கடியிலும், மண்டோ அந்த கடனை நினைவுகொள்வது என்பது, அவரது மும்பை நகரபுலத் திணைக்குடியாக அவரது ஆழ்மனதில் பதிந்துவிட்ட, நினைவை குறியீட்டாக காட்டும் காட்சி அது. அவரது நினைவில் அந்த கோவிந்த் என்ற பெயர் தங்கியிருப்பது, மும்பை என்கிற நகராக மாறிய அவரது அக வேட்கையின் ஒரு வெளிப்பாடு. இப்படி சின்ன சின்ன காட்சிகளிலும் அதீத கவனமும், குறியீட்டுத் தன்மையும், ஆழ்ந்த பொருளும் கொண்டு அமைக்கப்பட்டுள்ளது.

மண்டோ நடந்து செல்லும்போது ஒருவர் டீக்கடையில் அமர்ந்து மண்டோவின் டாம் மாமனுக்கு கடிதங்கள் கட்டுரை ஒன்றை வாசிப்பார். அதில் அமெரிக்கர்களிடம் மண்டோ வேண்டுவார் நல்லதொரு, வழவழப்பான கூழாங்கற்கள் போன்ற

ஒன்றை அனுப்பி வையுங்கள் என்று. அத்தகைய கற்களை தமிழ் இஸ்லாமியர்கள் 'டோலாகட்டிகள்' என்பார்கள். இஸ்லாமியர்கள் சிறநீர் கழித்தபின், எஞ்சி வெளிவரும் நீர் சொட்டுகளை அத்தகைய கற்களால் தேய்த்து சுத்தம் செய்யவேண்டும். இந்நடைமுறை குறித்த முஸ்லிம் முல்லாத்தனம் பற்றிய ஒரு அவலநகையோடு தனது விமர்சனங்களை கூர்மையாக வைத்திருப்பார் மண்டோ. பாகிஸ்தான் ஒரு அடிப்படைவாத இஸ்லாமிய நாடாக மாறிவிடும் அபாயம் குறித்த பல எச்சரிக்கைகளை மண்டோ அன்றே முன்னுணர்ந்து எழுதியிருப்பார் அக்கடிதங்களில். (டாம் மாமனுக்கு எழுதிய கடிதங்கள் எஸ். ராமானுஜத்தால் மொழிபெயர்க்கப்பட்டு வெளிவந்துள்ளது. அதில் வெளிவந்த என் முன்னுரையில் இதை விரிவாக விளக்கியுள்ளேன்.)

அந்த காட்சியில் நந்திதா இரண்டு உணர்வுகளை ஒருசேர பதிவாக்கியிருப்பார். ஒன்று மண்டோவின் கடிதங்கள் குறித்த வாசிப்பு வழியான ஒரு காட்சி. அதே நேரத்தில் அருகில் மண்டோவே அதை கேட்டுக்கொண்டு, அவர்களிடம் தனது சிகரெட்டிற்கு நெருப்பு வாங்கிக் கொண்டு, எந்தவித சலனமும் இன்றி நகர்வார். அதுதான் மண்டோயாத் என்பது. ஒரு கவிதை நூலை சொந்தசெலவில் போட்டுவிட்டு ஊரறிய அலறும் இன்றைய தமிழ் படைப்பாளிகளின் தன்முனைப்போடு இதை ஒப்பிட, மண்டோ ஒரு அசலான படைப்பாளியாக, தன் எழுத்தை வைத்து தனது வாழ்வை வளப்படுத்திக்கொள்ள விரும்பாத, எழுத்து என்பது தனது உருவாகுதலின் ஒரு செயல்பாடு என்பதை சுட்டும் காட்சி. மண்டோவை முழுமையாக புரிந்த ஒருவரால்தான் இப்படியான காட்சியை முன்வைக்க முடியும். உள்ளுணர்வுகளை காட்சியாக்குவதில்தான் சினிமா என்பது கதையிலிருந்து காட்சியாக மாறும் திரைக்கதையாகிறது.

பெண்கள் பெண் உடல்கள் மீதான வன்முறை என்பதன் அரசியலை மண்டோ தொடர்ந்து தனது படைப்புகளில் முன்வைத்தவர். "எல்லா பெண்களும் பாலியல் தொழிலாளிகள் அல்ல. ஆனால், எல்லா பாலியல் தொழிலாளிகளும் பெண்கள்தான்" என்ற அவரது அடிக்கோடிட்ட வாக்கியமே இத்திரைப்படத்தில் தொடர்ந்து காட்சிகளாக, மண்டோவின் சிறுகதைகளில் இருந்து தேர்ந்து வெளிப்படுத்தியுள்ளார். பத்துரூபாய் நோட்டு, ஒரு நூறு வெளிச்சம், சில்லிட்ட சதைப்பிண்டம், திற என்கிற நான்கு கதைகளும் பெண் உடல் அதன்மீது நிகழ்த்தப்படும் வன்முறை பற்றியவையே. அவ்வன்முறை பாலியல் தொழிலாளி என்ற

தனிமனித தேர்வாக இருக்கலாம் (நூறு வால்ட் வெளிச்சம் கதை - தூக்கம் என்கிற இயல்புணர்வுகூட அனுமதிக்கப்படாத பெண் உடலை ஒரு பாலியல் களமாக மட்டுமே உணரும் சமூகம் பற்றிய சாட்டையடி கதை அது.), அல்லது சமூக நிறுவனங்களாக இருக்கலாம் (திற – கதை. ஒரு சிறுபெண்ணைத் தொடர்ந்து ராணுவமோ அல்லது அடக்குமுறை நிறுவனம் ஒன்று பாலியல் புணர்விற்கு உட்படுத்தி, அப்பெண் உடலில் பாலின்பப் புழை என்பதை தவிர வேறு உணர்வே அற்றதாக மாற்றிவிட்ட நிலை), குடும்பமாக கணவன்-மனைவி பாலியல் உறவு (சில்லிட்ட சதைப்பிண்டம் – கலவரத்தில் ஒரு சிங், இறந்துபோன சிறுமியை கடைசி ஆளாகப் புணர்ந்து, அவளது சில்லிட்ட உடலால் ஆண்மை இழந்து போன கதை) இப்படி அனைத்திலும் பெண் உடல் என்பது ஒரு உயிராக, ஒரு உடலாக இல்லாமல் ஒரு பாலியல் களமாக மாற்றிவிட்ட சமூக அவலத்தை ஒரு பெண்ணிய நோக்கில் இத்திரைப்படத்தில் வலிமையாக முன்வைக்கிறார் நந்திதா.

ஹிப்புட்டுல்லா- என்பது மண்டோவின் ஒருவித வெளிப்படுத்த முடியாத அபத்த சூழலை குறிக்கும் சொல். அது சியாம் என்ற நண்பன்-ரயில் நிலையத்தில் படிக்கும் பேப்பரில் உள்ள ஒரு பெயர். அந்த பெயரின் வித்தியாசமான சப்தமே இருவரது வெளிப்படுத்த முடியாத ஒரு அபத்த உணர்வை குறிக்கும் சொல்லாக மாறிவிடும். அதை மிக நுட்பமாக பல காட்சிகள் வழி சொல்லிச் செல்கிறது இத்திரைப்படம். ஒருமுறை நண்பன் சியாமை சந்திக்க ரயில் நிலையம் செல்லும் மண்டோ, சியாம் குடிக்கும் மட்டரகமான சிகரெட்டை எறியச் சொல்லிவிட்டு, உயர்வர்க்கம் குடிக்கும் தனது உயர்ரக சிகரெட்டை தந்து இதுதான் ஒரு பெரிய நடிகனாகப் போகும் நீ குடிக்க வேண்டும் என்பார். அதே காட்சி பாகிஸ்தானில் மண்டோவை பெரிய நடிகனாக மாறிவிட்ட சியாம் பார்க்கும்போது, அவரது மட்டரகமான சிகரெட்டை குடிக்க விடாமல் தனது உயர்ந்தரக சிகரெட்டை தருவான். இந்திய பாகிஸ்தான் உருவாக்கத்தில், இந்தியா பாகிஸ்தானை தனது கஜானாவில் உள்ள பணத்தைப் பிரித்துத் தராமல் வஞ்சித்து, பாகிஸ்தான் இன்றுவரை எழ முடியாத ஏழை நாடாக, அமெரிக்காவிடம் கையேந்தி, அமெரிக்க பொம்மையாக மாறியதற்கான ஒரு குறியீடாக இதை வாசிக்கலாம். பிரிவினைக்கு பிறகான வாழ்க்கைத்தரம் தலைகீழாகிறது. அதற்கு ஒரு அரசியல் இருக்கிறது.

அவரது 'தண்டா கோஸ்' கதை ஆபாசம் என்ற வழக்கில் அவர் வாதாடுவது முக்கியமான ஒரு காட்சி. எது முற்போக்கு இலக்கியம்? – அழுகிப்போன ஆபாசமிக்க வன்முறையான சமூகத்தை பேசுவது ஆபாசம் என்றால், ஆபாசமான இந்த சமூகத்தை என்ன செய்வது? என்பதே கேள்வி என வாதிடுவார். முற்போக்கு இலக்கியம் என்பது என்ன? என்பது குறித்த அவரது அந்த உரையாடல் இந்திய, தமிழ் சூழலில் முற்போக்கு இலக்கியம் பேசுபவர்கள் அவசியம் கவனப்படுத்த வேண்டிய ஒன்று.

மகளுக்கு மருந்து வாங்க முடியாமை – வருமானம் தராத தனது கட்டுரையை கிழித்து போடுதல்-தாளமுடியாத வறுமையில் குடிப்பதற்குக்கூட காசற்ற நிலை–பாகிஸ்தான் காவல்துறை வீட்டிற்குள் நுழைந்து ஏற்படுத்தும் அராஜகம்- என பல காட்சிகள் இதில் நுட்பமாக செதுக்கப்பட்டுள்ளன. அவரது மனச்சிதைவிற்கான முதல் காட்சியின் துவக்கம், அதன் பின் மனநலக் காப்பகத்தில் அடைபடுதல். அதோடு துவங்கும் 'டோபா டேக் சிங்' கதை – உண்மை எது? கதை எது? என்று பிரிக்க முடியாத ஒரு மயக்கத்துடன் சினிமாவின் இறுதிக்காட்சி முடிகிறது.

மண்டோ ஒரு புனைவா? வரலாறா? மனிதனா? எழுத்தாளனா? யார்? அவனது அடையாளம் என்ன? நமக்குள் மண்டோயாத் உள்ளதா? பெருகிவரும் இந்துத்துவ பாசிசம் ஏற்படுத்தும் இந்திய மனிதர்களில், அறிவுஜீவிகள், படைப்பாளர்கள், எழுத்தாளர்களிடம் இந்த மண்டோயாத் உள்ளதா? அது இல்லாவிட்டால் நாம் பாசிசத்தின் கரத்தை வலுப்படுத்தும் ஒரு அறிவதிகார சக்தியாக மட்டுமே இருப்போமா? போன்ற கேள்விகளை ஆழ்தளத்தில் வைத்துப் பேசுகிறது இத்திரைப்படம். படைப்பின் உணர்வு ஏற்படுத்த வேண்டிய மண்டோயாத் என்கிற மண்டோனெஸ் எனும், அதிகாரத்திற்கு எதிராக வாழ்தல், போராடுதல், மரணமுறுதல் என்கிற பண்பு ஒரு திரையாக்க பிம்பமாக நமக்குள் உருவமைப்பதே இப்படத்தின் வெற்றி. திரைப்படம் முடிந்து அரங்கில் நிலவும் அந்த அமைதிக்குள் ஒரு பெரும் அரசியல் மனநெருக்கடி உள்ளதை உணர முடிந்தது. அதைதான் இத்திரைப்படத்தில் உருவாக்கியுள்ளார் நந்திதாஸ், அர்ப்பணிப்புள்ள தனது கூட்டணியுடன் எவ்வித சமரசமுமின்றி கடுமையான நெருக்கடிகளுக்கு மத்தியில்.

– 02–11–2018 மணல்வீடு

கருத்தியலிலிருந்து நாடோடிவியல் நோக்கி சினிமா: – 'த எம்பராஸ் ஆஃப் த சர்பண்ட்'

"அரசு-அறிவியல் தனது இறையாண்மை வடிவங்களை நாடோடி-அறிவியலின் கண்டுபிடிப்புகளுக்குள் தொடர்ச்சியாக திணிக்கிறது."

– *ஜீல் டெல்யுஸ் & பிளிக்ஸ் கத்தாரி (பக்.365, 1987. A Thousand Plateaus. Minneapolis: University of Minnesota Press.)*

பகுதி-1 கருத்தியலின் அரசியல்-சினிமாவின் திரையாக்க வினை

சினிமாவாக இன்று நாம் காணும் ஒன்றை ஓவியம், இசை, நாட்டியம், நாடகம் மற்றும் புகைப்படம் சார்ந்த நுண்கலையாகவோ, கவிதை, கதை, நாவல் சார்ந்த எழுத்துக்கலையாகவோ புரிந்துகொண்டு உரையாடுவதில் உள்ள சிக்கலே சினிமா குறித்த எழுத்திலக்கியங்களின் அடிப்படையாக இருந்து வந்துள்ளது. சினிமாவை கலையாக வறையறுப்பதிலும், வெகுஜன-ஊடகம் சார்ந்த ஒரு பொழுதுபோக்கு அம்சமாகவும் புரிந்துகொள்வதிலும் நீள்கிறது இச்சிந்தனை. சினிமா என்பது கலையோ, ஊடகமோ அல்ல. அது மனித அறிதலைக் கட்டமைக்கிற மற்றும் அறிதலைத்

தருகிற கலை போன்ற மற்றொரு வடிவம். அது இயக்கமும், காலமும் இணைந்து நகரும் தனித்ததொரு வடிவம். கலை, அறிவியல் மற்றும் தத்துவம் போன்று சினிமா என்பதும் ஒரு தனியான அறிதல்முறை. அதை சினிமாட்டிக் அறிதல் அல்லது தமிழில் திரையாக்க அறிதல் எனலாம்.

சினிமா என்ற வடிவத்தின் பார்வையாளர்கள் அதை ஒரு கலையாகவோ, வெகுஜன செய்தியாகவோ மட்டுமே உள்வாங்குவதில்லை. அதை ஒரு திரையாக்கமாகவே உள்வாங்கி உணர்கிறார்கள். தங்களது இயல்வாழ்விலும் அதை திரையாக்கமாக நிகழ்த்தி வாழவும் செய்கிறார்கள். சினிமா ஒரு திரையில் நகரும் பிம்பங்களின் கதையாடலோ அல்லது திரையில் நிகழும் ஒரு நிகழ்த்துக் கலையோ மட்டுமல்ல. அது திரையாக்கம் என்ற மூளையின் செயல்பாட்டை கட்டமைத்த ஒன்று. வாழும் உடல்களால் மெய்மையாக உணரப்பட்ட ஒன்றைவிடவும் அதிக மெய்மையாக திரையில் விரிவது. எண்ணற்ற உலகங்களை அதன் பன்மடிப்புகளை விரித்துக் காட்டுவதுடன், சாத்தியமான உலகுகளை வடிவமைத்துக் காட்டுவது. உலகை பல பரிமாணங்களில் அறியவும், உணரவும் செய்வதோடு, காணும் உடலை ஒரு புதியதொரு உடலாக இயக்கிக் காட்டும் திரையாக்கம் என்ற செயலை செய்கிறது சினிமா.

ஒரு உடலை அதன் உணர்தலுக்கான புலன்களை, அதன் அறிதலுக்கான மூளை அமைப்பை திரையாக மாற்றுவதன் வழியாக அல்லது பழக்கப்படுத்துவதன் வழியாக உடலின் நினைவக அமைப்பையும், ஓர்மையற்ற (நான்-கான்சியஸ்) உடல் செயலுக்கான செயலக அமைப்பையும் கட்டமைப்பதையே திரையாக்கம் எனலாம். சினிமா ஒரு கடத்தும் ஊடகம் மட்டுமல்ல உடல்களை அரைத்து கட்டமைக்கும் ஒரு வடிவம். அது கலையோ, ஊடகமோ அல்ல. டெல்யுஸ்-கத்தாரி முன்வைக்கும் கலை, அறிவியல், தத்துவம் ஆகியவை உணர்வாக்கம் (அஃபக்ட்), புலனாக்கம் (பர்செப்ட்), கருத்தாக்கம் (கான்செப்ட்) என்ற வினைகளாக நிகழ்வதைப்போல சினிமா என்பது திரையாக்கம் (சினிமாட்டிக்) என்ற வினையாக நிகழ்கிறது.

சினிமா மௌனப்படமாக நிகழ்ந்த காலத்தில் நவீனத்துவ படைப்பாளிகளின் முன்னோடியான வெர்ஜினியா வொல்ஃப் 1926-ல் எழுதிய ‘த சினிமா’ என்ற கட்டுரையில் சினிமா இலக்கியம் மற்றும் ஊடகத்திலிருந்து வேறுபட்டுள்ளதை தனது

இலக்கிய நுண்ணுணர்வின்வழி கண்டு எழுதுகிறார். சினிமா என்பது 20-ஆம் நூற்றாண்டில் உருவாக்க இருக்கும் 'பார்க்கும்-அடிமைகள்' பற்றியதாக துவங்கும் அக்கட்டுரை எப்படி அது மெய்மையைவிட மெய்மையாக, புலனில் ஏற்படுத்தும் மாற்றம், கண் என்ற பார்வை புலனிற்கும் மூளைக்கும் இடையில் நிகழும் ஒரு புதியதொரு உரையாடலாக, அதை விவரிக்க வார்த்தையற்ற நிலையைச் சொல்வதாகச் செல்கிறது அக்கட்டுரை (*have become not more beautiful in the sense in which pictures are beautiful, but shall we call it (our vocabulary is miserably insufficient) more real, or real with a different reality from that which we perceive in daily life? We behold them as they are when we are not there. We see life as it is when we have no part in it. As we gaze we seem to be removed from the pettiness of actual existence. -The Cinema – Virginia Woolf (1926)*). சினிமாவின் திரையாக்கம் என்ற செயலுக்கான முதல் புரிதல் இக்கட்டுரையில் வெளிப்படுவதை வாசிக்க முடிகிறது.

சினிமா குறித்து அதன் ஆரம்பகாலங்களில் வெளிவந்ததொரு முக்கியமான கட்டுரை. அதில் சினிமா குறித்து மிகவும் புதியதொரு சிந்தனைகளுக்கான அடிப்படைகளை தனது அனுபவத்தின் வழியாக கண்டுணர்ந்து சொல்லிச் செல்கிறார். ஒரு நாவலாசிரியராக படைப்பு நுட்பங்கள் அறிந்த அவரது நவீனத்துவ மனம் சினிமா என்பது கலை, இலக்கியம் போன்று படைப்பு சார்ந்த மற்றொரு வடிவம் என்பதை புரிந்து வெளிப்படுத்துகிறது. டால்ஸ்டாயின் அன்னா கரீனின் நாவலை சினிமாவாக பார்க்கும்போது உருவாகும் சினிமா குறித்த அவரது ஒப்பிடல்களில் சினிமா எப்படி ஒரு தனித்ததொரு வடிவமாக, நாவலாக இல்லாமல், பிம்பங்களின் இயக்கத்தில் உருவாகும் ஒன்றாக, குறியீட்டியல் (symbolism) குறியியல் (semiotics) ஆகியவற்றினைக் கொண்டே பேசமுடிந்த ஒன்றாக இருப்பதையும் நுட்பமாக உணர்ந்து சொல்லிச் செல்கிறார் அக்கட்டுரையில்.

1928-ல் அவரால் எழுதப்பட்ட "ஓர்லாண்டோ" என்ற நாவல் 1991-ல் சினிமாவாக வெளிவந்தது. நாவலை அடிப்படையாகக் கொண்டு காலத்தின் முன்பின் அடுக்கில் ஒரு பின்நவீனத்தன்மையுடன் எடுக்கப்பட்ட சினிமா அது. 1925-ல் எழுதப்பட்ட அவரது 'மிஸஸ். டாலவே' என்ற நாவலும் 1997-ல் சினிமாவாக எடுக்கப்பட்டது. மணமான பெண் ஒருவரின் கடந்தகால காதல் வாழ்வு பற்றிய

நனவோடையில் எழுதப்பட்ட நாவல். டோலவே-யின் ஒருநாள் வாழ்வும், அவரது நினைவுகளின் பின்னோக்கிய பாய்ச்சல்களும் என எடுக்கப்பட்ட சினிமா. நாவலுடன் ஒப்பிட இவை சினிமாவாக மாற்றம்பெறும்போது உருவாகும் வாசிப்பும் அறிதலும் வேறுபடுவதை உணரலாம். காரணம் மொழிக்கும், பிம்பத்திற்கும் உள்ள வேறுபாடே. ஒரு நாவல் சினிமாவாக உருவாகும்போது, நாவலின் உணர்வாக்கம் என்கிற கலையியல் வினையானது, சினிமாவில் திரையாக்கம் என்கிற வினையாக இருப்பதால், நாவல் தரும் வாசிப்பின்பம், சினிமாவில் காட்சியின்பமாக மாறுகிறது. நாவல் ஆசிரியக் குரலால் வாசிப்பவனை தன்னோடு அழைத்துச் செல்ல முடியும். சினிமா காட்சிகளின் வழியாகவே தன்னை உணர்த்த முனைவதால், காட்சியமைப்பும், அதில் அடுக்கப்படும் பொருட்களும், முன்பின் காட்சிகளும் இணைவதால் உருவாகுவதாக உள்ளது. நாவல் வாசிப்பின் நுட்பங்களை சினிமா உருவாக்கிய திரையாக்கம் வளர்த்தெடுத்தது என்றால் மிகையாகாது.

“ஒரு முத்தம் என்பது காதல். ஒரு உடைந்த கோப்பை என்பது பொறாமை. ஒரு பல் இளிப்பு என்பது மகிழ்ச்சி. இறப்பு என்பது ஒரு பாடை. டால்ஸ்டாய் எழுதிய நாவலில் இதில் எந்த ஒரு பொருளும் குறைந்தபட்சம் தொடர்புகொண்டதில்லை” என்று எழுதிச் செல்கிறார் வொல்ப். பொருட்களின் குறியியல் மதிப்பை உருவாக்குவதன்மூலம் பொருட்களோடு ஒரு உடல்கொள்ளும் உலகத் தொடர்பில் உருவாகும் மாற்றம் பற்றிய ஒரு வாசிப்பைத் தருகிறது. நமது புழங்கு உலகில் அல்லது சூழல் யதார்த்தத்தில் உள்ள பொருட்கள் திரையாக்கத்தால் பெறும் புதிய குறியியல் மதிப்புகள் பிம்பங்கள் வழியாக மூளை எனும் மனத்திரைக்குள் கட்டமைக்கப்படுகிறது. சினிமாவின் திரையாக்கம் என்ற வினையானது பொருட்களை காட்சிக்காண் பிம்பங்களாக அல்லது மெய்நிகர் பிம்பங்களாக (விரட்சுவலைஸ்ட் இமேஜ்) மாற்றுகிறது.

மேலும், “அதிசயம் நிகழ்ந்துள்ளது, மற்ற எல்லா கலைகளும் அம்மணமாக பிறந்தன, மிகவும் இளமையான இது முழுமையான உடைகளுடன் பிறந்துள்ளது” என்கிறார். சினிமா என்பது கலையிலிருந்து வேறுபட்ட மற்றும் மாறுபட்ட ஒன்று என்பதை அவரது நுண்ணுணர்வால் உணர்ந்து முன்வைப்பது மிகவும் வியப்பூட்டும் ஒன்றாக உள்ளது. அவர் குறிக்கும் முழுமையான உடை என்பது அறிவியல், கலை, தத்துவம் போன்ற வளர்ந்த

அறிதல்கள் எல்லாவற்றையும் உள்ளடக்கிய ஒரு வடிவமாக துவக்கத்திலேயே வெளிப்பட்டிருப்பதையே. சினிமாவின் திரையாக்கம் என்ற வினைக்கான அனைத்துக் காரணிகளையும் அது பிறப்பிலேயே கொண்டிருந்தது என்பதையே.

கண் என்ற புலத்தில் காட்சியாக உள்வாங்கப்படும் திரைப் பிம்பங்கள் மூளையுடன் நிகழ்த்தும் உரையாடலாக, கண்களால் நக்கப்பட்ட காட்சிகள் (*"The eye licks it all up instantaneously, and the brain, agreeably titillated, settles down to watch things happening without bestirring itself to think." -The Cinema – Virginia Woolf* (1926) அவர் லிக் என்ற ஆங்கிலச் சொல்லையே பயன்படுத்துகிறார் அக்கட்டுரையில்) மூளையிடம் அதைப் புரிந்துகொள்ள வேண்டுவதாக எழுதப்படுகிறது. சினிமா என்ற நவீன வடிவம் மூளையினை திரையாக மாற்றியமைத்தது பற்றிய சினிமா குறித்து முக்கியத்துவம் வாய்ந்த கோட்பாடுகளை முன்வைத்த டெல்யுஸ் கருத்துக்களுக்கான அடிப்படைகள் அக்கட்டுரையில் முன்னுணரப் பட்டிருக்கிறது. சினிமா எல்லா கலைகளையும் உள்வாங்கிய ஒரு நவீன வடிவம் என்பதை சினிமா தோன்றி பேச்சொலியற்ற சினிமாவாக இருந்த அதன் இளமைக் காலத்தில் அவரால் முன்வைக்கப்பட்டிருக்கிறது. சினிமா கட்டமைத்த திரையாக்கம் பற்றிய அறிதலுக்கான ஒரு முக்கிய ஆவணமாக உள்ளது இக்கட்டுரை. சினிமாவை அதன் குழந்தமை நிலையில் கண்டு அதன் அனுபவத்தை ஒரு கோட்பாட்டாக்கத்திற்கான அறிக்கையிடலாக முன்வைக்கிறது.

டெல்யுஸ் தற்கால ஆய்வுமுறைகளான மொழியியல் மற்றும் உளப்பகுப்பாய்வு மாதிரிகளைப் பயன்படுத்தி சினிமாவை அதன் ஆக்கப்பூர்வமான வழியில் புரிந்துகொள்ள முடியாது என்கிறார். தத்துவம் இயக்கத்தை சிந்தனைக்கு கொண்டு செய்வதைப்போல, சினிமா இயக்கத்தை பிம்பத்திற்கு கொண்டு செல்கிறது என்கிறார். தத்துவத்திலிருந்து சினிமாவிற்கும், சினிமாவிலிருந்து தத்துவத்திற்கும் நேரடியாக தான் செல்வதாக டெல்யுஸ் சொல்கிறார். மூளையே திரையாக இருப்பதால் சினிமாவை புரிந்து கொள்ள மூலக்கூற்று உளவியலை (மாலிக்கூலர் சைக்காலஜி) அடிப்படையாகக் கொண்ட ஆய்வுமுறையைப் பற்றி பேசுகிறார் தனது சினிமா குறித்த நூலில்.

சினிமா என்பது கதையாடல்கள் வழியாக அசைவியக்க பிம்பத்தையும் (மூவ்மெண்ட் இமேஜ்), மூளையினால் மட்டுமே

உருவாக்கக்கூடிய கால பிம்பங்களை (டைம் இமேஜ்) அதாவது யதார்த்தத்தை பிரதிபலிக்காத, அதை பிரதிசெய்யாத தனிச்சிறப்பான பிம்பங்களையும் உருவாக்கியதை விவரிக்கிறார். மனித மூளையின் புதியதொரு சாத்தியத்தை, அதை திரையாக மாற்றியது சினிமாவின் தனிச்சிறப்பான வினை என்கிறார். வொல்ஃப் தனது கட்டுரையில் ஒரு புதிய கலைச்சொல்லற்ற நிலையில் சினிமாவை விவரிக்க முயன்றதையே, 'மூளை எனும் திரை' என்கிற டெல்யுஸின் கோட்பாட்டில் காண்கிறோம். அதில், மூளையின் மூலக்கூற்று-நரம்பியல் வினையாக சினிமா பிம்பங்கள் வினைபடுவதை விளக்குகிறார் டெல்யுஸ். சினிமாவின் இந்த பிம்பவினையை கலை சார்ந்த உணர்வாக்கமாக மட்டும் இல்லாமல் தனித்துவமான திரையாக்கமாக இருப்பதால் சினிமா என்பது காணும் உடலில் திரையியக்கத்தை கட்டமைப்பதின் வழியாக பிரபஞ்ச வாழ்வில் உடலானது சினிமாவாக வாழ்தலை நிகழ்த்திக்கொள்ளும், சினிமாவாக தனது கடந்த, நிகழ்ந்த, நடக்க இருந்த காலங்களை திரையாக்கமாக தனது மூளைக்குள் நிகழ்த்திக் கொள்ளும் ஒன்றாக உள்ளது.

சினிமாவின் திரையாக்க வினையை புரிந்துகொள்ள பெர்னார்டோ பெர்ட்லோஸி இயக்கி 2003-ல் வெளிவந்த 'த டிரீமர்ஸ்' திரைப்படத்தை முன்வைத்து சிலவற்றை சுருக்கமாக விளக்கலாம். இத்திரைப்பட பாத்திரங்கள் மூவரும், தங்களது நிகழ்வுகளை தாங்கள் விரும்பிய சினிமாக்களைப்போல அமைத்துக் கொள்வார்கள். பெற்றோர்கள் இல்லாத தங்களது இல்லத்தில் தங்களது உறவை சினிமா நிகழ்வுகளைப்போலவே நிகழ்த்திக் கொள்பவர்களாக, சினிமா ஒன்றில் வரும் காதலுக்கான நீண்ட ஓட்டத்தையும் மிஞ்சும் ஓட்டத்தை ஓடுவதும், சினிமா குறித்து விவாதிப்பதும், சினிமா போஸ்டர்களால் அலங்கரித்துக் கொள்வதும் என தங்களது புழங்கு வாழ்வை சினிமா காட்டிய வாழ்வாக மாற்றிக் கொள்வார்கள். 1968-பிரஞ்சுப் புரட்சியில் அவர்கள் கலந்துகொள்வதும், தற்கொலைக்கு முயல்வதும் என சினிமா உருவாக்கிய திரையாக்கத்தின் பிம்பங்களாக உருவாகியிருப்பதை காட்சிப்படுத்தும் சினிமா. கனவாளர்களாக அவர்கள் காட்டப்பட்டாலும், அது கனவாக சினிமா உருவாக்கிய திரையாக்க வினையே என்பதை காட்சிப்படுத்திய சினிமா.

இன்றைய மனித உடல் என்பது சினிமாவால் செதுக்கப்பட்ட உடல் என்றால் மிகையாகாது. மனிதன் என்ற அரசு-தத்துவ

(ஸ்டேட்-பிலாசஃபி) கருத்தியலின் அனைத்து அரசியல் சாத்தியங்களையும் ஒரு உடலிற்குள் தனது திரையாக்க வினையால் செலுத்தியிருப்பது சினிமாவே. இச்சினிமாவே கருத்தியலின் அரசியலிலிருந்து மனிதனை விடுவித்து, அரசு-தத்துவத்திலிருந்து தப்பிச் செல்லும் நாடோடி அழகியலை படைப்பதாகவும் உள்ளது. அப்படியான ஒரு நாடோடி அழகியலைக் கொண்டு காலனியம் மனித உடலில் உள்வயப்படுத்திய அரச-தத்துவ-விஞ்ஞானக் கருத்தியலை கட்டவிழ்க்கும் திரைப்படமே ‘எம்பராஸ் ஆஃப் த சர்பண்ட்’ என்கிற கொலம்பியத் திரைப்படம். கருத்தியல் உருவாக்கிய அரசு-தத்துவ-விஞ்ஞானத்தால் மையப்படுத்தப்பட்ட அதிகார அமைப்புகளின் வன்முறையிலிருந்து தப்பிச் செல்லும் ஒரு அழகியல் உருவாகுதலே இத்திரைப்படத்தின் திரையாக்க வினை.

பகுதி–2 நாடோடிவியலின் அழகியல் – ‘எம்பராஸ் ஆஃப் த சர்பண்ட்’

அமேசான் காடுகளின் கதையாடலாக காட்சியாகும் ஒரு கவித்துவ மெய்-மறத்தலை செய்யும் சினிமாவாக எடுக்கப்பட்டுள்ளது சீரோ கிரா (Ciro Guerra) என்ற கொலம்பிய இயக்குநரால் Embrace of the Serpent. (இச்சினிமா குறித்த தகவல்களை இணையத்தில், விக்கியில் பெற்றுவிடலாம் என்பதால் தவிர்க்கப்படுகிறது.) சினிமாவாக திரையில் திரளும் பிம்பங்களின் ஓட்டத்தில் உருவாகும் மெய்-மறத்தலில், மெய்-அறுதலில், மெய்-பொய்த்தலில் உருவாகும் மெய்-உணர்தலின் தத்துவ, அரசியல் மற்றும் கலையியல் சிந்தனைக்கான பிம்பத்தை வரைய முற்படுகிறது இப்பகுதி.

இயக்குநர் சீரோ கிரா CINEASTE என்ற அமெரிக்க கலை மற்றும் அரசியல் பத்திரிக்கை ஒன்றிற்கு விரிவான பேட்டி அளித்துள்ளார். அதில் அவர் இத்திரைப்படத்தை உருவாக்குவதற்கான தனது புரிதலை முன்வைக்கிறார். ஒரு இயக்குநரின் கோட்பாட்டுப் புரிதல் ஒரு திரைப்படத்தின் உருவாக்கத்திற்கு எத்தனை முக்கியத்துவமானது என்பதை புரிந்துகொள்ள அவசியம் திரைத்துறைச் சார்ந்தவர்கள் வாசிக்க வேண்டிய ஒரு பேட்டி அது.

ஜெர்மன் இனவரைவியலாளர் தியோடர் கோஹ்-கிரன்பெர்க் 1909-ல் அமேசான் காடுகளில் நிகழ்த்திய பயணத்தை அடிப்படையாகக் கொண்டு எழுதிய தினக்குறிப்புகளையும்

(டைரிஸ்), 1940-ல் அமெரிக்க உயிரியலாளர் ரிச்சர்ட் இவான்ஸ் ஸ்கல்ட்ஸ், தியோடர் எழுதிய குறிப்புகளைக் கொண்டு ஒரு நோய்தீர்க்கும் யாகோரனா என்ற பூவை தேடிச் சென்றதான நிகழ்வையும் இணைத்து ஒரு கதையாடலை உருவாக்கியுள்ளார். அந்த இருவருக்கும் காட்டில் பயணிக்க உதவி செய்த கராமாகட்டே என்கிற ஒரு அமேசானிய அழிந்துவிட்ட பழங்குடியின் எஞ்சிய ஒரு மனிதரோடான பயணக் கதையாடலாக நீண்டநெடிய ஆறும், அடர்ந்த காடும், இடையில் சந்திக்கும் மக்கள் அவர்களது பிரச்சனை என கண்முன் விரிகிறது திரைப்படம் ஒரு புதியதொரு உலகாக.

இதில், கவனிக்க வேண்டிய அம்சம் என்னவெனில் இரண்டு வேறுபட்ட ஆண்டுகளை அதாவது முப்பத்தியோரு ஆண்டுகள் இடைவெளியில் நிகழ்ந்த இரண்டு பயணக் குறிப்புகளை ஒரு வழிகாட்டி கதாபாத்திரத்தின் வழியாக திரைக்கதையாக்கப்பட்டுள்ளது. நாவலையோ, அல்லது கதைகளையோ அல்லாமல் பயணக்குறிப்புகளின் வழியாக ஒரு வரலாற்றை விவரிக்கிறது இத்திரைப்படம். இதில் உள்ள கோட்பாட்டு நுட்பம் காலனியம் எப்படி ஒரு பழங்குடியை சித்தரிப்பதன் வழியாக தனது தானுமையை (செல்ப்) உருவாக்குகிறது என்பதை பிம்பங்களின் வழி சொல்லும் ஒரு பின்காலனிய அரசியல் சினிமா என்பதுதான்.

இத்திரைப்படத்திற்கான ஆய்வுப்பணியில் அமேசன் மக்களோடு உரையாடும் இயக்குநர் முப்பதாண்டு இடைவெளியில் வந்தவர்கள் இருவேறுபட்ட நபர்கள் என்ற வேறுபாட்டை உணராது ஒருவராகவே அப்பழங்குடிகள் காண்பதைப் புரிந்தவுடன் அவருக்குள் இந்த கதை உருவானதாக கூறுகிறார். இது வரலாறு, மானுடவியல், இனவரைவியல் உள்ளிட்டவற்றின் உண்மை வரலாறு அல்ல. அமேசான் மக்களின் தொன்மப் புரிதலின் வழியாக உருவாக்கப்பட்ட ஒரு கதையாடலாக மாற்றுவதாக கூறுகிறார். உண்மை, புனைவு என்கிற இருமைக்குள் சிக்காமல் ஒரு வரலாற்றுத் தொன்மமாக திரையை விரிக்கிறார் நம்முன். அதற்காக கறுப்பு வெள்ளையில் விரிகிறது இப்படம், ஒருவித புகைப்படங்கள் தரும் பழமை உணர்வோடு. கறுப்பு வெள்ளையாக விரியும் ஒரு அழகியல் அல்லது சினிமாவின் வண்ணக்காலத்தில் கறுப்பு வெள்ளையாக காட்சிப்படுத்தப்படும் ஒரு பின்நவீன பழமை-ஏக்க திரை ஒட்டவைப்பு (நோஸ்டால்ஜிக் பெஸ்டிச்) இத்திரைப்படம். கறுப்பு வெள்ளையில் மட்டுமே அமேசான் காடுகள்மீதான காலனிய நிற வன்முறையின் அழகை கொண்டுவருகிறது.

'ஆர்டிஸ்ட்' என்ற சினிமா வரலாற்றின் முக்கிய கட்டத்தை உண்மையாக காட்ட கறுப்பு வெள்ளையில் எடுக்கப்பட்ட மௌனப்படம் கறுப்பு-வெள்ளை என்பதை சினிமாவின் காலத்தைக் குறிப்பதாக வெளிப்படுத்தியது. இத்திரைப்படமோ கறுப்பு-வெள்ளை என்கிற இருமை-எதிர்வு (பைனரி) சிந்தனை காலனியம் உருவாக்கிய கொடும் வரலாற்றுச் சிந்தனையை குறியீடு செய்வதாக உள்ளது. எதையும் இருமைக்குள் சிந்திப்பது கறுப்பு-வெள்ளையாக சிந்திப்பது என்பது எப்படி ஒரு அடிமைத்தனமான அரசுவாத தத்துவ சிந்தனையாக உள்ளது என்பதைச் சொல்வதாக உள்ளது.

இயக்குநர் தான் காட்டுவது உண்மையான அமேசான் அல்ல அது ஒரு கற்பித அமேசான் என்கிற தெளிவுடன் இத்திரைப்படத்தை எடுத்திருப்பதை தனது பேட்டியில் சுட்டிக்காட்டுகிறார். உண்மை ஒரு புனைவிற்கான தர்க்கச் சூழல் அமைவே என்பதையும், உண்மையும், புனைவும் மாறிமாறிவரும் ஒரு கதைவிளையாட்டை இத்திரைப்படத்தில் நடத்திக்காட்டியுள்ளார். அமேசான் பழங்குடியினமான அணகோண்டா என்ற சர்ப்பத்தை (நாகத்தை) தனது வழிபடு கடவுளாக, கடவுளின் தீர்க்கதரிசியாக கருதும் இனம் ரப்பர் யுத்தங்களால் அழிக்கப்பட்டு மிஞ்சிய ஒரு கதாபாத்திரம் வழியாக அவ்வினத்தின் தொன்மங்களைச் சொல்லிச் செல்கிறது.

காலனியம் உருவாகிய மற்றும் உருவாக்கிய வரலாறு பற்றிய அரசியலே நம்முன் திரையாக்கமாக நிகழ்கிறது. அமேசானிய பழங்குடிகளின் தொன்மப் பார்வையும், ஆங்கிலக் காலனியம் உருவாக்கிய பகுத்தறிவுசார் அறிவியல் பார்வையும் மோதும் ஒரு களமாகவும், வரலாறும், பகுத்தறிவும் பழங்குடியை வென்ற கதையாடலையும் திரைக்களத்தில் காட்சிப்படுத்திச் செல்கிறது. ஐரோப்பா அறிவியலால் இழந்த ஆன்மா, ஒரு இழப்பு நோயாக மாற அதற்கான மருந்தாகவே அந்த தொன்ம மலரான யாகுரோனா குறிநிலைப்படுத்தப் படுகிறது. அதை அடைவதற்கான வழியும், பழங்குடிகளின் நோய் தீர்க்கும் அறிவும், காடுகள், இயற்கைப் பற்றிய நுண்ணுணர்வு சார்ந்த அறிவும் எப்படி காலனியத்தால் அழிக்கப்பட்டு தனது அறிவு ஆதிக்கமாக்கப்படுகிறது என்பதை சுட்டும் காட்சிகள் ஏற்படுத்தும் நோக்குணர்வு மனிதம் என்ற பெயரில் நிகழ்ந்த காலனிய இயற்கை அழிவுபற்றிய ஒரு மனநோயைத் தருவதாக உள்ளது.

பின்காலனிய உத்தியாக அமேசானிய அழிக்கப்பட்ட பழங்குடிகளின் சுவடுகள் வழியாக வரலாற்றை கட்டமைக்கிறது. தொன்மம் என்பது ஒரு இணை அறிவியலாக, கனவு நிஜம் என்ற வேறுபாடுகள் பிரித்தறியாத ஒரு பழங்குடிச் சிந்தனை இதில் பதியப்படுகிறது. அரசு-தத்துவத்தின் நாடோடிகளுக்கு எதிரான நிரந்தரக் குடியேற்ற உருவாக்கத்தின் வரலாற்றை, அதன் உழைப்புத் தர்க்கத்தை காட்சிகள் வழியாக உணர்த்துகிறது. கிறித்துவ மத வரலாறும், அதன் மிஷனரிகளின் பணியும் எப்படி பூர்வகுடிகளின் அழிப்பை நிகழ்த்தும் கருத்தியல் எந்திரமாக உள்ளது என்பதையும் நுட்பமாகக் காட்சிப் படுத்தியுள்ளார் இயக்குநர். உலகை ஒரு பழங்குடியினரின் பார்வையில் முன்வைப்பதன் வழியாக நாகரிகத்தின், பகுத்தறிவுசார் அறிவியல், தர்க்கம்சார் வரலாறு ஆகியவற்றின் வன்முறையை திரையாக்கமாக நமக்குள் பதியவைக்கிறது திரையின் காட்சியமைப்புகள். உலகை நமது பார்வையிலிருந்து எல்லைநீக்கம் (டீடெர்ரிட்டேரியலைசேஷன்) செய்து, பழங்குடிகளின் பார்வையில் மறு-எல்லையாக்கம் (ரி-டீடெர்ரிட்டேரியலைசேஷன்) செய்வதே இத்திரைப்படத்தின் வெற்றி.

நோபல் பரிசு பெற்ற மரியா வர்கோஸ் லோஸா-வின் "டிரீம்ஸ் ஆஃப் செல்ட்" என்ற பயோ-பிக் நாவல் இத்திரைப்படத்தின் ரப்பர் யுத்த அழிவுகளுக்கான சான்றாக இருந்ததை சுட்டிக்காட்டுகிறார் அதன் இயக்குநர். வர்கோஸ் லோஸாவின் நாவல் தேசவிரோதி என ஆங்கிலேய பேரரசால் தூக்கிலிடப்பட்ட ஆங்கிலோ-ஐரிஷ் தேசியவாதியான ரோஜர் டேவிட் கேஷ்மெண்ட் அவர்களின் வரலாற்றை ஒரு புனைவாக்கி எழுதப்பட்டது. காங்கோ-பேஸின் மற்றும் பெரூவிய– அமேசானில் ஆங்கிலேய காலனியத்தால் நிகழ்ந்த ரப்பர் யுத்தத்தின் கொடூரங்களை விசாரித்து ஒரு அரசு அதிகாரியாக அக்கொடூரங்களை அறிக்கையாக அளித்தவர். உலகின் முதல் மனித உரிமைப் போராளியாகக் கருதப்படுபவர். அவரது வரலாற்றை நாவலாக்கினார் லோஸா. அந்த நாவலில் வெளிப்படும் ரப்பர் யுத்தக் கொடுமைகளை இத்திரைப்படம் ஒரு காட்சிவழியாக வெளிப்படுத்துகிறது.

காலனிய அறிவுருவாக்க உத்திகளை அதன் வரலாற்றை உள் தர்க்கமாக காட்சிப்படுத்துகிறது இத்திரைப்படம். ஏகாதிபத்திய வல்லரசு நாடுகள் முதலில் தனக்கான மூலவளங்களைக் கண்டடைய ஒரு பயணக் குழுவையோ ஒரு பயணியையோ

இனவரைவியலாளராக அல்லது மானுடவியலாளராக அல்லது சமூகவியல் ஆராய்ச்சியாளராக அனுப்பும். அதற்கான நிதி உதவிகளுடன். அவரது ஆய்வுகள் முடிந்தவுடன் கண்டடையப்பட்ட மூலவளங்களை கொள்ளையடிப்பதற்கான நிறுவனங்களை அனுப்பும். அந்நிறுவனங்கள் ஏற்படுத்தும் அழிமதிகளை சரிசெய்ய மனிதநேய உதவியாக அரசுசாரா நிறுவனங்கள் அல்லது மதம் சார்ந்த மிஷனரிகளை அனுப்பும்.

அமேசான் காடுகளின் ரப்பர் வளங்களை கொள்ளையிட ஆங்கிலேய காலனிகள் ஏற்படுத்திய கொடூரத்தை கால்கள் வெட்டப்பட்ட பழங்குடி ஒருவர் ரப்பர் சேகரிப்பில் ஈடுபட்டிருப்பதைக் காட்டும் ஒரு சிறு நிகழ்வின் வழி வெளிப்படுத்துகிறார் இயக்குநர். ஆய்வாளருக்கு உதவும் நோக்கில் அவருடன் வரும் ஒரு பழங்குடியைச் சேர்ந்த, காலனியத்தால் விரட்டப்பட்டு நகர்மயமான ஒருவர். ரப்பர் தன் இனத்தின் வாழ்வை சூறையாடியதையும், தொடர்ந்து அந்த ரப்பர் எடுக்கப்படும் இடத்தையும் கண்டு கொதித்து ரப்பர் வடியும் அந்த பாத்திரங்களை போட்டுடைப்பார். அந்த ரப்பரை வைத்து பிழைக்கும் காலிழந்த ஒரு பழங்குடி அவரிடம் மன்றாடுவார், இதுதான் எங்கள் வாழ்க்கை என்றும், அதை அழிப்பதைவிட என்னை கொன்றுவிடு என்றும் கதறுவார். இக்காட்சியில் ஒட்டு மொத்த ரப்பரின் வரலாறும் ஒருசில நிமிடங்களில் நமது மனத்திரையில் பதிவாகிவிடுகிறது. ரப்பர் யுத்தத்தால் பழங்குடி இனம் துரத்தப்பட்டு நகர்மயமாகி அவர்கள் வேறு வாழ்வை நாடிச் செல்வதும், ஊனப்படுத்தப்பட்ட வாழவழியற்ற சிதைக்கப்பட்டவர்கள் அங்கேயே தங்கி அதை தொடர்வதும் என்பதாக காலனிய சுரண்டலின் வரலாற்றை விவரித்து விடுகிறது.

தமிழில் ஜெயமோகனின் முதல்நாவல் "ரப்பர்", கேரள, தமிழக எல்லையான நெல்லை மாவட்டத்தில் ரப்பர் உற்பத்திக்காக காடுகள் அழிக்கப்பட்டு பூர்வீக விவசாயம் அழிக்கப்பட்டு அங்கு காலனியம் உருவாக்கிய குடிகளைப்பற்றி பேசுகிறது. அந்நாவல் தமிழில் நாவலாக புரிந்துகொள்ளப்பட்டுள்ள யதார்த்தவியல் சார்ந்த எடுத்துரைப்பில் இரண்டு ஆதிக்க குடும்பங்களுக்கிடையிலான வரலாறாக எழுதப்பட்டது. அதில் உலகமயக் காலனியத்தின் பொதுச்சட்டகம் வெளிப்படாமல். குடும்பங்களின் போட்டிகள், பொறாமைகள் வழியாக கூறப்பட்டது. குறிப்பாக கிறித்துவ மிஷினரிகள் எப்படி ரப்பருக்காக அங்கு பரவி மக்களை

கிறித்துவமயமாக்கியது என்பதை சொல்வதே நாவலின் உள்ளார்ந்த அரசியலாக எழுதப்பட்டது.

இத்திரைப்படத்திலும் கிறித்துவ மிஷினரி கருணை அன்பு என்ற கிறித்துவ போதனைகளை எப்படி சாட்டையடி மற்றும் கொடூர தண்டனைகள் மூலம் பரப்பியது என்பதைக் காட்சியாக்கிறது. ஆனால் அதே கிறித்துவ மதம் வளர்ந்து நவீனத்துவ "நான் கடவுள்" மதமாக 30 ஆண்டுகளுக்குப்பிறகு கட்டற்ற கழிப்பே மதத்தின் அடிப்படை என்பதாகவும் வளர்ந்துவிட்டதை சுட்டும் காட்சிகள் முக்கியமானவை.

திரைப்படத்தின் இரண்டு காலங்கள் இரண்டு வேறுபட்ட ஆய்வாளர்களின் வழியாக ஒரே பழங்குடியினத்தவரின் வழிகாட்டுதலில் ஒரு தொன்மத் தன்மை வாய்ந்த நோய்நிவாரண மலர் ஒன்றைத் தேடிச் செல்வதாக காட்சிப்படுத்தப்படுகிறது. ஐரோப்பியர்களின் பகுத்தறிவு, தர்க்கம், கணிதம் உள்ளிட்ட அறிவுலக அல்லது மறுமலர்ச்சிக்கால சிந்தனை உருவாக்கிய ஒருவிதமான ஆன்ம நோய் என்பதை குறிப்பானாக்கி, அதை தீர்ப்பதற்கான பழங்குடிகளின் தொன்மங்கள், மந்திரங்கள், சடங்குகள் அதில் உள்ள இயற்கைசார்ந்த வாழ்முறை என்பதை குறிப்பீடாகக் கொண்ட யாகோரனா என்ற மலரைத் தேடிச் செல்வதாக ஒரு ஐரோப்பிய மனிதமுதல்வாத பகுத்தறிவுசார் கருத்தியல் சிந்தனைக்கு மாற்றாக நாடோடிவியல் சார்ந்த சிந்தனையை முன்வைப்பதாக இத்திரைப்படத்தை வாசிக்கலாம்.

அறிவியலுக்கும் X தொன்மத்திற்கும், தர்க்கத்திற்கும் X அதர்க்கத்திற்கும், நாகரிகத்திற்கும் X காட்டுமிராண்டித்தனத்திற்கும், அப்பாலைப் பேரிறைக்கும் X உள்ளூறையான சிற்றிறைக்கும், குடியிருப்பான நிரந்தர நகரத்திற்கும் X குடிகளின் அலையும் காடுகளுக்கும், கருத்தியல் சார்ந்த மனிதத்திற்கும் X நாடோடிவியல் சார்ந்த குடிகளுக்கும், நகரங்களை இணைக்கும் நீண்ட நெடிய சாலைகளுக்கும் X காடுகளில் தாறுமாறாக ஓடும் ஆறுகளுக்கும் இடையிலான ஒரு தொடர் உரையாடல் திரையின் முன்னும், பின்னுமாக நிகழ்ந்துகொண்டே உள்ளது.

எப்பொழுதும் போர் பதற்றத்துடன் கையில் ஈட்டியுடன் இருக்கும் அமேசானிய பழங்குடியான கராமேகட்டே தன்னை ஒரு 'செல்லுசாக்கியா'-க கருதிக் கொள்கிறான். 'செல்லுசாக்கி' என்பது ஒரு அமேசானிய காட்டு உயிரினம், ஒருவகை

மாயத்தன்மைக் கொண்ட ஆவி. நம் மொழியில் சொன்னால் காவல் தெய்வம் போன்றது. அவன் தான் ஒரு மனிதன் என்பதையே மறந்துவிட்ட நிலையில் இருக்கிறான். காரணம் தனது இனத்தில் யாரும் அற்ற தனிமையில் அவன் வாழ்வது தனது மொழியின் தனிக்குரலுடனும், காட்டின் இயற்கையுடனும். பாறைகளுடன், மரங்களுடன் பேசும் அவன், தன்னை ஒரு மாய உயிரியாகக் கருதி, தனது இனத்தின் தொன்மங்கள் சொன்ன வானிலிருந்து வந்த அணகோண்டா எப்படி அவர்களை காக்கும் ஒன்றாக உள்ளது என்ற கதைகளோடு வாழ்கிறான். உணவிற்காக ஒரு மீனைக் கொல்வதைக்கூட கடுமையாக எதிர்க்கிறான். அந்த அளவிற்கு காட்டோடும், காட்டு உயிரிகளோடும் கலந்துவிட்ட ஒரு உயிரியாக இருக்கிறான். இதுபோன்ற மனிதன் என்ற முதலாளிய அரசு-தத்துவக் கருத்தியலைக் கட்டவிழ்க்கும் காட்சிகளை நிறையச் சுட்டலாம். மனிதன் என்கிற காலனிய கருத்தியல் வரையறையை கேள்விக்கு உட்படுத்தும் அவனது இருப்பு, முற்றிலும் சுதந்திரமான ஆரம்பமும் முடிவுமற்ற சுய இருப்பற்ற நிலமற்ற டெல்யுஸ் & கத்தாரி முன்வைக்கும் ஒரு நாடோடித் தன்னிலையாக நாடோடிவியல் கருத்தியலைக் கொண்ட ஒரு போர் எந்திரமாக இருக்கிறான்.

காலனியம் வரலாற்றை உருவாக்கும் விதத்தை கதையாடிக்காட்டுவதே இத்திரைப்படம். பல அடுக்குகளில் இதன் கதையாடல்கள் சொருகப்பட்டுள்ளது. 1909-ல் வரும் முதல் இனவரைவியல் ஆய்வாளர், இளம் கராமேகட்டேவுடன், தனது நோய்க்கான மருந்தைத் தேடிப் பயணிக்கிறார். அப்பயணத்தில்தான் ரப்பர் யுத்த அழிவுகள், கிறித்துவ மிஷினரி, அவர்களது பூர்வீக மொழியை கீழ்த்தரமானதாக, தாழ்த்தப்பட்டதாக கருதி அதை பேசவிடாமல் காலனிய ஸ்பானிய மொழியை பேச வைப்பது என நகரும் காட்சிகள். மொழி அரசியலை விவரிக்கும் சிறுவர்களுடன் ஆன கராமேகட்டேவின் உரையாடல் முக்கியமான ஒரு காட்சிப்படுத்துதல்.

இத்திரைப்படத்தில் திரைக்கதையாக அமைக்கப்பட்ட பன்மிய அடுக்குகளை வகைப்படுத்திப் பார்த்தால் ஒரு வரலாற்றை திரைக்கதையாக்குவதில் கோட்பாட்டு அரசியலின் பங்களிப்பை புரிந்துகொள்ளலாம். கீழ்க்கண்ட வரலாறுகளின் அடுக்கமைவுதான் இத்திரைப்படத்தின் விரிந்த பரப்பில் இயங்கும் காட்சிகளுக்கான அடிப்படையாக அமைந்துள்ளது.

1. 1909 முதல் ஐரோப்பிய இனவரைவியலாளர் எழுதிய வரலாறு. இதில் வரைபட உருவாக்கம் நிகழ்கிறது. புவியியல் மற்றும் இயற்கை வாழிடங்களை அடைவதற்கான வரைபடத்தை உருவாக்கிய வரலாறு.

2. 1949 இரண்டாவது அமெரிக்க உயிரியலாளர் எழுதிய வரலாறு. முந்தைய ஆய்வாளரின் வரைபடத்தைக் கொண்டு நோய்தீர்க்கும் மூலிகையான மலரைத் தேடிச் செல்லும் வரலாறு. முதலாளியம் மூலவளங்களைக் கையகப்படுத்துவதற்கான வரலாறு.

3. ரப்பர் யுத்தம் அமேசன் காடுகள் வரலாறு. காலனியம் மேற்கண்ட இரண்டு வரலாற்றின் அடிப்படையில் ரப்பரைக் கொள்ளையடிக்க, விளைவிக்க பழங்குடிகளை அழித்த வரலாறு.

4. நாகம்-அமேசன் பழங்குடி-தொன்ம வரலாறு. அணகோண்டா என்கிற வானிலிருந்து வரும் ஒரு நாகம் அவர்களது தொன்மக்கடவுளாக அவர்களைக் காக்கும் வரலாறு. இயற்கையை அழிக்காமல் அதன் ஒரு பகுதியாக வாழும் பழங்குடிகள் தங்களது அறிவாக உருவாக்கிக் கொண்ட வரலாறு அதாவது தொன்மங்களின் வரலாறு.

5. போதை-மதம்-களிப்புநிலை வரலாறு. அந்த நோய் தீர்க்கும் மலரை போதை மலராகவும், அதிலிருந்து தயாரிக்கப்பட்ட ஒரு தூளை போதைப் பொருளாகவும் காட்சிப்படுத்தப்படுகிறது. இறுதியில் சிறுத்தையின் கண்கள் மற்றும் சர்ப்பத்தின் நெளிதல் என கனவின் பெருங்களிப்பை அடையும் ஒரு ஆன்மீக நிலையாக குறிநிலைப்படுத்தப் படுகிறது. ஆன்மீக பெருங்களிப்பிற்கும் போதை என்கிற மெய்மறந்த நிலைக்கும் உள்ள வரலாற்றின் தடத்தை காட்டும் காட்சி அது. மோட்சநிலை என்பது தன்னை மறந்த தானற்ற நிலை. யாகோரனா என்ற அந்த மலர் ஒரு ஆன்மீக குறியீடாக ஐரோப்பிய மனசாட்சியற்ற நிலைக்கான மாற்றாக முன்வைக்கப்படும் வரலாறு.

6. பயணம்-நாடோடிகளாதல்-ஒழுங்கமைத்தல் வரலாறு. பயணங்கள் மனிதர்களை நாடோடிகளாக மாற்றுவதும், அவர்கள் எழுதும் வரலாறு ஒரு ஒழுங்கமைவை உருவாக்குவதுமான காலனியத்தின் வரலாறு.

இத்திரைப்படத்தில் பயன்படுத்தப்படும் பல குறிகளைத் தொகுத்து வாசித்தால் அது ஆப்பிரிக்க, ஆசிய நாடுகளின்மீதான காலனியத் தாக்குதலின் வரலாற்றை சொல்வதைக் கேட்கலாம். அத்தகைய குறிகளாவன.

a. நாகம் – சர்ப்பம் - தொன்மக்கடவுள்
b. மொழி-பேஜன்-ஸ்பானிஷ் – ஐரோப்பிய ஆதிக்கம்
c. சிறுத்தை-விழிகள் - விழிப்படைதல்
d. மீன் பிடித்து உணவாக்குதல்- இயற்கை வள அழிப்பு
e. ரப்பர்-அறிவியல் மலர்ச்சி
f. கிறித்துவம்-நாகரிகப்படுத்துதல்
g. மெசையா-நாகரிக களிப்பின் கடவுளாதல்
h. ஆறு-பயணம்-பாதை
i. யகோரனா-களிப்பின் உச்சநிலை
j. காப்பி-போதை
k. செல்லுச்சாக்கி-மனித வெறுமை-ஆவியாதல்
l. நோய்-உடல் ஆன்மா இருப்பறிதல்

திரைப்படத்தின் முக்கியமான காட்சிகள்

1. இனவரைவியளாளர் தனது திசைக்காட்டி கருவியை அந்த பழங்குடி இனத்திடம் விட்டுவிடுவார். பாதிவழி வந்தபின் அந்த கருவியை விட்டுவிட்டது நினைவுக்கு வந்துவிடும். அதை எப்படியாவது மீட்டுவிடவேண்டும் என்பார். திரும்ப அங்கே செல்வது ஆபத்தானது என்றாலும் அதைப் போய் கொண்டுவர வேண்டும் என்பார். காரணம், அக்கருவி அவர்களிடம் இருந்தால் அவர்கள் பாரம்பரியமாகப் பெற்றுள்ள திசை குறித்த அறிவு போய்விடும் என்று. இப்படியாக மனித ஆற்றல் என்பதை அறிவியல் வளர்ச்சி சுருக்கிவிட்டது என்பதை சொல்வதான காட்சி அது. மரபாக பெற்ற அறிவை கருவிகளாக்கி, அவற்றை நமது நினைவுகளிலிருந்து அகற்றிவிடுகிறோம்.

2. “உங்கள் அறிவியல் எல்லாம் வன்முறைக்கே கொண்டு செல்லும்” என்று ஒரு வசனம்வரும். அதேபோல் துடுப்பு போடும்போது எப்படி துடுப்பு போட வேண்டும் என்று ஆறு உங்களிடம் சொல்லும் என்பார் கராமேகட்டே.

3. ஒரு உதவிக்காக ஆய்வாளர் கராமேகட்டாவிடம் பணம் தருவார். அதை வாங்கி உற்றுப் பார்க்கும் அவர், எதற்கு இது என்று திரும்பத் தந்துவிடுவார். ''நீங்கள் இந்த உலகிற்கு மரணத்தையும், நரகத்தையும்தான் கொண்டு வந்துள்ளீர்கள்'' என்பார் கராமேகட்டே.

4. யாகோரனா என்ற மரம் அறிவு மரம் என்று நம்பும் கராமேகட்டே அதை போதைப்பொருளாக பாவிப்பதை பொறுக்காமல் அழித்துவிடுவார். நோய் காக்கும் தாவரத்தை ஒரு போதைபொருளாக்குதல் என்பது அபீன் உள்ளிட்டவை நோய்நீக்கத்தன்மையிலிருந்து போதைப்பொருளாக்கிய வளர்ச்சி தத்துவத்தை விமர்சிக்கும் காட்சியாகும்.

5. முதல் ஆய்வாளருடன் போனபோது கிறித்தவ மிஷனரி, சிறுவர்களை தாய்மொழி பேசாமல், சாட்டையைக் கொண்டு ஸ்பானிஸ் பேசவைத்தும், அவர்களை நாகரிகமாக்கி ஒழுங்குபடுத்தி ஏசுவின் குழுந்தைகளாக ஆக்கும். 30 ஆண்டுகள் கழித்து இரண்டாவது ஆய்வாளருடன் போகும்போது, அவர்கள் புதிய மெசையா ஒருவரால் ஆளப்பட்டும், கட்டற்ற களிப்பு என்கிற புதியமதம் ஒன்றிலும் ஈடுபட்டவர்களாக வளர்ந்திருப்பார்கள். மதம் வளர்ந்து தனிமனித கடவுளாக மையங்கொள்ளும் செயல்போக்கின் வரலாற்றை சொல்வதாக அது காட்சிப் படுத்தப்பட்டிருக்கும்.

ஒவ்வொரு காட்சி சட்டகத்திலும் நுட்பமான. நுண்ணரசியல் தன்மைகளோடு பின்காலனிய நோக்குநிலையை முன்வைத்து காலனியத்தின் அரசியலை விமர்சிக்கும் ஒரு அரசியல் அழகியல் சினிமா. மனிதமையவாத முதலாளியக் கருத்தியலினால் அழிக்கப்பட்ட இயற்கை மற்றும் உயிரிகளின் மீதான அரசு-தத்துவ-கருத்தியலின் வன்முறையை கட்டவிழ்த்து நிலையற்ற அலையும், இயற்கையை தன்வயப்படுத்தாத அதன் உருவாகுதல் போக்கில் இயைந்து வாழும் நாடோடிவியல் அழகியலை முன்வைத்து நகரும் இச்சினிமா பார்வையாளனுக்குள் ஒரு பழங்குடி வாழ்வின் அழகியலை திரையாக்கமாக ஆக்குவதன்மூலம், மனிதன் என்ற கருத்தியலை ஏற்றுக்கொண்ட நம்மை குற்ற உணர்வுகொள்ளச் செய்து நாடோடி அழகியலை உள்வயப்படுத்த முனையும் ஒரு புதிய அரசியல்-அழகியல் சினிமா.

– (09–03–2017) நிழல்

அரசியல் சினிமாவும் சினிமா அரசியலும் : "ரோமா"

"பேசும் படங்கள், வண்ணத் திரைப்படங்கள், தொலைக்காட்சி மற்றும் பலவற்றின் தொடர்ச்சியான கண்டுபிடிப்புகள், (வெகுமக்களின்) வேட்கையை வெளிப்படுத்தும் சாத்தியக் கூறுகளைச் செம்மைப்படுத்தியதால், முதலாளித்துவம், சினிமாவைக் கைப்பற்றி சமூகத்தை கட்டுப்படுத்துவதற்கான ஒரு சிறப்புரிமைபெற்ற கருவியாகப் பயன்படுத்துவதற்கு வழிவகுத்தது."

– பிளிக்ஸ் கட்டாரி

1

அரசியல் சினிமா என்பது இன்றைய சமூகத்தில் நிலவும் அரசியல் சார்ந்த பிரச்சனைகளை, அரசியல் இயக்கங்களை, அரசியல் நிகழ்வுகளை, அரசியல் தலைவர்களை அடிப்படையாகக் கொண்டு உருவாக்கப்படுவது. சினிமா அரசியல் என்பது சினிமா ஒரு அரசியல் கருவியாக சமூகத்தில் வினைபுரிவது. அல்லது சமூக உருவாக்கத்தில் சினிமா புரியும் வினை. சான்றாக எம்ஜியார் சினிமாக்கள் அரசியல் சினிமா என்பதைவிட சினிமாவின் அரசியலை அதிகம் சமூகத்தில் உருவாக்கியவை. தமிழ் சமூகத்தில்

ஒரு சினிமாட்டிக் உடலை, சிந்தனையை, மனதை உருவாக்கியவை. எனவே அரசியல் சினிமாவையும், சினிமா அரசியலையும் பிரித்துணர்வது முக்கியம்.

இன்றைய வெகுஜன சினிமாவில் செவ்வியல் அரசியல் சினிமா என்றும், தற்கால அரசியல் சினிமா என்றும் பிரித்துணரும்படி தற்போது அரசியல் சினிமா அடுத்த கட்டத்தை அடைந்துள்ளது. செவ்வியல் அரசியல் சினிமாபோல கடந்தகால தொன்மங்களை, கதைகளை, பழக்க வழக்கங்களை மறுபடைப்பாக்கம் செய்வதோ மறுஉருவாக்கம் செய்வதோ, பழங்காலத்தை ஆவணப்படுத்துவதோ, சினிமாவை உருவாக்குபவர்கள் தங்களது ஒளிப்படக் கருவிகளின் வழியாக புதிய பிம்பங்களை உருவாக்குவதோ அல்ல, மாறாக தற்கால அரசியல் சினிமா அரசியல் நிகழ்வுகளை ஒரு அழகியல் ஒலி-ஒளி திரை ஆவணமாக்குவதாக அமைந்துள்ளது.

புதிய அரசியல் சினிமா குறித்த கருத்துக்களை தொகுத்தால்..

1. அகிலம்சார் நினைவை (World-memory) உருவாக்குகிறது. வரலாறு என்ற கடந்த காலத்தில் விடுபட்ட நினைவுகளை, மடிப்பதும், திறப்பதும் என பல வடிவங்களில் வெளிப்படுத்துகிறது. இவ்வாறு மறு-உரைத்தல் மற்றும் வெவ்வேறு வழிகளில் மீளாக்கம் செய்வதால் வரலாறு தேசிய எல்லைகளை மீறி வெவ்வேறு குழுக்கள், வெவ்வேறு இடங்களை இணைத்தல், என்பதன் மூலம் அகிலம்-சார் நினைவாக மாற்றப்படுகிறது.

2. வரலாற்று நிகழ்வுகளை குறித்தல், அதன் நினைவுகளை மறு உருவாக்கம் செய்தல், மற்றும் ஆவணப்படுத்துதல் அதன் வழியாக மக்கள் ஒன்றிணைவதற்கான சூழலை உருவாக்குதல்.

3. வரலாற்று நிகழ்வுகளையும், அதன் நினைவுகளையும் மறு உருவாக்கம் செய்வதன் வழியாக ஒரு ஒளி-ஒலி அழகியல் சினிமாட்டிக் ஆவணமாக மாற்றுதல். வரலாற்று ஆவணங்களை உருவாக்குதல். தங்கள் படங்களை எதிர்காலத்திற்கான வரலாற்று ஆவணக் குறிப்பிற்கான காட்சிகளாக உருவாக்குதல். உ.ம்-காந்தி திரைப்படம். அதன் காட்சிகள் இன்று வேறுபல ஆவணப்படங்களுக்கான அடிப்படை காட்சிகளாக(footage film) மாறியிருப்பதைக் கூறலாம்.

4. வாழும் மக்களின் நிலையை பேசுவதற்கு மாறாக, வரலாற்றில் விடுபட்ட மக்களைக் கண்டடைதல். தொன்மங்களைப் பேசுதல், கடந்தகாலத்தை பொற்காலமாக்கிக் காட்டுதல் என்றில்லாமல், வரலாற்றில் தொலைந்த மக்களை, அவர்களது நினைவை மீட்டெடுத்தல், மறுஉருவாக்கம் செய்தல்.

இன்று உலகெங்கிலும் பல அரசியல் தலைவர்கள், விளையாட்டு வீரர்கள், சாதனையாளர்கள் குறித்த வாழ்-புனைவு (Bio-fic) திரைப்படங்கள் வெளிவருகிறது. இவற்றின் வழியாக வரலாற்றின் அரசியல்கள் வெளிப்படுத்தப்படுகிறது. அம்பேத்கர், மால்கம்-எக்ஸ், டங்கல், மேரி கோம், பிலே, தெண்டுல்கர், ஓ.எஸ். ராஜசேகர ரெட்டி குறித்து வந்த யாத்ரா ஆகியவற்றை கூறலாம். தற்போது சினிமாவில் இந்த பயோ-பிக் என்பது ஒரு வகைமையாக மாறியுள்ளது. இவற்றிலிருந்து விலகி ஒரு குறிப்பிட்ட அரசியல் நிகழ்வு, நிகழ்ந்த இடங்கள் பற்றிய நினைவு, ஆகியவற்றை வரலாற்றுக் காலமாகக் (period) கொண்டு வெளிப்படும் அரசியல் படங்களும் உள்ளன. அத்தகைய படங்களில் ஒன்றாக வெளிவந்திருப்பதே 2019-ற்கான மூன்று ஆஸ்கர் விருதுகளைப் பெற்ற மெக்சிகோ திரைப்படமான 'ரோமா'. சிறந்த அயல்மொழித் திரைப்படம், இயக்குநர், ஒளிப்பதிவு ஆகியவற்றிற்கான விருதுகளைப் பெற்றுள்ளது.

சமீபத்திய ஆஸ்கர் விருதுகள் முக்கியத்துவம் வாய்ந்த ஒரு மாற்றத்தைச் சொல்கிறது. அது இணையம் வழியாக திரைப்படங்களை இயக்கும் அமேசான், நெட்பிளிக்ஸ் விநியோகத்தில் உள்ள படங்களுக்கு வழங்கப்பட்டுவருகிறது. சென்ற ஆண்டு அமேசான் வெளியிட்ட ஈரானிய படமான "சேல்ஸ்மேன்" சிறந்த அயல்மொழித் திரைப்படத்திற்கான விருதைப் பெற்றது. இந்த ஆண்டு நெட்பிளிக்ஸின் "ரோமா". இது ஒருவகையில் திரைஅரங்கில் வெளியிடப்படும் திரைப்படங்களுக்கு இணையாக இணையத்தில் வெளியிடப்படும் திரை-ஓடைகளுக்குக் (Screen Streaming) கிடைத்த ஒரு அங்கீகாரம். இன்றைய பின்னைய-சினிமா (Post-Cinema) யுகத்திற்கான ஆஸ்கர் அங்கீகரிப்பாகவும், இது ஒரு இணைய-சினிமா யுகத்திற்கான ஒரு திறப்பாகவும் அமைந்துள்ளது. இன்றைய எண்மருவு ஊடகங்களின் (Digital Media) யுகத்தில் இது ஒரு முக்கியமான மாற்றத்தைக் குறிப்பது. நெட்பிளிக்ஸ், அமேசான், டிஷ்னி-ஹாட் ஸ்டார்

இந்தியாவில் உள்ள சன்நெக்ஸ்ட், ஏர்டெல், ஜியோசினிமா வழியாக திரை அரங்குகள் தேவையற்ற, இல்லத் திரையரங்குகளில் (Home-Theater), கைப்பேசியில் என மாதாந்திரச் சந்தாவில் பணம் கட்டிப் பார்க்கக்கூடிய சினிமாவிற்கான ஒரு அங்கீகாரமும்கூட.

இத்திரைப்படம் 1970-களின் மெக்சிகோ நகரான ‘ரோமா’-வை மறுஉருவாக்கம் செய்து காட்டியுள்ளது. மேற்சொன்ன ஒரு புதியவகை அரசியல் படமாகவும், மெக்சிகோ வரலாற்றை மாற்றியமைத்த ஒரு போராட்டத்தை ஒளி-ஒலி ஆவணமாக்கி, அதை உலக-நினைவாக மாற்றியமைத்து, மெக்சிகோவின் விளிம்புநிலை மக்களான கிராமப்புறத்திலிருந்து வெளியேறி நகரத்தில் பிழைக்கும் வேலைக்காரிகள், பெண்களைவிட்டு ஓடிவிடும் ஆண்கள், சிறுவர்களின் அகத்தை கட்டமைக்கும் புறநிலை அரசியல் நிகழ்வுகள் என ஒரு முழுநீளத் திரைப்படமாக வெளிப்பட்டுள்ளது.

2

திரைப்படத்தின் நாயகியான கிலியோ, மெக்சிகோவின் ஒரு கிராமத்திலிருந்து புலம் பெயர்ந்து நகரில் உயர்மத்தியதரவர்க்க குடும்பம் ஒன்றில் வேலைக்காரியாக, செவிலித்தாயாக பணிபுரிகிறாள். மெக்சிகோவில் கிராமங்களைச் சேர்ந்த பல பெண்கள் இப்படி நகர்ப்புற வேலைக்காரிகளாக பணிபுரிவதும், வேலையற்ற இளைஞர்கள் அரசின் மூளைச்சலவைக்கு ஆளாகி துணைராணுவ படைபோல அடியாட் படைகளாக மாறுவதும் என்கிற சமூகத்தின் விளிம்புநிலை மனிதர்கள் குறித்த பதிவைச் செய்துள்ளது ‘ரோமா’. இயக்குநர் அல்போன்ஸா குரான், சிறுவயதில் தன்னை வளர்த்த செவலித்தாயின் நினைவையும், தனது சிறுபிராய பார்வைகளையும் இதில் மறுஉருவாக்கம் செய்துள்ளார். தனது குழந்தைமையை தமிழ்ப்படங்கள்போல ‘ரொமான்ஸ்’ செய்யாமல், அந்தக் காலகட்டப் பதிவாகத் தந்துள்ளார். இத்திரைப்படத்தை தன்னை வளர்த்த அந்த செவலித்தாய்க்கே சமர்ப்பித்துள்ளார். அக்கால அரசியலை நேரடியாகச் சொல்லாமல், நுட்பமாக தனது படத்தின் காட்சியமைப்பிற்குள் வைத்து பார்வையாளர்களுக்கு பாதிப்பை உருவாக்கும் வண்ணம் காட்சிப்படுத்தியுள்ளார்.

மெக்சிகோவை மாற்றியமைத்த ஒரு முக்கியமான அரசியல் காலகட்டத்தை பதிகிறது இத்திரைப்படம். மிகவும் ஓர்மையுடன்

கறுப்பு-வெள்ளையில் எடுக்கப்பட்டுள்ளது. இயக்குநரான குரான் ஒரு சிறந்த ஒளிப்பதிவாளரும்கூட. இருந்தும் வண்ணத் திரைப்படத்திற்கு மாற்றாக கறுப்பு-வெள்ளையில் எடுப்பதை ஒரு அரசியல் உத்தியாக பயன்படுத்துகிறார். ஒன்று, மெக்சிகோவின் அரசியல் இருமைஎதிர்வான அரசியலில் (binary politics) இருந்ததை அப்படியே காட்சிப்படுத்துவதன்மூலம் நிகழ்விற்கு ஒரு உண்மைத்தன்மையைத் தருதல். இரண்டு, இதை ஒரு வரலாற்று ஆவணமாக மாற்றிக் காட்டுவதன் வழியாக ஒரு அரசியல் பிரதியாக வெளிப்படுத்துதல். மூன்று, ஒருவரின் சிறுபிராய நினைவுகள், கனவுகளாக வெளிப்படும்போது அதன் நிறமற்ற தன்மையைக் காட்டுவதன் வழியாக வண்ணம் என்பது உருவாக்கும் மகிழ்வான, உற்சாகமான, அழகியல் சார்ந்த மனநிலைக்கு எதிரானதொரு சோகத்தை, துன்பியலை வெளிப்படுத்த முனைதல். நான்கு, வண்ணமிகு உலகின் பொய்மைக்குள்ளிருக்கும் கறுப்பு-வெள்ளை என்கிற இருமை நிறத்தின் உண்மையை வெளிப்படுத்துதல். 'ஆர்டிஸ்ட்' என்றொரு திரைப்படம் ஹாலிவுட் சினிமா கறுப்பு-வெள்ளைக் காலகட்டத்தில், தனது நடிப்பை மட்டுமே நம்பி இருந்த ஒரு நடிகனின் கதையைச் சொல்வதற்காக கறுப்பு-வெள்ளையில் எடுக்கப்பட்டது. இப்படமோ திட்டமிட்டு ஒரு அரசியல் நோக்குடன் கறுப்பு-வெள்ளையில் எடுக்கப்பட்டுள்ளது.

டிஜிட்டல் தொழில்நுட்பத்தையும், அதற்கான ஒளிப்படக் கருவியையும் பயன்படுத்தி வெளிப்புறக் காட்சிகள் கடைவீதி, ஆள்நடமாற்றமற்ற தெரு, புதுவருடக் கொண்டாட்டத்திற்குச் செல்லும் மலைப் பிரதேசம், கடற்கரைகள், உட்புறக் காட்சிகள், குறிப்பாக வீட்டின் உட்புறம் கழுவுதல், துடைத்தல், சமையல் அறை, வேலைக்காரி தங்குமிடம், குழந்தைகள் அறைகள், கார் நிறுத்துவதற்கான ஒடுக்கமான வராந்தா என, அக்காலத்தைச் சேர்ந்த ஒரு நவீனத்துவக் கட்டிட பாணியில் அமைக்கப்பட்ட வீட்டைக் காட்சிப்படுத்துவது. உருவாக்கப்பட்ட, கட்டமைக்கப்பட்ட காலம் ஆகியவற்றை கடைவீதி, அங்கு நிகழும் போராட்டம், அதற்கான ஆட்களின் உடைகள், கார்கள், சுவரொட்டிகள், பானர்கள், கொடிகள் என ஒரு கனவுத் தன்மையுடன் வெளிப்படுத்தியுள்ளார். கனவு குறித்து ஒரு அறிவியல் கேள்வி உள்ளது? கனவு கறுப்பு-வெள்ளையில் வருமா? அல்லது நிறத்தில் வருமா? என்று. இவரது கனவுக்காலம் கறுப்பு-

வெள்ளையாக அமைந்திருந்ததை குறிநிலைப்படுத்துவதாக அமைந்துள்ளது இத்திரைப்படம்.

தனது சொந்தக் கதை என்பதை காட்டாதவகையில், தன்னை வளர்த்த செவிலித்தாயின் பார்வையில் கதையாடலை நிகழ்த்தி செல்வதாக எடுக்கப்பட்டுள்ளது. உயர் மத்தியதர வர்க்கத்தின் அரசியலற்ற சுயநலத்தையும், அதன் சமூக உணர்வற்ற போக்கால் உருவாகும் விளிம்புநிலை மக்களின் அவலம் மற்றும் அந்த சமூக அரசியலின் பிற்போக்குத் தனத்தை அம்பலப்படுத்துவதாக உள்ளது. இன்றைய இந்திய அரசியலில் மதவாத, சாதியவாத போக்கு தலை எடுத்திருப்பதே இந்த உயர் மத்தியதர வர்க்கத்தின் பிற்போக்கு சிந்தனைகளாலும், அரசியலற்ற, செயலற்ற, சுயநலத்தாலும்தான். ஆனால், தமிழ் திரைப்படங்கள் இதில் கவனம் செலுத்துவதில்லை, மாறாக, கற்பனார்த்தம் கலந்த கதைப்பாத்திரங்களை உன்னதப்படுத்தும் மெலோ-டிராமாக்களில் அதிகம் கவனம் செலுத்துகின்றன. அல்லது விளிம்புநிலை மக்கள் என்ற பெயரில் ரௌடியிசம் சார்ந்த கதா பாத்திரங்களை காட்டுதல் என்ற நிலையிலேயே அமைந்துள்ளது. புதிய இயக்குநர்களின் குறிப்பிடத்தக்க முயற்சிகள்கூட தமிழ் திரை-வணிக சக்திகளால் புறக்கணிக்கப்பட்டு முறியடிக்கப்படுவதே இங்கு திரை-வணிக அரசியலாக உள்ளது.

3

விளிம்புநிலை வேலைக்காரியாக உள்ள கிலியோவும், அவரது எஜமானராக உள்ள மத்தியதர வர்க்க ஸோபியாவும் அடிப்படையில் பெண் என்ற பாலினத்திற்காக ஆண்களால் ஒடுக்கப்படுவதை இணையானதொரு கதையாடலாக எடுத்துரைக்கிறது இத்திரைப்படம். கிலியோ ஒருவனால் கர்ப்பிணியாக்கப்பட்டு விட்டு விலகி ஓடுகிறான் என்றால், ஸோபியாவின் கணவன் 3 குழந்தைகளுக்கு தகப்பனாக இருந்தும் டாக்டரான அவன் அவளை விட்டுப் பிரிந்து விடுகிறான். பெண்கள் எந்த வர்க்கத்தில் இருந்தாலும் ஆண்களின் ஒடுக்குமுறைக்கு ஆளாவதை நுட்பமாகச் சொல்லும் கதையாடல். ஆனால் இந்த ஒடுக்குதலை வெளிப்படையாக ஸோபியா ஒரு காட்சியில் கிலியோவிடம் சொல்வாள். “பெண்களாகிய நாம் எப்பொழுதும் தனியாகத்தான் இருப்போம்.” அதைக்கேட்டு கிலியோ அமைதியாக ஒருவித ‘மொனோலிஸா’ வகைப் புன்னகையுடன் இருப்பாள். இங்கு ஒடுக்கப்பட்ட பெண் தன்மீதான ஒடுக்குதலைச் சொல்வதற்கான

குரலற்றவளாக இருப்பதையும், கருத்துக்களைச் சொல்வதற்கான உரிமையும் குரலும் மத்தியதரவர்க்க பெண்களுக்கு மட்டுமே சாத்தியமாகியிருப்பதையும் வெளிப்படுத்தும் காட்சி அது. அந்த காட்சி ஸோபியா தடுமாற்றத்துடன் மாடி ஏறிச் சென்றபின், கிலியோ தனியாக கதவை சாத்திவிட்டு நகர்வாள். சாத்தப்பட்ட கதவு கம்பிகள் நிறைந்த சிறைக்கதவைப்போல உறைந்தபடி சில கணங்கள் திரையில் நின்று மறையும். பெண்கள் இந்த மொத்த அமைப்பிலும் எந்த வர்க்கமாக இருந்தாலும், ஆணாதிக்க சிறைக்குள் இருப்பதான ஒரு படிமத்தைத் தரும் காட்சி அது. இத்திரைப்படம் இனம், வர்க்கம், பாலினம் என்பதன் ஒடுக்குமுறையை முழுக்க கிலியோ என்கிற நாயகிப் பாத்திரம் வழியாக ஒரு திரைப்படிமமாக ஆக்கியுள்ளது.

ரோமா படத்தின் இயக்குநர் அல்போன்ஸோ குரான் (Alfonso Cuaron) சிறுவயதாக இருந்தபோது அவரது கம்யூனிஸ்ட் மாமா, ஒரு புகைப்படத்தைக் காட்டுகிறார். 1971-ல் மெக்சிகோவில் உள்ள நகரமான 'கலோனியா ரோமா' என்ற நகரத்தில் நடந்த மாணவர் போராட்டத்தில் அரசுப் படைக்கும் மாணவர்களுக்கும் இடையில் நடந்த மோதல் குறித்த கறுப்பு-வெள்ளையில் பத்திரிக்கையில் வெளியான படம். வெள்ளைச் சட்டை அணிந்த ஒரு இளைஞன் பலரால் துரத்தப்பட்டு ஓடிக்கொண்டிருக்கிறான். துரத்துபவர்கள் கைகளில் மூங்கில் தடிகள். அந்த காட்சியை ஒரு 'பர்னிச்சர் மார்ட்'-டின் மேல்தளத்தில் உள்ள கண்ணாடி வழியாக பலரும் நின்று பயத்துடன் பார்த்துக் கொண்டுள்ளனர். பத்தே வயதான குரானுக்கு அவரது மாமா சூழ்நிலையை விளக்குகிறார். மாணவர்கள் அடித்து விரட்டப்படுவதையும், சிலர் கொல்லப்படுவதையும், அவர்கள் அனைவரும் உன்னைவிட சிறிது வயது மூத்தவர்கள், ஆனால் உன்னைப்போன்ற மாணவர்கள் என்பதை விளக்குகிறார். அவரது மனதில் உறைந்த இந்த காட்சிதான் 'ரோமா' என்கிற தான் பிறந்து வளர்ந்த, தனது இளமைக்காலத்தை செதுக்கிய அந்நகரம் பற்றிய தனது சிறுபிராய நினைவுகளை ஒரு திரைப்படமாக உருவாக்க அடிப்படையாக அமைந்தது என்கிறார் குரான். அவரை உருவாக்கிய காலகட்டம் அந்நாட்கள் என்பதால் அதன் நினைவுகளைத் திரைப்படமாக்கும் அவரது கனவு 'ரோமா'-வாக வெளிவந்துள்ளது.

1971 மெக்சிகோ வரலாற்றில் மிக முக்கியமான அரசியல், சமூக மாற்றம் நிகழ்ந்த ஆண்டு. அதைப் புரிந்துகொள்ள மெக்சிகோ உள்ளிட்ட தென்அமெரிக்க அரசியல் வரலாற்றை சுருக்கமாவது

அறிவது அவசியம். மெக்சிகோவை ஆண்டுவந்த அமெரிக்காவால் வழிநடத்தப்பட்ட சர்வாதிகார அரசை எதிர்த்து மாணவர்கள் ஒன்று திரண்டு கிறித்துவ திருவிழாவான 'ஏசுவின் உடலும் இரத்தமும்' (Corpus Christi) என்ற இயேசு கிறித்துவின் தியாகத்தைக் கொண்டாடும் நாளன்று ரோமா நகரின் சதுக்கம் ஒன்றில் திரண்டு அரசுக்கு எதிராகப் பெரும் போராட்டத்தைத் துவக்கினர். அந்தப் போராட்டத்தைக் கலைக்க அரசின் ராணுவம், காவல்துறை, அரசு ஆதரவுடன் சிஐஏவால் பயிற்சி அளிக்கப்பட்ட இணை-ராணுவமாகக் கருதப்பட்ட கிராமத்து வேலையற்ற இளைஞர்கள் கொண்ட பெரும்படை ஆகியவை இணைந்து மாணவப் போராட்டக்காரர்களின்மீது பெரும் தாக்குதல் தொடுக்கின்றனர். நடத்தப்பட்ட துப்பாக்கிச் சூட்டில் 120 பேருக்குமேல் பலியாகினர். எண்ணற்ற நபர்கள் காணாமல் போயினர். அந்தப் பகுதியே ஒரு பெரும் கலவர நிலமாக மாறியது. அதிலிருந்து உத்வேகம் பெற்ற மக்கள்திரள் பிறகு சர்வாதிகார ஆட்சியைத் தூக்கி எறிந்து இடதுசாரி ஜனநாயக அரசைக் கொண்டுவந்தனர்.

இப்போராட்டம் நிகழ்ந்த ஆண்டில் சிறுவனாக இருந்த இயக்குநர் அல்போன்சா குரான், இந்நிகழ்வு அவருக்குள் ஏற்படுத்திய பாதிப்பையும், அது மெக்சிகோ என்கிற நிலத்தின் அரசியலில், வாழ்வில், சமூகத்தில் நிகழ்த்திய மாற்றத்தையும் மனதில் கொண்டு உருவாக்கிய படமே ரோமா. இது செவ்வியல் அரசியல் படங்களுக்கு பிரபலமாகப் பேசப்படும் செர்கய் ஐன்ஸ்டன்டைனின் 'ஸ்டிரைக்' (1925) மற்றும் 'பாட்டில்ஷிப் போடம்கின்' (1925), ஜில்லோ பொன்டெக்ரோவ்வின் 'த பாட்டில் ஆஃப் அல்ஜிரிஸ்' (1966) படங்களின் அரசியல் வெளிப்பாட்டிலிருந்து மாறுபட்ட ஒரு சினிமாவாக வெளிப்பட்டுள்ளது. இத்திரைப்படம் அப்படங்கள்போல போராட்டம் பற்றிய வரலாறு அல்ல. ஆனால், அப்போராட்டம் உருவாக்கிய தாக்கத்தை திரைப்படிமமாக மாற்றியுள்ளது.

4

அரசியல் நிகழ்வு 'ரோமா'-வில் கதைக்களன் சார்ந்த பின்புலங்களாக, போஸ்டர்கள், குறியீடுகள், டீ-சர்ட்டுகள் ஆகியவற்றின் மூலம் காட்சிப்படுத்தப்படுகிறது. தமிழில் இயக்குநர்கள் பா. ரஞ்சித், மாரி செல்வராஜ் தங்கள் படங்களில் இத்தகைய உத்திகளைப் பயன்படுத்துவதைக் காணலாம்.

குறிப்பாக மாரி செல்வராஜின் ‘பரியேறும் பெருமாள்’ ஒரு தமிழ் சமூக தலித் அரசியல் வரலாறாக போஸ்டர்களை, தினசரிகளின் தலைப்பு செய்திகள் ஆகியவற்றை பதிவு செய்தது. இது ஒரு புதியவகை அரசியல் படங்களின் வெளிப்பாட்டு உத்தி எனலாம்.

ஒருகாட்சியில் நாயகி கிலியோ தன்னை கர்ப்பமாக்கிய பெர்மின் என்பவனைத் தேடி கிராமத்திற்கு செல்வாள். அங்கு அவன் ஒரு கால்பந்து மைதானத்தில் ஆயுதப் பயிற்சி எடுத்துக் கொண்டிருப்பான். அப்பயிற்சியை வழிநடத்தும் ஒரு சிஐஏ ஏஜெண்ட் (அவன் அணிந்திருக்கும் சிஐஏ அமெரிக்க தொப்பிவழியாக அது காட்டப்படும்), மற்றும் ஒரு மாஜிக் ஷோ நிகழ்த்தும் பிரபலமான ஒருவர் (அதற்கு முன்பு தொலைக்காட்சி காட்சி ஒன்றில் பல்லால் காரை இழுத்து சாகசம் புரிந்து பிரபலமானவர்), ஆத்மா, அதன் கவனம் உள்ளிட்டவற்றின் முக்கியத்துவத்தை பிரசங்கம் செய்வான். அவர்களுக்கு யோகப்பயிற்சி அளிப்பார். அப்பொழுது கேமரா அருகில் உள்ள ஒரு மலையை அண்மியக்காட்சியில் காட்டும். அதில் ‘LEA’ என்று எழுதப்பட்டிருப்பதை ஒரு கணம் காட்டி நகரும். அந்த எழுத்து அன்றைய சர்வாதிகாரியாக இருந்த அதிபரின் பெயரைக் குறிக்கும் எழுத்துக்கள். இப்படியாக சர்வாதிகாரிகள் தங்களை மக்களிடம் நினைவுகூர என்னவெல்லாம் செய்கிறார்கள் என்பது காட்சிப்படுத்தப்படும். அதில் மூன்று முக்கிய அரசியல் செய்திகள் பதிவாக்கப்பட்டுள்ளது. ஒன்று கிராமங்களில் உள்ள வேலையற்ற இளைஞர்கள் இதுபோன்ற ஏதேச்சதிகார பாசிச அரசுகளுக்கான இணை ராணுவங்களாக மாற்றப்படுதல். இரண்டு, இப்பயிற்சிகளில் தியானம், யோகம் போன்றவற்றின் முக்கியத்துவம் மற்றும் அமெரிக்க சிஐஏ போன்ற உளவுத்துறைகளின் பங்களிப்புகள். மூன்றாவது, பாசிச அதிபர்கள் தங்கள் சுயவிளம்பரத்திற்காகச் செய்யும் பிரச்சாரங்கள். இந்தியாவில் தற்போது உள்ள சூழலுடன் ஒப்பிடலாம். சங்பரிவார் என்கிற அமைப்புகளாக கிராம இளைஞர்கள் திரட்டப்படுவதும், சாகா என்கிற ஆயுதப்பயிற்சி அளிக்கப்படுவதும், படேல் சிலை போன்ற சுயவிளம்பரங்களும் என இதற்கு பல உதாரணங்கள் உள்ளன. ஆக, அரசியல் படங்களில் இத்தகைய பின்புலங்கள் வழியாக உருவாக்கும் அரசியல் பிம்பங்கள் குறித்த ஓர்மை முக்கியமானது.

படத்தின் முந்தைய காட்சி ஒன்றில் பெர்மின் என்கிற இளைஞன், நாயகி கிலியோவுடன் படுக்கை அறையில்

நிர்வாணமாக, குளியல் அறையின் திரைச்சீலை மாட்டியுள்ள இரும்பு குழாயை கழற்றி அதை ஒரு ஆயுதமாக பாவித்து கடுமையான பயிற்சி எடுத்த தனது வீரவிளையாட்டுக் கலையை காட்டுவான். இத்தகைய எதேச்சதிகார, பாசிச அரசியல் ஒரு உடலை எப்படி எந்திரமாக மாற்றியுள்ளது என்பதைப் பதிவாக்க உருவாக்கும் காட்சி அது. அதில் அந்த இளைஞன் தனது பயிற்சியை நிர்வாணமாக காட்டுவதன் வழியாக, தனது சுயவெக்கமற்ற ஒரு எந்திரத்தன்மை பெற்றிருப்பதையும், அதோடு அப்பெண்ணிடம் புணர்ச்சியில் ஈடுபடும் காட்சி ஒரு உறையும் காட்சியாக மறையும். இதேபோன்று ஒரு காட்சி தமிழில் “ஹே ராம்” படத்தில் வரும். சாகதே ராம் என்பவன் சங் பரிவாரத்தால் கருத்தியல் உட்கொண்ட மனித எந்திரமாகி மனைவியைப் புணர்வான். அக்காட்சியில் அவன் ஒரு நீண்ட துப்பாக்கியாகவே மாறியதைக் குறியீடாக காட்டும் காட்சி அது. மதம், இனம், மொழி, தேசம், பாலினம், சாதி உள்ளிட்ட சமூக-அரசியல் கருத்தியல்கள் மனித உடலை எந்திரமாக மாற்றும் ஒரு அடையாள அரசியலின் விளைவும் அதனால் உருவாகும் விழைச்சும் காட்சிகளாக மாற்றப்படுவது புதிய அரசியல் சினிமாவின் ஒரு முக்கியமான உத்தி.

இத்திரைப்படத்தின் பெர்மின் என்கிற பாத்திரம் இன்றைக்கான எதேச்சதிகார, இனவாத, மதவாத, பாசிச அரசியலின் ஒரு குணவார்ப்பாக காட்சிப்படுத்தப் பட்டுள்ளது. இன்றைக்கான அரசியலின் ஒரு நோய்க்குறி வெளிப்பாடு அது. இந்தியாவின் தற்போதைய அரசியலுடன் இப்பாத்திரம் பொருந்திப்போகக்கூடியது. அவன் நாயகி கிலியோவைப் புணர்ந்துவிட்டு, அவள் கர்ப்பம் என்றவுடன், தலைமறைவாகிவிடுவான். அக்காட்சியும் நுட்பமாகக் காட்டப்படும். திரை அரங்கில், கழிப்பறைக்குச் செல்வதாகக் கூறிவிட்டு வெளியேறும் அவன், அதன் பின் கிராமத்தில் பயிற்சியில் இருப்பான். தன்னைத் தேடிவரும் கிலியோவை, தனது லட்சியத்திற்கான தடையாக கடுமையாகப் புறக்கணித்துச் செல்வான். அவளை அவன் நிராகரிக்கும் அக்காட்சியும் நுட்பமாகவும், மிகவும் நேர்த்தியுடனும், அவனது ஆக்ரோஷம், அவள்மீதான அருவருப்பு என வெளிப்படும் வண்ணம் காட்சிப்படுத்தப்பட்டுள்ளது. அதன்பின் அவன் போராட்டம் நிகழும்போது ஒரு மாணவ இணையைத் துரத்திக்கொண்டு பர்னிச்சர் மார்ட்டிற்குள் தாழிடப்பட்ட கதவை உடைத்துக்

கொண்டு ஒரு கூட்டத்துடன் வருவான். அப்பொழுது உள்ளே ஓடிவந்த அந்த மாணவ இணையைச் சுட்டுக் கொன்றுவிட்டு, துப்பாக்கியை அங்கு நின்றுகொண்டிருந்த கிலியோ நோக்கி திருப்புவான். அவனை துப்பாக்கியுடன் பார்த்த கர்ப்பிணியான அவள் பேரதிர்ச்சிக்குள்ளாகி, பிரசவ வலி எடுத்து, அவளது பனிக்குடம் உடைந்து நீர் வெளியேறும் காட்சி அன்மியமாகி, அதன்பின் அவர்கள் காரை அடைவதற்கான மிக நீண்ட காட்சியாக, போராட்டம், அதில் நடக்கும் துப்பாக்கிச் சூடு, அதில் இறந்துகிடக்கும் ஒருவனை மடியில் வைத்தபடி ஒரு பெண் உதவி கேட்டு கதறும் காட்சி என போராட்டத்தின் முழுப் பாதிப்பும் காட்சிகளாக மாற்றப்பட்டுள்ளது. பெர்மின் திரையில் தோன்றும் இம்மூன்று காட்சிகளும் அரசியல் முக்கியத்துவம் வாய்ந்தவை. ஆனால், திரைப்படத்தின் மிகக்குறைவான நேரத்தைக் கொண்ட காட்சிகளே. மொத்தத் திரைக்கதையையும் அரசியல் பின்புலமிக்கதாக மாற்றும் காட்சிகள்.

இயேசுவின் இறுதி விருந்தையும், அவரது உயிர்த்தெழுதலையும் விசுவாசிக்கும் கத்தோலிக்கர்கள் கொண்டாடும் 'கார்பஸ் கிறிஸ்ட்' என்ற விழா தியாகம் என்பதன் புனிதத்தை நினைவூட்டினால், பெர்மின் கிலியோ உறவு, ஒரு கருத்தியல் மயப்படுத்தப்படும் 'தேசபக்த' உடலில் முதலீடாகும் பாலுந்த ஆற்றலை (லிபிடனல் எனர்ஜி) விளக்குவதாக உள்ளது. இத்திரைப்படம் 1971 'இயேசுவின் உடல்' குறித்த புனித திருவிழா படுகொலை என்று உலக அரசியலில் அறியப்படும் மெக்சிகோ எதேச்சதிகார அரசிற்கு எதிரான போராட்ட நிகழ்வு பற்றிய ஒரு நினைவை மீளாக்கம் செய்வதுடன், அதை ஒரு திரையாவணமாக மாற்றியுள்ளது.

5

படத்தின் மையமான காட்சி தெரெஸா என்கிற சோபியாவின் தாய், கிலியோவிற்கு பிறக்கப்போகும் குழந்தைக்கு தொட்டில் வாங்க கிலியோவை அழைத்துக் கொண்டு பர்னிச்சர் கடைக்கு செல்வாள். அவர்கள் இருவரும் காரில் இருந்து இறங்கி நடக்கும் காட்சி சாலையின் எதிர்புறத்திலிருந்து எடுக்கப்பட்டிருக்கும். முழுக்க இராணுவ வாகனங்கள் ஆயுதம் தாங்கிய இராணுவ வீரர்கள் வரிசைக்கிடையில் சாலையின் மறுபுறம் அவர்கள் நடந்து செல்லும் காட்சி. திரையில் உருவாகும் ஒருவகை ஒளிப்பதிவு-ஓர்மை (கேமரா கான்சியஸ்) எனலாம். இங்கு கேமிரா

இப்போராட்டத்தின் உளவியலை அதன் பதற்றத்தை ஒருபுறமும், இராணுவ அதிகாரம் அதன் ஒழுங்கில் அலட்சிய பாவத்துடன் நிற்பதை மறுபுறமும் காட்சிப்படுத்துவதாக அமைந்துள்ளது. திரைப்படத்தின் ஆழ்தள அரசியல் என்பதால், இக்காட்சிகள் பல கோணங்களில் போராட்டத்தைக் காட்டும் ஒன்றாக வெளிப்பட்டுள்ளது. அந்த பர்னிச்சர் மார்ட்டிற்குப் போகும் வழியிலேயே ஒருவித பதற்ற சூழல் காட்சிகளாகக் காட்டப்படும். மாணவர்கள் கொடிகளுடன், அரசியல் சுவரொட்டிகளுடன் போய்க் கொண்டிருப்பார்கள். இராணுவம், போலீஸ் மற்றும் அந்த இணை-ராணுவ அடியாட்படை ஆங்காங்கே விரட்டி மூங்கில் தடிகளால் அடிப்பதும், துப்பாக்கிகளால் சுடுவதுமாக இருப்பார்கள். பர்னிச்சர் கடையில் மாடியில் இருந்து கடையில் உள்ள அனைவரும் இதனைப் பயத்துடன், பதற்றத்துடன் கவனித்துக் கொண்டிருப்பார்கள். மிகப்பெரும் தடியடியும், துப்பாக்கி சூடும் நிகழ, மாணவர்கள், பொதுமக்கள் சாலைகளில் கலைந்து பரவிச் செல்லும் காட்சி அக்கடையின் கண்ணாடிகள் வழியாகக் காட்டப்படும்.

இந்தியாவில் நிகழ்ந்த முஸ்லிம்களுக்கு எதிரான இந்துத்துவ மதக் கலவரங்கள் குறித்த பதிவை உருவாக்கிய இரண்டு திரைப்படங்களை இதனுடன் ஒப்பிட்டுப் பார்க்கலாம். ஒன்று சியாம் பெனகலின் 'சர்தாரி பேகம்' (1996). இத்திரைப்படம் புறத்தில் நிகழும் அரசியல், அகமாக உள்ள இல்லங்களில் அதில் வாழும் மனிதர்களின் வாழ்வை எப்படி பாதிக்கிறது என்பதைச் சொன்ன திரைப்படம். இதில் சிறுவயது முதல் இசையில் ஆர்வம் உள்ள ஒரு இஸ்லாமியப் பெண், அதற்கான குடும்பத் தடையால், வீட்டை விட்டு வெளியேறி, பல துயரங்களைக் கடந்து நாடு போற்றும் ஒரு புகழ்பெற்ற திரைப்பாடகியாகிவிடுவார். டெல்லியில் வசிக்கும் அவளது தெருவில் போகும் ஒரு ஊர்வலம் ஒன்றை தனது மாடி ஜன்னல் வழியாக பார்த்துக் கொண்டிருக்கும் போது திடீரென அதில் உருவாகும் மதக் கலவரத்தில் எறியப்படும் கல் ஒன்று தாக்கப்பட்டு இறந்துவிடுவார். மதக்கலவரம் அதன் காரணமான அவரது மரணம் ஒட்டி எழும் பத்திரிக்கையின் உணர்ச்சிகரமான பரபரப்பு செய்திக்காக (sensational news) அவரது வாழ்வை ஆராயும் பத்திரிக்கையாளரின் தொகுப்பாக காட்சிப்படுத்தப்பட்ட திரைப்படம். மற்றது மணிரத்னம் திரைப்படமான 'பம்பாய்' (1995). இதிலும் இறுதிக்காட்சியில் பம்பாயில் நடந்த மதக்கலவரம் ஒன்றின் வழியாக நாயகனின்

குடும்பம் சிதறும். அப்போது அக்கலவரக்காரர்களிடம் மூச்சைப்பிடித்து மதச்சார்பற்ற வசனத்தை பேசி கலவரத்தை நீர்த்துபோகச் செய்வார் நாயகன். இத்திரைப்படம் வணிக மசாலா அரசியலாக வெளிப்பட்டால், சர்தாரி பேகம் வாழ்வின் இப்படியான தருணங்கள் எப்படி சமூகத்தின் மதிப்புள்ளவற்றை அழிக்கின்றன என்பதை சொன்னது. ஒரு ஒப்பிடலுக்காகவே இதை இங்கு குறிப்பிடுகிறேன். சியாம் பெனகலின் படத்தில் மொத்தக்கதையில் ஓரிரு நிமிடங்கள் வரும் கலவரம், அக்கதையின் மையமாக மாறும். ஆனால், தமிழில் அது ஹீரோயிச மெலோ-டிராமாவாக வெளிப்பட்டது. இங்கு வெளிவரும் அரசியல் சினிமா என்பதில் உள்ள சிக்கல் இது.

'ரோமா'-வில் இரண்டு பெண்களிடையிலான ஒரு மௌன உரையாடல் காட்சிகள் வழியாக பார்வையாளரிடம் கட்டமைக்கப்படும். ஒருவர் நகர்ப்புற பயோ-கெமிஸ்டிரி படித்த உயர் மத்திய தர வர்க்கப் பெண், மற்றவர் கிராமப்புற படிக்காத வேலைக்காரியாக உள்ள பெண். இவர்களிடையே வர்க்கம்சார்ந்த வேறுபாடுகளின் உரையாடல் நிகழ்ந்தபடி இருக்கும். தென் அமெரிக்க அர்ஜென்டின நாவலான மார்த்தா த்ராபாவின் 'நிழல்களின் உரையாடல்' நாவல் இரண்டு பெண்கள் இப்படியான ஒரு போராட்டத்தில் தொலைந்துபோன வாழ்வு, துயரம் பற்றி உரையாடுவார்கள். அதன்வழியாக தென்அமெரிக்க நாடுகளின் முழு அரசியல் சர்வாதிகாரத்தின் பாசிச போக்கும் மனிதத் தன்மையற்ற நிகழ்வுகளும் அந்த உரையாடலில் பதிவாக வெளிப்படும். இத்திரைப்படமும் அல்போன்ஸா குரானின் குழந்தைமை நினைவுகள் வழியாக, இரண்டு பெண்களை ஒப்பிட்டு உரையாடும் ஒரு திரைப்படமாக வெளிவந்துள்ளது.

இத்திரைப்படத்தில் வெளிப்படும் சில முக்கிய காட்சிகள் இயக்குநரின் அரசியலை அழகியலுடன் நுட்பமாக வெளிப்படுத்துகின்றன. கிலியோ வேலை செய்யும் வீட்டில் உள்ள இரண்டு சிறுவர்கள் துப்பாக்கி வைத்துக் கொண்டு விளையாடுவார்கள். அந்த விளையாட்டில் ஒருவன் குறிபார்த்து சிறுவன் ஒருவனை சுடுவான். சிறுவன் இறப்பதற்கு பதிலாக மீண்டும் எழுந்து அவனை சுடுவான். சுட்டவன் நீ இறந்துவிட்டாய் உன்னோடு விளையாட முடியாது என்று போய்விடுவான். இறந்த சிறுவன் அருகில் உள்ள ஒரு மேடையில் இறந்தவன்போல படுத்துக்கிடப்பான். அவனிடம் வேலைக்காரப் பெண் கிலியோ

ஏன் படுத்துவிட்டாய் என்பாள். அதற்கு அவன் நான் இறந்துவிட்டேன் என்பான். அப்படி என்றால் உயிர்த்தெழு என்பாள். இல்லை இறந்துவிட்டேன் எழ முடியாது என்பான். அவன் தலையோடு தனது தலையை வைத்து அவளும் நானும் இறந்துவிட்டேன் என்று படுத்திருப்பாள். அவளது மரண-வேட்கையை வெளிப்படுத்தும் ஒரு காட்சியாகும். அக்காட்சியில் கேமரா அருகில் உள்ள அனைத்து வீட்டு மாடிகளையும் மெதுவாகச் சுற்றிவரும். அனைத்து வீட்டு மாடிகளிலும் ஒரு வேலைக்காரப் பெண் துணி துவைப்பதும், காயவைப்பதுமாக இருப்பார்கள். நகர் என்பது கிராமங்களின் வறுமையை எப்படி இந்த வேலைக்காரப் பெண்கள் வழியாக உறிஞ்சுகிறது என்பதைச் சொல்வதைப்போல அமைக்கப்பட்ட காட்சி. சிறுவர்கள் துப்பாக்கி சுடும் அந்த விளையாட்டுக்குப் பின் அவர்கள் தொலைக்காட்சியில் ஒரு போர்க்காட்சியைக் காண்பார்கள். எதிர்காலத்தில் நான் பைலட்டாக வருவேன் என்பான் அந்தச் சிறுவன். இப்படியாக குழந்தைகளின் மொத்த உலகும் ஒரு போர்வெறிகொண்ட எந்திரங்களாக கட்டமைக்கப்படுவதை உணர்த்தும் காட்சியாக அது குறிநிலையாகிறது.

எப்பொழுதும் நாய்களுடன் அலையும் வேலைக்காரர்கள், அவர்களது துயரமான முகம் என ஒவ்வொரு காட்சியிலும், இந்த வேறுபாடுகள் அழுத்தமாக பதியவைக்கப்பட்டுள்ளது. ஸோபியா என்கிற வீட்டு எஜமானி, அவளது கணவன் அவளை விட்டு போனதை வெளிப்படுத்தும் காட்சியாக அவள் காரை அந்த குறுகலான வராந்தாவில் இடித்து நசுக்கி ஓட்டி வந்து நிறுத்தும் இறுக்கம் ஒளிப்பதிவில் மிக அருமையாக வெளிப்படுத்தப்பட்டுள்ளது. புதுவருட கொண்டாட்டத்திற்காக குடும்பத்துடன் ஒரு காட்டுப் பகுதிக்கு செல்வார்கள். அங்கு தங்கியிருக்கும் உயர் மத்தியதரவர்க்க குடும்பங்கள், அவர்களுடன் வந்த பணியாட்கள் என்று இரண்டு பிரிவுகளாக அவர்களது வாழிடங்கள் வித்தியாசப்படுத்திக் காட்டப்படும். அங்கு தங்கியுள்ள உயர் மத்திய தர வர்க்க ஆண்களும் பெண்களும் வரிசையாக நின்று துப்பாக்கிகளால் எதிர்புறம் சுட்டு பொழுது போக்குவார்கள். அவர்களுக்கு பணிவிடை புரியும் பணியாட்கள் தனியாக தங்கள் புதுவருடத்தை பழைய தரைகள் எல்லாம் இடிந்து நசிந்த கட்டிடத்தில் கொண்டாடுவார்கள். இப்படி காட்சிகள் வழியாக வாழ்நிலை வேறுபாடுகளைத் துல்லியப்படுத்தி படிமங்களை உருவாக்கும் கவனத்துடனும் எடுக்கப்பட்டுள்ளது.

'ரோமா' உலகத் திரைப்பட ரசிகர்களால், விமர்சகர்களால் கொண்டாடப்படுவது அழகியலையும், அரசியலையும் ஒன்றை ஒன்று உறுத்தாமல், மோதிக்கொள்ளாமல் காட்சிப்படுத்திய பாங்கே. தனது சிறுபிராய நினைவுகளை திரைப்படமாக எடுக்க நினைத்த குரான் நான்கு விஷயங்களில் கவனமாக இருந்துள்ளார். ஒன்று தன்னை வளர்த்த செவிலித்தாயின் சிறுவயதில் தான் உணராத துயரங்களின் வலியை, வளர்ந்தபின் உலகஅரசியல் தெரிந்த, மனிதர்களின் துயர வாழ்வைப் புரிந்துகொண்ட ஒரு இயக்குநராக அவ்வலியை உணர்ந்து காட்சியாக்கியுள்ளார். இரண்டு, சிறுவயதில் தனது கம்யூனிஸ மாமா காட்டிய அந்த கறுப்பு-வெள்ளைப்படம் உருவாக்கிய ஆழ்மனப் படிமத்தை அப்படியே ஒரு திரைப்படிமமாக இயங்கவைத்து, தனது நாட்டின் அரசியல் மாற்றத்தை உருவாக்கிய ஒரு வரலாற்று நிகழ்வை நேர்மையுடன் திரையாவணமாக ஆக்கியுள்ளார். மூன்று, பெண்கள் எந்த வர்க்கத்தில் இருந்தாலும் ஆண்களால் ஒடுக்கப்படுபவர்களாக. இரண்டாம்தரக் குடிமக்களாக மட்டுமே கையாளப்படுவதை நுட்பமாகக் கவனித்து அதை திரைக்கதையின் உள்-உரையாடலாக வைத்துள்ளார். நான்கு, நிறங்கள் என்ற அழகியல் சார்ந்த அரசியலை இதில் சிதைத்து, நிறமற்றதான ஒரு வரலாற்றுத் துயரத்தை அழகியலாக திரையில் தனது ஒளிப்பதிவால் செதுக்கித் தந்துள்ளார். இன்றைய அரசியல் சூழலில், ஒரு அரசியல்படத்தை நேரடி அரசியலை வெளிப்படுத்தாமல், அழகியலுடன் சொல்வதற்கான நுட்பங்களை இப்படம் திரைப்பயிற்சியாளர்களுக்கு வழங்குவதாக உள்ளது என்பதே இதன் சிறப்பு.

- *(12-03-2019)* நிழல்

தாய்மையை தந்தைமை கொண்டு மாற்றியுரைக்கும் திரை–நாவல்: பேரன்பு

1

தமிழின் மாற்றுத் திரைப்பட இயக்கம் என்று ஒன்றை வரையறுத்தால் அதில் முக்கியமான இயக்குநராகக் கருதப்படும் ராம் அவர்களின் இயக்கத்தில் வெளிவந்த திரைப்படம் "பேரன்பு". மூளை முடக்குவாதத்தால் (cerebral palsy) அதாவது ஸ்பாஸ்டிக் எனப்படும் பிறப்பிலிருந்து பாதிக்கப்பட்ட ஒரு சிறப்புக் குழந்தையை மையமாகக் கொண்டு உருவாக்கப்பட்ட திரைப்படம். 10 வயதுவரை வளர்த்துவிட்டு அப்பிள்ளையும், கணவனையும் விட்டு விலகிப்போய்விட்ட தாயிடம் வளர்ந்த பதின்ம வயது மகளுக்கும், குடும்பத்தை 18-ஆண்டுகள் துபாயில் பிரிந்து இருந்து ஊருடன் வந்து தனியராக அக்குழந்தையை வளர்க்க வேண்டிய தந்தைக்கும் இடையிலான பிணக்கை நீக்கி, தன்னந்தனியாக அவளை வளர்க்க முனையும் அவனது உணர்ச்சிப் போராட்டமும், அதில் அவன் தோல்வி அடைந்து தற்கொலைக்கு முயல, ஒரு திருநங்கையால் அவ்விருவரும் ரட்சிக்கப்படுவதே "பேரன்பு". அன்பை விட பெரிதானது பேரன்பு என்று சுயநலமற்றதான, எதிர்பார்ப்பற்ற ஒரு உறவை, அன்பை விளக்க முயல்கிறார் ராம் இத்திரைப்படத்தின் வழியாக.

ஒரு சராசரி மகளுக்கும், தந்தைக்கும் இடையிலான உறவு அன்பின் அடிப்படையிலும், சராசரிக்கு அப்பாற்பட்ட ஸ்பாஸ்டிக் பெண் குழந்தைக்கும் தந்தைக்கும் இடையிலான உறவு பேரன்பின் அடிப்படையிலேயே சாத்தியம் என்பதைச் சொல்ல முயல்கிறது திரைப்படம். ஒரு இயல்பான அன்பிற்கும் மேலான அதீத அன்பை காட்டவேண்டும் என்றால் நிச்சயமாக ஒரு நாயக அம்சம் பொருந்திய கதையாடல் அவசியம். அப்படியான ஒரு யதார்த்தத்தை மீறிய கதையாடலை தனது கருத்தாக்க வசதிக்காக கட்டமைக்க முயன்றிருக்கிறார் இயக்குநர்.

"நீங்கள் எவ்வளவு ஆசீர்வதிக்கப்பட்ட வாழ்வை வாழ்ந்துகொண்டு இருக்கிறீர்கள் என்பதை நீங்கள் உணர்வதற்காக என் வாழ்க்கையில் நடந்த சில சம்பவங்களைத் தேர்ந்தெடுத்து இந்தக் கதையை எழுதுகிறேன்" என்கிற அமுதவனின் குரலோடு தொடங்கி 12 அத்தியாயங்களாக அவர் எழுதிய கதையாக நகர்கிறது இத்திரைப்படம்.

இத்திரைப்படத்தை ஒரு சினி-நாவல் என்று வகைப்படுத்தலாம். நாவல் எழுத்து மொழியிலான ஒரு இலக்கிய வடிவம். அதன் கதைகளை பயன்படுத்தி எத்தனையோ சினிமாக்கள் வந்துள்ளன. அதில் நாவல் என்ற எழுத்து வடிவத்தை சினிமா என்ற திரைவடிவத்திற்கு கொண்டுவரும் சவாலை திரைக்கதை நுட்பத்தால் கொண்டுவருவதே ஒரு இயக்குநரின் அசாத்திய திறன். சினி-நாவல் என்பது திரை ஒளி-ஒலிப் படிமங்களைக் கொண்டு எழுதப்படும் ஒரு கதைப்பிரதி. நாவல்களில் வரும் கதைசொல்லியின் குரல், இதில் திரைக்குரலாக வெளிப்படும். திரைக்குரல் என்பது, திரையில் ஒளிக்கும் கதைசொல்லும் குரல் மட்டுமல்ல, திரையின் ஒளி-ஒலி படிமங்கள் (பிம்பங்கள்) வழியாக, ஒரு கதையைத் தொடரச் செய்யும் குரலும்கூட. இத்திரைப்படத்தில் இவ்விரண்டு குரல்களையும் கேட்க முடிகிறது. ஒன்று அமுதவன் குரல் என்றால், அதைப் பேசவைத்த திரைக்காட்சிகளின் குரலாக பார்வையாளருக்குள் ஒலிப்பதே திரைக்குரல். இக்குரல் திரைவழியாக ஒரு இயக்குநர் எழுதிக்காட்டும் ஒரு திரைப்பிரதிகளால் வெளிப்படக்கூடியது. தமிழில் வெளிவந்த 'ஜிகிர்தண்டா' மணிரத்னம் படங்களின் போலித்தனம் பற்றிய ஒரு சினி-திறனாய்வாக வந்த திரைப்படம். தமிழில் வெளிவந்த 'கோவா', தமிழ் சினிமா உருவாக்கிய ஒரு இளந்தலைமுறையின் அவல ஆசைகளை வெளிப்படுத்தும் மற்றொரு திறனாய்வுப் பிரதி.

ராமின் 'பேரன்பு' எழுத்து மொழியில் எழுதப்படாது, நேரடியாக திரைமொழியில் எழுதப்பட்ட ஒரு நாவல். நாவல் திரைப்படமாகவில்லை, மாறாக, திரையில் எழுதப்பட்ட ஒரு நாவல். இதில் 12 அத்தியாயங்கள் இயற்கையை ஒட்டிக் காட்சிக் கோர்வைகளாக ஒரு நாவலாக விரிக்கப்படுகிறது.

நாயகன் அமுதவன் தனது வாழ்வனுபவத்தை ஒரு நாவலாக எழுதி சமர்ப்பிப்பதே இத்திரைப்படம். ஆக, திரைப்படம் ஒரு தந்தைமையைச் சுமக்கும் ஆண் என்கிற அதிகார பிம்பத்தின் திரைக்குரலாக பார்வையாளருக்குச் சொல்லப்படுகிறது. பன்னிரெண்டு அத்தியாயங்களும் இயற்கை என்கிற தலைப்பில் சொல்லப்படுவதிலிருந்து திரைப்படத்தின் களம் இயற்கை குறித்த உரையாடல் அல்லது நிகழ்வுகள் அனைத்தும் இயற்கையின் பண்புகளாக வெளிப்படுபவை என்ற குறித்தலை தரமுயன்றிருக்கிறார் இயக்குநர். அதாவது நாயகன் இயற்கையின் வழியாக 12 பண்புகளைக் கற்கிறான் தன் அனுபவங்களாக. அவைகள் இயற்கை வெறுப்பானது, அதிசயமானது, கொடூரமானது, அற்புதமானது, புதிரானது, ஆபத்தானது, சுதந்திரமானது, இரக்கமற்றது, தாகமானது, விதிகளற்றது, முடிவற்றது, பேரன்பானது என்பதே. வெறுப்பிலிருந்து பேரன்பை அடைவதற்கிடையில் பல்வேறு பண்புகளை இயற்கை அவனுக்கு உணர்த்துகிறது.

இங்கு இயக்குநர் இயற்கை என்பது குறித்துக் கட்டமைத்துக் கொண்டிருக்கும் பிம்பம் அவர் எண்ணியபடி பெரிய தத்துவப் பின்புலம் கொண்டதாக இல்லாமல், மனித வாழ்வனுபவங்களாக மட்டுமே எஞ்சியுள்ளன. அதாவது இயல்பாக அவை நிகழவில்லை. நாயகனின் தன்-முனைப்பிலிருந்து உருவாகும் செயல்களால் நிகழ்கிறது. அவற்றை நாயகன் மாற்றிக் கொள்ளமுடியும். அதை திரை-நாவலில் வரும் ஒரு ஸ்பாட்டிக் – ஆலோசகர் பாத்திரம் (சமுத்திரக்கனி), சுட்டிக்காட்டுகிறார். அச்சிறுமியைத் தனிமைப்படுத்தி அழைத்துச் சென்றது, அவரது செயல்களை விமர்சித்து, உங்கள் தேவைகளில் இருந்து பார்க்காமல் அப்பெண்ணின் தேவையிலிருந்து பாருங்கள் என்பார். அச்சிறுமியை தனிமையான ஒரு இடத்திற்கு அழைத்துச் சென்ற காரணம் அமுதவன் மனைவி விலகிப்போனதால் ஏற்பட்ட அவமானம் என்பதை அமுதவனே சொல்வான். இந்த சமூகம் தன்னையும் தனது குழந்தையையும் வஞ்சித்துவிட்டது என்பதிலிருந்து அதை இயற்கையின் பிரச்சனையாக எண்ணி தனது கதைக்கான 12 தலைப்புகளை உருவாக்குகிறான்.

அப்பெண்ணின் பாலியல் விழைச்சைப் புரிந்துகொள்ள அவருக்கு ஒளிப்படங்கள் போட்டுக் காட்டுவார் அவ்வாலோசகர். இருந்தும் அவர் அதை நட்பாக மீரா (அஞ்சலி அமீர்) என்கிற அந்த திருநங்கையிடம் ஆலோசிக்காமல், மேலும் அதை சிக்கலான ஒன்றாகவே அணுகுவார். ஆக, மனிதர்களின் தவறுகள் அனைத்தையும் இயற்கையின் பண்பாக மாற்றும் ஒரு தத்துவ விசாரம் என்பது படத்தின் ஒரு பலவீனம் எனலாம். இயல்பு என்பதை இயற்கை என்பதாக தவறான குறியமைப்பில் புரிந்துகொண்டதின் விளைவு. திரைசொல்லியின் இப்பார்வையால், இயல்பு X இயல்பின்மை என்கிற சமூகம் சார்ந்த முரணை இயற்கை X செயற்கை என்கிற தத்துவார்த்த முரண்களாகக் கட்டமைக்க முயன்று அதற்கான எந்த அடிப்படைகளும் படத்தில் வலுவாகச் சொல்லப்படவில்லை. இந்த தலைப்புகளை இயற்கை என்பதற்கு மாற்றாக இயல்பு என்று வைத்திருந்தால் சரியாக இருந்திருக்கலாம். சமூகம் ஒவ்வொரு உடலின்மீதும் ஒரு இயல்பை திணிக்கிறது. அந்த இயல்பு என்பது ஆதிக்கச் சொல்லாடலால் கட்டமைக்கப்பட்டது. அந்த ஆதிக்கச் சொல்லாடல் குறித்த புரிதல் மொத்த திரைப்படத்திலும் பதிவாகாமல் போயிருக்கிறது. இயல்பற்றதாக சமூகம் குறியிட்டுள்ள திருநங்கைகள், இதுபோன்ற சிறப்புக் குழந்தைகள் மீதான அதன் வன்முறை ஓரளவு பதிவாகியிருந்தாலும், அதிலும் பொதுப்புத்தி சார்ந்த 'ரொமான்டிசிசக்' கருத்தே வெளிப்படுகிறது.

அதற்கும் திரைப்பிரதிக்குள் ஒரு பதில் உள்ளது, "நீ ஏன் மத்தவங்க மாதிரி இல்லேன்னு கேட்பது எவ்வளவு பெரிய வன்முறை என்று தெரிந்தது. மனுசங்க இல்லாத இடம் குருவி சாகாத இடம்" தேடிப் போனேன் என்பதாக அமுதனின் குரல்வழி பதில் சொல்லப்படுகிறது. இதுபோன்ற கேள்விகளை என்னிடம் கேட்காதீர்கள் என்கிற இயக்குநரின் தன்முனைப்பு சார்ந்த பதிலாக இதை புரிந்துகொள்ளலாம்.

2

2013-ல் வெளிவந்த மொராக்கோவைச் சேர்ந்த மாணவி சாரா மிக்காயில் (Sara Mikayil) என்பவரால் எடுக்கப்பட்ட 'Liberte emprisonnee' (சிறைப்பிடிக்கப்பட்ட சுதந்திரம்) என்ற 15 நிமிடக் குறும்படம் ஸ்பாஸ்டிக் இளைஞன் ஒருவனை மையமாக வைத்து எடுக்கப்பட்ட படம். 2014-ல் சர்வதேச டுப்ளின் சினிமா விருதைப்

பெற்ற குறும்படம். ஒரு தாய் தனது ஸ்பாஸ்டிக் மகனுக்கு ஒரு பாலியல் தொழில் செய்யும் சிறுபெண்ணை பிறந்தநாள் பரிசாக அளிப்பாள். அந்த இளைஞனுக்கு பியானோ கற்றுத்தர ஒரு ஆசிரியரை அமர்த்தியிருப்பார். மிகவும் இயல்பான தொனியில் எடுக்கப்பட்ட படம். அப்படத்தின் மையக்கருத்து, இத்தகைய சிறப்புக் குழந்தைகளின் பாலியல் இச்சை என்பதைச் சொல்வதும், அதற்கு தாயே தீர்வாக பாலியல் தொழிலாளியை அழைத்து வருவதும். அத்தொழிலாளி அந்த இளைஞனைக் கண்டு ஆரம்பத்தில் பயந்தாலும், பிறகு அவளே, அதில் முழுமையாக ஈடுபடுவதும் என்பதாக எடுக்கப்பட்ட திரைப்படம். பாலியல் விழைச்சு என்கிற மனித இயல்பூக்கத்திற்கான ஒரு சிகிச்சை என்ற உணர்வை ஏற்படுத்தும் காட்சியைக் கொண்டது. இத்துணைக்கும் அந்தப் பெண்ணே அந்த இளைஞனைப் புணர்வதாக காட்சிப்படுத்துவதன் வழியாக பாலியல் தொழிலாளி ஒரு மருத்துவராக சிகிச்சையை கையாளும் தன்மை அதன் உட்பிரதியாக பார்வையாளரை அடையும். பேரன்பில் அந்த கண்ணோட்டம் முழுமையாக காணவில்லை. இத்தகைய குழந்தைகளுக்கான பாலியல் விழைச்சை முழுமையடையச் செய்தல் என்பது ஒருவகை சிகிச்சையாக பார்க்காமல் இந்தியாவின் பாலியல் பற்றி உள்ள அறக்கோட்பாட்டு அடிப்படையில் அதை ஒரு பண்பாட்டுச் சிக்கலாகப் பார்க்கும் பார்வையே “பேரன்பு” திரைப்படத்தில் வெளிப்படுகிறது.

பொதுவாக இத்தகைய சிறப்புக் குழந்தைகளிடம் உள்ள தனித்திறனைக் கண்டு அவர்களை அதை நோக்கி வளர்த்தெடுப்பார்கள் பெற்றோர்கள். இக்குறும்படத்தில் அவன் பியானோ கற்றுக்கொள்பவனாகக் காட்டப்படுவான். ராமின் ‘பேரன்பி’-ல் அக்குழந்தைகளை ஒரு காய்கறி அல்லது செல்லப் பிராணிபோன்று வளர்க்கும் மனநிலையே வெளிப்படுகிறது. அப்பெண்ணிற்கு இயல்பில் உள்ள தனித்திறனைக் கண்டுபிடித்து வளர்ப்பதற்கான முயற்சிகள் படத்தில் விடுபட்டுள்ளது என்பதுடன், அதற்கான சிறுகாட்சிகள், முயற்சிகள்கூட இல்லை. பியானோ கற்றுக் கொடுக்க ஏற்பாடு செய்யும் தாய்தான், அவனுக்கு பாலியல் தொழிலாளியை பரிசாக வழங்குகிறாள். இந்த ஒரு சமநிலை ‘பேரன்பி’-ல் காணவில்லை. தாயும் சுயநலம் கொண்டவளாகவும், தந்தையும், ஒரு தந்தையாக அவளது பாலியல் விழைச்சை, அதிகாரம் செய்து அல்லது அன்பு செய்து டிவி பார்க்காதே, அதை

பார்க்காதே அல்லது இதுபோன்ற நிகழ்வுகள் இல்லாத தனி இடங்களுக்கு கொண்டு செல்லுதல் என்பதாக விரிகிறது படம். தமிழில் நாயகன் என்பவன், வில்லனாக வாசிக்கப்படுவதே இல்லை. நாயகனையும், வில்லனையும் திரைக்கதையும், சினிமாவும் தீர்மானிப்பதில்லை. அதை பார்க்கும் சமூகமும், அதன் கருத்தியலும் தீர்மானிக்கிறது. தமிழ் சினிமாவின் நோக்குநிலை (*Gaze*) உன்னத லட்சியப்படுத்தப்பட்ட அறமான மதம்சார்ந்த வாய்பாடு சார்ந்ததாக உள்ளது. இந்நோக்குநிலைதான் தமிழ் சினிமாவை தீர்மானிக்கிறது. மாற்று சினிமா இந்த நோக்குநிலையின் புரிதலுடன் இயக்கப்பட வேண்டும்.

'பேரன்பு' படத்தின் இரண்டாவது அத்தியாயத்தில் பெரிய பெண்ணாகிவிடும் அவளின் மாதாந்திர ரத்தப்போக்கு வெளிப்படுவதும், நான்காவது அத்தியாயத்தில் வேலைக்காரியாக வந்து மனைவியாக மாறும் விஜயலட்சுமி (அஞ்சலி) வழியாக அப்பெண்ணின் பாலின்ப விழைச்சு பற்றிய கதையாடல் நாயகனிடம் சுட்டிக்காட்டப்படுவதில் துவங்கி இறுதிவரை இந்த மையப்புள்ளியில்தான் கதை சுழல்கிறது. அப்பெண் பொம்மையின் மார்புகளை மறைப்பது போன்ற காட்சிகள் காட்டப்பட்டு அதன் வழி இந்த உரையாடல் கட்டமைக்கப்படுகிறது. குதிரை ஒரு ஆணியக் குறியீடாகவே இப்படத்தில் வெளிப்படுகிறது. இறுதிவரை படத்தின் ஆழ்தளத்தில் ஒரு உரையாடலாக அது வந்துகொண்டே இருக்கிறது. இடையில் தந்தையே ஆண் பாலியல் தொழிலாளியை தேடிப்போகும் அளவிற்கு அப்பெண்ணின் காம இச்சை ஒரு மைய உரையாடலாக திரையில் உள்ளார்ந்து நகர்ந்து செல்கிறது.

மேற்கண்ட குறும்படம் இப்பிரச்சனை குறித்த புரிதலை 15 நிமிடங்களில் பார்வையாளருக்குள் கொண்டு சென்ற அதன் நியாயத்தை வெளிப்படுத்தி விடுகிறது. ஆனால் ராம் அதை விளக்க இரண்டரை மணிநேரங்கள் எடுத்துக் கொள்கிறார். இந்த கால வேறுபாடு என்பது மோராக்கோ போன்ற இஸ்லாமிய நாடுகள் பிரஞ்சுப் பண்பாட்டால் கலப்பினத்திற்குள்ளாகி, மிகவும் முன்னோக்கிய பார்வையுடன் விளங்குகிறது என்பதால் உருவானது. பாலியல் தொழிலை கடும் கண்டனத்திற்குரியதாகக் கருதும் இஸ்லாமிய மதம் கோலோச்சும் மொராக்கோவில் இப்படம் அதை எளிமையாகக் கடந்து போகிறது. ஆனால் இந்தியாவில், தமிழகத்தில் உள்ள பண்பாட்டுக் கட்டுமானத்தில் அதை விரித்து,

அந்த பாத்திரங்கள் மீது பல்வேறு உணர்வுகளை ஏற்படுத்தி, பார்வையாளரை திரைக்குரல், ஏற்கும் மனநிலைக்குக் கொண்டுவந்து, அந்தப் புள்ளியைத் தொட்டும், பண்பாட்டுக் குரலின் மிரட்டலில், பெண்ணிடம் அறைவாங்கி விலகி, அதிலிருந்து மீள வேண்டியதாக உள்ளது. பண்பாட்டு காவலர்களின் ஆழ்மன தணிக்கை என்பதன் ஒரு வெளிப்பாடு இது.

15 நிமிட குறும்படம் சமூகப்பொறுப்புணர்வுடன் கவனம் செலுத்திய அப்புள்ளியை 2.30 மணிநேர இப்படம் முற்றாக கவனம் கொள்ளவில்லை. அதாவது, மேலே சொன்னதைப்போல அச்சிறுமியின் தனித்தன்மைகளைக் கண்டு அவளை வளர்த்த தாயோ, தந்தையோ ஒன்றுமே செய்யவில்லை என்பது ஒரு நெருடலே. இதுபோன்ற குழந்தைகள் தங்களது திறனை ஏதோ ஒன்றில் வளர்த்து தங்களை ஒரு ஆளுமை மிக்கவர்களாக மாற்றிக்கொள்வார்கள். இவர்களது உளவியலில் உள்ள இந்த அம்சம் படத்தில் முற்றிலுமாக மறக்கடிக்கப்பட்டுள்ளது. குறைந்தபட்சம் அவளை பள்ளியில்கூட சேர்க்கவில்லை.

10-வயதுவரை வளர்த்த தாய், அவளைவிட்டு போய்விடுவது என்பது மற்றொரு நெருடல். இது பொதுவாக பெண்ணிய விமர்சகர்களால் சுட்டிக்காட்டப்பட்டது. தந்தை முதன்மை நோக்கு என்பது இவரது ‘தங்க மீன்கள்’ படத்திலும் வெளிப்பட்ட ஒன்றுதான். அதில் வரும் பெண் குழந்தையும்கூட உளவியல் சிக்கல் உள்ளவர்தான். அதே கதையின் மாதிரியை இங்கு வேறுவிதமாக வளர்த்திருக்கிறார். அத்திரைப்படம் அரங்கில் உட்காரமுடியாத அளவிற்கு மிகை உணர்ச்சிகளின் குவியல். இத்திரைப்படத்தில் அதற்கான வாய்ப்புகள் இருந்தும் குறைவாகவே பயன்படுத்தியுள்ளார். இருந்தும் தொலைக்காட்சி சினிமா பாடல்கள், காட்சிகள் ஒரு பாலியல்-பதிலீடாகவும், அதில் சூர்யாவை முத்தமிடல் போன்ற காட்சி மிகைஉணர்வு சார்ந்த ஒன்றாகவும் உள்ளது.

3

ஆனாலும், குறும்படம் உருவாக்கிய தாக்கம், நியாயங்கள் இதில் வெளிப்படாமல், பாலியல் இச்சை அப்பெண்ணை அலைக்கழிக்கும் உணர்வை வெளிப்படுத்த உருவாக்கிய காட்சிகள், இப்பாதிப்புக்குள்ளான பலராலும் விமர்சிக்கப்பட்டது. இத்திரைப்படம் குறித்து, சிறப்புக் குழந்தைகளும், அந்தக்

குழந்தைகளைப் பெற்ற சிறப்புப் பெற்றோர்களும் குங்குமம் தோழி- 15 Feb 2019 இதழில் இது குறித்து கூறிய கருத்துக்களில் சில. முழுப்பேட்டி படிக்க கீழ்க்கண்ட சுட்டியில் வாசிக்கலாம்: (http://www.kungumam.co.in/ThArticalinnerdetail.aspx?id=5445&id1=11&issue=20190215)

''இந்த படம் எதார்த்தமாக இல்லை. ஒரு பெண் குழந்தையை பாதுகாப்பின்றி எல்லா இடங்களிலும் தனிமைப்படுத்துவதும், தன் மகளுக்கு முக்கியத் தேவையான உடற்பயிற்சி, படிப்பு, உடலியக்க மருத்துவம் என எதையும் கொடுக்காமல் காட்டுவதும் சுத்த ஹம்பக். என் அனுபவத்தில் சிறப்புக் குழந்தைகளின் அப்பாக்கள் குழந்தையோடு மனைவியை விட்டுச்செல்வதைப் பார்த்திருக்கிறேன்.'' - கற்பகம் குமணன், சென்னை

''13 வயது சிறுமிக்கு, தந்தை பாலியல் தொழிலாளியை தேடுவது மிகப் பெரும் நெருடல். இது அதற்கான தீர்வே கிடையாது. அமுதவனின் அறியாமையாகத்தான் எடுத்துக்கொள்ள வேண்டும். முடிவில் மீண்டும் சிறுமியை தனிமைப்படுத்திக் காட்டுவதும் சரியல்ல. மாற்றுத் திறனாளிகளின் உணர்வை சாதாரணமாக யாராலும் புரிந்துகொள்ள முடியாது. அவர்களின் உணர்வை வெளிப்படுத்த ஒரு படத்தை எடுக்க இயக்குநர் முயற்சித்தது பாராட்டுக்குரிய விஷயம்.''-ரூபா ராஜேந்திரன், சென்னை

''பெற்றோர்களுக்கு நம்பிக்கையை அதிகரிக்கச் செய்யும்படியான காட்சிகளை அமைத்திருந்தால் பேரன்போடு நம் வாழ்த்துக்களை பகிர்ந்திருப்போம். ஆனால் சமூகத்தில் ஈர உள்ளங்களோடு அரவணைக்கும் பெற்றோரும், மற்றவர்களும் இல்லை என்ற உணர்வை படம் பலப்படுத்துகிறது. பாஸிடிவ்வான ஒரு விஷயம்கூட படத்தில் காட்டப்படவில்லை. பெற்றோர்களுக்கு இருக்கும் பயத்தை மேலும் அதிகமாக்கி, இயக்குநர் பயமுறுத்தியுள்ளார். இருக்கும் கொஞ்சம் நம்பிக்கையும் பலவீனப்பட்ட உணர்வே இருக்கிறது.'' - கீதா ராஜா, கோவை

''பெற்றோர்கள் எதிர்மறை எண்ணம் இல்லாமல் முயற்சிக்க வேண்டும். அந்த நம்பிக்கையை இந்தப் படம் சுத்தமாகத் தரவில்லை. பெண் குழந்தையின் மாதவிடாய் பிரச்சனை குறித்து இயக்குநர் படத்தில் பேசியிருக்கிறார். வாடகை வீடுகளில் வசிக்கும் சூழ்நிலையிலும், பெற்றோர்கள் வேலைக்குப்போக

வேண்டிய சூழலிலும், தன்னைப் பாதுகாத்துக்கொள்ள இயலாத நிலையில் உள்ள பெண் குழந்தையாக இருந்தால், குழந்தையின் நலன் கருதி மருத்துவர்கள் சம்மதத்துடன் சில பெற்றோர்கள் யூ டிரஸ்ஸை நீக்கிவிடுகிறார்கள். அப்போது அவர்களுக்கு மாதவிடாய் பிரச்சனை இருக்காது. இந்த மாதிரியான பெற்றோர்களையும், குழந்தைகளையும் நான் சந்தித்திருக்கிறேன். 13 வயது குழந்தைக்கு பாலியல் உணர்வு இருக்கும் என்பதற்காக ஒரு அப்பா செய்ய நினைக்கும் செயல் ஏற்றுக்கொள்ளவே முடியாதது. பெண்களுக்கு இதயமே இல்லாதது மாதிரி படத்தில் காண்பித்து இருப்பதும் ரொம்பவே உறுத்தல். நிறைய இடங்களில் படம் முரணாக உள்ளது.'' - கிரிஜா, கோவை

இக்கருத்துக்களில் மூன்று பிரச்சனைகள் உள்ளன. ஒன்று அவர்களின் தனிப்பட்ட அனுபவத்தோடு படம் கொள்ளும் உறவு. அதில் நிறைய மிகைப்படுத்தல் உள்ளது என்கிறார்கள். இரண்டு சினிமா யதார்த்தத்தைப் பிரதிபலிக்கும் என்கிற கண்ணோட்டத்தில் பார்ப்பது. இத்திரைப்படம் இத்தகைய சிறப்புக் குழந்தைகளை நேர்மறையாக அணுகவில்லை என்பது. “பேரன்பு” என்பதை வருவிக்க ஒரு நாயக பிம்பம் காட்ட சமூகத்தின் பொதுவாக உள்ள அன்பை புறக்கணித்தமை. சிலர் அன்பு செலுத்துவார்கள் ஆனால் உடனே விலகிவிடுவார்கள் என்று நாயகனே ஒரு காட்சியில் ஆதங்கப்படுவான். இதற்கான பொதுத் தீர்வு ஒன்றை உருவாக்க முடியாது. ஆனால் அன்பையும் தாண்டிய பேரன்பு உள்ளவர்கள் மட்டுமே இவர்களை வளர்த்தெடுப்பது சாத்தியம் என்கிற கருத்தைப் பதியவைக்க முயன்றிருப்பது முக்கியமானது. அடுத்து, இத்தகையவர்களை சமூகத்திலிருந்து பிரித்து வளர்ப்பது என்பது, அவர்களை இன்னும் வன்முறை கொண்டவர்களாகவே மாற்றும். அதனால் அவர்களை சமூகத்திற்குள் வைத்து வளர்ப்பதும், சமூகம் அவர்களிடம் செலுத்தும் அன்பை, பரிவை, பாசத்தை பேரன்பு மிக்கதாக குறியிடுவதும் முக்கியம். சுருக்கமாகக் கூறினால், தாய் எனும் பேரன்பை தந்தமையெனும் பேராண்மை கொண்டு மாற்றி வைத்து பார்க்க முனையும் கதையாடல்.

4

‘நுவான்சஸ்’ எனப்படும் சில நுட்பக்காட்சிகள் மனக்கிளர்ச்சி தரக்கூடியதாக உள்ளது. குறிப்பாக தேனி ஈஸ்வரின் ஒளிப்பதிவு முக்கியமானது. அச்சிறுமி குதிரையை பார்க்கும் காட்சி, சாமி

கும்பிடும் காட்சியில் அஞ்சலியை திருமணம் செய்ய வைப்பதற்கான நடிப்பை வெளிப்படுத்தும் காட்சி, திருநங்கையாக வரும் அஞ்சலி அமீர் தனது காதல் உணர்வை உள்ளடக்கி புன்னகையாக வெளிப்படுத்தும் காட்சி என நுட்பமான பல காட்சிகள் உள்ளன. அஞ்சலியும், அச்சிறுமியும் கிணற்றில் பார்ப்பது, கேமிரா தண்ணீருக்குள்ளிருந்து அவர்களை நீரசைவில் காட்டுவது. கிம்கிடுக்கின் 'சமாரிடியன் கேர்ள்' படத்தில் ஒரு முக்கியமான காட்சி அது. அதை அப்படியே இதில் பயன்படுத்தியுள்ளார்.

திரைப்படத்தில் வலிந்தேற்றப்பட்ட சில காட்சிகள் இருந்தாலும், குறிப்பாக அந்த வீட்டை 'ரியல்-எஸ்டேட்' கைப்பற்ற போடும் மனைவி நாடகம். அது ஒரு அரசியல் இடையீட்டின் அடிப்படையில் அமைக்கப்பட்ட காட்சி. இயற்கை வளத்தை சுரண்ட எந்த நிலைக்கும் போவார்கள் முதலாளிகள் என்கிற உணர்வை தரும் காட்சி. மம்முட்டி அடிவாங்கும்போது, அக்காட்சியை அந்த சிறுமியின் கோணத்திலிருந்து காட்சிப்படுத்தியிருப்பதும், அதன்பின் மம்முட்டியின் கண்ணீரை துடைப்பதாக கண்ணை துடைப்பதும் என அவர்கள் நெருங்குவதற்கான காட்சியமைப்புகள் சிறப்பாக எடுக்கப்பட்டுள்ளது. அந்த சண்டையை ஒரு விகடன் நிருபர் போய் பத்திரிக்கையில் எழுதுவதாக மிரட்டி நிறுத்துவது என்பதெல்லாம் ஒருவகை சமூக அக்கறையை வெளிப்படுத்துவதாக அமைந்துள்ளது. நாயகன் தங்கும் அறை பீஹாரிகாரர்கள் தங்கியிருப்பது, 6 மாதம் பயன்படுத்திக்கொள் என்ற வசனம் எல்லாம் நுட்பமாக சென்னையின் தற்போதைய நிலையை பதிவதாக உள்ளது.

கால்டாக்சி ஓட்டுபவர்கள் குறித்த அவலம் இதில் முக்கியமானதொரு பதிவு. 13 மணிநேரம் ஓட்டுதல், காரிலேயே கழியும் வாழ்க்கை என புதிதாக பெருகிவரும் சென்னை கால்டாக்சி பண்பாடு பற்றிய பதிவாக உள்ளது. அந்த ஹோம் அசிஸ்டண்ட் பெயர் ஹிட்லர் என்பதும்கூட ஒரு சமூக உணர்வுடன் வெளிப்படும் விமர்சனம். தமிழில் வெளிவந்த "சிகை" திருநங்கையாதல் என்கிற உணர்வு ஏற்படுத்தும் எதிர் வன்முறைபற்றிய திரைப்படம். கால்டாக்சி ஓட்டுநர் கொலையில் மாட்டிக்கொண்டு படும் அவஸ்தைகள் பற்றியது.

இத்திரைப்படத்தில் திருநங்கைகள் பேசும் ஒரு ரகசிய மொழி "இட்லவரு ரொட்லம்ப அட்ழகா இட்லரக்காரு" என்பது பொதுவாக தஞ்சைப்பகுதி முஸ்லிம் பெண்களிடம் சாதாரணமாக

புழங்கிய ஒன்று. சிறுவயதில் நாங்களேகூட அப்படி பேசுவோம். அது ஒருவகையான 'மைனர் லாங்குவேஜ்'. அதை சரியாக பயன்படுத்தியுள்ளார் ராம். திருநங்கைகள் குறித்த அத்தியாயங்கள் இத்திரைப்படத்தில் முக்கியமான பதிவு. அதிலும் நாயகன் திருமணம் செய்து கொள்வதுடன், பேரன்பை இயற்கை உணர்த்தியது திருநங்கையின் வழியாக என படம் முடிவதும் ஒரு முக்கியமான பதிவு. இறப்பதற்குமுன்பு கைரேகை பார்க்கும் காட்சி ஒரு நகை-முரணான காட்சி. சாவதற்கு முன்பும்கூட வாழ்வதற்கான நம்பிக்கை தந்தபடி யாராவது இருக்கத்தான் செய்கிறார்கள் இவ்வுலகில்.

யுவன் ஷங்கர் ராஜாவின் இசை இத்திரைப்படத்தில் குறிப்பிடத் தகுந்த ஒன்று. அவர் தனது பின்னணி இசையை ஒரு ஒலிப்படிமமாக (சவுண்ட் இமேஜ்) தந்துள்ளார். குறிப்பாக குருவி சாகும் காட்சியின் இசை, குதிரை வரும் காட்சியின் இசை, அது ஒரு அரேபிய இசையின் நோட் போல தந்திருக்கிறார். இளையராஜா ரகுமானுடன் இணைந்த ஒரு புதிய வெர்ஷன் இசையாக அமைந்துள்ளது. பாடல்கள் தனியாகத் தெரியாதவகையில் காட்சியோடும், இசையோடும் கலந்து தந்துள்ளார். சில காட்சிகள் மனதை வருடினால், சிலவற்றில் காட்சி ஏற்படுத்தும் அவஸ்தை தாங்கமுடியாததாக உள்ளது. ராம் இத்திரைப்படத்தில் வழக்கமான தனது சென்னை குறித்த தனித்த பதிவுகளுடன், இயற்கை குறித்த அவருக்கே உரிய 'ரொமான்டிசிசத்துடன்' கண்களால் வாசிக்க முடிந்த ஒரு சினி-நாவலைத் தந்துள்ளார். மம்முட்டி என்கிற மகாநடிகனுக்கு இணையாக சாதனாவும் தனது நடிப்பை வெளிப்படுத்தியுள்ளார். பொதுவாக ராம் படங்களில் மிகைக்காட்சிகள், மிகை நடிப்புகள், மிகை வசனங்கள் என்ற சங்கடங்களைத் தவிர்த்து ஒரு அழகான சினிமாவைத் தந்துள்ளார். ஒரு புதிய உலகத்தை பரிச்சயமாக்கியுள்ளார். இயற்கை பேரன்பு மிக்கது என்பதை அடிக்கோடாக வைத்துக் கொண்டு முயன்ற உறுத்தல் இல்லாத சினி-நாவல் ராமின் 'பேரன்பு'.

– (19–03–2018) நிழல்

தற்சார்பு திரைப்படங்கள் குறித்த பார்வைகள் : "டு லெட்"

தமிழின் குறிப்பிடத் தகுந்த ஒளிப்பதிவாளரான இரா. செழியன் அவர்களின் இயக்கத்தில் வெளிவந்த 'டு லெட்' என்ற திரைப்படம் 100 சர்வதேச திரைப்பட விழாக்களில் திரையிடப்பட்டு, 34 சர்வதேச விருதுகளைப் பெற்றுள்ளது. 2018-ஆம் ஆண்டிற்கான சிறந்த தமிழ் சினிமாவிற்கான இந்திய அரசின் தேசிய விருது பெற்றுள்ளது. ஈரானிய இயக்குநரான அஷ்கர் பர்ஹாதியால் "pure film" என்றும், இந்தியாவின் புகழ்பெற்ற இயக்குநர் அடூர் கோபாலகிருஷ்ணனால் உணர்ச்சிகரமாகவும், அழகாகவும் எடுக்கப்பட்ட திரைப்படம் என்றும், இலங்கையின் சிறந்த கலை இயக்குநரான பிரசன்ன விதுங்காவால் உண்மையான அக்கறையுடன் நேர்மையாக எடுக்கப்பட்டுள்ள திரைப்படம் என்றும் பாராட்டுகளைப் பெற்றுள்ளது.

தமிழ் திரைப்படங்களில் ஆதிக்கம் வகிக்கும் வணிகத் திரைப்படம் என்ற வகைத்திணைக்கு மாற்றாக எடுக்கப்பட்டுள்ள ஓர் திரைப்படம் 'டு லெட்'. அதாவது வணிகத் திரைப்படங்களின் பொழுதுபோக்கு அம்சங்கள் ஏதுமற்று, மிக மெதுவாக நகரக்கூடிய, கதை என்கிற வழக்கமாகப் புரிந்துகொண்டுள்ள தன்மைகளான பாட்டு, நடனம், சண்டை, திருப்புமுனை போன்ற திரைப்பட வணிக அம்சங்கள் இல்லாத ஒரு திரைப்படம். வணிக

அம்சங்களுக்கு எதிராக உலகெங்கிலும் நிகழும் ‘தற்சார்புத் திரைப்படம்’ எனப்படும் Independent Film (தமிழில் இதை சுயாதீன சினிமா என்கிறார்கள், சுயாதீனம் என்கிற வடமொழிச் சொல்லைத் தவிர்க்க தற்சார்பு என்ற சொல் ஆளப்படுகிறது) வகையைச் சேர்ந்தது. ஆக, ‘டு லெட்’ படத்தின் முக்கியத்துவத்தை, அதன் சுவாரஸ்யமற்ற தன்மையை அதாவது பொழுதுபோக்கற்ற தன்மையைப் புரிந்துகொள்ள, தற்சார்புத் திரைப்படம் என்கிற திரைப்படங்கள் பற்றிய புரிதல் அவசியம்.

1

திரைப்படம் ஒரு பொழுதுபோக்கு சாதனம் என்கிற கருத்து முதலாளிய பொருளுற்பத்தி முறையுடன் தொடர்புடையது. முதலாளியம் தனது பொருட்களை விற்பதற்கான சந்தையாக சமூக வாழ்தளத்தை மாற்றுவதற்குத் தேவையான நுகர்வாளர்களைக் கட்டமைப்பது அவசியம். தனிமனிதர்களின் விருப்பை, சுவையை நுகர்விற்கான ரசனையாகக் கட்டமைப்பதின் வழியாக, அவர்களை நுகர்வாளர்களாக மாற்றுகிறது. கலை உள்ளிட்டவைகளை நுகர்பவர்களாக அவர்களை உருவாக்குகிறது. அதற்காக ஒரேவகையான ரசனையை ஆதிக்கம் கொண்டதாக, அதை ஏற்பதற்கான உடல்களாகவும் மாற்றுகிறது. இதன் ஒருவிளைவே திரைப்பட ரசனை ஒற்றையானதும், பொழுதுபோக்கு சாதனமாகவும், நுகர்விற்கான மகிழ்வைத் தருவதாகவும் மாற்றப்படுகிறது.

திரைப்படம் உருவானபோது அது முழுக்க தற்சார்புத் திரைப்படத்தன்மை கொண்ட சில திரைப்பட ஆர்வலர்களின் வெளிப்பாடாகவே இருந்தது. அதன் சந்தை மதிப்பையும், புதிய தொழில்நுட்பத்தை வணிகமயமாக்கினால் கிடைக்கப் பெறும் இலாபத்தையும் கவனத்தில் கொண்ட முதலாளியம் அதை ஒரு வணிகப்பொருளாக மாற்றியது. அதற்கு எதிராக உருவாகிய பெரும்பாலான கலைத்திரைப்படங்கள், திரைப்படம் என்பதை ஒரு சமூக இடையீட்டுக் கருவியாகப் பயன்படுத்தின. அவை தொடர்ந்து வெகுஜன ரசனையாக உள்ள ஆதிக்க ரசனைமீது ஒரு தாக்குதலைத் தொடுக்கின்றன. அவை கலை உணர்வை வடிவமைப்பதில்லை, மாறாக காட்சியின்பத்தின் வழியாக மூளையின் செயல்திறனை மாற்றுகின்றன.

திரைப்படம் ஒரு மாற்றுக் கலைவடிவமோ, அல்லது கலையின் ஒரு தனிவகையோ அல்ல. திரைப்படம் ஒரு புதியவகை அறிதலை உருவாக்கும் தனித்தன்மை வாய்ந்த வடிவம் மற்றும் வகையினம். ஆகையினால், திரைப்படத்தை கலையின் ஒரு தொழில்நுட்ப வளர்ச்சியாகப் பார்க்கக்கூடாது, மாறாக மனித அறிதலின் ஒருவகைமையை வெளிப்படுத்திய விஞ்ஞானத் தொழில்நுட்பமாகப் பார்க்கவேண்டும். ஆக, ஓவியம், சிற்பம், நாடகம், இசை, நாட்டியம் உள்ளிட்ட அனைத்தும் உள்ளடக்கப்பட்ட ஒரு வடிவமே திரைப்படம். வேறுவிதமாகக் கூறினால், திரைப்படம் இவ்வுலகை அறிவதற்கான பிறிதொரு கருவி.

இக்கூற்றைப் புரிந்துகொள்ள, தமிழின் குறிப்பாக திராவிட நாடுகளின் தொல்கூத்தான நிழற்பாவைக் கூத்தின் அடிப்படைக் கோட்பாடு உதவும். நிழற்பாவைக் கூத்து உலகின் பல பண்பாடுகளிலும் காணப்படும் ஒன்றுதான். இக்கூத்தின் அடிப்படை திரையின் பின் இயக்கப்படும் பாவைகளின் வழியாக கதையை திரைக்கு பின் பாய்ச்சப்படும் வெளிச்சத்தின் வழியாக உருவாகும் நிழல்களின் ஒரு இயக்க பிம்பமாக நிகழ்த்திக் காட்டுவது. இதில் திரைக்குப் பின்னுள்ள பாவைகளைப் பார்ப்பதில்லை, மாறாக, அவற்றின் நிழல்களையே பார்க்கிறோம். இதில் அவர்கள் பயன்படுத்தும் உத்தி இன்றைய திரைப்படங்களில் பயன்படும் ஒளிப்பதிவு உத்திகள்தான்.

அதாவது தூரக்காட்சி(Long Shot), அண்மியக்காட்சி(Close-up Shot), இடைத்தளக் காட்சி(Mid Shot), உயரக் காட்சி(Verticle Shot), பக்கவாட்டுக் காட்சி(Horizontal Shot), இயக்க காட்சி (Moving Shot) என பல உத்திகள் அதில் பயன்படுத்தப்படுகிறது. அதேநேரத்தில் ஒளிப்பதிவில் பயன்படும் இருள்-ஒளி(Lighting) மாறும் காட்சிகள் துவங்கி, பாட்டு, நடனம், சண்டைக் காட்சிகள், பின்னணிக் குரலாக வசனங்கள் (Dubbing), இசைக்கலப்பு (Music Mixing) என இன்றைய திரைப்பட உத்திகள் அனைத்தும் நிழற்பாவைக் கூத்தின் உத்திகளே. நிழற்பாவையில் நேரடியாக நிகழ்த்தப்படுகிறது என்றால், திரைப்படம் பதிவாக (ஒளிப்படலங்களில் (Film) அல்லது எண்மருவுக் கூறுகளில் (Digital)) உருவாக்கப்பட்டு வெளியிடப்படுகிறது.

இரண்டு உருக்கள் தொட்டுக் கொள்ளும் காட்சிக்கும், சண்டையிடும் காட்சிக்கும் அவர்கள் பயன்படுத்தும் துரிதவேக தொட்டு விலகும் பாவைகள், மற்றும் தூரத்தில் வரும் உருவை

சிறிதாக்கி காட்ட அவர்கள் அந்த பாவைகளை சாய்த்து உருவாக்கும் கோணம் என வாசிக்க பல உத்திகளைக் கொண்ட ஒரு தொல்பழங்காலத் திரைப்படமே நிழற்பாவைக் கூத்து.

ஆக, திரைப்படம் என்பது 19-ஆம் நூற்றாண்டு இறுதியிலும், இருபதாம் நூற்றாண்டின் துவக்கத்திலும் உருவான புதிய வடிவம் அல்ல. அது பழங்காலந்தொட்டு உருவாகி வந்துள்ள ஒரு காட்சி வடிவமே. இரண்டிற்கும் உள்ள தொழில்நுட்பங்களில் வேறுபாடுகள் உண்டு, ஆனால் உத்திகள் மற்றும் அவற்றின் கோட்பாட்டு பின்னணிகள் ஒன்றே. உடலுக்குள் அதாவது அகத்தில் மூளையின் காட்சி அரங்கில் நிகழ்வதை, புறத்தில் நிகழ்த்த முனைந்த ஒரு திரையியக்க வடிவமே. மூளை உருவாக்கும் கனவுகளின் ஒரு புறநிகழ்வியக்கமே இவற்றிற்கான அடிப்படைக் கோட்பாட்டு சட்டகத்தை தந்துள்ளது.

திரைப்படம் குறித்து பிரஞ்சு சிந்தனையாளர் ஜீல் டெல்யுஸ் எழுதும்போது, அதை ஒரு அறிதல்முறையாக, தத்துவமாகவும், ஓர் தனிவடிவமாகவும் விளக்குகிறார். நிழற்பாவைக் கூத்து இக்கோட்பாட்டை ஒருவகையாக புரிந்துள்ளது என்பதே இங்கு முக்கியம். இதன்பொருள், அறிவு நேர்க்கோட்டில் வளர்வது, நாட்டார் மரபுகளைவிட அறிவியல் மரபுகள் உயர்ந்தவை என்கிற கருத்தாக்கமும் காலனியம் உருவாக்கிய கருத்தாக்கமே. அறிவு என்பது குறுக்கும் நெடுக்குமாக வளரும் ஒன்றுதான். அதில் வளர்ச்சி என்ற தொடர்ச்சி ஏதுமில்லை.

திரைப்படம் ஒளிப்பதிவுக் கருவியின் சட்டகத்திற்குள் வரும் ஒரு இயக்க பிம்பமே என்கிறார் டெல்யுஸ். அதாவது அதை ‘ஷாட்’ என்பார்கள் திரைப்பட மொழியில். திரைப்படம் என்பது துண்டிக்கப்பட்ட பிம்பம் (sliced image). அப்பிம்பம் பார்வையாளர் வழியாக முழுமையானதாக மூளை என்கிற திரைக்குள் திரைப்படமாக ஓட்டப்படுகிறது. சட்டகத்திற்குள் வரும் காட்சியை, முன்னும் பின்னும் வரும் காட்சிகள், கதையாடல்கள் வழியாக சட்டகத்திற்கு வெளியே உள்ள பார்வையாளர் முழுமைப்படுத்தி அதன் தொடர்ச்சியை உருவாக்குகிறார்கள். ஒரு கடலைக் காட்ட கையளவு நீரைக் காட்டினால் போதும். பார்வையாளர் அதை கடலாக தனக்குள் காட்சிப்படுத்திக் கொள்ளமுடியும். திரைப்படம் புறத்தில் திரையில் நிகழ்ந்தாலும், அகத்தில் அது முழுமையானதொரு திரைப்படமாக மாற்றப் படுகிறது என்பதே அதன் முக்கிய வினை.

அதாவது, திரைப்படம் திரைக்காட்சி வழியாக நமது மூளைக்குள் நிகழும் ஒன்று. அதைப் புரிந்த முதலாளியம் அதனை முழுக்க ஒரு வணிகப் பண்டமாக மாற்றுகிறது. அதன் வழியாக லாபநோக்கு மட்டுமின்றி, தங்களது சுரண்டலை அறியமுடியாத மன அமைப்பையும் உருவாக்குகிறது. தனது விற்பனை வலைப்பின்னலுக்கு உகந்ததொரு பண்பாட்டையும் அது கட்டமைக்கிறது. காட்சியின்பத்தின் வழியாக மனிதர்களை நுகர்வு உடல்களாக மாற்றியமைக்கிறது. இந்நுகர்வின் அடிப்படையான துரிதம், உணர்ச்சி தூண்டுதல், சுவாரஸ்யம், இன்பம், விருப்பம், வேட்கை என அனைத்தையும் ஒற்றை திசைவழிப்படுத்துகிறது. இதற்கு எதிராக உருவான ஒன்றே கலைப்படங்கள் என்கிற இணை-சினிமா (Parallel Cinema), நியோ-ரியாலிச-சினிமா (Neo-realistic Cinema), தற்சார்பு சினிமா(Independent Cinema or Indi-Cinema) ஆகியவை. இந்த பிரிவினைக்காக வணிக சினிமா உருவாக்கிய ஒரு வகைத்திணையே உலகச்சினிமா(World Cinema) என்பது. குறிப்பாக மெயின்-ஸ்டிரீம் எனப்படும் மைய-நீரோட்டத் திரைப்படங்களுக்கு மாற்றாக உருவானவை.

2

இவ்வகைத்திணை சார்ந்த உலகச்சினிமாக்களில் ஒன்றான தற்சார்புத் திரைப்படமாக சமீபத்தில் வெளியான தமிழ் திரைப்படங்கள் அம்ஷன்குமாரின் ‘மனுசங்கடா’, இரா. செழியனின் ‘டு லெட்’. இதில் மனுசங்கடா தலித் மக்களின் சமூகப்பிரச்சனையை முன்வைத்து எடுக்கப்பட்டது. ஆனால் ‘டு லெட்’ கீழ்-மத்தியதரவர்க்கத்தின் வாடகை வீடு கிடைப்பதில் உள்ள சிக்கலை வைத்து எடுக்கப்பட்டது. குறிப்பாக சென்னை என்கிற பெருநகரில் உலகமயமாதலின் தகவல்-தொழில்நுட்பத் துறை வளர்ச்சியால் ஏற்பட்ட வாடகை வீடுகளின் திடீர் வாடகை உயர்வால் பாதிக்கும் ஒரு சாமான்யக் குடும்பத்தின் கதை. யதார்த்தம் குறையாமல் நம் அருகில் நிகழும் ஒரு குடும்பத்தை அணுக்கமாக பார்க்கும் பார்வையில் எடுக்கப்பட்ட திரைப்படம். பொழுதுபோக்கு அம்சங்களை தவிர்த்தும், உணர்வுரீதியாக அவை திரைப்படத்திற்குள் வராமல் மிகவும் ஓர்மையுடன் எடுக்கப்பட்ட திரைப்படம். எளிமை, காட்சிகளின் உண்மைத்தன்மை, நம்பகமான கதையாடல், அதற்குத்தகுந்த பின்னணி ஓசைகள் என்பதே இத்திரைப்படத்தின் முக்கியமான உத்தி.

தற்சார்பு திரைப்படங்கள் குறைவான முதலீட்டில், ஒரு தனிப்பட்ட நபரின் விருப்பை வெளிப்படுத்தும், பிறரின் தலையீடோ, சமரசமோ இன்றி தன் விருப்பில் எடுக்கப்படும் திரைப்படம். இத்திரைப்படம் செழியன் அவர்களின் முதலீட்டில் (மனுசங்கடா போலவே, இத்திரைப்படத்தின் தயாரிப்பாளர் செழியனின் மனைவியே) மூன்று முக்கியப் பாத்திரங்கள், உண்மையான நிகழிடங்கள், இயல்பான கதையாடல் வழியாக எடுக்கப்பட்டுள்ளது. 1987-ல் வெளிவந்த தேசிய விருதுபெற்ற பாலுமகேந்திராவின் 'வீடு'-திரைப்படமும் இதுவும் ஒரே கதைக்களம் என்றாலும், உலகமயமற்ற சமூகத்தில் சொந்த வீடுகட்டும் வேட்கை, உலகமயம் கொண்டுவந்த வாழ்க்கை நெருக்கடியில் 20-ஆண்டுகளில் வாடகை வீடு பெறும் விருப்பாக குறைந்து, அதை அடைவதே சிக்கல் நிறைந்ததொரு வாழ்வாக மாறியுள்ளது என்பதே.

செழியன் தன் வாழ்வனுபவத்தை திரைப்படமாக்கியதாக கூறியுள்ளார். தகவல் தொழில்நுட்பத்துறை சென்னை என்கிற நகர்புலத் திணையின் முகத்தையும், அதன் உடலமைப்புகளையும் மாற்றியமைத்தது. சென்னை விரிவடைந்தது மட்டுமின்றி சென்னையின் மையங்களை நகர்த்தி அதன் பரப்பு வட்டத்தை அதிகப்படுத்தியது. தமிழகம் மட்டுமின்றி, இந்தியா முழுவதும் உள்ள தகவல்நுட்பத் துறைசார்ந்த பணியாளர்களை ஈர்த்து, நெருக்கடியான ஒரு நகரமாக மாறியது. முதலாண்மை நிறுவனங்களும் (கார்ப்பரேட் கம்பெனிகளும்), அதனால் உருவான துரிதகதி வாழ்வும் என சென்னை ஒரு பின்-நவீன நகராக மாறியது. அதனால், வீடுகளுக்கான வாடகைக் கட்டணம் பல மடங்கு உயர்ந்தது. இச்சூழலில் சினிமா என்கிற முறைசாரா தொழிலில் உள்ள ஒருவருக்கு வீடு பெறுவதில் உள்ள சிக்கலையும், அதன் சமூகக் கூறுகளையும் விவரிக்கிறது.

"திரைஅரங்குகளை மனதில் வைத்து எடுக்கப்படவில்லை. குறிப்பாக திரைப்பட விழாக்களில் திரையிடும் நோக்கிலேயே எடுக்கப்பட்டது. காரணம் உலகத்தின் பல திரைப்பட விழாக்களில் இந்திய சினிமா என்றால் இந்தி சினிமாதான் என்கிற கருத்தை மாற்றியமைக்க தமிழ் சினிமாவின் பிரதிநிதித்துவத்தை உருவாக்குவதே நோக்கம்" என்கிறார் செழியன். அந்நோக்கத்தின் அடிப்படையில் இப்படம் உலகின் பல திரைப்படவிழாக்களில் பங்குபெற்று நிறைய விருதுகளையும் பெற்றுள்ளது. அவரது

நோக்கப்படி தமிழ் திரைப்பட நகரான கோலிவுட் மற்றும் தமிழ் என்கிற மொழிப் பிரிவு குறித்து உலகத் திரைப்படத்தில் ஓரளவு பதிவை உருவாக்கியுள்ளது என்றே சொல்லலாம்.

3

ஈரானிய திரைப்படங்கள் என்கிற ஒருவகைத்திணை உலகத்திரைப்பட வகைகளில் உண்டு. உலகத்திரைப்படங்கள் குறித்த ஆழ்ந்த புலமையும், அறிதலும் உள்ள செழியன், இத்திரைப்படத்தை ஈரானியத் திரைப்படம்போல எடுக்க முயன்றிருக்கிறார். ஆனாலும், அவை உருவாக்கிய சமூக உணர்வை, அழுத்தத்தைக் காட்சிப்படுத்தத் தவறியுள்ளது. ஈரானியத் திரைப்படத்தை உலக அளவில் திரும்பி பார்க்கச் செய்த திரைப்படமான 'சில்ட்ரன்ஸ் ஆஃப் ஹெவன்' ஏற்படுத்திய தாக்கம் இப்படத்தின் வடிவத்தில் பங்காற்றியுள்ளது. குறிப்பாக, சிறுவனாக வரும் பாத்திரம் அதன் விளையாட்டு இயல்பில் இதில் வெளிப்படுத்தப்படுவதும், பின் தங்கள் சூழலை உணர்வதுமான காட்சிகளைச் சுட்டலாம்.

இத்திரைப்படத்தைப்போலவே மிகவும் கஷ்டத்தில் உள்ள ஏழ்மையான குடும்பச் சூழல் என்றாலும், கதையின் மையக் கருத்து ஈரானியப் படத்தில் ஓர் உலகளாவிய பண்பைக் கொண்டிருந்தது. அத்திரைப்படம் சிறுவர்களின் பார்வையில் பந்தயம் கட்டப்பட்டு ஆடும் இந்த வாழ்க்கையில் வெற்றி, தோல்வி என்பதைத் தீர்மானிப்பது எது? என்பதை கேள்விக்கு உட்படுத்தியது. குழந்தைகளுக்கு சொர்க்கம் என்பது நமது பார்வையில் அவர்கள் மீது சுமத்தப்படும் வாழ்க்கை அல்ல. அவர்களுக்கு முதலாளியம் உருவாக்கிய வெற்றிக் களிப்பைவிட தேவைகளை நிறைவு செய்யும் வாழ்வே சொர்க்கம். அது ஒருவகை தத்துவ நோக்கை முன்வைக்கிறது என்றால், இத்திரைப்படத்தில் எவ்வித தத்துவ நோக்கும் இல்லை.

'டு லெட்' குதிரைப்பட்டைப் பார்வைகொண்டு ஒருதலைப்பட்சமாக வெளிப்படுகிறது. பிரச்சனையின் பல கோணங்களைக் காட்டாமல், ஒற்றைப்பார்வையை, அதாவது நாயகனின் வாடகைப் பிரச்சனையை அவனது பார்வையில் சுயநலத்துடன் நோக்கும் ஒன்றாக வெளிப்பட்டுள்ளது மிகப்பெரிய பலவீனம். வாடகை வீட்டின் உரிமையாளர்களை கொடுங்கோலராகச் சித்தரிக்கும் பார்வை முழுக்க நாயக மனோபாவத்தில்

எடுக்கப்பட்டுள்ளது. அந்த உரிமையாளர்களுக்கு நியாய, அநியாயங்களை, அவர்களது பார்வைகளை உருவாக்கிய சமூகப் பின்புலத்தைக் காட்டாமல், தனிப்பட்ட ஒரு சிக்கலாக இத்திரைப்படம் பேசுகிறது.

மனுசங்கடா படத்தில் காட்சி அமைப்புகள், கதையாடல் முழுக்க வில்லன்களைக் காட்டாமல், சாதி என்கிற நிறுவனத்தை வில்லனாகச் சித்தரிக்கும். இப்படம் வில்லன்-நாயகன் என்கிற வழக்கமான தமிழ் சினிமாக் கதையாடல் உத்தியையே பயன்படுத்துகிறது. பொதுவாக உலகத் திரைப்படங்கள் நிறுவனங்கள் மனிதர்கள் மேல் நிகழ்த்தும் வன்முறையையும், அதனால் உருவாகும் வாழ்க்கைச் சிக்கலையுமே பேசும். குறிப்பாக ஈரானியப் படங்களில் அந்தச் சமூகத்தின் மதஅடிப்படைவாத சிக்கல், தனிமனித வாழ்வை அரசு இடையீடு செய்வது உள்ளிட்ட பிரச்சனைகள் திரைப்படத்தின் களனாக அதாவது பின்னணியாக அமைந்திருக்கும். நேரடியாக அவற்றைக் காட்டாது. ஒருவகை அரசியல் அதனுள் உள்ளுரையாக அமைந்திருக்கும். "டு லெட்", அரசியல் நீக்கம் செய்யப்பட்டு ஒரு திரைப்படமாக, நேரடியாக அதிகாரத்தை எதிர்க்காத ஒன்றாக, அதன் முதலாண்மைப் பின்புலத்தைக் காட்டாத ஒன்றாக வெளிப்பட்டுள்ளது.

வாடகை வீடுகளின் நெருக்கடிகள் பற்றி குடும்பத்தலைவன் இளங்கோ(சந்தோஷ் ஸ்ரீராம்), குடும்பத்தலைவி அமுதா(ஷீலா ராஜ்குமார்), மகனாக உள்ள சிறுவன் சித்தார்த்(தருண்) பார்வையில் காட்சிப்படுத்தப்பட்டுள்ளது. ஆனால், தங்களது வாழ்வாதாரமாக வாடகை வீடுகளைக் கொண்டவர்களின் கண்ணோட்டம், சிக்கல்கள், அவர்களுக்கு உள்ள சமூக, அரசு சார்ந்த நெருக்கடிகள் குறித்த எந்தப் பதிவும் இல்லை. மனிதத் தன்மையற்றவர்களாக, கொடூரர்களாகச் சித்தரிப்பது திரைப்படத்தின் சமத்தன்மையைக் குலைப்பதாக உள்ளது. அவர்களும் கீழ் அல்லது மேல் மத்தியதர வர்க்கத்தைச் சேர்ந்தவர்களே. அவர்களும் இவ்வீடுகளை நம்பிப் பிழைப்பவர்களே. வீட்டைச் சிதைத்து அவர்களிடம் ஒப்படைத்தால், அது அவர்களது வாழ்வாதாரத்தை பாதிக்கும். வாடகை வருமானத்தில் அவ்வீடுகளை சரிசெய்தலுக்கும், அரசு வரிகளுக்கும், வீடு காலியாக உள்ளபோது ஏற்படும் நஷ்டங்களையும் அவர்கள் சமாளிப்பது என்பது உட்பட சமூக அழுத்தம் அவர்களுக்கும் உண்டு. குடிவைப்பவர்கள் காலி செய்ய மறுப்பதும், அதற்காக அவர்கள் படும்பாடு, காலி செய்பவருக்கு கொடுக்கும்

ஈட்டுத்தொகை என பல பிரச்சனைகள் உள்ளன. வீட்டில் தங்குபவர் யார்? என்ன தொழில்? குடியிருப்போர் உருவாக்கும் சிக்கல்கள் உள்ளிட்டவையை சமாளிப்பது என்பதெல்லாம் அவர்கள் எதிர்கொள்ளும் பிரச்சனைகள்.

உண்மையில் ரியல் எஸ்டேட் முதலாளிகளுக்கும் ஓரிரு வீடுகளைக் கட்டி தங்கள் வாழ்வாதாரமாகக் கொண்டவர்களையும் பிரித்துப் பார்க்காத ஒரு பொதுமைப்படுத்தல் என்பது இத்திரைப்படத்தின் பலவீனமான அரசியல் பார்வை. சென்னை போன்ற பெருநகரை ஆக்ரமித்துள்ளவர்கள் இந்த கார்ப்பரேட் ரியல் எஸ்டேட் முதலாளிகளே. உண்மையில் சூழல் சீர்கேடு, தண்ணீர் பற்றாக்குறை உள்ளிட்ட மக்கள் வாழ்வாதாரமானவற்றை அழித்து, பூர்வக் குடிகளை புலம்பெயரச் செய்து சென்னை நகரில் கிழக்குக் கடற்கரை சாலை, பழைய மகாபலிபுரம் சாலை, தாம்பரம் நெடுஞ்சாலை என சென்னையில் வலைப்பின்னலாக ஓடும் சாலைகள் நான்குவழி, எட்டுவழிச் சாலைகளாகி கார்ப்பரேட் கொடுங்கரங்களுக்குள் சிக்கியுள்ளது. இச்சூழலில் 'டு லெட்' மத்திய தர வர்க்கத்திற்கு, மத்தியதரவர்க்க சகமனிதனே எதிரி என்கிற இருமைப் பார்வையைச் சித்தரிக்கிறது. இது முழுக்க அரசியலற்ற ஒரு பார்வையில் வெளிப்படும் போக்கு. திரைப்படத்தின் துவக்கத்தில் காட்டப்படும் எழுத்துக்களில் 2007-ஆம் ஆண்டு ஐடீ துறையின் வருகையால் உயர்த்தப்பட்டதால் உருவான பிறதுறையினரின் வாடகைச் சிக்கல் என்பதை தவிர, ஐடி துறையினர் அல்லது அவர்களைக் குவித்த கார்ப்பரேட்டுகள் பற்றிய எந்த ஒரு காட்சிப் பதிவும் இல்லை.

இத்தகைய வாடகை வீடுகள் கிடைக்காத நிலை என்பதன் சமூக அழுத்தம், அதற்கும் அதிகாரத்திற்கும் உள்ள உறவு, அதற்கான நிறுவனரீதியான காரணங்கள் உள்ளிட்டவை, அதன் பின்னுள்ள அதிகார நிறுவனங்கள் ஆகியவற்றின் மீதான எதிர்ப்பை உருவாக்காமல் இத்திரைப்படம் தனிப்பட்ட வாடகை வீடுகள் வைத்துள்ளவர்கள் மீதும், தகவல் தொழில்நுட்பத்துறையினர் அதிக வாடகை தந்து இவர்களுக்கு போட்டியாக உள்ளார்கள் என்பதாக மத்தியதரவர்க்கம், பிற மத்தியதரவர்க்கத்தை எதிரியாகக் காணும் வழக்கமான ஆளும் அமைப்புகள் உருவாக்கும் கதையாடலாகவே உள்ளது. இது வழக்கமான வணிகத் தமிழ் சினிமாவின் வாய்ப்பாடே (சூத்திரமே) தவிர, மாற்று சினிமாவிற்கான ஒரு அரசியலாகவோ, கதையாடலாகவோ இல்லை.

'கடிகார மனிதர்கள்' என்றொரு தமிழ்த் திரைப்படம் இதே கதையமைப்புடன், அதாவது வாடகைவீடு பிரச்சனை குறித்து வெளிவந்தது. உணர்ச்சி-நாடகமான (melodrama) அப்படம் ஏற்படுத்தும் ஒரு பரிவுணர்ச்சியைக் கூட இப்படம் உருவாக்கவில்லை. வணிகத் திரைப்படங்கள் மக்களிடம் உருவாக்கும் சில பார்வைகள், உணர்வுகளைக் கூட தற்சார்புத் திரைப்படமான 'டு லெட்' உருவாக்காத தன்மை ஏன்? அதற்கான காரணம் என்ன? ஒரு நல்ல திரைப்படமாக காட்சிகளை எளிமையாகவும், நேர்த்தியாவும், யதார்த்தமாகவும் தருவதில் உள்ள கவனமும், ஆர்வமும் ஏன் வணிக சினிமாக்கள் தரும் உணர்வெழுச்சியில் செலுத்தப்படுவதில்லை என்பதும் ஆய்விற்குரிய புள்ளி. வணிகச் சினிமாவின் மிகை உணர்வெழுச்சிகளுக்கு எதிரான தீவிரமான அரசியல் சார்ந்த உணர்வெழுச்சிகள் குறித்து தமிழ் திரை இயக்குநர்கள் சிந்திக்க வேண்டும்.

4

பெருநகர்மயமாதல் என்பதன் ஒரு பக்க விளைவு இத்தகைய வாடகைப் பிரச்சனைகள். ஆனாலும், இத்திரைப்படம் இப்பிரச்சனையின் வட்டாரத்தன்மையை அழுத்தமாகப் பதியவைத்துள்ளது. உண்மையில் படத்தின் உள்ளுரையான வட்டாரப் பார்வைதான் இதை உலகத் திரைப்படமாக்கியுள்ளது. உலகத் திரைப்பட உருவாக்குநர்களுக்கும், விழாக்குழுவினருக்கும், ஆர்வலர்களுக்கும் இத்திரைப்படம் ஏற்படுத்தும் உணர்வு என்பது இந்த வட்டாரத் தன்மையினால் (nativity) வரும் ஒன்றே. அவ்வகையில் தமிழில் 'டு லெட்' ஒரு முக்கியமான திரையாக்கம்.

இத்திரைப்படத்தின் தாபஸ் நாயக்கின் பின்னணி இசை ஒரு முக்கியமான திரைப் பரிமாணத்தை உருவாக்கியுள்ளது. முழுக்க அன்றாட வாழ்வில் உருவாகும் ஓசைகளே இதன் பின்னணி இசையாகவும், முக்கியமான காட்சிகளில் பொருத்தமான தமிழ் பாடல்கள் வானொலி வழியாக வெளிப்படுத்தப்பட்டுள்ளது. இசை திரைப்படங்களின் நான்காம் பரிமாணம் என்பார்கள். இத்திரைப்படத்தில் அது சரியாகக் கையாளப்பட்டுள்ளது. 'டு லெட்'-டின் உண்மைத் தன்மைக்கு இவ்விசை பெரிய பங்களிப்புச் செய்கிறது.

பழைய வீட்டைக் காலி செய்வதற்குமுன் அடிக்கடி வீடு பார்க்க வரும் நபர்கள் தரும் தொல்லைகள், அதில் ஒரு காட்சி அவர்களது

அலமாரியைத் திறந்து பார்ப்பார், அப்பெண்ணின் உள்ளாடைகள், நாப்கின் ஆகியவை கீழே விழும் காட்சி, அப்பெண் குளிக்கும்போது வீட்டைப் பார்க்க வருபவர்கள், போன்றவை சற்றே பாத்திரங்களிடம் பரிவுணர்ச்சி ஏற்படுத்தவும், வில்லனாக வீட்டு ஓனரை சித்தரிப்பதுமான காட்சியாக உள்ளது. நாயகி, நாயகன் திருமணம் குறித்த உரையாடல்கள், மற்றும் அப்பெண் மாதாவை வணங்குதல் வழியாக அது ஒரு வீட்டை மீறி வெளிவந்த காதல் கலப்பு மணம் என்பதைப் பதிகிறது.

'டு லெட்'-டில் முக்கியமான காட்சிகள், ஒரு வீட்டைத் தேடிச் செல்லும்போது, அவ்வீட்டு ஓனர் வீடு தருவதாகக் கூறி வீட்டைப் பார்க்கச் சொல்வார், அவர்கள் வீட்டை உள்ளே போய் பார்க்காமல், அதாவது தனக்கு நிகழ்ந்ததை பிறருக்கு நிகழ்த்தாமல், ஜன்னல் வழியாகப் பார்ப்பார்கள். உள்ளே உடல்முடியாத இரு வயதானவர்கள் இருப்பார்கள். அவர்கள் ஒருவரை ஒருவர் அணுக்கமாக கவனிக்கும் காட்சி. அந்த வீட்டை அவர்கள் வேண்டாம் என்பதாக விட்டுவிட்டதான புரிதல் உள்ளர்த்தமாகக் காட்டப்படுகிறது. அவர்கள் ஒரு லிப்ட் உள்ள வீட்டைப் பார்த்துவிட்டு வந்தபின், அவர்களது மகன் சித்தார்த் அந்த லிப்ட் வீட்டை போலச்செய்து விளையாடும் காட்சி, அவன் சுவர் முழுக்க தான் வரைந்த படங்களை அழிக்க முற்படும்போது அழிக்கமுடியாத சிரமத்தில், இனி புதுவீட்டில் அதைச் செய்யமாட்டேன் என்பது, ஈரானியப் படங்களில் வரும் சிறுவர்களின் மன உணர்வை உருவாக்கும் முதிர்ச்சியான காட்சிகள். சிறுவர்களின் உலகம் எப்படி அலைக்கழிக்கப் படுகிறது என்பது இத்திரைப்படத்தின் மற்றொரு நூலிழை.

இத்திரைப்படம் பெரும்பாலும் வீட்டிற்குள்ளும், ஒவ்வொரு முறை வீடு தேடி வெளியில் செல்லும்போதும் வெவ்வேறு ஊர்வலங்கள் கடந்து செல்வதும் யதார்த்தக் காட்சியமைப்பிற்காக வடிவமைக்கப்பட்டுள்ளது. சிட்டுக்குருவி வீட்டிற்குள் தன்னிச்சையாக பறக்கும் காட்சி அடிக்கடி காட்டப்படுவதும், அக்குருவி இறுதியில் மின்விசிறியில் அடிபட்டு வீழ்ந்துவிடுவதும் படத்தின் மையப் படிமமாக அமைக்கப்பட்டுள்ளது. சிட்டுக்குருவிகள், அதன் வாழிட அழிவினால், வீட்டிற்குள் வருவதும், அங்கும் இருப்புக் கொள்ள முடியாததால் ஃபேனில் அடிபட்டுச் சாவதும் கதையின் கீழ்-மத்தியத்தர வர்க்கத்தைச் சேர்ந்தவர்களின் வாழ்வு அவலத்தை குறிநிலைப்படுத்துவதாகவும்

அதே நேரத்தில், குருவிகள் வாழமுடியாத விரட்டப்பட்ட சூழலியல் சார்ந்த கருத்தாக்கமாகவும் குறிப்பீடாகிறது. ஒரு போலி ஐடி கார்ட் தயார் செய்து வீடு தேடுதல், அதில் பிரச்சனையாகி ஒரு சேட்டு வீடு தரமறுப்பதுடன் அவர்கள் வீடற்றுப்போதலுடன் முடிகிறது.

இப்படியாக, மிகவும் நுணுக்கமான பல காட்சிகள் உள்ளன. உருவகமாகவும், குறியீடாகவும் சில காட்சிகள் அமைக்கப்பட்டுள்ளன. இயக்குநரின் ஆழ்ந்ததொரு சினிமாப் பார்வையை வெளிப்படுத்துவதாக உள்ளது. அதுவே, இத்திரையாக்கத்தை ஒரு தூயதான கலப்பற்ற திரைப்படமாக ஆக்கியுள்ளது. படத்தில் மூன்று மனிதப் பாத்திரங்களைத் தவிர மூன்று அ-மனிதப் பாத்திரங்கள் கதைக்களனில் முக்கியமானவையாக வெளிப்பட்டுள்ளது. ஒன்று வாடகை வீடும் அதன் அடை பட்ட டாய்லெட், சிறுவனால் ஆர்ட் காலரியாக மாற்றப்பட்ட வீட்டுச் சுவர்கள், இரண்டு வீட்டிற்குள் அடிக்கடி பறக்கும் சிட்டுக் குருவி, மூன்று முக்கியமான கட்டங்களில் எல்லாம் ஸ்டார்ட் ஆகாத மொபெட். இவை படத்தின் உள்ளர்த்தங்களின் உணர்வுகளை வெளிப்படுத்தும் குறியீடுகளாக வெளிப்பட்டுள்ளது.

ஒரு புதிய வீட்டைத் தேடிச் செல்லும்போது இடதுகாலை வைக்க முனையும் ஷீலா காலைமாற்றி வலது காலை வைத்தல், வாடகை வீடு தேடும் படலத்தில் வீட்டு ஓனர் சாதியை அறிய முயற்சிக்கும் காட்சியில் சொந்த ஊர் கேட்டு ஏரியாவை வைத்து தமிழக சாதியப் புவியியலின் *(Caste Geography)* அடிப்படையில் சாதியை அடையாளம் காண முயலும்போது, புரோக்கராக வரும் அருள்எழிலன், அவ்வீட்டில் மாட்டியுள்ள வ.உ.சி. படம்போட்ட நாட்காட்டியைப் பார்த்து, புள்ளைமார் என்று சட்டென்று கூறுதல், சில ஓனர்கள் இலங்கையா, முஸ்லிமா, சைவமா, தமிழில் பேசினால் வீடு தரமுடியாது என கதவை மூடுதல் இப்படியான காட்சிகளில் வாடகை வீடு பிடிக்க முனையும் ஐடி அல்லாத பிறர்கள் எதிர்கொள்ளும் சிக்கல்கள் இப்படத்தின் வழியாக பதிவுறுத்தப்பட்டுள்ளது. ஓரிரு காட்சிகளில் மங்கலாக வந்துபோகிறார் வீட்டு ஓனராக நண்பர் ரவி சுப்ரமணியம். பெரும்பாலான வாடகை வீடுகளில் வீட்டு ஓனரம்மாதான் அதிக அதிகாரம் படைத்தவராக இருப்பதை சரியாகக் காட்சிப்படுத்தியுள்ளார்.

இயக்கம், ஒளிப்பதிவு, இசை, நடிப்பு என அனைத்திலும் முழுமையான கவனத்துடனும், திரைப்படத்தின் பின்னணிச் சூழலை ஓர்மையுடன் அமைத்து, இத்திரைப்படத்தை ஒரு தூயதான சினிமா அனுபவமாக ஆக்கியுள்ளார் இரா. செழியன். தமிழின் வணிகத் திரைப்படங்கள் மத்தியில் இத்தகைய முயற்சிகள், தமிழ்த் திரை ரசனையை மாற்றியமைப்பதற்கான முன்முயற்சிக் கொண்டவை. முற்றிலும் நுகர்வுமயமாகிவிட்ட வெகுஜனப் பார்வையாளர்கள் மத்தியில் திரைப்படம் குறித்த, புதியதொரு பார்வையை உருவாக்க முயலும், இத்தகைய தற்சார்புத் திரைப்படங்கள், மாற்றம் வேண்டும் என்கிற சிந்தனையாளர்கள் வழியாக மக்களிடம் கொண்டு செல்லப்பட வேண்டியது முக்கியம். இத்தகைய சிறுசூழல் சார்ந்த திரைஇயக்கங்கள் மேலும் வளரவும், பல்கிப்பெருகவும் வேண்டும் என்றவகையில் இம்முயற்சி தமிழில் முக்கியமானது.

–(07–04–2019) நிழல்

ஒடுக்கப்பட்டோர் அறத்தின் அழகியல் – 'இரண்டாம் உலகப்போரின் கடைசி குண்டு'

குறிப்பாக, பா. ரஞ்சித் அவர்களின் 'அட்டகத்தி' திரைப்படத்திற்குப் பிந்தைய தமிழ் சினிமாவில் அரசியல், குறிப்பாக தலித் அரசியல் பேசுபொருளாக மாறியுள்ளது. வர்க்கம், சாதியம், இனம், பாலினம், மதம் உள்ளிட்டவை சினிமாவின் திரையாக்க பிம்பமாக மாறியுள்ளன. ஒருபுறம் கதாநாயக பிம்பங்களின் சினிமாக்கள் பேராதிக்கம் செலுத்தினாலும், அவையும்கூட சமகால அரசியலை ஊறுகாய் அளவிற்காவது தொடவேண்டிய ஒரு நிர்ப்பந்தம் உருவாகியுள்ளது. ஒருபுறம் அரசியலற்ற போக்கு நுகர்வுப் பண்பாட்டு பாதிப்பில் வெகுஜனங்களிடம் குறிப்பாக இளம் தலைமுறையிடம் உருவாகியிருந்தாலும், பிறிதொருபுறம் அவர்கள் அரசியல், வரலாறு, தத்துவம் என தாங்கள் சிந்திப்பதற்கான மூலப்பொருட்களை சினிமாவில், குறிப்பாக காட்சி ஊடகங்களில்தான் தேடுகிறார்கள்.

முன்பைவிட சினிமா அதிகம் அரசியல்தன்மைக் கொண்டதாக, அரசியல் பேசக்கூடியதாக மாறியுள்ளது. இது இந்தியாவில் உள்ள பலமொழிப்படங்களிலும் ஏற்பட்டிருக்கும் ஒரு முக்கியமான மாற்றம். பெரும் முதலீட்டில் உருவாகும் படங்களின் ஆர்ப்பரிப்பு ஒருபுறம் என்றாலும், சிறுசூழல் சார்ந்த கதைகளுடன், சரியான

அரசியலுடன், ஒடுக்கப்பட்ட மக்களின் அறத்துடன் வெளிப்படும் சினிமாக்கள் மறுபுறம் பரவலாக வரத்துவங்கியுள்ளது. சினிமா முதலாளிகளின் கையில் இருந்து தற்சார்பான தயாரிப்பை (independent cinema) நோக்கி நகரத்துவங்கியுள்ளது. இந்த மாற்றத்தினை இன்றுள்ள இளம் இயக்குநர்கள் நன்றாகவே பயன்படுத்த துவங்கியுள்ளனர். இம்மாற்றித்தின் ஒரு வெளிப்பாடாக வந்துள்ள திரைப்படமே நீலம் தயாரிப்பில் அதியன் ஆதிரை இயக்கத்தில் வெளிவந்துள்ள 'இருபத்தியோராம் நூற்றாண்டின் கடைசிக் குண்டு' திரைப்படம்.

இன்று உலகளாவிய ஒரு சிக்கலை, அதன் அரசியலை இப்படம் அதற்கான அறத்துடன் அழகியலாக்கி உள்ளது. இத்திரைப்படம் நான்கு முக்கியமான புள்ளிகளில் பயணிக்கிறது. 1. உலக ஆதிக்க வெறிகொண்ட முதலாளியத்தின் மனிதவிரோத போர்வெறி உருவாக்கும் பாதிப்புகள் 2. உதிரி தொழிலாளிகளாக உள்ளவர்கள் சங்கம் அற்றும், உரிமையற்றும் பரம்பரையாக உதிரி பாட்டாளிகளாகவே இருப்பதன் பின்னணி 3. சாதியத்தை மீறி வெளிப்படும் காதல் திருமணங்கள் கௌரவக் கொலைவரை நீண்டு செல்வதன் சாதிய வன்மம் 4. மூன்றாம் உலகநாடுகள் மேற்கத்திய ஐரோப்பிய-அமெரிக்க நாடுகளின் அதிகார வர்க்கத்தை கையில் வைத்துக்கொண்டு, அந்நாடுகளின் முதலாளிகளை தங்களது முகவர்களாக, தரகர்களாக பயன்படுத்துவதையும், அதற்கு இன்றைய அரசு எப்படி துணையாக உள்ளது என்கிற அரசதிகாரச் செயல்பாடுகள்.

மேற்சொன்ன நான்கும் ஒன்றோடு ஒன்று பிணைந்தவை என்பதை எந்தவித நெருடலுமின்றி நுட்பமான திரைக்கதையாக்கம் மூலமும், அவற்றை கிஷோரின் சிறந்த ஒளிப்பதிவு வழியாக திரைக்காட்சியாகவும், அதன் பின்னணியில் திரைப்படத்தின் இசையமைப்பாளர் டென்மா-வின் காதல் காட்சிகளுக்கு ஒன்று, குண்டின் பயணத்திற்கு ஒன்று, தொழிலாளர்கள் புழங்கும் இரும்புக்கடைக்கு ஒன்று, காவல்துறை வேட்டைக்கு ஒன்று என நான்குவித இசைக்கோர்வைகளை பயன்படுத்தி, ஒளியும் ஒலியும் இணைந்து செல்லும் ஒரு திரை அனுபவமாக மாற்றியுள்ளார் இயக்குநர் அதியன் ஆதிரை.

இத்திரைப்படத்தின் மிக முக்கியமான ஒன்று நடிகர்கள் தேர்வு. ஒவ்வொரு நடிகரும் மிகச்சரியாக தங்கள் பாத்திரத்தை நிறைவுடன் செய்துள்ளார்கள். லாரி டிரைவராக வரும் அட்டகத்தி தினேஷ்,

தனது சாதியத்தை மீறி வெளிவரும் காதல் நாயகி ஆனந்தி, இடதுசாரி தோழர் நிருபர் ரித்திகா, இரும்புக்கடை பாஷா பாயாக வரும் மாரிமுத்து, கண்ணாடி பாய், போலீஸ் அதிகாரியாக வரும் லிங்கேஷ், முகவராக வரும் ஜான் விஜய், நாயகியின் அண்ணன் அண்ணி என அனைவரும் சிறப்பாக தேர்ந்தெடுக்கப்பட்டுள்ளனர். குறிப்பாக பஞ்சர் பாத்திரமாக வரும் முனிஷ் காந்த், தனது பாத்திரங்களை உணர்ந்து அதற்கான நகைச்சுவையான உடல் மொழியினை ஒரு சிறந்த நடிகராக, வெளிப்படுத்துகிறார். அவரது பேச்சும் நடிப்பும் படத்தில் ஒரு ஆசுவாசத் தன்மையைத் தருகிறது. சமீபத்தில் இவர் மையப்பாத்திரமாக நடித்த "பெட்ரோமாக்ஸ்" போன்ற சராசரியான படங்களை பார்க்கவைப்பதே இவரது நடிப்புதான். முதல் பெண் பாதுகாப்பு அமைச்சரையும் அவரது கால்மேல் கால் போட்டு மேடையில் அமரும் அந்த ஆணவத்தையும், தொலைபேசியில் மிரட்டும் தொனியையும் அருமையாக உருவகித்து செய்யப்பட்டுள்ளது அந்த பாத்திரம்.

இத்திரைப்படம் அதியன் ஆதிரையால் ஒரு கனவுத் திட்டம் போல ஒவ்வொரு காட்சியும், வசனமும், இசை, பாடல்களின் வரிகள் (அனைத்து பாடல்களும் அதன் வர்க்க அரசியலை பேசக்கூடியவை, தெருக்கூத்தாக வரும் பாடல்கள் உட்பட), சிறு சிறு காட்சிகள் என கவனித்து இயக்கியுள்ளார். திரைப்படத்தின் படத்தொகுப்பில் நிறைய ஜம்ப் கட் வருவதால், காட்சிகளை நிதானித்து உள்வாங்க இயல்வதில் சிரமம் உள்ளது. குறிப்பாக, தண்ணீரில் அமுக்கி கௌரவக் கொலை செய்ய முயல்கிறார் நாயகியின் அண்ணி, சட்டென்று அக்காட்சி வெட்டப்படுகிறது. அதன்பின் பேருந்தில் நாயகி உட்கார்ந்து நடந்ததை சொல்கிறார். அந்த காட்சியை இன்னும் நீட்டித்திருந்தால், சாதிய ஆணவத்தின் வன்மம் சரியாக பார்வையாளருக்கு கடத்தப்பட்டிருக்கும்.

இத்திரைப்படம் குறித்து முகநூல் துவங்கி சில இதழ்கள்வரை பொதுவானதொரு விமர்சனத்தை முன்வைத்தன. அது இப்படத்தில் காதல்காட்சிகள் தேவையில்லை என்பதே. குண்டை மையமாக வைத்தே எடுத்திருந்தால் ஒரு உலகப்படத்தன்மை வந்திருக்கும் என்று கூறப்பட்டது. அடிப்படையில், சினிமாவின் பன்முகத்தன்மையையும், தமிழ் சமூக வாழ்வியலையும் கணக்கில் கொள்ளாத வாதம் அது. காரணம், இத்திரைப்படம் இரண்டு அடிப்படையான வேட்கை எந்திரங்களுக்கு இடையிலான முரணில் நிகழ்கிறது. ஒன்று காதல் வேட்கை எந்திரம். மற்றது

போர் வேட்கை எந்திரம். இரண்டும் இணைந்தும் பிரிந்தும் இயங்குவது குண்டு என்கிற ஆண்குறி மையவாத சிந்தனையில். குண்டு என்பது போர் எந்திரக் குறியீடு என்றால், சிட்டு என்கிற சித்ரா ஒரு காதல் எந்திரக் குறியீடாக உள்ளார். போர் எந்திர அழிவிற்கு மாற்று காதல் எந்திர ஆக்கமே என்பதை பின்னிச் செல்கிறது கதை. போர் வெளிநாட்டு முதலாளிய அதிகாரத்தால் உருவானது என்றால், காதல் உள்ளூர் நிலவுடமை சாதியத்தால் உருவானது. இரண்டும் இழையாக ஒன்றையொன்று முறுக்கியும், நாயகனுக்கு அது ஒரு உள்ளூரைந்துள்ள இயக்கியாகவும் அமைந்துள்ளது.

தமிழ் மரபில் உள்ள அகப்பாடலாக சிட்டுவின் காட்சிகளும், புறப்பாடலாக குண்டை தேடி அலையும் நிருபர் ரித்திகா, தன்னிடம் உள்ளது குண்டு என்பதை அறியாத பாமரர்களாக இரும்புக்கடை, செல்வம் உள்ளிட்டவர்கள் போராடுவதைச் சொல்லலாம். இங்கு அகமும், புறமும் இரண்டு பெண்களால் எழுதப்பட்டுள்ளது என்பதே இத்திரைப்படம் கவனத்தை கவரும் புள்ளி. இது ஒருவிதமான தமிழின் அகச்சட்டகத்திலிருந்து தன்னுணர்வின்றி இயல்பாக வந்திருப்பது ஒரு ஆச்சர்யமான விஷயம். அல்லது எனது வாசிப்பு-பார்வையில் இத்திரைப்படம் இப்படியானதொரு தமிழின் மரபான ஒரு உள்சட்டகத்திலிருந்து வெளிப்படுகிறது.

கதை இரண்டு பெண்களின் மையங்களைக்கொண்டு நகர்கிறது. இருவரும் இரண்டு வெவ்வேறான வெளிகளில் இருந்து வருகிறார்கள். ஒருவர் இந்தியாவின் உயர்கல்வி மையமான ஜேஎன்யு-வில் படித்துவிட்டு அல்ஜசீராவில் (இந்த பத்திரிக்கையை தேர்ந்தெடுத்திருப்பது இயக்குநரின் உலக அரசியல் சார்ந்த வாசிப்பை வெளிப்படுத்துகிறது) நிருபராக உள்ளவர். மற்றவர் விழுப்புரத்தில் (விழுப்புரம் அதன் சுற்றுவட்டாரப் பேச்சு வழக்கு மற்றும் அங்குள்ள சாதிய மேலாண்மை அதன் அழுத்தங்கள் அந்தப்பகுதி குறித்த இனவரைவியல் திரைப்படத்தில் முக்கிய கவனம் பெறவேண்டிய ஒன்று) பள்ளியில் ஆசிரியராக உள்ளவர்.

சமூகவெளியின் அகம் காதலின் உள்ளாற்றலாக நாயகன் செல்வத்திடம் இயங்குகிறது. அந்த காதல் இல்லை என்றால், ஆங்கில ஹாலிவுட் நாயகர்கள் போன்று ஒரு மிருக உணர்வு கொண்ட சைபோர்க் வகை நாயகனாக, அசைன்மெண்ட்டுகளை நிறைவேற்றும் ஏஜெண்டாக மட்டுமே இருக்க முடியும். இந்தியா

போன்ற மனிதத் தன்மையற்ற தீண்டாமை உள்ளிட்ட சாதியம், மதம் வலுவாக உள்ள சமூகங்களில் வாழ்வதற்கான வேட்கையைத் தருவது காதலே. அதனால்தான் இந்திய சினிமாவில் காதல் ஒரு சரடாகவோ, ஒரு இழையாகவோ அமைந்துவிடுகிறது. இத்திரைப்படத்தில் காதல்தான் அவனை மனிதநேயமுள்ளவனாக, மக்கள் நலத்தில் அக்கறை கொண்டவனாக மாற்றுகிறது. காதல் உயிர்-உறை உணர்வைத் தரக்கூடிய ஒரு உள்ளூறை ஆற்றல். அது ஒரு உற்பத்தி சக்தியாக ஒவ்வொரு உடலிலும் செயல்படும் அகஆற்றல். அதைச் சரியாக திரைப்படம் சித்தரிக்கிறது. ஆனால், உலகப்படம் மற்றும் ஹாலிவுட் சார்ந்த எதிர்மறைக் கண்ணோட்டத்தில், காதல் காட்சிகள் படத்திற்கு அவசியமற்றது என்ற வாதம் வைக்கப்படுகிறது. பொதுவாக இத்தகைய திரைப்படங்களுக்கு வைக்கப்படும் பெஞ்ச்மார்க் மற்ற மணிரத்னம், ஷங்கர் போன்ற சமூகத்தீமைகளை உருவாக்கும் இயக்குநர் படங்களுக்கு முன்வைக்கப்படுவதில்லை. அவர்கள் தீமைதான் என்று அம்பலப்படுத்தாமல் ஒதுக்குவதன் வழியாக அவர்களை வளர்த்து விடுபவர்களாக மாறுகிறோம் என்பதை இவர்கள் அறிவதில்லை.

ஒரு மனித உடலின் காதலும், மறமும் அடிப்படையான ஆற்றல் புள்ளிகள். அதைத்தான் தமிழில் அகம் புறம் என்கிறார்கள். இங்கு அகமாக சாதியமும், புறமாக அதிகார வர்க்க போர் வெறியும் குறியீடாக மாற்றப்பட்டுள்ளது இத்திரைப்படத்தில். அதனால் காதல் இத்திரைப்படத்தின் உள்சட்டகத்தில் மிக முக்கியமான வகிபாகத்தை வகிக்கிறது. திரைக்கதையில் பார்வையாளர்களை தெளிவுபடுத்தும் முதல் காட்சியில் ஒரு குண்டுவெடிப்பும் அது குறித்த விளக்கமும், அதன்பின் படம் முழுவதும் ஒரு குண்டு அலைவதும், அது எப்பொழுது வெடிக்கும் என்ற பதற்றத்தில் பார்வையாளர்களை வைத்திருப்பதுமான உத்தியே இதன் வெற்றி.

வசனங்கள், பாடல்கள், காட்சி அமைப்புகள் ஆகிய அனைத்திலும் வர்க்கப் பிரச்சனை, ஏகாதிபத்தியங்களின் போர்வெறி, அதற்காக பலியிடப்படும் அப்பாவி மக்கள் என கதையாடலை மிக நுட்பமாக நகர்த்திச் செல்கிறார் இயக்குநர். இரண்டாம் உலகப்போரில் ஜெர்மானிய நாஜிப்படை உலகெங்கிலும் அள்ளித் தெளித்த குண்டுகள் புதைந்த உலகின் மேல்தான் நாம் அனைவரும் சாதி, மதம், இனம், மொழி என்று போராடுவதும்,

மற்றொரு பிரிவு அனைத்து சுகபோகங்களை அனுபவிப்பதுமான ஒரு வாழ்க்கை அமைந்துள்ளது. இன்றைய அதிகார வர்க்கம் எதிர்காலம் குறித்தும் மனித சமூகம் குறித்தும் எந்த அக்கறையுமற்றதாகவும், அரசு எந்திரத்தின் காவல்துறை உள்ளிட்ட அனைத்தும் அதிகார வர்க்கத்தின் ஏவல்துறையாக மாற்றப்பட்டிருப்பதையும், குண்டை செயலிழக்கச் செய்வதாக பணம் பெற்ற தரகனும், பாதுகாப்புத்துறை அமைச்சரும் கூட்டுக் கள்ளத்தனம் செய்வதும், மேற்கத்திய ஐரோப்பிய அமெரிக்க அரசுகள் இந்தியா போன்ற மூன்றாம் உலக நாடுகளின் குப்பைக்கூடமாக வைத்திருப்பதும், அதற்கு இங்கு உள்ள ஆளும் வர்க்கம் தரகு பணியாற்றுவதுமான தமிழில் இதுவரைப் பேசப்படாத முக்கியமான அரசியலைப் பேசுகிறது இத்திரைப்படம். தரகுமுதலாளியம் என்றால் என்ன என்பதை இத்திரைப்படம் எளிமையாக விளக்கிவிடுகிறது.

தனது தொழிலாளியின் பெயரைக்கூட அறியாதவர்களாக முதலாளிகள் உள்ளனர் என்பதை பஞ்சரின் தொலைபேசி காட்சியில் வெளிப்படுத்துகிறார். இப்படி பல நுட்பமான காட்சிகள் படத்தில் பின்னப்பட்டுள்ளது. முதலாளியைப் பொறுத்தவரை தொழிலாளி ஒரு உழைப்புச் சக்தி அதற்குமேல் எந்த அடையாளமும் கிடையாது அவனுக்கு. அடிபட்ட தொழிலாளியை பொது மருத்துவமனைக்கு அனுப்புதல் போன்ற காட்சிகள் துவங்கி தொடர்ந்து இது வெளிப்படுத்தப்படுகிறது.

இந்திய சுதந்திர தினவிழா விமானங்கள் வானில் பறந்து வட்டமிட, தேசியக்கொடி காற்றில் பறக்க, அதன் அடுத்த காட்சியாக, செந்நிற கம்யூனிஸ்ட் கொடிகள் பறக்க அணுஉலை எதிர்ப்பு ஊர்வலக்காட்சி காட்டப்படுகிறது. அணுஉலையும், ஆயுதமும் ஆணாதிக்க கண்டுபிடிப்புகள் வளர்ச்சி என்ற பெயரில் மனிதகுலத்தை அழிக்கிறது என்றால், அடுப்புஉலையும், கல்வியும் பெண்ணிலையான வளர்ச்சியை முன்னெடுப்பவை. அணுஆயுத எதிர்ப்பு போராட்டத்தில் ஜெய்பீம் என்று கோஷமிடும் காட்சியும், அந்த ஊர்வலத்தை கம்யூனிச கொடிகளுடன் (இங்குள்ள கம்யூனிஸ்ட் கட்சிகள் அணுஉலைகுறித்த பல மாறுபட்ட அரசியல் நிலைப்பாடு கொண்டவை என்பது வேறு) காட்டியிருப்பதும், அதிலிருந்து நிருபர் புறப்படுவதும் அவர் குறித்த ஒரு அறிமுகத்தைத் தருவதாக உள்ளது. வளர்ச்சி என்ற கோஷத்தின் பின்னுள்ள மனித அழிவுபற்றிய கதைகளை அம்பலப்படுத்துகிறது இத்திரைப்படம்.

இந்திக்காரர்களும், தமிழர்களும் இணைந்து சாதியிலிருந்து வெளியேறி நாயகியின் திருமணத்திற்கு புடவை உள்ளிட்ட பொருட்கள் வாங்கி தருவது என்பதெல்லாம் மிக நுட்பமாக வர்க்க அரசியலைப் பேசுபவை. பாகிஸ்தான் குண்டு இந்தியாவிலும், இந்தியா குண்டு பாகிஸ்தானிலும்தான் வெடிக்கும் என்பது போன்ற வசனங்கள் பகடியாக முன்வைக்கப்படும் தேசபக்தி அரசியலை கிண்டலடிப்பவை. அடிப்படையில் இத்திரைப்படத்தில் குண்டு என்பது மேற்கத்திய அதிகாரவர்க்கத்தின் ஒரு குறியீடாக வடிவமைக்கப்பட்டுள்ளது. குண்டையே மாரியம்மனாக மாற்றி வைத்து வழிபடும் காட்சி குண்டு என்கிற நவீன அழிவுத் தொழில்நுட்பம், எப்படி மதம்சார்ந்த நம்பிக்கை தொழில்நுட்பத்துடன் இணைவதைச் சுட்டுவதாக உள்ளது. சுதேசியும்-விதேசியும் இணையும் இந்தியாவின் இந்துத்துவ கருத்தியல் குறித்த ஒரு கவனத்தைக் காட்டிச் செல்கிறது.

விழுப்புரம் சுற்றுப்பகுதிகளின் இனவரைவியலாக, அப்பகுதிச் சடங்குகளைக் காட்டுதல், சாதியம் எப்படியாவது மாந்தரீகத்தின் வழியாக மனதை மாற்றுவது, முடியாதபட்சத்தில் கௌரவக் கொலைக்குத் தள்ளுதல் என்பதும், குண்டை புதைத்து வைத்த இடத்தில், கிராமம் சடங்காக ஒன்றைப் புதைத்து வைத்துத் தேடுவது, தோழர்கள் ஒரு இயக்கமாக பல பகுதிகளில் உதவும் சங்கிலித்தொடர் போன்ற அமைப்பு பலம், ஆகியவை தமிழ் திரையில் காட்சிப்படுத்தப்பட்டுள்ளது இத்திரைப்படத்தின் நுட்பமான உழைப்பை வெளிப்படுத்துவதாக உள்ளது. தோழமையும், இயக்கமும் போராடுவதாக காட்டப்படுவது இன்றைய பாசிசம் பெருகிவரும் சூழலில் ஒரு முக்கியமான பதிவு.

எங்கள் ஊரில் கார்த்திகை தீபத்தன்று காமுட்டிக் கொளுத்துதல் நடக்கும் (மன்மதன் எரிந்த காட்சி எரியாத காட்சி என்று ஒரு நிகழ்வும் நடக்கும் நான் சிறுவனாக இருந்த காலத்தில்). அப்பொழுது பனங்கருக்கை பொறுக்கி வந்து அவற்றை எரித்துக் கரியாக்கி ஒரு பையில் நிரப்பி, அதை கவையில் வைத்து கயிற்றால் கட்டி, அந்தக் கரியை நெருப்பு வைத்து அதை சுற்றினால் பொறிபறக்கும். நாங்கள் சிறுவராக இருந்த காலங்களில் தவறாமல் வருடாவருடம் அந்த பொறியைக் கட்டிக் கொண்டு சுற்றுவோம், எடுத்துக்கொண்டு தெருநெடுக ஓடுவோம். அப்பொழுது ஊர் முழுவதும் பெண்கள் திண்ணைகளில் அகல்

விளக்கேற்றி கார்த்திகை தீபம் கொளுத்தி வைப்பார்கள். அந்த பெண்களில் அவரவர் ஆட்களை (சைட் அடிக்கும் பெண்களை) உள்ள வீட்டு வாசலில் நின்று அந்த பொறியை சுற்றி எங்களைச் சுற்றி நெருப்பு வளையத்தை விடுவோம். திருவிழா என்பதே பெண்களை பார்க்கும் ஒரு வழக்கம்தானே. அந்தக் காட்சியை இத்திரைப்படத்தில் மிக அருமையாகப் படமாக்கியுள்ளனர். அது தென்னாற்காடு, தஞ்சை மாவட்ட வட்டார வழக்கின் ஒரு பதிவாக வெளிப்பட்டுள்ளது இப்படத்தில். இன்று அந்த நிகழ்வுகள் எல்லாம் அழிந்துவிட்டது எங்கள் ஊர்களில். சிறுவாரி தெய்வவழிபாட்டை முதன்மையாகக் கொண்டிருக்கிறது இத்திரைப்படத்தின் பண்பாட்டுக் குரல். கௌரவக் கொலை செய்பவளும் ஒரு பெண்தான். சாதி பெண்ணுடல் வழிதான் இறுகுகிறது. அவ்வுடலை மையம் கொண்டே நிலைக்கிறது. சாதியை மீறும் பெண்ணுடல் அழிக்கப்பட வேண்டியதாக உள்ளது சாதிய கௌரவத்தில். அதில் ஈடுபடுவதும் ஒரு பெண்தான் எனில்? பெண்மை என்று எதைச் சொல்வது?

ஒரு காட்சியில் "மாமன், மச்சான் சொந்தம் பந்தம் எல்லாம் துட்டுதான்" என்பான் செல்வம். முதலாளியம் மனித உறவை வெறும் ரொக்கப்பட்டுவாடா உறவாக மாற்றுகிறது என்கிறது மார்க்சியம். பணம் என்பதே நவீனத்துவ முதலாளியத்தின் மதம். அதனால் ஆட்டுவிக்கப்படுவதே, இந்த போர், ஆயுதம், ஏகாதிபத்தியம், முதலாளியம், சாதி, மதம் அனைத்தும். ஒருகாட்சியில் குண்டை செயலிழக்க செய்ய பஞ்சர் என்கிற உதவியாளன் "ஓம் ரீம் கிரீம்" என்று மந்திரம் ஓதி தண்ணீர் தெளிப்பான். அந்த காட்சி இன்றைய இந்திய பாராளுமன்றத்தில் உள்ள பல அமைச்சர்கள், பாராளுமன்ற உறுப்பினர்களை நினைவு படுத்தும் காட்சி. எல்லாவற்றிற்கும் மதமும், மந்திரமும், மூடநம்பிக்கைகளுமே தீர்வு என பேசித் திரிபவர்கள் அவர்கள்தான். வீழ்ந்த சந்திராயன் ராக்கெட்டிற்கு பொட்டு வைத்து பூசை செய்த சமூகம்தானே.

ஒரு நாட்டார் தெய்வத்திற்கான நிகழ்வில் பாடப்படும் பாடல் ஒன்றின் வரிகள் "சனாதனம் எல்லாம் நொறுங்கிப் போகிறது" என்று வரும். இப்படி பாடல்களில்கூட அதீத கவனம் செலுத்தப்பட்டுள்ளது. கவனமாக வர்க்க, சாதிய அரசியலை பேசும் வண்ணம். ஒரு பாடலில் "போரற்ற புனிதபூமி" என்று ஒரு வரி வருகிறது. புனிதபூமி என்ற கருத்தாக்கம் இன்றைய

இந்தியாவில் உள்நாட்டுப் போரை உருவாக்கும் ஒன்றாக மாறிய நிலையில், எது புனிதபூமி? என்ற கேள்வியை எழுப்புவதாக உள்ளது.

மாநாட்டில் ஜப்பானிய யமாகுச்சி “பிறப்பொக்கும் எல்லா உயிர்க்கும்” என்ற திருக்குறளுடன் துவங்குகிறார். வழக்கமாக “யாதும் ஊரே யாவரும் கேளீர்” என்பதையே இவ்விடத்தில் பயன்படுத்துவார்கள். மாறாக, திருக்குறளை முன்வைத்திருப்பதும், அதிலும் மனுவாதத்திற்கு எதிரான ஒரு குறளை, ஜப்பானியரின் குரலாக முன்வைத்திருப்பதும் முக்கியம். அவரை முன்வைத்து பேசப்படும் போர் என்பதின் அழிமதிகள், காகிதக் கொக்குகள் ஒரு சமாதானக் குறியீடு என்பதாக காட்டப்படுவதில் உள்ள ஊடகங்கள் குறித்தும், அவை சமாதானப் புறாவாக உலகில் பறக்க வேண்டியவை என்பதான வாசிப்பும் திரைப்படத்தை நுட்பப்படுத்துவதாக உள்ளது. இறுதியில் அந்த பழைய இரும்புக் கடையில், ஒரு தொழிற்சங்கம் அமைக்கப்பட்டிருப்பதை வெளிப்படுத்தும் ஒரு காட்சி வைக்கப்பட்டுள்ளது. குழந்தைகள் எதிர்காலம் என்பதே படத்தின் மையமான இழை. இறுதியில் ஆயுதங்கள் தீர்வல்ல என்பதும் பேசித் தீர்க்க வேண்டும் என்பதையும் கூறி ஒரு அவலநகையாக முடிகிறது திரைப்படம்.

இத்திரைப்படம் விரிவாகப் பேசப்படவேண்டிய பல நுட்பமான காட்சிகளைக் கொண்டுள்ளது. ஒரு புதியதொரு அகிலம்சார் அரசியல் பிரச்சனையை முன்வைக்கிறது. சாதி, மதம், இனம், மொழி உள்ளிட்ட அனைத்து அடையாளங்களும், சமூகத்திற்குள் புதைக்கப்பட்டுள்ள வெடிகுண்டுகள்தான். அவற்றோடு அமெரிக்க-ஐரோப்பிய வல்லரசுகளின் போர்வெறி உருவாக்கும் வெடிகுண்டுகள் என்பது வளர்ச்சி என்ற பெயரில் மொத்த உலகையும் ஒரு கண்ணிவெடிமேல் வாழும் சமூகமாக மாற்றியுள்ளது. போர்எந்திரங்களாகக் கட்டமைக்கப்படும் மனிதஉடல்கள் மத்தியில் காதல் எந்திரங்களின் தாபத்தை, தாகத்தை, அவை எப்படி ஒரு சாதியத்தை தகர்க்கும் வெடிகுண்டாக உள்ளது என்பதைச் சமதளத்தில் காட்டிச் செல்கிறது. காதலும், அன்பும், நேசமும் மட்டுமே மனிதகுலத்தின் உற்பத்திசக்தி என்பதையும், மற்றது எல்லாம் மனிதர்களை உழைப்பு சக்தியாக்கி சுரண்டப்பட்டு கொன்று குவிப்பதற்கான ஏற்பாடே என்பதைச் சொல்வதாக முடிகிறது இத்திரைப்படம்.

– 06–01–2020 நிழல்

திராவிடப் பாரம்பரியங்களும், பின்னைய–திராவிட பரம்பரைகளும் – 'சார்பட்டா பரம்பரை' மற்றும் 'தலைவி'

சினிமாவின் வகைகளில் ஒன்று 'பீரியாடிக் பிலிம்' என்கிற வரலாற்று சினிமா மற்றும் காலகட்டசினிமா அல்லது காலகட்டம் சார்ந்த சினிமா. ஒரு குறிப்பிட்ட காலத்தை மறுஉருவாக்கம் செய்வதன் வழியாக பார்வையாளர்களுக்கு கடந்தகாலம் குறித்த ஒரு படிமத்தை (பிம்பத்தை) உருவாக்கும் சினிமா. இத்தகைய சினிமாக்களில் வரலாற்றை அல்லது ஒரு பிரபலமானவரின் வாழ்புனைவை (பயோ-பிக்) காட்சிகளாக எடுத்துக்காட்டுவது என்பது ஒரு சவாலான செயல். அதிலும் வரலாறு என்பது கடந்தகாலம் குறித்த நினைவு என்பதால் அதில் நினைக்கப்படுபவரின் சமகால அனுபவம் மற்றும் அவரது அரசியல் வழியாகவே காணமுடியும். அது நிஜ அரசியலைப் பேசாது, நினைவின் அரசியலையே பேசும். அக்காலகட்ட யதார்த்தம் என்பது நினைக்கப்படுபவரின் புனைவாகவே வெளிப்படும்.

புது வரலாற்றுவாதம் (New Histroicism) வரலாறு என்பது கடந்தகால உண்மை அல்ல நிகழ்கால அரசியல் வழி கட்டமைக்கப்படும் கடந்தகாலமே என்கிறது. எனவே கடந்தகாலம் பற்றிய வரலாற்றுப் புனைவு என்று ஒன்று இல்லை, வரலாறே

ஒரு நிகழ்காலப் புனைவுதான் என்கிறது. நிகழ்காலத்திலிருந்து, நிகழ்கால அரசியலுக்கான ஒரு கடந்தகாலத்தை உருவாக்குவதே வரலாறு என்பதால், வரலாற்று சினிமா வரலாற்றிற்கு உண்மையாக உள்ளதா? என்பதைவிட நிகழ்கால அரசியலுக்குத்தக கடந்தகால வரலாற்றை எப்படி கட்டமைக்கிறது என்பதே பார்வையாளர்களின் பாதிப்பிற்கு அடிப்படையாக அமைகிறது. கடந்தகாலம் குறித்து உருவாகும் இப்பாதிப்பு நிகழ்கால வாழ்வின்மீதான பார்வையாளரின் செயலாக மாற்றமடைகிறது. அது நிகழ்காலத்தின் மீதான பாதிப்பாக அமைகிறது என்பதால், இத்தகைய சினிமாக்கள் குறித்த ஒரு அரசியல் தெளிவு முக்கியமானது. அதற்குச் சான்றாக தற்போது வெளியான இரண்டு தமிழ் திரைப்படங்களைக் குறிப்பிடலாம். ஒன்று தலித் சினிமா என்ற வகைத்திணைக்கு ஒரு சமூக மதிப்பும், வணிக மதிப்பும் உருவாக்கிய பா. இரஞ்சித் இயக்கத்தில் வெளியான "சார்பட்டா பரம்பரை" மற்றது இயக்குநர் விஜய் அவர்கள் இயக்கத்தில் வெளியான "தலைவி". இவ்விரண்டு படங்களும் தமிழக அரசியல் வரலாற்றின் இரண்டு சமகாலப் பகுதிகளை வரலாறாக மறுகட்டமைப்புச் செய்கின்றன. இவ்விரண்டிலும் பொதுவாக திராவிட மற்றும் பின்னைய-திராவிட காலப்பகுதிகளின் அரசியல் காட்சிப்படுத்தப்படுகின்றது.

'சார்பட்டா'-வில் திராவிட இயக்கம் இந்திராவின் அவசரக்காலத்தில் செயல்பட்டவிதம் குறித்த குறிப்புகள் பின்னணியாக காட்சிப்படுத்தப்பட்டாலும், படத்தின் மையக்கதையாடல் விளிம்புநிலையில் உள்ள ஒடுக்கப்பட்ட மக்கள் (குறிப்பாக வடசென்னைப் பகுதியை ஒரு மாதிரி நிலமாக எடுத்துக்கொண்டு) எப்படி தமிழ் சமூகத்தின் திராவிட அரசியலுக்குள் இடப்படுத்தப்படுகிறார்கள் என்பதைக் காட்சியாக்கியுள்ளது. 'தலைவி' திரை இயக்கத்தின்வழி பரவலாக்கப்பட்ட திராவிட இயக்கம், திரை இயக்கமாகவே மாறிய பின்னைய-திராவிட காலகட்டத்தில் தமிழ் என்கிற பொதுநிலத்தில், அதற்குள் தனிமனித உணர்வுகள் எப்படி அரசியலில் இடப்படுத்தப்படுகிறது என்பதைக் காட்சிப்படுத்துகிறது. அதாவது பொதுநலத்திலிருந்து அரசியல் சுயநலம்நோக்கி நகர்கிறது என்பதை. 'சார்பட்டா' திராவிட அரசியலுக்கான தொண்டர்கள் பற்றியது. 'தலைவி'யோ தலைவர்கள் பற்றியது. இரண்டும் நேர் எதிரான அரசியல் திரைப்படங்கள். 'சார்பட்டா' சமூக அரசியல் பார்வையில் எடுக்கப்பட்ட திரைப்படம் என்றால், 'தலைவி' தனிமனித அரசியலை மையமாக வைத்து எடுக்கப்பட்டுள்ளது.

‘சார்பட்டா’ சமூகத்தின் குழு உணர்வு சார்ந்ததாக, அதாவது தலித், திராவிட சாதிய அரசியல் உறவு குறித்து பேசுகிறது என்றால், ‘தலைவி’ தனிமனிதர்கள் இருவருக்கிடையிலான தன்னகங்காரத்தின் மோதல் அரசியலாக மாறுவதைப் பேசுகிறது. அதாவது திராவிட இயக்கம் தமிழ் சமூகத்தின் நனவிலியின் குழுப்பேச்சாக வெளிப்பட்டது என்றால், பின்னைய-திராவிட இயக்கம் (1973-எம்ஜியாருக்கு பிந்தைய தமிழ் அரசியலே பின்னைய-திராவிட அரசியல் (Post-Dravidian Politics) என்று குறிக்கப்படுகிறது) தனிமனிதன் சார்ந்ததாக தமிழக அரசியலை மாற்றியது. அதாவது பிம்பங்களின் ஊடாட்ட அரசியலாக தமிழ் சமூகத்தை மாற்றியது. அப்பிம்பங்களின் ஊடாட்ட அரசியல் குறித்த ஒரு வாசிப்பாகவே ‘தலைவி’ படம் காட்சியாகியுள்ளது. ‘சார்பட்டா’ ஒரு ஒடுக்கப்பட்ட விளிம்புநிலை அரசியல் உள்ளோட்டம் பெற்று வெற்றி நோக்கி நகர்வதை பேசுகிறது. ‘தலைவி’யோ தன்முனைப்பும், சுயநலமும் உள்ளோட்டம் பெற்ற தமிழ் சமூகம் தோல்வி நோக்கி நகர்வதை தலைவி என்ற பெயரில் பெருமிதமாக முன்வைக்கிறது.

‘சார்பட்டா’வில் குத்துச்சண்டையில் வீழ்த்தப்பட்ட ஒருவன் தனது பிறப்பு சார்ந்த அவமானத்தை துடைக்கவும், தனது வாத்தியாருக்காகவும் மிகவும் போராடி இறுதியில் வெற்றி பெறுகிறான். ‘தலைவி’யில் எதிர்க்கட்சிகளால் வீழ்த்தப்பட்டவர் தனது பரம்பரை தந்த தலைக்கனம், கர்வத்தினால் காயப்பட்டு தன்னை ஒரு மகாபாரத பாஞ்சாலியாகவும், மகாபாரதத்தின் மற்றொரு பெயர் ஜெயா என்றும் முதல்வராகத்தான் இந்த மன்றத்தில் கால் வைப்பேன் என்று, சட்டமன்றத்திற்கு வர மறுத்து சபதம் செய்கிறார். எதிர்க்கட்சிகளை கௌரவர் என்கிறார். இறுதியில் வெற்றிபெற்று காலடி வைக்கிறார். ‘சார்பட்டா’வில் அசல் குத்துச்சண்டை என்றால் ‘தலைவி’யில் அரசியல் குத்துச்சண்டை. இரண்டிலும், பொதுவாக வீழ்ந்தவர் எழுவதும், தனது வெற்றியின் வழியாக தனது வீழ்ச்சியை அல்லது தான் சார்ந்த சமூகத்தின் வீழ்ச்சியை மீட்டெடுப்பவராக இருக்கிறார்கள்.

‘சார்பட்டா’ தனது பிறப்பு வழி அவமானத்தை, தனது சமூகத்தின் அவமானத்தைத் துடைத்து வெற்றிபெறும் முற்போக்கு திசைநோக்கியது என்றால், ‘தலைவி’ அதற்கு எதிராக தனது உயர்பிறப்பினால் எற்கமுடியாத தனது ‘தான்’ என்கிற தன்முனைப்பின் வீழ்ச்சியை சகிக்க முடியாமல், போராடி

வெற்றியடைவதும் அதற்கு மகாபாரத உதாரணமும் திரைப்படத்தின் உள்ளுறை என்பது பிறப்பு சார்ந்த பெருமிதம் என்பதை சொல்லாமல் சொல்கிறது. திராவிட இயக்கத்தை அந்த இயக்கத்தின் உள்ளிருந்தே வீழ்த்திய கதையே 'தலைவி'.

'சார்பட்டா' கதையின் உள்ளடக்கத்தில் அரசியலில் ஒரு உச்சம் என்றால், 'தலைவி' ஒரு பெரும் அறமும், அரசியலும் வீழ்த்தப்பட்டு நாயக/நாயகி வழிபாடாக மாறும் ஒரு அரசியல் வீழ்ச்சி. ஒரு திரையாக்கமாக 'சார்பட்டா'வின் காட்சியின்பம் 'தலைவி'யில் இல்லை. அது திரையாக்கமாகாத ஒரு அரசியல் நாடகம். 'சார்பட்டா'வின் காலத்தை மீட்டெடுக்க எடுக்கப்பட்ட முயற்சி, 'தலைவி'யில் முழுமையாக இல்லை. ஒன்றிரண்டு பழைய கார்களை வைத்துக் கொண்டு தட்டையாக காலத்தை உருவாக்க முயற்சித்துள்ளனர்.

'தலைவி' பரம்பரை பெருமிதம்

ஒரு வாழ்ந்து மடிந்தவரின் வரலாற்றை பலகாட்சிகள் வழியாக புனையும் சினிமா தவிர்க்கமுடியாமல் அதற்கான அரசியலைக் கொண்டதாகவே வெளிப்படும். அதிலும் ஒரு நாவலாக எழுதும்போது வெளிப்படும் அரசியலைவிட சினிமா கூடுதலாக அதன் பல பரிமாணங்கள் வழியாக அந்த அரசியலை வெளிப்படுத்திவிடக் கூடியதாக அமைந்துவிடுகிறது. காரணம் எழுத்து ஊடகத்தில் கதை மாந்தர்களின் மன உணர்வை எழுதிக்காட்ட வேண்டும் அல்லது வாசிப்பவர் உணரும் வண்ணம் நிகழ்வுகளாகப் புனைய வேண்டும். சினிமாவிலோ இசை, சூழல், கதைமாந்தரின் கண்கள், முகபாவம், படத்தொகுப்பு, ஒளிப்பதிவின் கோணம் ஆகியவற்றின் வழியாக ஒரு காட்சியில் சிற்சில கணத்தில் அதனை வெளிப்படுத்திவிட முடியும். 'தலைவி', தலைவியின் புகழை நிலைநிறுத்த முயன்ற ஒரு திரைப்படமாகத் துவங்கி, தலைவியின் அக உலகின் வன்மம், கர்வம், திமிர், பொறாமை, தன்னகங்காரம், தலைக்கனம், தன்முனைப்பு, தந்திரங்கள் ஆகியவற்றை மிக நுட்பமான காட்சிகள், முகபாவங்கள், நடிப்பின் வழியாக வெளிப்படுத்தியுள்ளது முக்கியமான ஒன்று. ஒரு நடிகை தனது பரம்பரை தந்த கர்வத்தால் பொதுவாழ்விலும், அரசியலிலும், தனது தனிவாழ்விலும் ஒரு நடிகையாகவே வாழ்கிறார். அதாவது, 'தலைவி' தனது பரம்பரை பிறப்பால் பெற்ற உயர்சாதிப் பெருமிதத்தைக் காட்சிப்படுத்துவதாக அமைந்துள்ளது.

தன்னைவிட உயர்ந்தவரை ஏற்கமுடியாத ஒரு தன்முனைப்பு சித்தபிரமைகொண்ட 'ஜெயா' (படத்தில் ஜெயலலிதாவை ஜெயா என்றே குறிப்பிடுவதால் அதுவே பயன்படுத்தப்படுகிறது) என்ற தலைவியும், நாயகனான எம்ஜிஆர் என்கிற பிம்பத்தை வீரராக, கற்புத்தவறாத பிரம்மச்சரியமான ஒரு ஆண்மகன் என்கிற பிம்பமாகக் கட்டமைக்க முயலும் ஆர்எம்வி என்கிற தயாரிப்பாளர் மற்றும் எம்ஜிஆரின் ஆலோசகருக்கும் இடையிலான ஒரு தன்னகங்காரத்தின் விளைவாக எம்ஜியார் என்ற பிம்பத்தின்மீது யாருக்கு அதிக உரிமை உள்ளது என்கிற போட்டியில் உருவாகும் ஒரு திரைநாடகமாக அமைக்கப்பட்டுள்ளது பாராட்டப்பட வேண்டிய ஒன்று. அரசியலைவிட இந்த உளவியல் போராட்டத்தை காட்சிப்படுத்துவதில் திரைப்படம் அதிகம் கவனம் செலுத்துகிறது. இயக்குநர் ஆண்களை வென்ற பெண்மணியாக ஜெயாவை முன்னிலைப்படுத்த முயன்று, அவரை ஒரு தன்னகங்காரி என்பது உள்ளுரையாக வெளிப்படும்படி காட்சிகளை அறிந்தோ அறியாமலோ அமைத்துவிட்டார்.

படத்தின் முற்பகுதியில் கர்வம் கொண்ட நடிகை, தனக்குள் எம்ஜியார் என்கிற ஆண்பிம்பத்தை ஒரு நாயகனாகவும் அதற்கு காதல் (அதாவது கள்ளக்காதல் அல்லது காதலில் நல்லது கெட்டது இல்லை என்பதால் வள்ளுவ அறத்தின்படி பிறன்மனை நோக்கும் பேராண்மைக் காதல் எனலாம்) என்ற ஒரு உளவியல் ஆயுதத்தை பயன்படுத்தி தனது மானசீக எதிரியான ஆர்எம்வியை வீழ்த்த முனைவதும், அதன் மற்றொரு விளைவாக, எம்ஜியாரையே வீழ்த்தி (சிவாஜியுடன் நடித்து) அதிகாரம் பெறுவதற்கான வேட்கை கொண்டவராகவும் உள்ளார் தலைவி. ஒரு காட்சியில் அரங்கில் உள்ள இரண்டு நாற்காலிகளில் ஒன்றை தூக்கிவிடுவார் ஆர்எம்வி ஆட்களை வைத்து. எம்ஜியார் மட்டுமே ஒரு நாற்காலியில் அமர, தனக்கு உட்கார நாற்காலி இல்லை என்பதால் வேண்டும் என்றே கீழே விழுந்து அடிபட்டதாக நடித்து எம்ஜியார் நாற்காலியில் அமர்ந்து ஆர்எம்வீயை ஒரு பெருமிதப் பார்வை பார்ப்பார் ஜெயா. இப்படியான தனது உரிமையைக் கோரிப் பெறுவதற்கு மாறாக, தந்திரமாக நடித்துப் பெறும் மிகமோசமான உளவியலைக் கொண்டவராகக் காட்டப்படுகிறார்.

ஜெயா எம்ஜியாருக்கு இடையில் நிஜத்தில் உள்ள காதல் எப்படிப்பட்டது என்பதை இரண்டு அருமையான காட்சியின் வழி விளக்குகிறார் இயக்குநர். அதாவது உலகத்தமிழ் மாநாட்டில்

நடனம் ஆடும் ஜெயாவை, முதல்வரான பின் பல ஆண்டுகள் பார்க்காமல் பிரிந்து இருந்த எம்ஜியார் அவரது தனி அறையில் கதவை சாத்திவிட்டு சந்திக்கிறார். அப்பொழுது “உனது நடனத்தை பார்த்தவுடன் நான் முதல்வராக இல்லாமல் இருந்திருந்தால் என்ன செய்திருப்பேன் தெரியுமா?” என்று காமமும், காதலும் பொங்க அவரை கட்டி அணைப்பதைப்போல நெருங்கி, சட்டென்று விசில் ஒன்றை போடுவார். அவரால் முடிந்த அளவிற்கு வீரியத்துடன் அந்த விசிலைப் போடுவார் என்றால் பாருங்கள். எப்பொழுதெல்லாம் காதலின் பிரிவுத்துயர் வருகிறதோ அப்பொழுது எல்லாம் ஜெயாவிற்கு போன் செய்து பெருமூச்சுகளை மட்டுமே வீரியமாக விடுகிறார் எம்ஜியார். இயக்குநர் விஜயின் இந்த காட்சியமைப்பு அவர் சொல்லவந்த கற்பு குறித்து பரிசுத்த காதல்? காமம் அற்ற காதல் என்பதற்கு எதிரான ஒரு படிமத்தை உருவாக்குவதாக உள்ளது. எம்ஜியாரின் ஆண்மையை, கம்பீரத்தை கேள்விக்கு உட்படுத்துவதாக உள்ளது. பரிசுத்த காதல்தான் என்பதற்கு இயக்குநர் பலஇடங்களில் பாவமாக முட்டுகொடுக்க முயல்கிறார். அதாவது காதல் காட்சிகளில் கட்டிப்பிடிக்கும்போது அம்மாவாக நினை, அப்பாவாக நினை என்றெல்லாம். ஆனாலும், மேற்கண்ட இரண்டு காட்சிகள் உன்னதப்படுத்துவதாக நினைத்து கேவலப்படுத்துவதாக அமைந்துவிட்டது என்பதே யதார்த்தம்.

முதற்பாதி திரைவரலாறாகவும், பிற்பாதி அரசியல் வரலாறாகவும் அமைந்துள்ளது. இதில் தலைவி இரண்டாம் பாகம் வேறு வருகிறதாம். இத்திரைப்படம் ஏற்கெனவே வெளிவந்த மணிரத்னத்தின் ‘இருவர்’ மற்றும் கௌதம் வாசுதேவ் மேனனின் ‘குயின்’ ஆகிய திரைப்படங்களுடன் ஒப்பிட்டால் திரைமொழி மற்றும் காட்சிகளின் கதையாடலில் வரலாறு எப்படி பதியப்படுகிறது என்பதும், மேலே சுட்டிய நிகழ்காலத்திற்கு ஏற்ப வரலாறு எடுத்துரைக்கப்படும் ஒரு புனைவுதான் என்பதையும் புரிந்துகொள்ளலாம். ‘இருவரி’ல் ஆனந்தன் (எம்ஜியார்) நாயகனாகவும், கருணாகரன் (கருணாநிதி) வில்லனாகவும் சித்தரிக்கப்பட்டார். ‘குயினி’ல் ஜெயா நாயகியாகவும், எம்ஜியார் வில்லனாகவும் சித்தரிக்கப்பட்டார். ‘தலைவி’யில் ஆர்எம்வி வில்லனாகவும், பிறகு அவரே ஜெயாவின் படைத்தளபதியாகவும் சித்தரிக்கப்படுகிறார். பின்னைய-திராவிடம் குறித்த இம்மூன்று படங்களும் ஒரு கோட்பாடாக திராவிடத்திற்குள் ஒரு குறிப்பிட்ட பரம்பரை உருவாக்கிய பின்னைய-திராவிட பிம்ப அரசியலைப் புரிந்துகொள்ள உதவும்.

ஜெயாவிற்கு எம்ஜியாரின் புகழ்மீதான பொறாமையே ஒரு காதலாக மலர்கிறது. அந்த பொறாமையை தூண்டுவதாக ஆர்எம்வியின் நடவடிக்கைகள் அமைகிறது. ஜெயா அரங்கில் நாய்களுக்கு வணக்கம் சொல்லும் காட்சி அவரது தன்முனைப்பின் ஒரு உச்சத்தை வெளிப்படுத்துவதாக உள்ளது. ஏதோ அது தலைவியை உயர்த்துவதாக நினைத்து வைத்ததற்காக இயக்குநரை பாராட்டலாம். அதாவது எம்ஜியாரைவிட ஜெயாவை உயர்த்திக் காட்டும் முயற்சியாக இப்படியான காட்சிகளை உருவாக்கியுள்ளார். ஆனால், அது ஜெயாவின் மோசமான உளவியல் குறித்ததாக வெளிப்பட்டுள்ளது.

ஜெயலலிதா பரம்பரைகளின் அரசியலால் உள்ளே தள்ளப்பட்டு உருவான நிஜ வரலாறு குறித்து எந்த குறிப்பும் இல்லை. அத்வானி ஜெயாவை அறிமுகப்படுத்தி பேசவைப்பதான பாராளுமன்றக் காட்சியில் மட்டுமே அதற்கான குறிப்பு உள்ளது. ஆனால் அது புரியாமலேயே அக்காட்சி காட்டப்படுகிறது. வலம்புரி ஜானை எல்லாம் துணைப்பாத்திரமாக வைத்தவர்கள் சோ. ராமசாமி என்ற ஜெயாவின் அரசியல் குருவை மறந்தோ அல்லது மறைத்தோ விட்டார்கள். மற்றபடி எம்ஜியார் ஒரு ஆடும் பாடும் அழகுப் பதுமையாகவும், ஜெயாவே அரசியல் வீராங்கனையாகவும் சித்தரிப்பது என்பது எம்ஜியார் ரசிகர்களாலும், அந்த கட்சியினராலும்கூட சகிக்க முடியாதது.

படத்தில் கருணாவாக நடித்த நாசர் மிக அருமையாக நடித்துள்ளார். எதிர்காலத்தில் கருணாநிதிக்கு ஒரு வாழ்புனை திரைப்படம் உருவானால் நாசரை அதற்கு பயன்படுத்திக் கொள்ளலாம். மணிரத்னத்தின் இருவரிலும் பெரியாராக வரும் நாசர் அமர்க்களமாக நடித்திருப்பார். இத்திரைப்படத்தில் முதல் காட்சியைத் தவிர கருணாநிதியை, திமுகவை ஒரு பெரிய எதிரியாக கட்டமைக்கவில்லை என்பது ஒரு ஆறுதலே. எம்ஜியாராக நடித்த அரவிந்தசாமி சில காட்சிகளில் அசலான எம்ஜியாராகவே தோற்றம் தருகிறார். அவரது நடிப்பும் உடல்மொழியும் நன்றாக உள்ளது. ஆர்எம்வியாக வரும் சமூத்திரக்கனியின் நடிப்பு சிறப்பாக உள்ளது. ஜெயாவாக நடித்த கங்கனா ரணாவத் தன்னால் முடிந்த அளவிற்கு ஜெயாவின் பிம்பத்தை சிதைத்து உள்ளார்.

'தலைவி'யில் ரசிக்கத்தக்க மிக முக்கியமான குறியீடு மெதுவடை. தனி அறையில் மெதுவடையை மெதுவாக சுடுவது

எப்படி என்று எம்ஜியார் கற்றுக் கொடுத்தார் என்று ஆர்எம்வியிடம் ஜெயா கூறுவதும், பிறகு எம்ஜியாரை தான் வென்றுவிட்டதை அறிவிக்க அதனை பார்சலாக ஆர்எம்விக்கு அனுப்புவது என்பதெல்லாம் மிக மிக நுட்பமாக பார்க்க வேண்டிய காட்சிகள். ஜெயா தனது அரசியலாக எம்ஜியாரிடம் கற்ற மெதுவடை நுட்பமே, அவரை தலைவியாக்கியது என்பதை குறிப்பதாக உள்ளது. ஆக, தமிழகத்தை கடந்த 40 ஆண்டுகளாக ஆட்டிப்படைத்து கொண்டிருக்கும் பின்னைய-திராவிடத்தின் பிம்ப அரசியல் என்பது மெதுவடை அரசியல்தான் என்பதை சொல்லாமல் சொல்கிறது 'தலைவி'.

சார்பட்டா பரம்பரை பாரம்பரிய உருவாக்கம்

தமிழ் சினிமாவில் பா. இரஞ்சித்தின் வருகை ஒரு முக்கியமான திருப்புமுனை. தமிழ் சினிமாவில் ஒடுக்கப்பட்ட மக்கள் குறிப்பாக தலித்துகளின் பிரசன்னத்தை மிகவும் அரசியல் ஓர்மையுடன் துவக்கியவர். உயர்சாதி ஆதிக்கத்திற்குள் இருந்த தமிழ் சினிமா மற்றும் அதன் அரசியல், கருத்தியல் ஆகியவற்றில் ஒரு மாற்றத்தை நிகழ்த்தியவர். தலித் சினிமாவிற்கு ஒரு வணிக மதிப்பை உருவாக்கி அதனை ஒரு வணிகச் சின்னமாகவும் மாற்றியவர். அதேநேரத்தில் தமிழ் சினிமாவிற்குள் புதியதொரு நிலப்பரப்பை, மக்களை கொண்டுவந்ததுடன் சினிமாவின் நுட்பம் புரிந்து அதை அழகியலுடன் தனது அரசியலை முன்வைத்தவர். அவரது திரைப்படங்கள் அனைத்தும் பொதுவான தமிழ் சினிமாவின் பொதுமைப்படுத்தப்பட்ட காதல், குடும்பம், வீரம் உள்ளிட்ட உணர்ச்சி (emotion) சார்ந்த கருத்தியலிலிருந்து, உணர்வு (feeling) சார்ந்த ஒரு தளத்திற்கு நகர்த்தியது. அரசியலை நேரடியாகவும், தெளிவாகவும் முன்வைப்பதற்கு தனது சினிமாவின் திரைப்புறத்தை மிக அழகாகப் பயன்படுத்திக் கொண்டவர். சினிமாவின் மையமாக இருந்த நாயகனைப் பார்க்கும் பிம்பச் சினிமாப் பார்வையாளர்களை, முழுத் திரையையும், அதில் காட்டப்படும் சூழல், திரையில் மாறும் நிறங்கள், அணிந்திருக்கும் உடைகளின் வண்ணம், பின்புறச் சுவற்றில் ஒட்டப்படும் சிறு போஸ்டர் என அனைத்தையும் கவனிக்கச் செய்தார் தனது சினிமாக்கள் வழியாக. தமிழ் சினிமா பார்வையாளரை, கவனிப்பவராக மாற்றியது அவரது படங்கள் என்பது மிகைக் கூற்றாகாது.

இரஞ்சித் அவர்களின் இத்தகைய கவனிக்கும் நுட்பங்கள் அனைத்தும் நிறைந்த முழுமையான காட்சியின்பத்தையும், அதேநேரத்தில் விளையாட்டை மையப்படுத்தும் சினிமாக்கள் உருவாக்கும் போட்டியில் ஈடுபடும் பரபரப்பையும் தரும் ஒரு காலகட்டத்தை திரையில் உருவாக்கிக் காட்டும் திரைப்படம் ‘சார்பட்டா பரம்பரை’. இத்திரைப்படம் குறித்து விரிவான திறனாய்வு, அதன் வரலாற்று உண்மை, அதன் நுட்பங்கள் என பலவும் பேசப்பட்டும் பெரும் விவாதக்களமாகவும் ஊடகங்களில் நிகழ்த்தப்பட்டது.

தமிழ் பண்பாட்டில் ‘முதன்முதலாக’ என்பது ஒரு பரவசம் தரும் சொல். இத்திரைப்படம் தமிழகத்தின் அரசியல் பின்புலத்தை, குறிப்பாக ‘தமிழ்’ என்ற தன்னுணர்வைக் கட்டமைத்த திராவிடம் மற்றும் பின்னைய-திராவிடக் காலக்கட்டத்தை முதன்முதலாக திரையாக்கமாக மாற்றியுள்ளது. திராவிடக் கருத்தியல் எப்படி அடிதட்டு மக்களிடம் பரவலாகியது என்பதையும், அம்மக்கள் இக்கட்சிகளில் வளர்ந்து வரும் தலைமைகளால் எப்படிச் சாராயம் காய்ச்சுபவர்களாக, அடியாட்களாக மாற்றப்படுகிறார்கள் என்பதையும் நுட்பமாகச் சொல்கிறது. காங்கிரஸ் சார்ந்த இடியாப்ப பரம்பரையை இறுதியில் திமுக சார்ந்த சார்பட்டா பரம்பரை வீழ்த்துகிறது ஒடுக்கப்பட்ட தலித்துகளை வைத்து.

குறிப்பாக பின்னைய-திராவிடக் கட்சியாகக் கருதக்கூடிய மேலே சொன்ன ‘தலைவி’யை உருவாக்கிய கட்சி எப்படி தமிழ் சமூகத்தில் சாராயம் காய்ச்சுபவர்களை உருவாக்கியது என்பதைக் காட்சிப்படுத்துகிறது. தமிழில் உருவான நாயக பிம்பக் கலாச்சாரத்தின் பக்க விளைவுகளை இத்திரைப்படம் பின்பாதியில் விளக்கிச் சொல்கிறது. திராவிடத் தந்தையர்கள், பின்னைய-திராவிடத் தனையர்களால் வீழ்த்தப்படுகிறார்கள். இந்த வரலாற்றில் ஒடுக்கப்பட்ட, கவனிக்காமல் அரசியலின் புறவாசல்களில் நிறுத்தப்பட்ட தலித்துகள் என்னவாகிறார்கள்? என்பதை தனது திரையாக்கத்தின் வழி கேள்வி கேட்கிறது. பரம்பைரை என்பது என்ன? அது எப்படி உருவாக்கப்படுகிறது? அது எப்படி ஒரு மாறாத உள்ளுணர்வாக கட்டப்படுகிறது? அதற்கான புறம் சார்ந்த வினைகள் என்ன? என்பதை ஆராய்கிறது இத்திரைப்படம்.

விளையாட்டை கதையாடலாகக் கொண்ட உலக அளவிலும், உள்ளூர் அளவிலும் பல திரைப்படங்கள் வந்துள்ளன.

குத்துச்சண்டையை அடிப்படையாகக் கொண்டு இந்தியில் ‘டங்கல்’, ‘மேரி கோம்’ துவங்கி தற்போது வெளிவந்த ‘டுபான்’, தமிழில் ஏற்கெனவே வந்த ‘இறுதிச் சுற்று’, ‘பூலோகம்’ உள்ளிட்ட படங்களைக் கூறலாம். அவற்றின் ஒருவரிக்கதை வீழ்த்தப்பட்டவர், தீவிரமான முயற்சிக்கு பின் வெற்றிகொள்வதே. பார்வையாளர்கள் தீவிரமாக வீழ்த்தப்பட்டவரில் ஒருவராக திரைக்குள் தனது காணுதல் வழியாக நுழைந்து விடுவார். இறுதிக்காட்சியில் வீழ்ந்தவன் வென்று நிற்கும்போது தானும் வென்றதான ஒரு கற்பனை சுகத்தைப் பெற்று அரங்கைவிட்டு வெளியேறி விடுவார். இதுவே இத்தகைய படங்களின் வெற்றிக்கு காரணமாக அமைகிறது. கதையில் வீழ்த்தப்படுதல் பல காரணங்களால் நிகழலாம். பாலினம், வர்க்கம், இனம், சாதி, மதம் இப்படி எந்த ஒரு அடையாளத்தாலும் நிகழ்த்தப்படலாம். ‘சார்பட்டா’ கட்சி, சாதி என்ற இரண்டு அடையாளமும் எப்படி ஒன்றிணைந்து ஒரு ஆதிக்க அரசியலாக மாறுகிறது என்பதை நுட்பமாகச் சொல்கிறது. வழக்கமான இரஞ்சித் படங்களில் இருந்து இப்படம் விலகும் இப்புள்ளி முக்கியமானது.

அம்பேத்கரியம், பௌத்தம், தலித்துகளை கூலிப்படைகளாக மாற்றுதல், தலித் பெண் பாத்திரங்களின் சுதந்திரம் மற்றும் வலிமை, காங்கிரஸின் வீழ்ச்சித் துவக்கம், பிம்பங்களின் அரசியல் உருவாக்கம், வடசென்னை என்ற நிலத்தை அதன் அடியாள் பிம்பத்திலிருந்து வீரமிக்க குத்துச்சண்டை பாரம்பரிய நிலமாக கட்டமைத்தல் என பல நுண்கதையாடல்களைக் கொண்டதாக இத்திரைப்படம் அமைந்திருப்பது இதன் மற்றொரு முக்கிய புள்ளியாகும். மீனவர்கள்தான் இத்தகைய குத்துச்சண்டைகளின் பின்புலத்தில் அதிகம் ஆதிக்கம் செலுத்தியவர்கள் என்பதை வலிந்து ஒரு தலித் அடையாளமாக சித்தரித்திருப்பது குறித்து விமர்சனங்கள் இரஞ்சித் மீது வைக்கப்பட்டதை புறந்தள்ளிவிட முடியாது. சார்பட்டா பரம்பரை மற்றும் வடசென்னை குத்துச் சண்டைகளில் முஸ்லிம்களின் பங்களிப்பும், முக்கியத்துவமும் அழுத்தமான பதிவாக இல்லை என்ற விமர்சனமும் இரஞ்சித் மேல் வைக்கப்பட்டது. அதற்கு ஈடுகட்ட மீரான் என்று ஒரு முஸ்லிமை காட்டி அவர் படுபரிதாபமாக தோற்பதாக காட்டியிருப்பதும் ஒரு நுண்கதையாடல்தான். வீழ்த்தப்பட்ட முஸ்லிம்கள் தலித்துகளாக தங்களை திரட்டிக் கொள்ளவேண்டும் என்பதாக அதைப் புரிந்துகொள்ள வேண்டும் போலிருக்கிறது.

தலித் என்பதை காட்சிகள் வழி விளக்குவதும், அவர்கள் பண்பாட்டை ஒரு கொண்டாட்டம் மிக்க பண்பாடாக காட்சிப்படுத்தியிருப்பதும் முக்கியம். மிக கவனமாக திராவிட பாரம்பரியத்திற்கு வாத்தியார் ரங்கனும், பின்னைய-திராவிட பாரம்பரியத்திற்கு மாஞ்சா கண்ணன் என்ற பாத்திர வார்ப்புகளே அக்கட்சிகளின் அரசியலையும், அதன் வெளிப்பாட்டையும் உணர்த்தும் ஒன்றாக மிகவும் கூர்மையான அரசியல் புரிதலுடன் வடிவமைக்கப்பட்டுள்ளது. அவர்களின் நடை, உடை பாவனைகளும் நுட்பமாக வெளிப்படுத்தப்பட்டுள்ளது. அறமுடன் இயங்கும் வாத்தியார் ரங்கன், அறமற்ற வழிகளில் நடைபோடும் மாஞ்சா கண்ணன் என்கிற சாராய வியாபாரி இவர்களே அரசியல் எச்சங்களாக மிஞ்சுகிறார்கள். 1975 அவசரக்காலத்திற்குப்பின் பின்னைய-திராவிடம் பாரம்பரிய உருவாக்கத்தை மாஞ்சா கண்ணன், வெற்றிச் செல்வன் பிரதிநிதித்துவம் செய்வது என்பது இயக்குநரின் நுட்பமான அரசியல் பார்வையை வெளிப்படுத்துகிறது. நடிகர்கள் தேர்வும், தங்கள் பாத்திரத்தை புரிந்துகொண்டு அவர்களின் கச்சிதமான நடிப்பும், அவர்களை காலகட்டத்திற்கு ஏற்ப தலைமுடி, அதன் பாணி, உடை என மிகவும் கவனமாக அதைப் பின்பற்றி தங்கள் உடல்மொழியை வெளிப்படுத்தியுள்ளனர்.

‘சார்பட்டா’ தமிழ் அரசியலில் உருவான திராவிடத் தாக்கம் என்பதை வடசென்னை குத்துச்சண்டை பாரம்பரியத்தை வைத்துப் பேச முனைகிறது. பரம்பரை என்பதன் அரசியலையும், அந்த சொல்லாடல் எப்படி வரலாற்றில் கட்டமைக்கப்படுகிறது என்பதையும் விமர்சிக்க முனைவதே இத்திரைப்படத்தின் முக்கியமான நுண்ணரசியல். ‘தலைவி’ திரைப்படத்திற்கு நேர் எதிரான ஒரு சமூக அரசியலை முன்வைக்கிறது. திராவிட வரலாற்றிலிருந்து தமிழ் சமூகம் பின்னைய-திராவிட வரலாற்றிற்குள் நுழைவதை இத்திரைப்படம் காட்சி வரலாறாகப் பதிகிறது.

‘சார்பட்டா’, ‘தலைவி’ இரண்டுமே முக்கியமான அரசியல் திரைப்படங்கள். ஆனால் சமூகமாற்றத்திற்கான ஒரு பாரம்பரியத்தின் ஆர்வத்தை ‘சார்பட்டா’ வெளிப்படுத்துகிறது என்றால், ‘தலைவி’ சமூக மாற்றத்திற்கு எதிரான ஒரு பரம்பரை அரசியலை முன்வைப்பதாக இருக்கிறது. இவ்விரு திரைப்படங்களும் ஒரே காலகட்டத்தில், ஒரே காலகட்டத்தை பிரதி செய்கிறது என்பதே முக்கியம். ஒரு திரைப்பிரதியாக இவ்விரு பிரதிகளும் தமிழ் சமூகத்தின் அரசியலைப் புரிந்துகொள்ள நேர்மறையாக ‘சார்பட்டா’வும், எதிர்மறையாக ‘தலைவி’யும் உதவும்.

- 29-09-2021 நிழல்

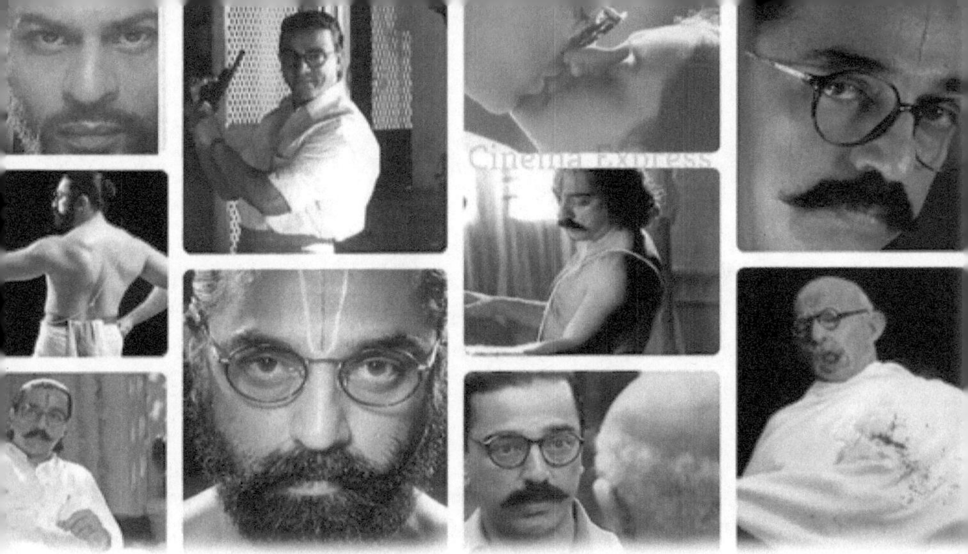

ஒளிரும் பாரதத்திற்காக பலியிடப்பட்ட மகாத்மா "ஹே ராம்" எனும் அழித்தெழுதப்பட்ட பிரதி

பின்நவீனத்துவ கதைகூறல் முறைகளில் ஒன்றான வரலாற்றை அழித்தெழுதுதல் (palimpsest) என்கிற பிரதியாக்க உத்தியின் அடிப்படையில் எடுக்கப்பட்ட தமிழ்த் திரைப்படம் "ஹே ராம்". வரலாற்றை அழித்தெழுதுதல் என்பது அதிகார வர்க்கத்தின் ஆதிக்கத்திற்கான வரலாற்றை அழித்து அதன் உள்அமைப்பிற்குள் பதுக்கப்பட்டிருக்கும் வரலாற்றை எடுத்தெழுதுவது. இக்கருத்தாக்கத்தை 'ஹே ராம்' படம் மூலம் விளக்க முனைகிறது இப்பதிவு. பின்நவீனத்துவ சினிமாவின் பண்புகளான 1. ஆசிரிய முக்கியத்துவமின்மை (அதாவது இயக்குநர் பார்வையை முதன்மைப்படுத்தாமை) 2. காட்சிகளின் பன்மைத்துவம் 3. கடந்த காலம் மற்றும் நிகழ்கால எல்லைகளை அழித்தல் 4. மீ-யதார்த்தக் காட்சிகள் 5. நிகழ முடியாதவற்றை நிகழ்த்துதல் 6. பழமை பற்றிய ஏக்கம் 7. மையமற்ற தொடர் காட்சிகள் மூலம் வெவ்வேறு உணர்வுநிலைகளை உருவாக்குதல் என்பதாகப் பல குணங்களைக் கொண்ட ஒரு பின்நவீனத்துவப் படமாக இருக்கிறது. காந்தியின் கொலை மற்றும் அதன் அரசியலைப் படமாக்க முனைந்தது இப்படம். இதில் காந்தி கொலை பற்றிய அரசியல் சார்ந்த சொல்லாடல்கள் அலசப்படுவதால் அதாவது அரசியல் அடிப்படையான வாசிப்பாக இங்கு பதியப்படுகிறது.

'ஹே ராம்' நிறைய யோசிக்க வைத்த முற்றிலும் புதிய தரத்தில், கோணத்தில் சினிமாவை அணுகும் படம். அதில் கவர்ந்த அம்சம் வரலாறு பற்றிய பார்வைதான். அப்படம் பலருக்குப் பிடிக்கவில்லை, சிலருக்குப் புரியவில்லை. தமிழ்நாட்டு சினிமா ரசனை வழக்கம்போல், நிராகரித்து விட்டு, பார்க்கவே முடியாத மலினமான செண்டிமெண்ட்களைக் கொண்ட 'அன்புச் சகோதரர்கள்' படத்தை 30-ஆண்டுகளுக்குப் பிறகு எடுத்துள்ள விக்ரமனின் 'வானத்தைப்போல' ஓடியது. 'ஹே ராம்' ஓடாததில் வருத்த மில்லை, அப்படம் ஓடவும் ஓடாது, மீறி ஓடினால், தமழ்நாட்டிற்கு 'சனி'(?) பிடித்தது போலத்தான். ஆனால். 'வானத்தைப்போல' ஓடுவது அபாயத்தின் அறிகுறிதான். அல்லது கடலில் சிக்கிய கப்பலாகத் தத்தளிப்பு நீடிக்கிறது போலும்.

புரியவில்லை என்பதற்கும், பிடிக்கவில்லை என்பதற்கும் உள்ள வேறுபாடு தெரியாத சினிமா ரசனையாளர்கள், பொதுவாக இப்படம் 'இஸ்லாமிய எதிர்ப்புப்' படம் போன்று சித்தரிக்கப்படுகிறது. கல்கத்தாவிலும், கேரளாவிலும் மார்க்சிய அரசுகள் பாராட்டி உள்ளன. காங்கிரஸ் கல்கத்தாவில் எதிர்த்துப் போராட்டம் நடத்தி வருகிறது. தமிழ்ச் சூழலில் புறக்கணிப்பே ஒரு பெரிய போராட்டம்தான். ஆனால், கமலால் 'ஆனந்த விகடன்' தலையங்கத்திற்கு மறுப்பாக எழுதிய கடிதத்தில் ஒரு விஷயம் சுட்டிக் காட்டப்பட்டுள்ளது. அது, 'இப்படம் வெளியான பிறகு, இதைப் பார்க்காமலே பேசுபவர்கள் தங்கள் பேச்சை நினைத்து உருவாக்கும் உணர்வலைகளைப் பார்த்துச் சிரிப்பதுதான் பாக்கி' என்று.

இப்படம் குறித்து நாதுராம் கோட்ஸேவின் சகோதரர் கோபால் கோட்ஸேவின் கருத்துகள் இரண்டுவார "ஜூனியர் விகடனில்" வந்தது. அதில் கல்கத்தா சம்பவம் கொஞ்சம் மிகைப்படுத்தப்பட்டுள்ளதாகக் கூறி உள்ளார். சாகேத் ராம் டெல்லியில் தங்கியிருந்ததாகக் காட்டப்படும் விடுதி மற்றும் அந்த விடுதியின் அறை எண் உட்பட, சரியானவை என்றும், அந்த அறையில்தான் நாதுராம் கோட்ஸே, கோபால் கோட்ஸே மற்றும் ஒருவர் (பெயர் எனக்கு நினைவில் இல்லை) மூவரும் காந்தியைக் கொல்ல திட்டமிட்டதாகவும், அத்திட்டப்படி முதல் நாளே காந்தியைக் கொல்லும் திட்டத்தின்படி, காந்தியைப் பக்கத்தில் இருந்த கட்டிடம் ஒன்றின் ஜன்னல் (படத்தில் கமல் ஏறி குறிபார்க்கும் இடம்) வழியாக கொல்வதற்காக கோட்ஸே

குறிபார்த்ததாகவும், காந்தி சுடப்படும் தருணத்தில் பிரசார சபைக்கு வெளியே குண்டை வெடிக்கச் செய்து மக்கள் கவனத்தைத் திசை திருப்புவதாகவும் திட்டமாம். அந்நேரத்தில் கட்டில் சரிந்ததால் சுட முடியாமல் போக திட்டமிட்டபடி குண்டு வெடிக்கச் செய்யப்படுகிறது. (படத்தில் குண்டுவெடிப்பும், கோட்ஸே நிகழ்வு ஒரு வசனமாக வருகிறது. 'இதற்கு முன்பு ஒருவர் வந்து 10 ரூ. கொடுத்தார்' என்பதாக.) இக்காட்சிகள் எல்லாம் துல்லியமாக எடுக்கப்பட்டுள்ளதாகக் கூறியுள்ளார் கோபால் கோட்ஸே. மறுதினம்தான், நாதுராம் கோட்ஸேவால் காந்தி சுடப் படுகிறார். ஆனால், காந்தி கொல்லப்பட்டதற்கான காரணத்தைத் தெளிவாகச் சொல்லவில்லை என்கிறார் கோட்ஸே. காந்தியின் இஸ்லாமியச் சார்பு நிலை படத்தில் சொல்லப்பட்டிருப்பதாக அவர் நோக்கிற்குக் கதையைத் திருப்ப முயல்கிறார். குறிபார்த்தலுக்கும், சுடப்படுவதற்குமான இடைப்பட்ட நேரத்தில் படமானது ஒரு பெரிய பரப்பிற்குள், உள்நாட்டுக் கலகத்தைப் போன்று சண்டைக்காட்சி, விறுவிறுப்பு, விவாதம் என விரிந்து செல்கிறது.

காந்திக்கும், கோட்ஸேவிற்கும் இடையிலான போராட்டம் 'இந்துத்துவத்தின்' இரண்டு தன்னமைவுகளுக்கு (*Ego Vs Alter-ego*) இடையிலான போராட்டம் என சித்தரிப்பதாகப் படுகிறது. இருவருமே 'இந்து ராஜ்யம்' பற்றிய கனவுகளைக் கொண்டவர்கள். இதில் பண்புரீதியான வேறுபாடுகள் இருக்கலாம், அவ்வேறுபாடு குறிப்பாக இந்து உளவியலின் பெண்-ஆண் வேறுபாட்டை அடிப்படையாகக் கொண்டது. அவ்வகையில் காந்தி இந்து பெண் உளவியல் தளத்தில் செயல்பட்டவர் எனலாம். இருவரும் 'சனாதன தர்மம்' சரியான தர்மம் என்றவர்கள். பிராமண ஆதிக்கம் பற்றிய கேள்விகள் இருவருக்குமே இல்லை. காந்தி வைசிய வர்ணம், கோட்ஸே பிராமண வர்ணம் என்றபோதும், இருவரும் வைதீகமே இந்திய ஆன்மபலம் என்று நம்பியவர்கள். இருவருமே இந்திய புராணிகக் குறியீடுகளில் (இந்திய ஆன்மாவாக 'ராமனை' காந்தியும், இந்தியாவை 'தேவி'யாக அல்லது 'தாயாக' கோட்ஸேவும் குறிநிலைப்படுத்திக் கொண்டவர்கள்) நம்பிக்கை கொண்டவர்கள். இருவரும் விமர்சனமற்று 'இந்து' அடையாளத்தை நம்பி ஏற்றவர்கள். ஆக, காந்தி தன்னை ஒரு 'collective hindu ego' ஆக உணர்ந்தார் என்றால், கோட்ஸே '*collective hindu alter-ego*' ஆக உணர்ந்தான் எனலாம். வரலாற்றுரீதியாக காந்தி என்கிற

'தானிற்கு' ஒரு மாற்றுதான் கோட்ஸே. வரலாறு சரியாக இந்த மாற்றீடைச் (replace)செய்துவிட்டது கோட்ஸே வழியாக அல்லது அவனது அரசியல் வழியாக. இன்று வாஜ்பேயை பீஷ்ம பிதாமகராக வர்ணிப்பது; 'நவீன புராண காலகட்டம்' எனத்தான் பார்க்க முடிகிறது. காந்தியை 'இந்துத்துவா' சக்திகள் கையில் எடுத்துக் கொண்டிருப்பதும்கூட ஒரு வரலாற்று அவலம்தான்.

காந்தி விரும்பியிருக்காவிட்டாலும்கூட, அவர் ஒரு 'இந்துத்துவா' சக்தியாகத்தான் வரலாற்றில் கட்டமைக்கப்பட்டார். காந்தி விரும்பிய இந்தியன் சரியாகச் சொன்னால் விவேகானந்தர் விரும்பிய இந்து ஆன்மாவும் (மூளையும்), முஸ்லிம் உடலும் (வீரமும்) கொண்ட ஒரு 'தேசிய இந்தியன்' தான் காந்தி விரும்பிய இந்தியன். இந்த இரண்டு இந்தியனும் கதையாடல் வழியாக இரண்டு பாத்திரங்களாக்கப்பட்டு, எதிர் மறையாக 'இந்து உடலை'க் கொண்டதாக அதாவது சாகேத ராமன் உடல், அஜ்மல்கான் ஆன்மா என்பதாகக் கதை நகர்கிறது. சாகேத ராம் தனது வீர வாள், குதிரை, துப்பாக்கிப் பயிற்சியின் மூலம் இதனை நிரூபிக்கிறான். அஜ்மல்கான் தான் சார்ந்த பெண்களைக் காப்பாற்ற என நிராயுதபாணியாக நிற்கிறான். சாகும் தருவாயிலும்கூட, தனது நண்பன் 'ராம்' எனக் கூறி அவனைக் காட்டிக் கொடுக்காமல் சாகிறான். தியாகம் புரிவதை, அன்பை தாத்பர்யமாகக் கொண்ட ஒரு இந்திய ஆன்மாவாக இருக்கிறான்.

இந்துக்கள் என்கிற பிரிவிற்குள் ஒரு உட்செறிக்கப்பட்ட 'தன்னிலையாக' முஸ்லிம்களைக் கட்டமைப்பதே காந்தியின் நோக்கம். அதில் காந்தி முஸ்லிம்கள் உளப்பூர்வமாக 'இந்து' மத நம்பிக்கைகளைத் தேர்வு கொள்ளும்படி செய்ய விழைந்தார் எனலாம். இதனை முஸ்லிம்கள் தங்கள் கடவுளாக இராமனை ஏற்றுக் கொள்ள வேண்டும் என்று அறிவித்த அசோக் சிங்காலுடன் இணைத்துப் பார்க்க முடியாது என்ற போதிலும், கோட்ஸே இதனை வன்முறையில் சாதிக்க முயன்றான். நவீன இந்தியாவிற்கு, அதாவது நேரு விரும்பியதைப் போல மேற்கத்தியமயமான இந்தியாவுக்கு காந்தி ஒரு தடைக்கல் என கோட்ஸே பார்த்தான், அதனால் காந்தி இல்லாத இந்தியாவே உலகத் தரத்தில் முன்னேறக்கூடியதாக இருக்கும் என்றும் பார்த்தான் என்கிறார் ஆஷிஸ் நந்தி தனது ஆய்வில். அதன் ஒரு அதிகபட்ச விளைவுதான் 'பொக்ரான் 2' மற்றும் இன்றைய உலகமயமாக்கலுக்கு முகம்

கொடுத்து, உலக சவால்களைச் சமாளிக்கவென இந்தியாவைத் தயார் செய்ய அதன் அரசியல் சட்டஅமைப்பைத் திருத்தும் முயற்சி எனலாம். ஆக, கோட்ஸே வெற்றி கொண்ட ஒரு சமூகத்திற்குள் தான், இப்படம் காந்தி கொலையைக் கதையாடலாக முன்வைக்க முனைகிறது. கதையின் நிகழ்த்துதலின் அரசியல் முக்கியத்துவத்தை அதிகப்படுத்துகிறது.

படத்தில் சாகேத ராம் கோட்ஸேவாக இயங்கி காந்தியாக மாறுகிறான். முதலில் காட்டப்படும் தாத்தா, காந்தியின் உருவத் தோற்றத்தை நினைவூட்டும்படி இருப்பது இதனால்தான் போலும். ஆக, படம் உளவியல் தளத்தில், காந்தியின் மீது மதிப்புகொண்ட ஒரு ஜனநாயக உணர்வுள்ள இந்துவின், உள்மனப் போராட்டமாக தனது தளத்தை விரிக்கிறது. கோட்ஸேவைவிட துல்லியமாக காந்தியை வேறு யாராலும் புரிந்து கொண்டிருக்க முடியாது என்பது கதையாடலின் மையமான விஷயமாக இருப்பதுபோல் படுகிறது. அஜ்மலாக வரும் ஷாருக்கானின் வசனங்கள் படத்தில் மிகவும் கவனப்படுத்த வேண்டிய கூடுதல் முக்கியத்துவமுடையவை என நினைக்கிறேன். குறிப்பாகக் 'குழந்தைகள் விளையாட பொம்மை வேணும்னு நினச்ச கலாசாரம். ஒவ்வொருத்தருக்கும் ஒவ்வொரு சாமி வேணும்னு நினச்ச கலாசாரம் இல்ல' என்பது. 'இருவரும் பாதிக்கப்பட்டவர்கள் என்ற முறையில் நாம் ஒருவரை ஒருவர் மன்னித்துக் கொள்வோம்' என்கிறான். மன்னித்துக் கொள்வதன் மூலம் வரலாற்றை முற்றாக நிராகரித்துவிட்டு, இக்கணம் முதல் பரஸ்பர அன்பாக உறவைத் தொடரத் துடிக்கிறான் அஜ்மல். இது இன்றைய இஸ்லாமியர்களின் உணர்வை உணர்த்துவதாக உள்ளது. அடிப்படையில் படம் நட்பெனும் சகோதரத்துவத்தின் மீது நம்பிக்கை கொண்டிருக்கிறது.

படம் சிந்துவெளி அகழ்வாய்விலிருந்து துவங்குவது, வரலாறு பற்றிய பிரக்ஞையின் துல்லியத்தையும், இந்திய வரலாற்றில் வந்தேறிகளான முகலாயர்கள், ஆரியர்கள், வெள்ளையர்கள் அவர்களது மதம், பண்பாடு அனைத்திற்கும் முந்தைய இந்தியா பற்றிய கனவுடன் துவங்குவதாகத் தோன்றுகிறது. யார் முதலில் வந்தவர்கள் என்பதற்கான விடையை அறிவதன் அல்லது அறிவிப்பதன் மூலம், வரலாறும், அதனைக் கண்டடையும் விஞ்ஞானமும் வன்முறையைத்தான் விதைக்கும் என்கிறது. நாடு என்ற ஒன்று உருவாகும் வரையில் எல்லோரும் நாடோடிகள்தான். இதில் எந்த நாடோடி முன்னே வந்தவன் என்பதன் மூலம்

ஒரு கூட்டம் இன்னொரு கூட்டத்தை ஒழிக்கவும், துரத்தவும் முயலும் நாம்-பிறர் (Same vs Other) என்கிற முரணே வரலாற்றின் சக்கரம் எனலாம். இதுதான் இந்து-முஸ்லிம் பிரச்சனையிலும் மையமதானதாக இருக்கிறது. இதில் ஒருவரைப் பழிப்பதும்-அவமதித்துக் கொள்வதும் 'வரலாற்று நேர்மையை' காப்பாற்றுமே ஒழிய, மனிதத் தன்மையை இழந்து விடுகிறது. இத்தன்மை இழப்புதான் சாகேத ராமின் வாழ்வைக் கேள்விக்குரியதாக மாற்றி விடுகிறது. அதனால்தான் அஜ்மலை எதிர்கொள்ளும்போது அவனுக்கு அவர்கள் எல்லாம் அந்நியர்கள் என்பது நினைவிற்கு வருகிறது. இந்நினைவிற்கு அபயங்கர் அவனுக்கு அளிக்கும் அட்டையிடப்பட்ட (தடைசெய்யப்பட்டதன் குறியீடு போலும், அதனால்தான் அவனது மனைவி விமானத்தில் 'இது கெட்ட பேச்சு புத்தகமா? ஏன் அட்டை போட்டு மறைச்சிருக்கீங்க?' என்றும் 'காந்தி எதையும் மறைக்கக் கூடாது' என்று கூறுகிறார் என்கிறாள். உடனே ராம் கூறுகிறான் 'ஜாக்கெட்டைப் போட்டு நீயேன் மறைக்கிறாய்' என்று) புத்தகம் (சாவர்க்கரின் 'Bunch of Thoughts'ஐ உணர்த்துவதாக இருக்கலாம்) காரணமாக இருக்கலாம்.

படத்தில் நினைவில் நிற்கக்கூடிய ஒரு பாத்திரம் ஸ்ரீராம் அபயங்கர். இவன் ஒரு கட்டத்தில் சாகேத ராமிற்குள் நுழைந்து விடுகிறான், அவன் தரும் துப்பாக்கி வழியாக. குறிப்பாக, கல்கத்தாவில் 'இதற்கெல்லாம் காரணம் மிஸ்டர் மோகன்தாஸ் கரம்சந்த் காந்தி. சின்னப் பயிரா இருந்த கிலாபத் இயக்கம், அது, இதுன்னு தண்ணி ஊற்றி மரமா வளர்த்துட்டாரு' என்று சாகேத ராமை அரசியல் படுத்த முனையும்போது சொல்லும் அவனின் காந்தி பெயர் உச்சரிப்பு, அதே விசை, வேகம் ஸ்டைலுடன் சாகேத ராமால் அஜ்மல் கானிடம் உச்சரிக்கப்படும்போது, இந்தக் கூடுபாய்ந்துவிட்ட அபயங்கரின் ஆவி கண்முன் வருகிறது.

படத்தில் துப்பாக்கி வகிக்கும் நிலை பற்றிய சித்திரிப்பு அசத்திவிட்டது என்றுதான் சொல்ல வேண்டும். தனது புதிய மனைவியை சாகேத ராம் படுக்கையில் கிடக்கும் துப்பாக்கியாக உறவு கொள்வது என்பது, இந்தவகை மதவெறி அரசியலுக்குள் உள்ளான உடல்களின், இயந்திரக் கட்டமைப்பை, பாலியலின் ராணுவ மிடுக்கையும், அதன் வெறிச் செயல்களையும் மிகவும் நுணுக்கமாகச் சொல்லி விடுகிறது. இந்த ஒரு காட்சியில் மொத்த படத்தின் கதையாடலையும், சாகேத ராம் என்பவனின்

உடல் சார்ந்த வாழ்வின் பொய்மையையும் போட்டுடைத்து விடுகிறது படம். மதவெறி ஒருவனது அடிப்படையான இருத்தலையும் அவனது வாழ்தலின் முக்கியத்துவமான பாலின்பத்தையும்கூட சாகடித்து விடுகிறது. அல்லது அதன் நுட்பங்களை வெறிச் செயல்களாகக் கட்டமைக்கிறது எனலாம். இதன் ஒரு விளைவுதான் மதக்கலவரங்களில் பிற மதப் பெண்களைப் பாலியல் வன்முறைக்கு ஆளாக்குவது என்பது ஒரு அவசிய நிகழ்வாக இருக்கிறது. நிலமும் பெண் உடலும் மதப்பிரதிகள் துவங்கி இலக்கியப்பிரதிகள் வரை ஒரே குறியீட்டு மொழியில்தான் கட்டமைக்கப் பட்டிருக்கிறது. பெண் உடல் வெற்றி கொள்ளப்பட வேண்டிய களம் (Site) என்பதுதான் அது.

இந்தக் காட்சிக்கு சற்று முன்தான் மனைவியின் அன்புக் கட்டளையை மீறி சாகேத ராமால், பம்பாய் விஜயதசமியில் 'பங்கா' எனப்படும் ஒருவகை கள்' (மெட்ராஸில் சுண்டக்கஞ்சி என்பதைப் போல) சடங்காக அடிக்கப்படும். அப்படி அவன் அடிக்கக் காரணம், அவனுக்குள் வரும் கல்கத்தாவில் சுட்டு வீழ்த்திய அப்பாவியான ஒரு முஸ்லிம் கிழவனும் அவனது கண் தெரியாத பேத்தியின் பிம்பமும். அச்சிறுமி கண் தெரியாதவளாக இருப்பதும், அவள் நடந்து கொண்டே துணை தேடிவரும் காட்சியும், அதன் பின்னணி இசையும் படத்தில் சாகேத ராமின் உள்மனப் போராட்டத்திற்கு ஒரு அதீத அழுத்தம் தருகிறது. இக்காட்சி ஒன்றுக்கும் மேற்பட்ட இடங்களில் சாகேத ராமை அவனது லட்சியத்திலிருந்து அல்லது வெறியிலிருந்து கீழிறக்குவதாக உள்ளது. அப்பிம்பத்தைக் கண்டு அவன் பதறுகிறான். இப்பதற்றம் அவனது லட்சியத்தை சாகடித்துவிடும் பயம், அதிலிருந்து தப்பி ஓடும் நிலைக்குக் கொண்டு செல்கிறது.

அதேபோல் முதலிரவில் அவன் புது மனைவி கரப்பான்பூச்சிக்குப் பயந்து அருவருத்துக் கத்துவதை, அவள் கத்தினாளா? இல்லை அவனது முதல் மனைவி கொலை செய்யப்பட்ட சப்த பிரமையா? என காட்சியே மங்கலாக நழுவிச் செல்வதாக எடுக்கப்பட்டுள்ளது. அதன்பின் அவனுக்குள் வரும் பிம்பம், மையத்தில் ஒரு பெண் உடலும் அதைச் சுற்றி முஸ்லிம்கள் அமர்ந்திருப்பதுமான, (இது கோட்ஸேவிற்கு அடிக்கடி கனவாக அல்லது உருவெளித் தோற்றமாக வரும் என்று அவரைப் பற்றிய ஆய்வுகளில் சொல்லப்பட்டுள்ளது), அவனது தாயை இஸ்லாமியர்கள் புணர்வது போன்ற காட்சியுடன் ஒப்பிடும் வண்ணம் படமாக்கப்பட்டிருப்பது,

படத்தில் உள்ளார்ந்து செல்லும் பிரக்ஞையின் துல்லியத்தைக் காட்டுகிறது.

கல்கத்தாவில் அபயங்கர், சாகேத ராமிடம் 'இன்னிக்கு நல்ல வேட்டயா?' என்று கூறும்போது, சாகேத ராம் தனது கொலைக்கு எந்த நியாயமும் இல்லை என்பதைச் சொல்லும் இடத்தில், அவனைத் தனியே அழைத்துப்போய், கொலைவெறித் தாக்குதல்களைப் போராட்டமாக நியாயப்படுத்தும்போது, அருகே ஒரு யானை கட்டப்பட்டிருப்பதும், அதே யானையுடன் மண்ணார்குடி கோவில் யானை ஒன்றுடன் ஒன்று மேற்பொருத்தப்படுவதும், அதன் பின்னணியாக அங்குசம், யானை உறவைப் (அப்படித்தான் இருக்கும் அந்த சுலோகத்தின் அர்த்தம் என நினைக்கிறேன்) பற்றிய சுலோகம் பாடப்படுவதும், காட்சியைப் பற்றி வேறு சிந்தனையைத் தூண்ட முயல்கிறது. ஒருவேளை மத உணர்வை யானையாகக் குறிநிலைப்படுத்துகிறதா? அல்லது யானை இரு நினைவுகளை ஒருங்கிணைக்கிறதா? யானைக்கு ஏற்படும் வெறி 'மதம்' எனப்படுவதால் வந்த சப்த ஒருங்கிணைப்பா தெரியவில்லை.

வேட்டையாடுவது பற்றி படத்தில் வரும் ஒரு உரையாடல். 'மிருகங்களெல்லாம் நம் பாதுகாப்பில் இருப்பவை. அவற்றைக் கொல்வது பாபமில்லையா? ஆட்டைப் பாதுகாக்கிற ஓநாயே ஆட்டைக் கொல்ல வர்றது நியாயமா?' என்கிறான் ராம். இதற்கு அபயங்கர் தரும் பதில், 'ஓநாயோட பார்வையிலிருந்து பார்த்தா, அந்த நியாயம் புரியும்'. இந்த ஓநாய் Vs ஆடு என்பது இந்து Vs முஸ்லிம் என்பதாக வாசிக்கப்படும்போது படம் எதைச் சார்கிறது என்பதும், படம் காந்தி கொலையின் அரசியல் காரணங்களைவிட அதன் வேட்டைத் தன்மையின் மீது கொண்ட வேட்கையையும் சொல்வதாகிறது. பாதுகாக்க வேண்டியவர்களே பலி தருபவர்களாக மாறுவதைச் சொல்கிறதா? அல்லது பலியிடுவதற்கு அவனளவில் நியாயம் இருப்பதை அதன் தர்க்க எல்லைக்குப் போய் பார்க்க சொல்கிறதா?

இன்னும் பதில் காண வேண்டிய கேள்விகள் 1.தனது மனைவி கொலைக்குப் பழி வாங்க விரும்பிய சாகேத ராம், மீண்டும் திருமணம் செய்து கொண்டதும், அப்பெண்ணிடம் தனது வாரிசை உருவாக்க விட்டதும் ஏன்? 2.சாகதே ராமின் லட்சியம் காந்தியைக் கொல்வதா? அல்லது காந்தியைக் கொல்வதற்கான அரசியலின் அடையாளத்தைப் பெற முயல்வதா? 3.அரசியல்

என்பது தனிமனித தன்னிலை உருவாக்கத்தின் விளைவா? அல்லது சமூக யதார்த்தத்தின் விளைவா? 4.சாகேத ராம் ஏன் வைணவனாகப் படைக்கப்பட்டுள்ளான்? 5.சாகேத ராம் காசியில் கங்கையில் தனது முடியை அறுத்து தனது குடும்ப வாழ்வைத் துறப்பதன் மூலம், தனது வைணவ அடையாளத்தை விட முயல்கிறானா? அல்லது பிரம்மச்சரியத்தை மேற்கோள்ள முயல்கிறானா?அச்சடங்கின் அர்த்தம் என்ன? இப்படி...

படத்தில் என்னைக் கவர்ந்த விஷயம், பொதுவாக நாவல்கள்தான் சினிமாவாக எடுக்கப்படும். இப்படத்தில் சினிமா நாவலைப் போல எடுக்கப்பட்டுள்ளது. பின்நவீனத்துவம் கூறும் மொழி போன்ற வாசிப்பை இது சாத்தியப்படுத்துகிறது. படத்தில் கதையாடல் பல இடைவெளிகளாக அத்தியாயங்களைப்போல சிதைக்கப்பட்டுள்ளது. ஒவ்வொரு இடைவெளிக்கும் பிறகும் கமல் வெவ்வேறு கெட்டப்பில் வருவது, ஒரே நபரா? பல நபரா? என்கிற குழப்பத்தைத் தருகிறது. நான் இப்படத்தை இப்படித்தான் புரிந்துகொள்கிறேன். ஒரு வரலாற்றுக் கதையாடலானது Action Thriller--ஐப் போல வாசிக்கப்படுகிறது. வாசிப்பாளன், தனது வாசிப்பினூடாக தானே கதைக்குள் நுழைந்து பாத்திரமாக மாறுகிறான். அப்படி மாறும்போது, தனது சூழலுக்குள் அந்தக் கதையைத் தன்னை மையமாக வைத்து எழுதிப் பார்க்கிறான் ஒரு நாவலாக. அந்த நாவல்தான் 'ஹே ராம்'.

காந்தி கொலை என்பது, தாங்கள் கற்பித்துக் கொண்ட ஒரு உன்னத இலட்சியத்தை அடைய பலியிடப்படும் சடங்குபோல நிகழ்த்தப்படுகிறது. இதனை வாசிக்கும் ஒரு நவீன தலைமுறையைச் சேர்ந்தவன், தன்னை அடையாளப்படுத்தி, தனது கதையாடலாக இதனை மாற்றி எழுதுகிறான். இதற்கான குறிப்புதான் படத்தில் நடக்கும் முதல் விவாதம். கிட்டத்தட்ட அவன் எழுத விரும்பிய நாவலின் முன்னுரைதான் அது. அதாவது, 'தாத்தா நிறைய கதை சொல்வார். ஒரு ஊரில் ஒரு ராஜா இருந்தான் என்று ஆரம்பிக்கமாட்டார். நான் இருந்த ஊரில் ஒரு ராஜா இருந்தான் என்பார். அவர் சொல்லும் கதைகளில் எது நிஜம் எது புனைவு என்று தெரியாது.' என்கிறான். தாத்தாவின் கதையை நமக்குச் சொல்லும் அவரது நாவல் எழுத்தாளனான பேரன், தான் தனது தாத்தா சொன்ன கதையை வைத்து ஒரு நாவல் எழுதப் போவதாகக் கூறுகிறான். அக்கதை Biography-‹ Fiction--ம் கலந்த ஒன்று, ஒரு Thirller மாதிரி என்கிறான். கதை துவங்குவதே

டிசம்பர்-6, 1999-ல், பாபர் மசூதி இடிப்பின் நினைவு நாளில் நிலவும் பதற்றத்தில், அந்தத் தாத்தாவைக் காப்பாற்றும் பாதுகாப்புப் படையைச் சேர்ந்தவன் ஒரு முஸ்லிம். அவன் பெயரைத் தனது நாவலில் எழுத வேண்டும் என சொல்கிறான் பேரன். இப்படியாக நாவலுக்கான தயாரிப்பாகவும், எழுதப்படும் நாவலுக்கான குறிப்புகள் சேர்க்கையாகவும் ஒரு metafiction--ஆக விரிகிறது படம்.

- (20, ஏப்ரல் 2000)

பின்குறிப்பு: இப்படம் வெளிவந்தபோது நண்பர் ராமாநுஜத்திற்கு எழுதிய கடிதம், பிறகு கட்டுரையாகத் திருத்தி எழுதப்பட்டு பதிவில் வெளியிடப்பட்டது.

'கல்லூரி': யதார்த்த அழகியலின் அரசியல்

'கல்லூரி' குறித்து வந்துள்ள பல விமர்சனங்கள் அதன் அழகியல், யதார்த்தத்தைக் காட்டும் தன்மை மற்றும் நகர அரசுக் கல்லூரிகளின் உண்மை நிலையைப் படம் பிடித்துக் காட்டுவதையே பிரதான பேசுபொருளாகக் கொண்டு வந்துள்ளது. மற்றவை அதன் தொழில்நுட்பங்களை சிலாகிப்பவையாக உள்ளன. இப்படத்தின் கதையாடலின் அரசியல் மற்றும் அதன் அழகியல் கட்டமைக்கும் அரசியல் குறித்த உரையாடலே இது.

முன்பு 'காதல்' என்கிற உண்மைச் சம்பவம் என்கிற லேபிளில் வந்த பாலாஜி சக்திவேல் இன்று ஒரு உண்மைச் சம்பவம் பற்றிய பொதுப்புத்தி சார்ந்த புனைவுடன் வந்துள்ளார். அதாவது எரிக்கப்பட்ட மாணவிகள் மூவரையும் ஒரு புனைவுக் கதையாடல் மூலம் பார்வையாளனின் உணர்வுத் தளத்தில் இறக்கி விட்டுவிட்டு அந்த எரிப்பு சம்பவத்தின் மூலம் அக்கொடுமைக்கு எதிரான ஒரு செயலற்ற மௌனத்துடன் படத்தை முடிக்கிறார். அதிகாரத்தின் மீதான எந்தக் கேள்விகளையும் எழுப்பாத, இத்தகைய சம்பவங்களின் அரசியலைப் பேசாத ஒரு முடிவாக இருப்பதையே பொதுப்புத்தி சார்ந்தது என்கிறோம். இவை பொதுவாக கலவரங்களுக்கு எதிரான ஒரு மனநிலையைப் பதிய வைக்கிறது. இத்தகைய கலவர உருவாக்கக் காரணிகள் குறித்து எதுவும்

பேசுவதில்லை. அதனைப் பேசாது சம்பவத்தை மட்டும் பயன்படுத்துவதுதான் படத்தின் அரசியலாக உள்ளது. இந்த அரசியலை இக்கதையாடல் பிரதி மையமான ஒரு முரண் அமைப்பின் மூலம் வளர்த்தெடுக்கிறது. அது உள்ளே VS வெளியே என்கிற முரணாகும். இந்தியா போன்ற நாடுகளின் பின்காலனியச் சூழலில் இக்காலனிய முரண் எப்படி இயக்கம் கொள்கிறது என்பதை வாசிப்பதே நமது நோக்கம். இம்முரணானது இக்கதையாடலில் ஒவ்வொரு படிநிலையாக வளர்கிறது.

முதலில் இம்முரண் உள்ளிருக்கும் 9 மாணவர்கள் வெளியில் இருந்து வரும் ஒரு மாணவி என்பதாகக் கட்டமைக்கப்படுகிறது. உள்ளிருப்பவர்கள் எப்பொழுதும் தன்னை முன்னேற்றிக்கொள்ள வெளியில் இருந்து வருபவரை எதிர்நோக்கும் ஒரு தமிழ் சினிமா பழகிய அந்நியன் வருகை என்கிற கருத்தாக்கமே இது. இப்படி வருபவரை உள்ளிருப்பவர் எதிர்கொள்ளும் விதம் இரு அரசியல் அடிப்படைகளைக் கொண்டது. 1.எதிர்ப்பது, அவர்களைத் தங்களது அமைப்பைக் குலைப்பவர்களாகப் பார்ப்பது. இது சுதேசி விதேசி வகைப்பட்ட முரணாக இயங்கக்கூடியது. 2. அவர்களை உள்வாங்கிக் கொள்வது. இது ஒரு கலப்பின அடையாளமாக மாறுவது. அவர்களைப் பின்பற்றுவது. அவர்களைத் தனக்குத் தலைமையாக ஏற்றுக்கொள்வது. தன்னைவிட உயர்ந்தவராகக் கருதி கட்டமைத்துக் கொள்வது. இதில் 1-ல் துவங்கி 2-ல் முடிந்தது இந்திய சுதந்திரப்போர். அக்கலப்பின உருவாக்கமே இன்றைய இந்திய மனநிலையாக உள்ளது. ஆரிய வருகை துவங்கி வெள்ளையர்கள் வரை அவர்களை உயர்ந்தவர்களாகக் கட்டமைத்துக் கொண்டது இந்தியக் கலப்பின மனநிலையாகும். இம்மனநிலை நுட்பமாக இவர்களை ஒரு மற்றமையாகக் (other) கட்டமைக்கிறது. அதாவது உள்ளிருப்பவர்கள் தன்னை அடையாளம் காணும் ஒரு கண்ணாடியாக அவர்கள் இருக்கிறார்கள். தன்னை அவர்களுடன் அடையாளம் காணும் இந்தச்செயலே அவர்களை உயர்ந்தவர்களாகக் கட்டமைக்கிறது. இப்படியாகத்தான் பார்ப்பனர்கள் துவங்கி வெள்ளையர்கள் வரை ஒரு உயர் அடையாளத்தைப் பெறுகிறார்கள். இப்படம் இந்தத் தளத்தில்தான் தனது கதையாடலைத் துவங்குகிறது.

இப்படத்தில் வெளியிலிருந்து வரும் நாயகி ஷோபனா. 1.ஆங்கிலம் படித்தவர் 2. மேட்டிமையாளர் (elite) 3.வெள்ளை நிறம் கொண்டவர் 4. நகர்ப்புறப் பண்பாட்டில் வளர்ந்தவர் 5.

நாகரிகமானவர் 6.உயர்சாதியான பார்ப்பனர். இந்த முரணின் எதிர்நிலையில் இருப்பவர்கள் மற்ற 9 மாணவர்களும். இவர்கள் ஒடுக்கப்பட்ட தலித் துவங்கி தெலுங்கர், முஸ்லிம், கிறித்துவர் உட்பட எல்லாப் பிரிவுகளையும் சேர்ந்தவர்கள். உடல் உழைப்பாளிகள். இவர்களை ஆங்கிலம் கற்றுத் தந்து மேம்படுத்துவது இந்த வெளியிலிருந்து வருபவராலே சாத்தியம். அப்படி வரும் ஒரு பார்ப்பனப் பெண்ணே கதையாடலின் மையமாகவும் அதன் மைய அழகியலின் அடிப்படையாகவும் இருக்கிறாள். அப்பெண் பார்ப்பனராகக் காட்டப்பட வேண்டிய எந்த முகாந்திரமும் கதையாடலுக்குத் தேவையில்லை. அவரைப் பார்ப்பனராக வலிந்து காட்டுவதுடன் அவரது பாரம்பரிய பெருமைகளைப் பேசுவதன் மூலம் கதையாடலின் மையமாக இம்முரண் கட்டமைக்கப்படுகிறது. இது கதையில் வலிந்து திணிக்கப்படுகிறது.

சங்கர், மன்னிக்கவும், ஷங்கர் தனது இந்தியனில் நாயகனான சேதுபதியை (கமல்ஹாசனை) பார்ப்பனராகக் காட்டவேண்டிய அவசியமே இல்லாதபோது வலிந்து அவரை ஒரு பார்ப்பனராக ஒரே ஒரு காட்சியின் மூலம், அதாவது நெடுமுடி வேணு நாயகியைச் சந்திக்கும் அந்த ஒரே ஒரு காட்சியின் மூலம் பதிய வைக்கிறார். அதேபோல் இதிலும் வலிந்து திணிக்கப்படுகிறது இக்காட்சி. ஷங்கர் 'ஜென்டில்மேன்' துவங்கி 'அந்நியன்' வரை பார்ப்பன சார்புநிலைக் கதையாடலையே தேர்ந்தெடுப்பவர் என்பது குறிப்பிடத்தக்கது. தன்னையும் பிற மாணவர்கள் குறிப்பாக நாயகனின் குடும்பச்சூழல் ஆகியவற்றையும் ஒப்பிட்டு அவர்கள்தான் உண்மையில் படித்து முன்னேற வேண்டும் என்கிறாள். அதாவது இட ஒதுக்கீடு என்பது பொருளியல் அடிப்படையில் இருக்க வேண்டும் என்கிற பார்ப்பனியக் குரலையே இதிலும் கேட்க முடிகிறது. இவர்கள் விட்டுத் தந்து பெறுவதல்ல, அது அடிப்படை உரிமை. ஆக, அப்பாத்திரம் மிகவும் நுட்பமாகக் கதையாடலில் மேற்சொன்ன நாகரிக நகர ஆங்கிலம் படித்த வெள்ளைநிற மேட்டிமையான உயர்சாதி பார்ப்பனப் பாத்திரம் என்பது மையமானதாக ஆக்கப்படுகிறது. இதற்காக அந்த ஒரு பாத்திரம் ஆரம்பம் முதல் தனித்துக் காட்டப்படுகிறது. அவர் ஒரு நடிகைக்கான தேர்வில் எடுக்கப்பட்டிருப்பதும் பிறர் அனைவரும் புதுமுகங்களாக இருப்பதும் இந்தப் பின்னணியிலேயே. இதில் அவளது நிறம்

துவங்கி வாழிடப் பின்னணி மற்றும் அனைத்துக்கூறுகளும் நுட்பமாகச் செதுக்கப்பட்டுள்ளன. அவரது நடிப்பிற்கு இயக்குநர் எடுத்திருக்கும் முயற்சி பாராட்டத்தக்கது. அந்நடிகையும் உள்வாங்கி நடித்துள்ளார் தனது முக்கியத்துவம் கருதி.

அப்பெண்ணைப் புரிந்துகொள்ள இயக்குநர் ஒப்பீட்டுரீதியாக இரண்டு பெண்களை இணைப்படுத்தி பல காட்சிகளில் எடுத்துச் செல்கிறார். கயல் என்கிற பெண் பாத்திரம். தமிழ்த் தொலைக்காட்சி நெடுந்தொடர் நாயகிகளை நினைவூட்டும் ஒரு எரிச்சலூட்டும் பாத்திரம். மற்றொன்று ஆதிச்செல்வி என்கிற இயல்பான பாத்திரம். ஆதிச்செல்வியாக நடித்த பெண் நடிப்பு பாராட்டுக்குரியது. அவரை முழுக்க 'தின்னிப் பண்டாரமாகப்' படைத்திருப்பது இந்த முரண்களை மேலதிகமாக விளக்கக்கூடியது. இது ஒருவகையான சாதிய எள்ளல் என்று கூறலாம். அவர் பாம்பைப் பிடிக்கும் துணிச்சல் அவரது வாழிடப் பின்னணியில் இருந்து வருவது. அவர் 'டாடியோவ்' என்பது எல்லாம் சொல்லாமல் பிரதி சொல்வது அவர் ஒரு தலித் என்பதையே. இம்மூன்று பெண்களும் எரிக்கப்படுகிறார்கள் என்ற போதிலும் பார்வையாளனின் மனதில் பதிய வைக்கப்படுவது நாயகியின் மரணமே. மரணம் குறித்துத் தரப்படும் மதிப்பீட்டின் அரசியல் இது.

காரணம் பார்வையாளன் பின்பற்றிச் செல்லும் மையச்சரடு நாயகியே. ஒரு கட்டத்திற்குமேல் கதையாடலானது நாயகிவழியாகவே பார்வையாளனுக்குச் சொல்லப்படுகிறது. இங்கு பிரதி தரும் அழுத்தம் மற்ற இருவரையும் ஓரந் தள்ளுகிறது. அதிலும் ஆதிச்செல்வியின் மரணம் ஒரு நியூஸ் அளவில்கூட இதில் பதியப்படவில்லை. அவரை ஊன்றிப் பார்த்துதான் தெரிந்துகொள்ள வேண்டும். உண்மையில் குடும்பத்தைக் காக்கவென படிப்பவர் அவர். அவரது மரணம் பெரும் எதிர்ப்புணர்வாக மாற்றப்பட்டிருக்க வேண்டும் பிரதியில். காதலின் தகிடுதத்தத்தில் அது போயே போய்விட்டது. ஆக, பிரதியின் மையமான பேச்சை உருவமைப்பது அல்லது வாசிப்பாளனின் அல்லது பார்வையாளனின் மனதில் பதிவை உருவாக்க முனைவது நாயகி பற்றிதான். ஆதிச்செல்வி ஆரம்பம் முதல் பிரதியின் ஓரத்தில் வந்துபோவது இந்த மையமான நாயகியினை நமது மனதில் அழுத்திப் பதிய வைக்கவே. ஆதிச்செல்வியை அவரது மேற்கத்திய பாணி நடனத்தின் மூலமும் கேலிக்குரியவராகப் படைத்திருப்பதும் இதனால்தான். இங்கு இயக்குநர் திட்டமிட்டு இவற்றைச் செய்தார் என்பதல்ல பொருள்.

படைப்பில் தேர்ந்தெடுப்பில் உருவாகும் இக்காட்சிகளின் தேர்வு பற்றிய அரசியலும் புரிதலுமே இவை. படைப்பாளியின் ஆழ்மனதின் அரசியல் வெளிப்பாடு.

இம்முரணை மூடி மறைக்க நட்பு, காதல் என்கிற முரண் மேலெழும்பி வருகிறது. இம் முரண் இந்த அரசியலை மறைத்துக் கதையை ரொமாண்டிசைஸ் பண்ணுவதற்கே. உண்மையில் காதல், நட்பு என்பது முரண் போல தோன்றும் முரணற்ற கூறுகளே. இவை ஒன்றை ஒன்று உள்ளடக்கியவையே. இதனை ஒரு பிரச்சனையாகப் பேசுவதாகப் பார்வையாளர்களை ஏய்க்க முனையும் யுத்தியே. மையமான இந்த வெள்ளை நாகரிக நகர பார்ப்பனிய உயர்சாதி சார்புக்குரலை மறைக்கவே இந்தவகை ரொமாண்டிக் கதையாடல்.

படத்தின் காதலின் ஒரு வலிமையான குறியீடாக வரும் கர்சீப். பல இடங்களில் கர்சீப்பை நுட்பமாக இயக்குநர் பயன்படுத்தியுள்ளார். இறுதிக்காட்சியில் நாயகனின் கையில் நமது பார்வைக்குக் காட்டப்படும் வண்ணம் காட்சி குளோஸ்-அப்பில் உறைந்து நகர்வது என்பது மூவரின் மரணத்தின் வலியைவிட நாயகியின் மரணத்தின் அந்தக் காதலின் வலியை வலிந்து பேசுவதாக முடிகிறது கதையாடல். அதேபோல் 'வெற்றி பெறுவோம்' என்கிற பாடலில் காட்டப்படும் விவேகானந்தர் படம் அருகாமைக் காட்சியாக உறைந்து மையத்தில் காட்டப்படுவதும் கதையாடலின் சார்புநிலையைச் சுட்டிக்காட்டும் ஒன்றாகும்.

ஜெயமோகன் இப்படம் குறித்து சிலாகித்து ரசனைவாத அடிப்படையிலான கட்டுரை ஒன்றை எழுதியுள்ளார். (ஜெயமோகனின் கட்டுரைக்கான சுட்டி: *http://babumanohar.blog-spot.com/2007/12/writer.html*) அதில் அவர் கூறும் படத்தின் யதார்த்தம் பற்றிய கருத்துக்களம் காட்சிகளும் நுண்ணுணர்வு சார்ந்தவை என்பதான அழகியல் பார்வை அவரது அரசியல் நிலைப்பாட்டையே வெளிப்படுத்துகிறது. மையத்துவம் சார்ந்த பிரதிகளின் அழகியல் என்பது இருப்பதை அங்கீகரித்து ஏற்கும் ஒரு மனநிலைதானே தவிர வேறொன்றுமில்லை.

''பாலாஜி சக்திவேலின் 'கல்லூரி' கேளிக்கையை மட்டுமே அடிப்படை இலக்காகக் கொண்ட தமிழ்த் திரையுலகில் வெளிப்பட்டிருக்கும் ஆழமான அறச்சீற்றத்தின் பதிவு.

ஆகவேதான் இந்த எளிமையான, அடக்கமான, படம் எனக்கு ஒரு காவியமாகவே தெரிகிறது. மேலான கலை என்பது ஒருபோதும் உத்தி சார்ந்த அலட்டல் அல்ல, செயற்கையான எடுப்புகளும் அல்ல. அது அடிபட்டவனின் வலி முனகல் போலவோ ஆனந்தக் கண்ணீரின் விம்மல் போலவோ இயல்பாக, தன்னிச்சையாக வெளிப்படுவது" என்கிறார் ஜெயமோகன். இங்கு நாம் விளக்க வந்தது, இது அறச்சீற்றம் அல்ல. நடந்த வன்முறையில் தனது பக்கச் சார்பைக் காட்டும் ஒரு மோசமான அரசியலே என்பதைத்தான். அறச்சீற்றம் என்பது இப்படி ஒரு நுட்பமான கட்டமைக்கப்பட்ட அரசியல் கதையாடலாக உருவாகாது. அதற்கு பதிலாக இறந்தவர்களின் உண்மைக்கதையையே எடுத்திருக்கலாம். இப்படத்தில் காட்டப்படும் அரசியலைவிட 'ஆறு' படத்தில் திட்டமிட்டு 5 பேரைத் தீக்குளிக்கச் செய்யும் காட்சியமைப்பு அதிகம் பாதிப்பை பொதுப்புத்தியில் உருவாக்கக்கூடியது.

"நமது கிராமப்புற கல்வி நிலையங்களில் இன்றுள்ள உண்மையான அடிப்படைச் சிக்கலே படத்தின் மையக்கருவாகியுள்ளது." என்கிறார் ஜெயமோகன். 'கல்லூரி' என்பது ஒரு கதைத்தளமாக இப்படத்தில் இல்லை என்பது தமிழின் முக்கிய படைப்பாளியான ஜெயமோகனுக்கு நம்மைவிட நன்றாகவே தெரியும். 'கல்லூரி' கதையாடலுடன் எந்தவகையிலும் முக்கியத்துவப் படுத்தப்படவில்லை. படத்தின் மையக்கரு காதல், நட்பு என்பதைச் சுற்றி வருவதாகக் காட்டி இறுதியில் அதற்கு எந்தத் தீர்வும் இல்லாமல் கலவரம் பற்றிய அரசியல் பிரச்சனையாக முடிக்கப்பட்டுள்ளது. "வெற்றி பெற்றாக வேண்டியவை இவ்வகைப் படங்களே. இவற்றின் வெற்றியே நம்மைப் பற்றிய பெருமிதத்துடன் நாம் மேலும் எதிர்பார்க்கச் செய்யும். குறைகள் இருக்கின்றன. அவற்றை இப்படம் நூறுநாள் ஓடும்போது அம்மேடையிலேயே அலச வேண்டும்" ஜெயமோகனின் இந்த எலிப்பொறி வாக்கியத்தில் உள்ள பொறுப்புணர்வு அவரது எழுத்து அறத்துடன் ஒத்துப் போகக்கூடியதா? அல்லது இவர் குறைகளைச் சுட்டிக்காட்டினால் அப்படம் ஓடுவது நின்று போய்விடுமா? தமிழக மக்கள் இவரது கருத்துக்காகக் காத்திருப்பது போன்ற ஒரு கற்பனையையே இதில் காண முடிகிறது. தவிரவும் இது நல்ல படம் ஓட வேண்டும் என்று அவர் விரும்புவது படத் தயாரிப்பாளர் படவேண்டிய

கவலை. அந்தக் கவலை இவருக்கு ஏன்? வெற்றியே ஒரு படத்தின் சிறப்பம்சம் என்பது எந்தவகை அளவுகோல்? உண்மையில் இன்றைய வெகுமக்களிடம் வெற்றியடையும் படங்கள் பெரும்பாலானவை மோசமானவை என்று இலக்கியவாதிகளால் புறம் ஒதுக்கப்படக்கூடியவைதான். உதாரணம்: 'பருத்திவீரன்'. மிகவும் மோசமான யதார்த்தமான கிராமப் பின்னணியில் எடுக்கப்பட்ட படம். வெற்றி பெற்றது என்பதால் அதைச் சிறந்ததாகக் கொள்ளமுடியுமா? வெற்றிபெற்றதாகத் தம்பட்டம் அடிக்கப்பட்ட பல படங்கள் மோசமானவை என்பது சொல்லாமலே விளங்கும். அல்லது மோசமானது நல்லது என்பதைவிட அதனை ஒரு பிரதியாக அதன் இயக்கம் ஏற்படுத்தும் சமூக உளவியல் கூறுகளை ஆய்வு செய்வதே சரியாக இருக்கும். இன்றைய சூழலில் பெரும்பாலான படங்களை எல்லோரும் பார்த்து விடுகிறார்கள். திருட்டு விசிடி அல்லது இணையம் அல்லது ஓரிரு மாதங்களில் தொலைக்காட்சிகளில் 'உலகிலேயே முதன்முறையாக' போட்டுக் காட்டி விடுகிறார்கள். ஜெயமோகன் எல்லோரும் பார்க்க வேண்டும் என்று விரும்புகிறாரா அல்லது தயாரிப்பாளர் ஷங்கர் லாபம் பெற வேண்டும் என்று விரும்புகிறாரா என்பது அவருக்கே வெளிச்சம். எல்லோரும் பார்ப்பதற்கு 100 நாள் தியேட்டரில் ஓடினால் மட்டும் போதாது.

இறுதியாக, படத்தின் நாயகனின் தங்கையின் முகம் தூக்கத்திலும் நம்மைத் துயருறச் செய்யும் முகம். அந்தச் சிறுமியின் முகம் ஏற்படுத்தும் வறுமைக்கும் இந்தச் சூழலுக்கும் எதிரான உணர்வெழுச்சி முழுப்படத்திலும் ஏற்படுத்த முடியாத ஒன்று. அந்தக் காட்சிகளுக்காக இயக்குநரையும் ஒளிப்பதிவாளரையும் பாராட்டலாம்.

- (22 டிசம்பர், 2007)

பின்குறிப்பு: தர்மபுரி சம்பவத்திற்கு 3 பேருக்கு தூக்குத் தண்டனை தந்த நீதிமன்றம், இந்த வகைக் கொலைத்தூண்டலுக்குக் காரணமான அரசியல் தலைவரையோ அல்லது கட்சியையோ ஒன்றுமே செய்யவில்லையே ஏன்?

‘கற்றது தமிழ்’ கற்காதது.......?

கற்றது தமிழ் திரைப்படம் முன்வைக்கும் தமிழ் வழிக்கல்விப் பிரச்சனைகளை நானும் எதிர்கொண்டவன். இளம் அறிவியல் வரை தமிழ்.. முது அறிவியல் ஆங்கிலம் படித்தவன். ஆங்கிலம் தெரியாத அசடனாக.. சென்னையில் அலைக்கழிக்கப்பட்ட விதம்.. கோணங்கியின் ‘மாயாண்டிக் கொத்தனின் ரசமட்டம்’ போல.. உள்ளுக்குள் நடுங்கும் அந்தத் தாழ்வு மனப்பான்மையின் அனுபவங்கள் சொல்லி மாளாதவை. IMRBஎன்கிற தனியார் நிறுவனத்தின் மேலாளர், நண்பர் நாகார்ஜுனனின் சகோதரர் என்பதால் அவரது பரிந்துரை மூலம் கிடைத்த முதல் வேலை Data Entry. சென்னை கன்னிமாரா நூலகத்திற்கு எதிர்ப்புறம் அலுவலகம். அலுவலகத்தில் என்னைத் தவிர எல்லோரும் ஆணும் பெண்ணுமாக சரளமாக ஆங்கிலம் பேசும்போது தூக்கம் வராமல் இரவுகளில் வரும் nightmareகள் ரொம்பவும் கொடுமையானவை. எண்ணி முப்பது நாட்களில் சம்பளம் வாங்காமல் ஊருக்கே ஓடிப்போய் கரும்பு விவசாயம் பார்ப்பதே மேல் என இரண்டு ஆண்டுகள் ஊரிலேயே ஓட்டினேன் என்றால் அந்த நிலைமை எப்படி என்று கற்பனை செய்து கொள்ளலாம்.

கிராமங்கள் மற்றும் பெருநகரங்களின் இந்த முரண்பாடு என்பது கிராம இளைஞர்கள், குறிப்பாகப் படித்தவர்கள் மத்தியில் ஒரு தீர்மானகரமான பங்கை ஆற்றி வருகின்றது. ஒருவகையில் ஆங்கிலம் மீதான ஒரு கனவாக, ஏக்கமாக இது கிராம

மாணவர்களினை அலைக்கழித்து வருகிறது. இதன் ஒரு விளைவாகக் கல்வி நிறுவனங்கள் ஆங்கில வழிக்கல்வி எனப் பல்கிப் பெருகி பணங்கொழிக்கும் தொழிற்கூடங்களாக மாறிவிட்டன. ஆங்கிலம் உலகின் ஜன்னலாக மாற்றப்பட்டுள்ளது. இந்நிலையில் இச் ஜன்னலை அடைத்துக் கொண்டு இருட்டில் புழங்க முடியாது. அதேசமயம் ஜன்னல் மட்டும் போதும் என்று தாய்மொழி என்கிற கதவை அடைத்துவிடவும் முடியாது. பிரச்சனை, கதவை அடைத்துவிட்டு ஜன்னல்கள் (விஸ்ட்டா வரை வந்துவிட்ட விண்டோஸ் என்கிற ஜன்னல்களும் இதற்கு ஒரு உதாரணம்) வழியாகப் புழங்கும் ஒரு உலகமாக இன்றைய உலகம் மாறிவிட்டது. ஆனால் இந்த உலகத்தில்தான் நாம் எதிர்கொள்ளும் பிரச்சனைகளையும் ஆங்கிலம் மூலம் படித்து அதன் அறிவில் பேசியாக வேண்டி உள்ளது என்பது மற்றொரு கொடூரமான உண்மை.

இவ்வுண்மை தரும் கண்ணோட்டத்திலிருந்து ‘கற்றது தமிழ்’-குறித்த எனது கருத்தாடலைக் கட்டமைக்க முயல்கிறேன். காரணம், தமிழ்வழிக் கல்வி பயில்பவர்களும், தமிழ் படித்தவர்களும் சமூகத்தில் குறிப்பாகத் தமிழ்ச் சமூகத்தில் இரண்டாந்தரக் குடிமக்களாக நடத்தப்படுவதான ஒரு தோற்றம் ஆங்கிலக் கல்வி படித்தவர்கள் மத்தியில் இருக்கிறதா என்பது ஒரு சமூக-உளவியல் ஆய்வு. ஆனால், தமிழ்க் கல்வி படித்தவர்கள் மத்தியில் இது ஒரு தாழ்வு மனப்பான்மையாகக் கட்டப்பட்டிருப்பது ஒரு சமூக-உளவியல் உண்மை. இதற்குத் தெரிந்தோ தெரியாமலோ ஆங்கிலேயக் காலனி கல்விமுறை துவங்கி இன்றைய ஊடகங்கள் வரை ஒரு காரணமாக அமைந்துள்ளது. உருவத்தில் இந்தியனாய் உள்ளத்தில் வெள்ளையனாய் இருப்பதுதான் மெக்காலே கல்விமுறையின் அடிப்படை என்பது பலராலும் சொல்லப்பட்டுள்ள ஒரு உண்மை. இவ்வுண்மை தற்சமயம் ஒரு தீவிர நிலையை அடைந்திருக்கிறது. இந்த வெள்ளையன் சுதந்திரம் தரப்பட்டதாகச் சொல்லப்பட்ட இந்த அறுபது ஆண்டுகளில் ஆங்கிலேயனிலிருந்து மேற்கத்தியன் மற்றும் அமெரிக்கனாக மாறியுள்ளான் என்பதுதான் அது. இதனை நிரூபிக்கும் வண்ணம் இன்று பெருநகரங்களில் உருவாகியிருக்கும் BPO, call center and IT oriented firms ஆகியவை பன்னாட்டு முதலாளியத்தின் சுரண்டலுக்கான ஒரு நிதர்சனமாக ஆக்கி உள்ளன. இதனை ஒரு பேசுபொருளாக எடுத்துக் கொண்டு நாயகனின் தற்கொலை நாடகத்துடன் துவங்குகிறது இப்படம்.

திரைப்படம் என்கிற சினிமாவே ஒரு பின் நவீனத்துவத்தின் கலைவடிவம்தான் என்கிறார்கள் அதனைத் தீவிரமாக ஆய்வு செய்த அறிஞர்கள். சினிமாவின் ஒவ்வொரு ‘ஷாட்’-டும் ஒரு சொல்லாகவும், அதன் தொடர்ச்சி ஒரு வாக்கியமாகவும் அமைந்த மொழியாகக் கருதி காட்சிகளின் குறியீடுகளை வாசிக்கும் முறையியலாகும். அம்முறையியலுக்கான முயற்சி இல்லை இது. அது தமிழ்ப்படமாக இருந்தாலும் ஸப்டைட்டில் உள்ள ஒரிஜினல் டிவிடி-களில் மட்டுமே சாத்தியம். அதனால், ‘கற்றது தமிழ்’ பார்த்தவுடன் அதைப்பற்றி எழுதும் எண்ணம் ஏற்பட்டதால் இது எழுதப்படுகிறது.

உலகமயமாக்கல் என்கிற பொருளாதாரக் காரணியை விட்டுவிட்டுப் பிரச்சனையைக் கல்வி முறையினூடாகவும் மொழியினூடாகவும் காண்கிறது இப்படம். இயக்குநருக்கு இவை குறித்து ஒரு திட்டவட்டமான பார்வை இல்லை. அப்படியே அது அவருக்கு இருந்தாலும் அது படத்தில் அவரது குரலாகப் பேசப்படவில்லை. படம் முழுவதும் சொல்லுதலின் வழியாகவே நமக்குக் காட்சிப்படுத்தப்படுகிறது. அதனால் சொல்பவனின் தன்னிலையாக்கம் இதன் மையச் சரடாக உள்ளதால், இயக்குநர் பார்வையைக் கதையாடல் மறுத்து விடுகிறது. படம் பார்வையாளனின் கோணத்திலிருந்து உருவாகி ஓடத் துவங்குகிறது. ஆனால், படத்திற்குள் பன்னாட்டு முதலாளியத்தின் விளைவாக உருவாகும் சமூக அமைதி இன்மை பற்றிய பார்வை அவரையும் மீறி சமூகத்தின் குரலாக பதிவாகிவிட்டது. IT call center-கள் மூலமாகவும், நுகர்வுப்பண்பாட்டின் மூலமாகவும், 2,000 மற்றும் 2,00,000 சம்பள வித்தியாசம் மற்றும் சேறடிக்கும் IT professional கார் மூலமாகவும், இந்த வேறுபாடு என்பது மலைக்கும் மடுவிற்குமானது. ஆனால் இருவரும் புழங்கும் நுகர்வும் உலகமும் ஒன்றுதான்.

இவ்வுலகிற்கு எதிராக என்ன செய்ய முடியும்? கல்லெடுத்துக் கார் கண்ணாடியை உடைக்கலாம் அல்லது தர்க்கமற்ற முறையில் ஒழுங்குகள் எல்லாவற்றையும் குலைக்கும் வண்ணம் கொலை செய்யலாம் அல்லது தனது பாலியல் இச்சைகளை பாத்ரூமில் வடிகாலாக்கிக் கொள்ளலாம் (தமிழ்ப் படத்தில் முதன்முறையாக இது ஒரு வசனமாகியுள்ளது). இவை எல்லாம் சேர்ந்து மனப்பிறழ்ச்சியாளனாக அடையாளப்படுத்தலாம். இவ்வளவும் செய்தவன் ஏன் அவற்றை ஒப்புதல் வாக்குமூலமாகத் தருகிறான்?

அவனுக்குப் பாவ மன்னிப்பு வழங்க கடவுளோ மதமோ இல்லை. இருப்பது தன்னை வெளிப்படுத்திக் கொள்வதற்கான நவீன மதமான தொலைக்காட்சி என்கிற ஊடகம்தான். காரணம் தொலைக்காட்சி யதார்த்தத்தைப் பிரதிபலிப்பதில்லை. மாறாக, தொலைக்காட்சி உண்மை என்று நம்பப்படுகிற ஒரு உலகை உருவாக்கிக் காட்டுகிறது. அதாவது இது ஒரு *simulation* எனலாம்.

உண்மையில் எந்த ஒரு ஊடகமும் யதார்த்தத்தைப் பிரதிபலிக்கவே முடியாது. காரணம் யதார்த்தம் என்கிற ஒன்று பிரதிக்குள் நுழையும்போது அது பிரதிக்கான யதார்த்தம் ஆகிவிடுமே ஒழிய இயல்பான யதார்த்தமாக இருக்காது. அவை காட்டுவது அதன் வெளிக்குள் கட்டமைக்கப்பட்ட ஒரு யதார்த்தத்தைத்தான். சாதாரணமாக, உண்மையாக நம்பப்படும் புகைப்படக்கலை கூட யதார்த்தத்தைக் காட்டுவது கிடையாது. அதிலும் புகைப்படம் எடுப்பவரின் தேர்வுப் பரப்பு என்கிற ஒன்று இருக்கிறது. அதற்கான அரசியலை அப்புகைப்படம் பேசத்தான் செய்யும். ஆக, தொலைக்காட்சி வழியாகத் தனது பாவமன்னிப்பைக் கோரும் அவன் தனது காதலியை விபச்சாரியாகக் கண்டு அவளிடம் தஞ்சமடைந்து தன்னைப் புனிதப்படுத்திக்கொள்ள முனைகிறான். பார்வையாளனை ஒரு பாதிரியாராக ஆக்கும் முயற்சியே இது எனலாம்.

இப்படம் வழக்கம்போல் ஆசிரியனின் அனுபவம் என்பதான துணைப் பிரதியின் வழியாக வாசிக்கப்பட வேண்டும் என்கிற ஊடகங்களின் நிர்ப்பந்தத்தை தவிர்த்துப் பார்த்தால்.. பிரதியானது அதன் தர்க்க அடிப்படையில் அணுகப்பட வேண்டும் என்பதே சரியானது. பொதுவாக விமர்சனம் முன் அனுமானங்களால் கட்டுப்படுவதில்லை. ஆனால், மொழிக்கே உரிய பிரசன்னம் என்கிற முன்இருப்பு இருக்கவே செய்கிறது. அதனால் பிரதியானது மொழியின் அனுமானங்களால் கட்டப்படுகிறது. அதனால்தான் பிரதியானது பல அனுமானங்களைக் கொண்ட பல வாசல்களைத் திறந்து விடுகிறது. எனவே, பிரதியை வெளியிலிருந்து அணுகுவதைத் தவிர்த்தால் அதில் அடையாளம் காணும் தன்மை நிகழாது. அதாவது, அவனை அல்லது பிரதி பேசும் நாயகனை நல்லவன், கெட்டவன் இன்னபிற போன்ற இயல்பான அடையாள அரசியலுக்குள் அழைத்து வரமாட்டோம். அதாவது பிரதிக்குள் வரும் நாயகன் ஒரு மனப்பிறழ்ச்சியாளன். படத்தை ஒரு மனப்பிறழ்ச்சியாளனின் பார்வை நிலையிலிருந்து வாசித்தால்

இக்குழப்பங்கள் வராது. மனப்பிறழ்ச்சியை நோயாக மாற்றி இருப்பது ஆதிக்கத்தின் நுண்அரசியல் ஆகும். அதனை மற்றொரு மனித நிலையாகக் கருதினால், இப்பிறழ்ச்சி என்பது சமூக அழுத்தங்களின் விளைவு. இத்தகைய உணர்வுதான் நாயகன் கொள்ளும் பொறாமை என்பதும்.

இன்றைய IT பண்பாடு குறித்துக் கூர்மையான சமூக விமர்சனங்கள் வரத் துவங்கியிருக்கின்றன. அதனை இப்படம் சமூகரீதியாக இல்லாமல் தனிமனிதப் பிரச்சனையாக அணுகுகிறது. என்றாலும்.. இது இதர பிரிவினரை ஒருவகை மனப்பிறழ்ச்சிக்கு அழைத்துச் செல்லும் என்கிற உண்மையையும் சமூகத்தில் ஒரு அமைதியின்மையையும் இவை உருவாக்கும் என்பதாக இப்பிரதி முன் அனுமானிக்கிறது. மற்றவையெல்லாம் இந்த அடிப்படைக்காகக் கட்டமைக்கப்பட்டவையே. மனப்பிறழ்ச்சியாளனின் சிந்தனை தெளிவற்றதாக இருக்கும் யூகம்கூட இன்று கட்டமைக்கப்பட்டிருக்கும் மனச் சிதைவாளர்கள் குறித்த சொல்லாடலில் இருந்தே வருகிறது. அவர்கள் பிறழ்ந்து இருப்பதால்தான் நாம் ஒழுங்காக இருப்பதாகக் கற்பிதம் செய்து கொள்கிறோம்.

ஒரு மையத்தைப் பற்றிய மனப்பிறழ்ச்சி என்பதை பாரனோயா என்பார்கள். இவன் பாரோனாய்டு வகை நாயகன். ‘அந்நியன்’ நாயகன் சாதியவெறி என்கிற மையம் கொண்டவன். இவன் தனது தமிழ் கற்றலை மையமாகக் கொண்டவன். ‘குணா’ தொன்மத்தாயை மையமாகக் கொண்டவன், ‘ஆளவந்தான்’ கெட்ட தாயை மையமாகக் கொண்டவன், ‘காதல் கொண்டேன்’, நாயகன் தனக்கு மறுக்கப்பட்ட உடலை மையமாகக் கொண்டவன். இப்படியாக தமிழ் சினிமாக் கதையாடல் பல பரோனியாக்களை பேசியதுதான். இப்பரோனியாவைச் சிறந்த சிந்தனையாளர்கள் துவங்கி புரட்சியாளர்கள்வரை விரிவுபடுத்தலாம். மையமுள்ள சிந்தனைக்காகத் தன்னை இழக்கும் உடல்களின் சிந்தனை வகையையே பாரோனாய்டு வகை எனலாம்.

இம் மையமற்ற தன்மை ஒரு மையம் வேண்டி அவனது உடல் வாதைகளைக் கொலைநிகழ்த்துதலின் இதமாக பதிலீடு செய்கிறது. இதனால் இக்கொலைகள், கொலைக்காக அதன் அழகியல் உணர்விற்காக அந்த நோய்த் தன்மைக்காகச் செய்யப்படுகிறது. ஆக, படத்தின் மையம் தர்க்கமற்ற முறையில் அவன் செய்யும் கொலைகள். அவனே சொன்னால் ஒழிய.. கண்டு கொள்ள முடியாத, கண்டுபிடிக்க முடியாத கொலைகள். தர்க்கத்தை

அடிப்படையாகக் கொண்ட எந்தக் கொலையையும் துப்பறிந்துவிட முடியும். தர்க்கமற்ற கொலைகளைத் துப்பறிவது சாத்தியமற்றது. இதன் மூலம் அதிகார அமைப்பின் குற்றம் பற்றிய தாக்க விதிகளைக் கேள்விக்கு உட்படுத்துகிறான். அதனால்தான் காவல் ஆய்வாளரின் கொலை என்பது தீவிரவாதிகளின் செயலாக நம்பும் அதிகார அமைப்பின் எளிமையான தர்க்கக் கட்டமைப்பு இவனது சிக்கல் வாய்ந்த நடைமுறையால் சிதைவுக்கு ஆளாகிறது. இதனை ஒரு மையமான கவனக் குவிப்பாக இப்பிரதி செய்யவில்லை. கொலைகளில் துவங்கி கொலை பற்றிய கதையாடலாக இப்பிரதி நகர்ந்திருந்தால் இப்படத்தின் தன்மையே மாறியிருக்கும். சந்தை விதிகளால் ஆளப்படும் தமிழ் சினிமாவில் இதுவே அதிகம்தான்.

இக்கொலைகளும் தர்க்கமற்ற முறையில் தனது மனதிற்கு உட்பட்ட நியாயங்களின் அடிப்படையில் கூட அல்ல தனது மனதின் இதத்திற்காகச் செய்யப்படுகிறது. இது கொலை நிகழ்த்துதலின் அரசியலாக/அழகியலாக காட்சிப்படுத்தப்படுவதை உள்ளார்ந்து வியாபித்திருக்கும் மனித மனதின் வன்முறைக்கான மற்றும் கொலைக்கான உடலைச் சிதைக்கும் பாசிச மனத்தினை வெளிக் கொண்டு வருவதாக உள்ளது. இயக்குநரின் பார்வைக்கு எதிரான மனநிலையில் இப்படம் சஞ்சரிக்கிறது. நாயகனை அவனது செயல்களை இயக்குநரால் நியாயப்படுத்த முடியாத நிலையாகும் இது. அதாவது தமிழ் படித்தவனின் பிரச்சனையாகச் சொல்ல முயன்ற கதை அதன் தளத்தில் நிலை கொள்ளாமல் வேறு திசைநோக்கிப் பயணிக்கத் துவங்குகிறது. பிரதி இயக்குநரை வழிநடத்திச் செல்கிறது. வலிந்து ஒரு முடிவைப் பாவமன்னிப்பு வடிவில் வழங்கி இவ்விருவரையும் காவலர்கள் சுற்றி வளைப்பதில் 'குணா'வின் உச்சத்தை நினைவூட்டினாலும்.. முடிவில் இருட்டிற்குள் செல்வதான.. நாயைக் காப்பாற்றுவதான முடிவாக அது திறந்து விடப்பட்டுள்ளது. அதாவது குழந்தைமைக்குத் திரும்புதல் என்கிற நடக்கவியலா ஏக்கத்துடன் திரைப்படம் முடிகிறது.

மற்றபடி திரைப்படம் என்பது பின்நவீனத்துவ மனநிலைகளில் ஒன்றான பழமைக்கான ஏக்கம் (nostalgia) என்பதைத் தனது கதைகூறலின் மூலம் கிராமக் காட்சியாகவும் மலைகள், பசுமையான இயற்கை, சிறுபிராய காதல் என்பதாக அடிக்கடி நினைவூட்டிக் கொண்டு இருக்கிறது. இந்த ஏக்கம் எப்படி கொலைக்கான மனநிலையாக மாறுகிறது என்பது உளவியல் சார்ந்த ஒரு ஆய்வு. இதற்காக சிறுவயது முதல் அவன் காணும்

பல விபத்துகள் வழியாகவும் வழக்கமான அனாதையாதல், எதுவும் கிடைக்காத புறக்கணிப்பின் ஏக்கம்... இப்படியான நியாயப்படுத்தல்கள் இன்னும் தமிழ் சினிமாவின் சந்தை விதித்த கதையாடலைத் தாண்டாததையே காட்டுகிறது. சாவுணர்ச்சி என்பது அவனது இயல்புணர்வு போலக் காட்டப்படுகிறது. படம் தற்கொலையில் தொடங்குவதன் பின்னணி இதுதான்.

இப்படம் சமுதாயத்தின் உள்ளொடுங்கியிருக்கும் ஒரு குரலின் வெளிப்பாடு. தேவையற்ற எந்த ஒன்றும் சமுதாயத்தில் வெளிப்பட சாத்தியமில்லை. பிரச்சனை இதனை சமுதாயம் எப்படி எதிர்கொள்ளும் என்பதுதான். இப்படம் தமிழ் பற்றியது அல்ல. தமிழ் என்பது ஒரு கருவி. மையமான முரணாக முன்வைப்பது இன்றைய பன்னாட்டு முதலாளியச் சூழல் எப்படி ஒரு அடையாளமற்ற தன்னிலையைக் கட்டமைக்க முனைகிறது என்பதைச் சொல்வதுதான். இயக்குநர் எப்படியெல்லாம் தமிழ் படித்து கஷ்டப்பட்டதாக தனது நேர்காணலில் கூறுவது, அவர் சொல்ல விரும்புவதைப் பிறரை ஏற்கச் செய்ய முனையும் ஒரு துணைப்பிரதியாகும். அல்லது படத்தை அவர் அர்த்தப்படுத்த முனையும் விதம் அது. படம் அவர் விரும்பிய தமிழ்சார்பு மனநிலைக்கு எதிரானதாக மாறிவிடுகிறது என்பதே இதில் வருந்தத்தக்க விஷயம். இப்படம் தமிழை முன்வைத்து இன்றைய பன்னாட்டு முதலாளியத்தின் பக்க விளைவாக உருவாகும் எதிர்மனிதன் பற்றிய கதையாடலாக உள்ளது.

- (05, நவம்பர் 2007)

மீண்டும் வரும் 'அந்நியன்'

மிஸ்டர் பப்ளிக் 'ஜென்டில்மேனாக' மாற வேண்டும் என்றால், வர்ண தர்மப்படி முதல் வர்ண பார்ப்பனரைக் காக்க ஆயுதம் ஏந்திப் போராடவேண்டும் என்பதை ராபின்ஹூட் பாணியில் சொன்ன இடஒதுக்கீட்டிற்கு எதிரான 'ஜென்டில்மேன்'. ஹிட்லரின் தலைமையிலான அச்சு நாடுகளின் ஆதரவுடன் உருவாக்கப்பட்ட இந்திய தேசியப் படையில் உறுப்பினராக இருந்த தேசப்பற்றுள்ள பார்ப்பனர், லஞ்சம் கொடுக்கத் தயாராக இல்லாமல் மகளை இழந்ததால் லஞ்சம் வாங்குபவர்களை எல்லாம் கொல்லும் 'இந்தியன்'. ஒருநாள் முதல்வராகி தமிழகத்தைப் பொன்விளையும் பூமியாக மாற்றும் 'முதல்வன்' என்கிற வரிசையில் சங்கர் என்கிற தமிழ்ப் பெயரை 'ஷங்கர்' (ஷ்ஷங்கர் என உச்சரிக்கவும்) என பெருமிதத்துடன் வைத்துக் கொண்டுள்ளவரின் வருண தர்மத்தைக் காக்க வரிந்து கட்டிக் கொண்டு வந்திருக்கும் மற்றொரு படம் 'அந்நியன்'.

வி.பி. சிங் ஆட்சியில் மண்டல் கமிஷன் பரிந்துரை அமலாக்கத்திற்குப் பின் அதற்கு எதிரான 'ஜென்டில்மேன்' வெளிவருகிறது. இடஒதுக்கீட்டால் பாதிக்கப்பட்ட ஒரு பார்ப்பன மாணவன் தற்கொலை செய்து கொள்ள வருண தர்மப்படி பிற சாதிக்காரன் அதாவது சத்திரியன் திறமைக்கு முதலிடம் கொடுக்க, கொள்ளை அடித்து ஒரு கல்லூரி கட்டி நவ பார்ப்பனனாக

அதாவது 'ஜென்டில்மேனாகி' விடுகிறான். முதல்வர் ஜெயலலிதாவிற்கு எதிராக இருந்த கவர்னர் சென்னாரெட்டியை நேரடியாகத் தாக்கி, தமிழகத்தில் ஆட்சியைக் கலைக்க ஆந்திராவிலிருந்து ஒரு ரவுடியை வரவழைத்து தமிழகத்தில் வெடிகுண்டுகளை வைக்கிறார் ஆந்திராவைச் சேர்ந்த தமிழக கவர்னர் 'காதலனில்'. கருணாநிதி முதல்வராக இருந்தபோது 'திறமையுள்ள' ' படித்த' 'நவீன தொழில்நுட்பம்' தெரிந்த மாற்று முதலமைச்சர் தேவை என 'முதல்வன்' படம் எடுக்கப்படுகிறது. பி.ஜே.பி. ஜெயலலிதா ஆட்சியில் நேரடி அரசியல் பூச்சுகள் இல்லாத 'ஜீன்ஸ்', 'பாய்ஸ்' (இது 'துள்ளுவதோ இளமை' என்கிற செமி-போர்னோ படத்தின் சிட்டி வெர்சனாகக் காப்பி அடிக்கப்பட்டது) போன்ற அரசியல் சார்பற்ற கிளகிளுப்புப் படங்கள். இதைவிடவும் தனது அரசியல் சார்பை ஒருவர் பறைசாற்றிக் கொள்ள முடியாது. சங்கரின் ஆழ்மனது விரும்பும் ஆட்சியும் அதிகார அமைப்பும் எது என்பதற்கு இது ஒரு உதாரணம். இன்று பி.ஜே.பி தோல்வியால் கலி முத்திவிட்டது என வருண தர்மத்தைக் காக்க 'அந்நியனை' இழுத்து வருகிறார். குடுமி வைத்துக்கொண்டு நல்லவனாகவும், அதே குடுமியை அவிழ்த்துவிட்டால் 'அந்நியனாக'வும் அதாவது காட்டானாகவும், அதையே ஒதுக்கி வாரிக்கொண்டுவிட்டால் 'மாடர்ன்' மனிதனாகவும் ஒரு கட்டு மயிரை வைத்துக்கொண்டு முழுத் திரைக்கதையையும் எழுதி முடித்துள்ளார்கள்.

தமிழ் சினிமாவில் பாரதிராஜாவின் வருகை கிராமியம் சார்ந்த மண்ணை அடிப்படையாகக் கொண்ட படங்களுக்குத் தமிழ் சினிமாவை மாற்றியது. கதாநாயக மைய சினிமாவை இயக்குநர் மைய சினிமாவாக மாற்றியது. இப்பார்வையின் விளைவாக பாரதிராஜாவின் பிரதிநிதித்துவத்திற்கு எதிராக உருவமைக்கப் பட்டது பாலசந்தர் என்கிற பிரதிநிதித்துவம். இதனுள் பார்ப்பனிய மற்றும் பார்ப்பனியமல்லாத பார்வை என்பது இயக்கம் கொள்ளத் துவங்கியது. பாரதிராஜாவின் பெரும்பாலான படங்களில் செயல்படும் ஒரு முக்கிய கருத்தாக்கம் 'அந்நியன் வருகை' என்பது. ஒரு இயல்பான கிராம அமைப்பு அந்நியரின் வருகையால் குழப்பமடைவது என்பது அவரது கிராமியப் படங்களின் மையமான ஒரு கருத்தாக அமைந்ததை இந்த அரசியல் பின்னணியில் வைத்துதான் நோக்க வேண்டும். பாலசந்தர் படங்கள் தனிமனித பிரச்சனைகளுக்கே முக்கியத்துவம் தருவதும்

மனித உறவுகள் குறித்த அக்கறை கொண்ட மத்தியதர வர்க்க நகர்சார் பின்புலங்களைக் கொண்டதுமாக அமைந்ததும் அவர்களது உள்ளார்ந்த அரசியல் நோக்கை உணர்த்தக் கூடியவை. இவ்விரு பார்வைப் பின்புலங்களுக்குள் ஷங்கர் தன்னை எதில் தகவமைத்துக் கொள்ள முனைகிறார் என்பது வெளிப்படையானது. நகர் சார்ந்த மேட்டிமைப் பார்வை என்பது அவரின் அடிப்படைப் பார்வையாகும். அதனால்தான் 'அந்நியன்' பட நாயகன் எதிர்கொள்ளும் பிரச்சனைகள் பாமர மக்களாகிய நமக்கு ஒரு பிரச்சனையாகவே தெரிவதில்லை. அவன் கொல்லும் நபர்களின் பின்னணிகள் எதுவும் சுட்டிக் காட்டப் படுவதில்லை என்பதுடன் கொல்லப்பட்ட நபர்கள் மீது நமது பச்சாதாபம் வெளிப்படுகிறது படத்திற்கு எதிர்விளைவாக. அதிலும் அவனைப் பாதித்த நபர்களை அவன் கொல்கிறான். இதற்கு ஏன் கருடபுராணம் இத்யாதிகள் எல்லாம்? இதில்தான் சனாதனம் என்கிற பார்ப்பன தர்மத்தை, ஒழுக்கத்தைப் பேணுவது என்கிற மதமீட்புவாத அரசியல் வெளிப்படுகிறது.

ஷங்கரின் படங்கள் தமிழ் சினிமாவின் அனைத்து வியாபார சூத்திரங்களையும் பிரமாண்டங்களின் மூலமும் கம்ப்யூட்டர் கிராபிக்ஸ் மூலமும் காட்சிப்படுத்தும் படங்களே தவிர, குறைந்தபட்ச யதார்த்தங்களோ அல்லது சாதாரண தர்க்கப் பொருத்தமுள்ள காட்சி அமைப்புகளோ கொண்ட படங்கள் அல்ல என்பதில் மாற்றுக் கருத்து இருக்க வாய்ப்பில்லை. நல்ல திரைக்கதை என்பது படத்தில் ஒரு காட்சியைக் கூட அகற்ற முடியாத வகையில் அமைய வேண்டும். 'அந்நியன்' படத்தில் பல காட்சிகளை வெட்டிவிட்டுப் படத்தின் கதை அமைப்பு கெடாமல் பார்க்க முடியும். படத்தில் எந்த தர்க்கத்திற்கும் உட்படாத மனம்போன போக்கில் மாஜிக்குகளைக் காட்டுகிறார்கள். ஏதோ சக்திமான் நாடகம் பார்ப்பது போல் இருக்கிறது. அவரின் பிரமாண்டங்கள் கூட ஹாலிவுட் ரக காப்பிகள்தான். அந்நியனில் வரும் ஜெட்லீ ரக குங்ஃபூ சண்டை உட்பட.

மற்றப் படங்களுக்கும் இவரின் படங்களுக்கும் உள்ள அடிப்படை வித்தியாசம் இரண்டு. ஒன்று - மணிரத்னம் போல இவரும் பான்- இந்தியப்படம் பற்றிய ஒரு தேட்டத்துடன் படம் பண்ணி இந்திய சந்தை முழுவதையும் கையகப்படுத்த முனைவதற்கான முயற்சி. இவர்களது படங்கள் இந்த பான்- இந்தியத் தனத்தால் மண்சார்ந்த தன்மையிலிருந்து விலகி ஒரு

பொதுமைப்படுத்தப்பட்ட பரப்பில் அமைந்து விடுகின்றன. அல்லது கதைத்தளம் இந்திய மைய அரசியலுடன் உறவு கொண்டதாக எடுக்க வேண்டிய கட்டாயம் ஏற்பட்டு விடுகிறது. அதனால் சமூகப் பொறுப்புணர்வை விட சந்தை பற்றிய பொறுப்புணர்வே அதிகமாகி விடுகிறது. இப்பொறுப்புணர்வு அடிப்படை பிரச்சனைகள் பற்றிய பொறுப்பின்மையாகவும் அரசியலில் ஆளும் கருத்தியலைப் பிரசாரம் செய்யும்படி செய்கிறது.

இரண்டு திட்டமிட்டு இவரது கதைத்தளங்கள் பார்ப்பனியப் பின்புலத்தில் உருவாக்கப்படுவதுதான். இக்கதையின் உள்தளங்கள் மனுதர்மத்தின் அடிப்படையிலான வருணக் கோட்பாடும் அதன் தத்துவப் பின்புலமுமான கீதையின் கர்மக் கோட்பாடும்தான். இதனைச் சரியாகப் புரிந்துகொள்ள நால்வருணக் கோட்பாட்டின் வரலாற்று வளர்ச்சியைப் புரிந்து கொள்ளவேண்டும். நால்வருணக் கோட்பாடு என்பது உலகின் பல இனங்களிடமும் வழங்கிவந்த முறையே. அது ஆரிய கண்டுபிடிப்போ அல்லது இந்திய சமூக அமைப்பிற்கான பிரத்யேக முறையோ அல்ல. அதாவது இனக்குழு உற்பத்தி முறையிலிருந்து பண்ணை அடிமை முறைக்கு ஒரு சமூகம் மாறும்போது தனிச்சொத்து குடும்பம் அரசு ஆகியவற்றின் உருவாக்கமும் அதற்கான வேலைப்பிரிவினைகளும் உருவாகிறது. அந்த வேலை அல்லது தொழில் பிரிவினைகளே நால்வருணமுறை. தொழிலை அடிப்படையாகக் கொண்ட இந்த நால்வருண முறையைப் பிறப்பை அடிப்படையாகக் கொண்டதாக மாற்றியதுதான் பார்ப்பனியத்தின் வெற்றி என்கிற டாக்டர் அம்பேத்கரின் கருத்து ஆழ்ந்து சிந்திக்கத்தக்கது.

இந்த மாற்றத்தை உப-நிஷத் தத்துவ விசாரங்களினை அடிப்படையாகக் கொண்டு ஒரு கோட்பாடாக மாற்றியது மனுதர்மம். அதற்கான வழிக்காட்டுதல்களைத் தருவதற்கு கீதையும், நடைமுறை சம்பிரதாயங்களை விளக்க பாரதமும், இராமாயணமும் உருவாக்கப்படுகிறது. மனுதர்மம் மூளை உழைப்பை அடிப்படையாகக் கொண்ட புரோகிதம் என்கிற தொழிலுக்கான வேதப் படிப்பைப் பிற வருணத்திற்கு மறுப்பதும், பிற வருணங்கள் பார்ப்பன முதல் வருணத்திற்குத் தொண்டூழியம் செய்வதை மட்டுமே கடமையாகக் (கர்மமாக) கொண்டவை என்றும் நால்வருணக் கோட்பாட்டை உருவாக்குகிறது. இந்த வேறுபாடுதான் இக்கோட்பாட்டை இந்தியாவிற்கான அல்லது

பார்ப்பனர்களுக்கான பிரத்யேகக் கோட்பாடாகக் காட்டுகிறது. அதாவது தொழில் அடிப்படையில் ஒருவன் தனது தொழிலை மாற்றிக் கொள்வதன் மூலம் வருணத்தை மாற்றிக் கொள்ள முடியும். ஆனால் பிறப்பு அடிப்படையில் ஒருவன் தனது வருணத்தை மாற்றிக் கொள்ளவே முடியாது. இந்தியாவில் உருவான காலந்தொட்டே இந்த முறை மாறாத ஒன்றாக இறுகிவிட்டது. இந்த மாற்றமின்மை வருணக் கலப்பை உருவாக்குகிறது. இவ்வருணக் கலப்புகளே சாதிகளாக உருவாகின்றன. (சுஜாதாவிற்குப் பொழுதுபோகாவிட்டால் 4 ஆண்கள் 4 பெண்கள் 8 பேர் 'பெர்முட்டேஷன் காம்பினேஷன்' போட்டு முதலில் எத்தனை சாதி தோன்ற வாய்ப்பு உள்ளது. அதன் பின் இரண்டாம் வரிசைக்கு அதனை எடுத்துச் சென்றால் அடுத்த கட்ட சாதிகள் எண்ணிக்கையையும் பெறலாம்.)

இந்திய சமூக வளர்ச்சியைத் தடைப்படுத்திக் கொண்டிருப்பது இந்த சாதி முறைதான். 'அந்நியன்' கூறுவதுபோல சிங்கப்பூரும் மலேசியாவும் ஜப்பானும் வளரக் காரணம் தூய குடிமகன்களைக் கொண்டது அல்ல, அங்கு சாதிய முறை இல்லை என்பதுதான். உழைப்பவனைத் தீண்டத்தகாதவனாக ஒதுக்குவதும் உழைக்காமல் உட்கார்ந்து அதிகார சுகத்தை அனுபவிப்பதற்குமான ஒரு வர்க்கம் அதற்கான பழம் பெருமை வாய்ந்த தத்துவம் அல்லது அதனைக் காக்கும் தெய்வங்கள் இல்லை. சாமானியனை சொர்க்கம் நரகம் அல்லது அந்தகூபம், கபீம்குபாம், கிருமிபோஜனம், ஜிகாம் புகாம் என பட விளக்கங்களுடன் பயமுறுத்தும் கருட புராணம் இல்லை.

படத்தின் மையமாகச் சொல்லப்படும் 'மல்ட்டிப்புள் பர்சனாலிட்டி டிஸ்ஸாடர்' என்கிற 'டச்'-அப்பைக் கொஞ்சம் ஆழமாகப் புரிந்து கொள்ள வேண்டும். இதனை இந்திய உளவியல் அடிப்படையில் விஞ்ஞானப் பூர்வமாக அணுகும் 'மணிச்சித்திரத்தாழ்' என்கிற மலையாளப் படத்தை ஒரு பேய்ப்படமாக பக்திப் பரவசத்துடன் தமிழில் எடுக்கப்பட்ட 'சந்திரமுகி' தமிழ் இயக்குநர்களின் சினிமா புரிதலையும், சினிமா வியாபார உலகம் பணம் பண்ண செய்யும் தகிடுதத்தங்களுக்கும் ஒரு உதாரணம் எனலாம். (ரஜினிகாந்த்தை உருவாக்கியதிலும், அவரை ஆட்சி அதிகாரத்தில் அமர வைப்பதிலும் பார்ப்பனிய பி.ஜே.பி சக்திகள் எடுத்த முயற்சி எல்லோரும் அறிந்ததே.) இதே தகிடுதத்தத்துடன் எடுக்கப்பட்ட 'அந்நியன்' இதனை ஒரு அரசியல் நோக்கில் அணுகுகிறது. மனுதர்மம் தோன்றிய

காலத்தில் பார்ப்பனர்களுக்கு புரோகிதம் தவிர பிற தொழிலை மறுப்பதுடன் பார்ப்பனர்களை ஆயுதம் ஏந்திக் காக்கும் கடமையை சத்திரியர்களுடையது என்கிறது. பௌத்தம் வளர்ந்து ஆட்சி அதிகாரத்தில் ஏறிய பிறகு பார்ப்பன ஆதிக்கம் தகர்க்கப்படுகிறது. அத்தகைய சூழலில் ஒரு வருணப் புரட்சியை உருவாக்க பார்ப்பனர்கள் வேத தர்மங்களைக் காக்க ஆயுதம் ஏந்திப் புரட்சி செய்வதற்கான உரிமையை அங்கீகரிக்கும் வண்ணம் மனுதர்மம் திருத்தப்படுவதாக டாக்டர் அம்பேத்கர் சுட்டிக்காட்டும் ஒரு கருத்தை கவனத்தில் கொண்டால், இந்த அந்நியனின் அரசியலைப் புரிந்து கொள்ள முடியும். மத தர்மங்களைக் காக்க இஸ்லாமிய ஜிகாத்தைப் போல இதுவும் ஒரு எதிர்ப் புரட்சிக்கான கருத்தாக்கமே.

ஒரு பார்ப்பனருக்கு இரண்டு ஆளுமைகளே சாத்தியம் என்கிறது 'அந்நியன்'. ஒன்று காட்டானாக மாறுவதன் மூலம் ஆயுதம் ஏந்தி அராஜக வழியைத் தேர்ந்தெடுப்பது. அல்லது நவீன ஐரோப்பியனாக மாறுவது. எனது பார்ப்பன நண்பர் ஒருமுறை கூறியதுதான் நினைவிற்கு வருகிறது '3000 ஆண்டுகளுக்கு முன்பு ஈரானிலிருந்து இந்தியாவிற்கு வந்தோம். இந்தியாவை அனுபவித்து முடித்து விட்டோம். இனி அமெரிக்காவில் செட்டில் ஆகிவிடுவோம். எங்களை யாரும் எதுவும் செய்ய முடியாது. இந்தியா இடையில் தங்கிச் சென்ற இடம் அவ்வளவுதான். அன்று அக்னியுடன் ஆடுகளை மேய்த்துக் கொண்டு வந்தோம். இன்று ஹை- டெக் தொழில் நுட்பத்தைக் கையில் எடுத்துக் கொண்டு ஐரோப்பா மற்றும் அமெரிக்காவிற்குச் சென்று கொண்டு இருக்கிறோம்.' அவரது கூற்றைப் பாமரத்தனமானது என்றோ ஆய்வடிப்படையற்றது என்றோ தள்ளிவிட முடியாது. 'அந்நியன்' முன்வைக்கும் மாற்றும் இதுதான். இன்று பார்ப்பனர்கள் உயர்தொழில்நுட்பம் வழியாக ஐரோப்பிய நாடுகளில் வலுவடைந்து வருவதுதான் நாளைய வரலாறாகும்.

"ஐ ஹேட் டிஸ்ஸாடர்" என்கிற வசனத்துடன்தான் படம் துவங்குகிறது. இந்த ஒழுங்கற்ற நிலைக்குக் காரணம் ஒழுக்கமின்மை. ஒழுக்கமின்மை என்பது கடமை தவறுதல். கடமை தவறுதலுக்கு தண்டனை கருடபுராணம் கூறும் வைதேகி நதிக்கரையில் காத்திருந்து யமனிடம் பெற வேண்டிய அவசியமில்லை. அதனை இங்கேயே தரலாம் என்று அனுமதி வழங்குகிறது கீதை. அநியாயங்கள் அதிகரிக்கும்போது 'நான்' அவதரிப்பேன் என்று. நவீன தொழில் நுட்பம் என்கிற எருமை

மாட்டின்மேல் (வெப்சைட்டில்) ஏறி வருகிறான் இந்த ‘அந்நியன்’ (இந்த வெப்சைட் ஐடியா ‘போஃர் ஸ்டூண்ட்ஸ்’ மற்றும் ‘ரமணா’ படத்தில் இருந்து காப்பி அடிக்கப்பட்டது என்பது வேறு). அப்படி என்றால், கருட புராணத்தை நம்பாதவன் யார்? கருட புராணம் கூறும் காலகட்டம் வரை ஏன் இந்த இராமானுஜ அய்யங்கார் காத்திருக்கத் தயாரில்லை? இன்றைய பலனையும் சுகத்தையும் இழந்து கருட புராணம் கூறும் காலகட்டம் வரை காத்திருக்க முடியாது. அதனால், நம்மையும் நமது வருண தர்மத்தையும் காக்க குடுமி வைத்துக்கொண்டு புரோகிதம், புராணம், இசை, வேதம் எனப் பழம்பெருமை பேசிப் பயனில்லை, ஆயுதபாணியாகி தர்மத்தைக் காக்க வேண்டும். ஒரு புதிய வருணப் புரட்சிக்கான அறைகூவலே இந்த ‘அந்நியன்’. இதுதான் இன்றைய இந்துத்துவா கோட்பாடு என்பது சொல்லாமலே விளங்கும். ‘அந்நியன்’ படத்தின் அடிநாதம் இதுதான். இது தன்னை வரலாற்றில் உயர் ஜாதியாக்கிக் கொண்டுவிட்ட ஒரு சாரார் பெருகி வரும் தலித் உணர்வுகள், எழுச்சிகளால் தனது அதிகாரத்தை இழந்து விடுவோமோ என்கிற அச்சத்தில் அதனை நிலைநிறுத்திக் கொள்வதற்கான ஆசையும் ஏக்கமும் அதற்கான மனோபாவமும் ஒரு கனவு போல காட்சிப்படுத்தப்பட்ட படமே ‘அந்நியன்’.

– (23 ஜூலை, 2005)

விசுவாசத்தின் கலை வடிவம் ‘விஸ்வரூபம்’

மதுரை மீனாட்ஷி அம்மன் கோவிலுக்கு இஸ்லாமிய பயங்கரவாதிகளால் ஆபத்து என்கிற இந்து முன்னணி ராமகோபாலனின் சொற்பாட்டை (ஸ்டேட்மெண்ட்டை) வைத்து விஜயகாந்த எடுத்த ‘கள்ளழகர்’ போல, முன்னாள் அமெரிக்க அதிபர் ஜார்ஜ் புஷ் ஆப்கான் தாலிபான் இஸ்லாமிய பயங்கரவாதிகளால் அமெரிக்காவிற்கும் உலகிற்கும் ஆபத்து என்ற ஸடேட்மெண்ட்டை படமாக்கியுள்ளார் கமல்ஹாசன் ‘விஸ்வரூபம்’ என்ற பெயரில். கோலிவுட்டில் விஜயகாந்த், அர்ஜீன், ஹாலிவுட்டில் ஷில்வர்ஸ்டார் ஸ்டோலன், அர்னால்ட் ஸ்வ்ஸ்னேகர் போன்ற அடிதடி(ஆக்ஷன்) ஹீரோக்களின் தேசபக்தி சுரத்தில் எடுக்கப்பட்ட ஒரு ஆக்ஷன் திரில்லரே ‘விஸ்வரூபம்’. உலகில் சிவப்பு பயங்கரவாதம் என்று வர்ணிக்கப்பட்ட கம்யுனிஸ பூதத்திற்கு எதிராக நடந்த பனிப்போர் காலத்தில் ஹாலிவுட் எண்ணற்ற படங்களை எடுத்து தள்ளியது கம்யுனிஸ நாடுகளுக்கு எதிராக. சோவியத் வீழ்ச்சிக்குபின் அமெரிக்கா தனக்கு எதிரியாக உருவாக்கிய பச்சை பயங்கரவாதம் எனப்படும் இஸ்லாமிய அடிப்படைவாதம் மற்றும் பயங்கரவாதம் ஆகியவற்றிற்கு எதிராக ஹாலிவுட் பல படங்களை எடுத்து தள்ளிக்கொண்டு உள்ளது. அதில் ஒன்றே ‘விஸ்வரூபம்’. இதன் பொருள் அமெரிக்க உளவு நிறுவனமான ‘சிஐஏ’ நிதி உதவியால் எடுக்கப்படும் பல படங்களைப்போல ‘விஸ்வரூபமு’ம் எடுக்கப்பட்டு உள்ளது என்பதல்ல. ஒரு குறிப்பிட்ட உலகளாவிய

அரசியல் சொல்லாடலாக மாற்றப்பட்டுள்ள இஸ்லாமிய பயங்கரவாதம், தாலிபானிஸம், ஜிகாதிகள் போன்றவற்றால் ஆளப்பட்டு, தூண்டப்பட்டு கமல்ஹாசனால் தனது ஹாலிவுட் நுழைவிற்கான கனவு முயற்சியாக எடுக்கப்பட்ட கதையே இது.

2013-ல் பின்லாடனை கொன்ற கதையை படமாக்கி வெளியிடப்பட்ட 'ஜீரோ டார்க் தெர்ட்டி' என்கிற படத்திற்கு சிஐஏ ஆவணங்கள் ரகசியமாக வழங்கப்பட்டு உள்ளது என்கிற சர்ச்சையுடன் ஹாலிவுட் படங்களின் இத்தகைய ஆப்கானிய, ஈரானிய, ஈராக்கிய மற்றும் பொதுவாக இஸ்லாமிய பயங்கரவாத எதிர்ப்பு படங்களை இணைத்து புரிந்து கொள்வது அவசியம். உலகெங்கிலும் இஸ்லாமிய பயங்கரவாதமாக மாற்றிக் காட்டப்படும் தாலிபானியம் என்கிற ஓரமைவாக்க (ஸ்டீரியோடைப்) இஸ்லாமிய அடையாளத்தை இந்தியாவில் பரப்பும் முயற்சியே விஸ்வரூபம் போன்ற படங்களின் அடிப்படையாக உள்ளது. இவை உருவாக்கும் கருத்தியல் இஸ்லாமியர்கள் அனைவரும் பயங்கரவாதிகள்தான் காரணம் இஸ்லாமிய மதமே அடிப்படையில் இறுக்கமான பயங்கரவாத ஜனநாயகமற்ற தன்மை கொண்டது என்று கட்டமைக்கப்படும் கருத்தியலே. அதற்கு ஏற்ப இஸ்லாமியர்களைத் தூண்டி ஒருவித பயங்கரவாத ஆதரவாளர்களாக சித்தரிப்பது இவற்றின் அரசியல் வெளிப்பாடாக உள்ளது. 'விஸ்வரூபம்' திரைக்கு உள்ளும் திரைக்கு வெளியிலும் மிகச்சரியாக இந்த அரசியலை செய்து உள்ளது.

உண்மையில் இப்படத்தை எதிர்க்க வேண்டியவர்கள் இடதுசாரிகளே ஒழிய இஸ்லாமியர்கள் அல்ல. காரணம் அமெரிக்க அரசியலை உலகில் குறிப்பாக இந்தியா மற்றும் தமிழகத்தில் பரப்புரை செய்வதாக அமைந்து உள்ளது இப்படம். அமெரிக்க வல்லரசு எதிர்ப்பை அரசியலாகக் கொண்ட இயக்கங்கள் மௌனமாக வேடிக்கை பார்க்க, தமிழக இஸ்லாமியர்கள் அறிந்தோ அறியாமலோ, இப்படத்தை எதிர்ப்பதன் வழியாக அப்படத்திற்கான விளம்பரத்தையும், ஜனநாயக உணர்வு கொண்டவர்கள் மத்தியில் தேவையற்ற முகச்சுழிப்பையும் உருவாக்கிவிட்டனர். இது இஸ்லாமியருக்கு எதிரான படம் அல்ல. காரணம் தாலிபான்களை இஸ்லாமியர்களாக பாமர இஸ்லாமிய நம்பிக்கைக் கொண்ட பெரும்பான்மை மக்கள் ஏற்பதில்லை. தாலிபான் எல்லா மதங்களில் உள்ளதைப்போல மதவாதத்தை

அரசியலாக்கி அதிகாரத்திற்கு துணைபோகும் மக்கள் விரோத அமைப்பே. அது ஏகாதிபத்தியங்களின் "கள்ளக்குழந்தை"தானே ஒழிய அவர்களால் இஸ்லாமியருக்கோ இஸ்லாமிய மக்களுக்கோ எந்தப்பயனும் இல்லை. ஆனால், தாலிபான்களை எப்போதும் உயிர்ப்புடன் வைக்க இத்தகைய படங்களும் அதை ஒட்டி உருவாகும் ஊடகங்களின் பரபரப்பும் தேவைப்படுகிறது. அதன்மூலம் அமெரிக்காவின் பயங்கரவாதம் பற்றிய அரசியல் சொல்லாடல் உலெகெங்கிலும் பல்கிப் பெருக்கப்படுகிறது.

அடிப்படையில் வழக்கமான ஹாலிவுட் ஆக்ஷன் திரில்லரை, இந்திய குடும்ப செண்டிமெண்ட் தடவி, பெண்மையிலிருந்து ஆண்மை வீறுகொண்டு எழுவதே விஸ்வரூபம் என்பதாகவும், பெண் தன்மை பார்ப்பனியமாகவும் அது ஆண்மை கொண்டு விஸ்வரூபமாகும்போது இஸ்லாமிய மிலிட்டன்ட் சக்தியாகவும் வெளிப்பாடு கொள்கிறது என்கிறது இப்படம். இங்கு விவேகாநந்தர் முன்வைத்து புகழ்பெற்ற இந்து ஆன்மா (விஸ்வநாதன் என்கிற பெண்தன்மை கொண்ட சமைக்க தெரிந்த மணவாட்டியே மணாளன் பாக்கியம் என்கிற பார்ப்பன நாட்டிய ஆசிரியர்) இஸ்லாமிய உடல் (காஷ்மீரி என்கிற இந்திய உளவுப்படையின் அதிவீர சாகஸ அல்கொய்தாவிற்கே பயிற்சிக் கொடுக்கும் அமெரிக்க எப்பிஐ(FBI)யே மூக்கில் விரல்வைக்கும் நேரடியாக இந்திய பிரதமர் பேசக்கூடிய இஸ்லாமியன்) கொண்ட நவபாரதத்தின் புதிய குடிமகன் என்கிற உருவகத்தோடு இதனை இணைத்து பார்த்தால் இப்படம் எப்படி ஒரு மென்-இந்துத்துவ தன்மைக் கொண்டதாக உள்ளது என்பதை புரிந்து கொள்ளலாம். அதாவது இஸ்லாமியர்கள் தீவிரவாதிகளாக இருக்கனும் அல்லது காட்டிக்கொடுக்கும் உளவாளிகளாக இருக்க வேண்டும். அதன்மூலம் தனது தேசபக்தியை வெளிப்படுத்த வேண்டும்.

படத்தின் முதல் காட்சி புறாக்கள் பறக்கும் அறைக்குள் வரும் ஒரு வயதானவர் பின்தொடர புறா ஒன்று அமெரிக்க கொடிக்கிடையே பறந்து செல்கிறது. படத்தின் இறுதிக்காட்சிக்கு முன்பு புறாக்கள் காலில் சீஸியம் என்கிற கதிர்வீச்சு ரசாயனம் தடவி நியுயார்க் நகர் முழுவதும் பரவும் கதிர்வீச்சை அளவிடும் கைகர் கவுண்டரை குழப்புகிறார்கள் தீவிரவாதிகள். புறா என்பது சமாதானத்திற்கானது என்பதிலிருந்து அழிவிற்கான கருவியாகவும் மாறுவதை சொல்ல முயல்கிறது படம். எல்லா புறாக்களும் செத்து விழுகிறது. அதாவது சமாதானம்

என்பதே இல்லை அவர்களிடம் என்பதாக இதனைப் பொருள் கொள்ளலாம். நியுயார்க் என்கிற நகரத்தை ஒட்டுமொத்தமாக அணுக்கதிர்வீச்சால் அழிப்பதே அவர்களது நோக்கம். இது 9/11 உருவாக்கிய பயத்தை பதற்றத்தை பெருக்கிக்காட்டுவதே. சினிமா யதார்த்தத்தை பிரதிபலிப்பது அல்ல. யதார்த்தம்தான் சினிமாவை பிரதிபலிக்கிறது. இதன்பொருள் சினிமாவிலிருந்து வாழக் கற்கிறது சமூகம் என்பதே. எனவே அரசியல் பொறுப்பற்ற சினிமாக்கள் மிகவும் ஆபத்தானவையாக முடியும். ஒருவனின் சிந்தனை பொதுச் சிந்தனையாக ஆக்கப்படுகிறது சினிமாவில். சினிமாவின் வக்ரமான அரசியல் சிந்தனை வக்ரமான சமூகச் சிந்தனையாக மாறும் அபாயம் உள்ளது.

தாலிபானிஸம் உருவான வரலாற்றில் அமெரிக்காவின் பங்கு என்ன என்பதை மறைத்து, 'குருதிப்புனல்' படத்தைப்போல ஊடுறுவலின் வழியாக தாலிபான்களை ஒழிக்க இந்திய உளவுத்துறை செயல்படுவதாக காட்டப்படுகிறது. ஒரு உளவுத்துறையாளன் சாகஸ வீரனாக ஜேம்ஸ்பாண்ட் 007 பாணியில் சகலகலா வல்லவனாக செயல்படுவதாக காட்டப்படுவது, சுஜாதா கதைகளில் வரும் கனேஷ், வஸந்த் பாதிப்பைப் போல உள்ளது. வசனங்களும் நகைச்சுவை என்ற பெயரில் இன்றைய இளைஞர்கள் பாணியில் சொன்னால் "மொக்கை"யாக உள்ளது. கள்ளக்காதல் உறவுபற்றி ஒரு உளவியல் மருத்துவரிடம் பேசும் நாயகி, "அப்படி வைத்துக்கொண்டால் என்ன தப்புங்கறேள். என்ன அமெரிக்காவில் மழை பெய்யாது?" என்று வள்ளுவரை கிண்டலடிப்பது என்பதெல்லாம் மிகச் சாதாரணமாக உள்ளது. அதேபோல் காட்டிக் கொடுப்பது என்பதை "இதென்ன அய்யம்பேட்ட வேலையான்னா இருக்கு" என்கிற வசனம் எல்லாம் தஞ்சை பார்ப்பன வட்டார வழக்கை வெளிப்படுத்துவதாக உள்ளது.

ஆச்சர்யத்தால் விழிகளை விரித்தபடி அலையும் அணு ஆராய்ச்சியாளரான இந்திய மிடில்கிளாஸ் ஊழல்கள் பிடிக்காத (அதென்ன மிடில் கிளாஸ் ஊழல்? கமலுக்கே வெளிச்சம்) நாயகி அமெரிக்க எப்பிஐ அணுவிஞ்ஞானிகளைவிட அதிமேதையாக இருந்து கடைசிக்காட்சியில் அந்த டர்ட்டி வெடிகுண்டை வெடிக்க செய்யாமல் மைக்ரோவேவ் ஓவன் வைத்து மூடி அமெரிக்காவையே காப்பாற்றிவிடுகிறார். நாமும் அந்த அமெரிக்க அணுவிஞ்ஞானிகள் போல் மூக்கின்மேல் விரல் வைக்கிறோம். தமிழில் ஏன் இந்தியாவில்கூட ஹாலிவுட் தரத்திற்கு மிகுந்த

பொருட்செலவில் ஒரு சர்வதேச அரசியல் பிரச்சனையை மையமாக வைத்து ஒரு ஆக்ஷன் திரில்லர் படத்தை எடுத்திருக்க முடியாது. அந்தவகையில் இது இந்திய சினிமாவில் ஒரு முக்கிய முயற்சிதான். பிரமாண்டம் என்ற பெயரில் சாதாரணக் கதைகளை வைத்துக்கொண்டு காதல் காட்சிகள் கனவுக்காட்சிகளுக்கு கண்ணாடி மாளிகை கட்டி செலவழிக்கும் ஷ்ஷங்கர் (சங்கர்) போன்ற இயக்குநர்கள் மத்தியில் இப்படம் உண்மையில் பிரமாண்டமாக ஆப்கான் மற்றும் அமெரிக்காவில் முழுமையாக நமக்கு பரிச்சயமற்ற ஒரு களத்தில் எடுக்கப்பட்டு உள்ளது. ஆனால், அது எதற்கு பயன்படுகிறது என்றால் அமெரிக்காவின் சர்வதேச நாட்டாமை அரசியலை நியாயப்படுத்தவே.

ஒரு காட்சியில் உமர் மகனை காஷ்மீரி (கமல்) தொட்டிலில் வைத்து ஆட்ட முயல, அவன் நான் குழந்தை அல்ல என்று ஆடாமல் போக, ஜிகாதியாக வளர்க்கப்பபடும் மற்றொரு இளைஞன் ஊஞ்சலில் அமர்ந்து கமலை ஆட்டச்சொல்லும் காட்சியில், ஜிகாதிகள் எப்படி ஒரு குழந்தை மனம் கொண்டவர்களாக எதையும் அறியாதவர்களாக வளர்க்கப்படுகிறார்கள் என்பது நுட்பமாக வெளிப்படும்படி உள்ளது சிறப்பான காட்சியாகும். படத்தின் ஒரு வயதானவர் அமெரிக்க நேட்டொ படை விமானத் தாக்குதல் செய்யும்போது நடந்து செல்லும் காட்சி ஹே ராம் படத்தில் உள்ள அதே வயதானவர் உசாவும் காட்சியாக உள்ளது. இப்படி சில சில காட்சிகளில் நுட்பமான செய்திகள் வெளிப்படும்படி எடுக்கப்பட்டிருந்தாலும், படத்தின் மையக்கருத்து அமெரிக்காவின் தாலிபான் மற்றும் இஸ்லாமிய பயங்கரவாதம்பற்றிய இஸ்லாமோபோபியாவை பெருக்குவதும், அரசும் அதன் உளவு நிறுவனங்களும் வல்லமை (ஆண்மை) பொருந்தியதாக காட்டுவதுமே நோக்கமாக அமைந்து உள்ளது.

ஒரு கிராமத்திற்குள் உமர் நுழையும்போது, ஒரு வயதான பெண்மணி தாலிபான்களைப் பார்த்து கூறும் வசனம் “முதல்ல இங்கிலீஸ்காரன் வந்தான் அப்புறம் ரஷ்யாக்காரன் பிறகு தாலிபான், அமெரிக்கன் இப்போ நீங்க முன்னால வாள் முளைச்ச குரங்குகளா” என்பது நுட்பமாக எழுதப்பட்ட வசனம். இந்த வசனத்திலிருந்து இப்படத்தின் திரைக் கதையை கமலஹாசன் விரிவுபடுத்தியிருந்தால் ஒருவேளை தாலிபான்கள் உருவான அரசியலை நோக்கி பயணித்திருக்கலாம். அந்த பயணம் ஒரு சிறந்த ஆவணமாக மக்களுக்கு பயனுள்ள ஒரு அரசியல் ஆவணமாக

வெளிவந்திருக்கும். ஆனால், விஸ்வரூபத்தின் அரசியலோ கமல்ஹாசனின் அமெரிக்க விசுவாச ரூபத்தினை வெளிப்படுத்தி உள்ளது என்பதே தீவிர இந்துத்துவ வலதுசாரித்தனத்தை நோக்கி நகரும் இந்திய சமூகத்தில் கவலை அளிப்பதாக உள்ளது.

- *(25.03.2013)*

விஸ்வரூபம் குறித்து 'எதுவரை' என்ற இதழிற்கு அளித்த செவ்வி...

01. 'விஸ்வரூபம்' திரைப்படத்தினையொட்டி நடைபெற்று வருகின்ற, படைப்பின் சுயாதீனம், கலைஞனின் உரிமை, படைப்பு சுதந்திரம், கலைஞனுக்குள்ள சமூகப் பொறுப்பு போன்ற விடயங்களை எப்படி பார்க்கிறீர்கள்?

பொதுவாக இத்தகைய விடயங்கள் எல்லாம் அரசியல் வகைத்திணைகள். அதாவது சார்புத்தன்மை வாய்ந்தவை. பொதுவான ஒன்றாக பார்க்கமுடியாது. குறிப்பாக, விஸ்வரூபம் இத்தகைய கேள்விகளுக்கு பொருத்தமான படமே அல்ல. அது ஒரு அமெரிக்க அரசியல் பிரச்சாரப்படம் என்றவகையில் மட்டுமே அனுகத்தக்கது. படைப்பிற்கு சுயாதீனம் உண்டு என்பதை படைப்பு ஒரு முற்றுமுழுதான பொருள் அல்லது கடவுள் போன்றது என்பதாக புரிந்துகொள்ளக்கூடாது. படைப்பிற்கு உண்மையில் சுயாதீனம் என்ற ஒன்றே இல்லை. காரணம் படைப்பு என்பதே ஒரு சமூகத்தின் மொழியால் நெய்யப்படும் பிரதி என்பதால், அது எப்போதும் வாசிப்பாளன், பார்வையாளன், நுகர்வாளனால் உருவாக்கப்படும் ஒன்று. அது வாசிப்பின் அரசியலைக்கொண்டே பின்னலாக்கப்படுகிறது. வாசகன் இல்லாத இடத்தில் பிரதி இல்லை. பிரதியே இல்லை எனும்போது அதற்கு சுயாதீனம் ஏது? கலைஞனின் உரிமை என்பது ஒருவகையில் கலைஞனுக்கான சுதந்திரத்தை கோருவது.

அதேசமயம், அது கலைஞனின் அரசியலையும் அடிப்படையாகக் கொண்டது. அவ்வகையில் அதன் அரசியல் பார்வை, கலைஞனின் உரிமையை பின்னுக்குத் தள்ளிவிடுகிறது. படைப்பு சுதந்திரம் என்பதில் யாரும் தலையிடமுடியாது. ஆனால், ஒரு படைப்பு சுதந்திரமாக படைக்கப்படுவதில்லை. அதில் அக்காலச் சமூகத்தின் குரல்கள், அரசியல்கள், வேட்கைகள் ஊடுபாவாக கொண்டே உருவாகும். அதனால், படைப்பு படைப்பவனின் நோக்கத்தை மீறி அக்காலத்தின் குரலாக மாறிவிடும் என்பதால், படைப்பு சுதந்திரம் என்பது, பிரக்ஞையற்ற நிலையில் கட்டுண்டு கிடக்கும் சமூக அரசியல் நிகழ்வே. கலைஞனுக்கு சமூகப்பொறுப்பு அவசியம் என்பதே எனது கலைபற்றிய அரசியல் நிலைப்பாடு. சமூகபொறுப்பற்ற கலைஞனனாக இருந்தாலும், கலைக்குள் அவனை அறியாமல் அவனை பிரதிநிதித்துவப்படுத்திவிடு கிறான். அது தவிர்க்கமுடியாது என்பதால் சமூகபொறுப்பு உள்ள கலைஞன், படைப்பில் தனக்கான சமூகப்பொறுப்பை ஆற்றுபவனாக உள்ளான். விஸ்வரூபம் படம் ஒரு கலை அல்ல என்றாலும், ஒரு சினிமா என்றவகையில் அதன் இயக்குஞர் தனது சமூக பொறுப்பை ஆற்றியே உள்ளார். ஆனால், அப்பொறுப்பு ஒருதலைப்பட்சமானதாக உள்ளது என்பதே அதன் அரசியலாக வெளிப்பட்டு உள்ளது.

02. முஸ்லிம் அமைப்புகள் இத்திரைப்படம் தொடர்பாக எடுத்த நிலைப்பாடுகளைப் பற்றி நீங்கள் என்ன நினைக்கிறீர்கள்?

முஸ்லிம் அமைப்புகளின் நிலைப்பாடு, ஒருவகையில் இப்படம் வெற்றியடைவதற்கான யுத்த தந்திர செயல்பாடாக மாறிவிடக்கூடும் என்கிற எச்சரிக்கை உணர்வோடு எடுக்கப்படவில்லை. இப்படத்தை அமைதியாக அவர்கள் வெளியிட அனுமதித்து, அதன்பின் அதில் உள்ள ஆட்சேபனைகளுக்கு நீதிமன்றத்தை அனுகியிருந்திருக்கலாம். அவர்கள் அழைத்து காட்டியபோது, இப்படம் பற்றிய கடுமையான ஆட்சேபனைகளை அவர்கள் மக்கள் மன்றத்தில் விட்டிருக்கலாம். அல்லது மக்களிடம் பிரச்சாரமாக எடுத்து சென்றிருக்கலாம். ஒரு தமிழ் சினிமா பார்வையாளன் என்றவகையில், தமிழ் சினிமா ரசிகர்களின் மனோபாவத்தில் எனது கருத்து இப்படம் சாதரணமாக தோல்வியையே தழுவியிருக்கும். இதை வெற்றியடையச் செய்வதற்கான அரசியலில் முஸ்லிம் அமைப்புகள் சிக்க வைக்கப்பட்டு விட்டார்கள். முஸ்லிம் அமைப்புகள் தங்களுக்கு எதிராக தாங்களே எடுத்துக்கொள்ள

வைக்கப்பட்ட நிலைப்பாடுதான் என்றே தோன்றுகிறது. இதன் பலனை முஸ்லிம்களுக்கு எதிரானவர்கள் அடைந்து விட்டார்கள் தாங்கள் திட்டமிட்டப்படி என்றே தோன்றுகிறது.

03. இத்திரைப்பட விவகாரத்தின்பின் நிகழ்ந்துவரும் உரையாடல்கள் தமிழ் முஸ்லீம் உறவில், அவர்களுக்கிடையிலான புரிதலில் எந்தளவிலான பாதிப்பினை, முரண்களை நிகழ்த்த வாய்ப்புள்ளது?

குறிப்பாக அடையாள அரசியலின் அடிப்படையாக உள்ள துருவமயமாதல் என்பதில் முஸ்லிம்கள் ஜனநாயக உணர்வு கொண்ட முஸ்லிம் அல்லாதவர்களின் வெறுப்பை சம்பாதித்து உள்ளனர். ஆப்கான் தாலிபான்களும், பின்லாடனும் பங்கரவாதிகள்தானே, அவர்களை இவர்கள் ஏன் முஸ்லிம்களாக கருதுகிறார்கள்? என்கிற கேள்வி எங்கும் எழுப்பப்பட்டு உள்ளது. உண்மையில் பின்லாடனும், தாலிபானும், அமெரிக்க புஸ்-சின் அரசியலும் ஒன்றுதான். அதாவது முஸ்லிம்களை ஒற்றை அடையாளத்திற்குள் சுருக்குவது. அவர்களது இன, மொழி, கலாச்சார வேறுபாடுகளை கவனத்தில் கொள்ளாமல் ‘முஸ்லிம்’ என்கிற ஒற்ற அடையாளத்திற்குள் சுருக்குவது. அதாவது புஸ்ஸை ஆதரிப்பவன் நல்ல முஸ்லிம். எதிர்ப்பவன் கெட்ட முஸ்லிம். இதற்கு எதிரானதாக சொல்லப்படும் பின்லாடனின் நிலைபாடும் அதான். அவரை ஆதரித்தால் நல்ல முஸ்லிம், எதிர்த்தால் கெட்ட முஸ்லிம். இதைதான் கமலும் இப்படத்தில் பின்பற்றுகிறார். முஸ்லிம் ஓரமைவாக்க அரசியலின் சிக்கலை உரையாடலுக்கு முன்கொண்டு வந்திருக்க வேண்டும். மாறாக, முஸ்லிம்கள் எல்லோரும் பயங்கரவாதிகள் அல்ல, ஆனால் பயங்கரவாதிகள் எல்லாம் முஸ்லிம்களாக உள்ளனர் என்ற ரீதியில் இந்த உரையாடல்கள் நீண்டு உள்ளன. இது சரியான திசைவழியிலான உரையாடல்கள் அல்ல. தாலிபான்கள் குரானை ஓதிதான் தலையை வெட்டுகிறார்கள் என்பதற்காக எந்த இஸ்லாமிய அமைப்பும் தனது கண்டணத்தை தெரிவித்ததாக தெரியவில்லை. இதெல்லாம் முஸ்லிம் அமைப்புகளின் ஜனநாயகமற்ற மதவாத போக்கையே காட்டுவதாக இப்படத்திற்கு பிறகான உரையாடல் நீண்டு உள்ளது.

04. இந்த விவகாரத்தில் தமிழக அரசின் நடவடிக்கையை எப்படி பார்க்கிறீர்கள்?

தமிழக அரசின் நடவடிக்கை தற்போதைய சூழலில் வாக்கு வங்கியை மனதில் கொண்ட நடவடிக்கையாகவே தோன்றுகிறது. காரணம், எத்தனையோ தடைகளைக் கோரி முஸ்லிம் அமைப்புகள் போராடி உள்ளன. அப்போது எல்லாம் தமிழக அரசு அதை பொருட்படுத்தியதே இல்லை. தமிழக இஸ்லாமியர்களுக்கு எதிரான பல அடக்குமுறைகள் நிகழ்ந்தபோதேல்லாம் மௌனமாகவே இருந்த அரசு, இதற்கு இத்தனை கரிசனம்காட்டுவது என்பது அதன் ஆளும் கட்சி அரசியல் தந்திரமாக மட்டுமே காணப்படுகிறது. தமிழக அரசின் நடவடிக்கை எது நடந்தாலும் அதற்கு நன்மை என்கிற ரீதியில் கையாளப்பட்டதே. இரண்டு மதங்களிடமும் அது வாக்குகுகளை தக்கவைக்க முடியும் என்கிற கணக்கீட்டின் அடிப்படையில் நிகழ்ந்ததே.

05. இதனுடன் தொடர்பாக மேலும் ஏதாவது சொல்ல விரும்புகிறீர்களா?

விஸ்வரூபம் இந்திய தேசியத்திற்கு எதிராக, அமெரிக்க ஆதரவுநிலைப்பாட்டை முன்வைக்கும் ஒரு ஹாலிவுட் சிஐஏ புராஜக்ட் போன்று எடுக்கப்பட்டுள்ள படம். இப்படி பல படங்கள் எடுக்கப்படுகிறது ஹாலிவுட்டில். இப்படம் பிராமணத்துவம் பெண்மையாகவும், தாலிபான் (முஸ்லிம்) பயங்கரவாதம் ஆண்மையாக வீறுகொண்டு எழுவதாகவும் காட்டுவதன் வழியாக, இந்தியா ஒரு பெண் அல்லது தாய் என்கிற இந்துத்துவ கருத்தியலை மீள்கட்டமைவு செய்து, இஸ்லாமிய தீவிரவாதம் என்பது வன்முறையான ஒரு ஆண்மை என்கிற ஒரு பதற்றத்தை வெளிப்படுத்துவதாக உள்ளது. (இது காந்தியைக் கொன்ற கோட்ஷேவின் உளவியல்) இது இஸ்லாமிய தாலிபான் அல்லது தீவிரவாத எதிர்ப்பு படம் என்பதைவிட இந்தியா அமெரிக்க மேலாண்மையை ஏற்பதன் வழியாக, தன்னை ஒரு உலகமயப் போரிலிருந்து காப்பாற்றிக் கொள்ளமுடியும் என்பதை சொல்வதையே நோக்கமாகக் கொண்டு உள்ளது. அதாவது புஸ்ஸின் பின்னால் நின்று நல்ல முஸ்லிமாக மாறுங்கள் என்பதே. அமெரிக்க மேலாண்மை என்கிற கலாச்சார ஏகாதிபத்தியத்தை கட்டமைக்க, இஸ்லாமிய கலாச்சாரத்தை கலாச்சார தீவிரவாதமாக சித்தரிக்க முனைகிறது.

- ***(09.02.2013)***

இயல் 3

புத்தாக்கம்

"cinema critics, the greatest critics anyway, became philosophers the moment they set out to formulate an aesthetics of cinema. They weren't trained as philosophers, but that's what they became."

- Gilles Deleuze

பின்னைய–சினிமா (Post–Cinema) – ஒரு அறிமுகம்

"The mythical fixity of the image has been broken, and we should not really speak of images here, but of gestures." - Giorgio Agamben

"where life touches us most directly that's where you will find cinema" - Werner Herzog

2014 கான்ஸ் திரைப்படவிழாவில் உலகத் திரைப்படக் கலைஞர்களில் ஒருவரான குவாண்டின் டொரண்டினோ ஒரு முக்கிய அறவிப்பைச் செய்தார் அது "சினிமா மரணித்துவிட்டது" என்பதுதான். அவர் அப்படி சொல்லக் காரணம் சினிமாவின் இடத்தை தொலைக்காட்சி பிடித்து விட்டது என்பதைதான். சினிமா தனது மரபான உருவாக்கமுறை, காட்சியமைப்பு மற்றும் அரங்கக் கலை, திரளும் பார்வையாளர்கள் என்பவற்றிலிருந்து மாற்றம் அடைந்து இன்று எண்மருவுத் தொழில்நுட்பத்தை (Digital Cinema) அடைந்துள்ளது. சினிமா மென்படலம் எனப்படும் பிலிம் (Film) என்பதிலிருந்து மாறி, கணினித் தொழில்நுட்பத்தின் எண்மங்களால் உருவமைக்கப்படும் பிக்சல்களாக (Pixels) மாறிவிட்டது. முந்தைய அலைமருவு (அனலாக்) வகை கேமிரா தொழில்நுட்பத்தில் எடுக்கப்பட்டு, அவை வேதிமுறை கரைசல்களால் கழுவப்பட்டு உருவான பிலிம் என்கிற சினிமா முற்றிலுமாக மரணமடைந்து விட்டது. தொலைக்காட்சிகள், நவீன

மொபைல் போன்கள், கணிப்பொறி ஆகியவற்றால் மரபான சினிமா, சினிமா என்பதைத் தாண்டியதொரு சினிமாவாக மாறியுள்ளது.

எடுக்கப்பட்ட காட்சிகளை எடுக்கப்பட்ட விதத்தில் அன்றி, நவீன தொழில் நுட்பத்தில் தனக்கேற்ப அல்லது எண்ணற்ற சாத்தியங்களில் மாற்றியமைக்க முடியும் என்பதால், நேரடிக்காட்சி என்பதன் மரபான சினிமா ஏற்படுத்திய உணர்வும், காட்சி இன்பமும் மாற்றமடைந்துள்ளது. அரங்கில் காண்பது அருகி, ஒவ்வொருவரும் தனது தொடுதிரை கேட்ஜெட்ஸ்களில் (Gadgets) தன்விருப்பிற்கு காணும் ஒன்றாக மாறிவிட்டது. சினிமா ஒருவர் இயக்கி எல்லோரும் பார்ப்பது மாறி, அவரவர் அவரவருக்கான சினிமாவாக முன்-பின் ஓட்டவும், வெட்டவும் மாற்றியமைத்துக் கொள்ளவுமான ஒன்றாக மாறிவிட்டது. சினிமா ஒரு அரங்கின் சடங்கு வெளியிலிருந்து, வெளியேறி ஒவ்வொரு தனித்த உடல்களினால் உருவாக்கிக் கொள்ளப்படும் விருப்ப அரங்கிற்கு வந்தடைந்துவிட்டது.

இனியும் சினிமா தனது மரபான இலக்கண முறையில் நின்று உருவாக்குபவரையும், பார்வையாளரையும் கட்டுப்படுத்தும் ஒன்றாக இருக்காது. சினிமா தனது அரங்கு வெளியை இழந்து மறுவெளியாக மற்றொரு உலகிற்குள் நுழைந்துவிட்டது. டெல்யுஸ்-கட்டாரியின் கருத்தாக்கமான எல்லை-நீக்கம் (deterritorialization) மற்றும் மறு-எல்லையாக்கம் (reterritorialization) ஆகியவற்றைக் கொண்டு சொன்னால், சினிமா தனது பெரிய-திரை என்கிற அரங்கு-வெளியை இழந்து, மாற்றுத்திரைகளான தொலைக்காட்சி, கணிப்பொறி, டேபளெட், மொபைல் போன் என்பதால் மாற்றீடு செய்யப்பட்டுள்ளது. அரங்கு என்கிற கற்-சுவர்களைத்தாண்டி, கற்பிதமான சுவர்களுக்குள் தஞ்சமடைந்துள்ளது. சினிமா பார்வையாளர்கள் தற்காலிக அகதிகளாக அரங்கில் அடைபட்ட நிலைமாறி, ஒரு உண்மையான புகலிடமாக மாறியுள்ளது. சினிமாவின் இந்த புதியதொரு நிலையே பின்னைய-சினிமா நிலை எனப்படுகிறது.

பின்னைய நவீனத்துவம், பின்னைய காலனியம் போல பின்னைய-சினிமா (Post-Cinema) என்று வர்ணிக்கப்பட்ட சினிமாச் சூழலில் பின்னைய-சினிமாவின்-உணர்வாக்கம் (Post Cinematic Affect) குறித்து பின்னைய-சினிமா என்கிற கருத்தாக்கத்தை முன்வைக்கும் ஆய்வாளரான ஸ்டீவன் ஷாவிரோ (Steven Shavi-

10) கீழ்க்கண்ட கருத்துகளை முன் வைக்கிறார்.

1. இருபதாம் நூற்றாண்டின் ஆதிக்க ஊடகமாக அல்லது அழகியல் வடிவமாக இருந்த இடத்தை, இருபத்தியொன்றாம் நூற்றாண்டில் சினிமா இழந்துவிட்டது. பண்பாட்டு ஆதிக்கமாக இருந்த சினிமா டிஜிட்டல் மீடியா எனப்படும் எண்மருவு-ஊடகங்கங்களான, தொலைக்காட்சிகள், மொபைல் ஸ்மார்ட் போன்கள், கணிப்பொறிகள் ஆகிய புதிய ஊடகங்கள் ஆதிக்கம் செய்யும் காலத்தில் தனது ஊடக அதிகாரத்தை இழந்துள்ளது.

2. இருபதாம் நூற்றாண்டின் முதல் பாதியில் சினிமாவே பரவலாக மக்களை ஈர்க்கும் ஆதிக்க ஊடகமாக இருந்தது. தொலைக்காட்சியின் வருகைக்குப் பின் பெரியதிரையை, சின்னத்திரை சமூகத் தளத்திலும், பண்பாட்டுப் பெருமிதத்திலும் ஆக்ரமிக்கத் துவங்கியது. சின்னத்திரை மிக அதிக வருமானம் ஈட்டக் கூடியதாகவும், அதிக மக்களால் பார்க்கப்படக் கூடியதாகவும் ஆனது. சினிமாவை நெடுந்தொடர்களால் (மெகா-சீரியல்களால்) மாற்றீடு செய்தது. (குறிப்பாக நெடுந்தொடர்கள் உருவாக்கிய பண்பாட்டுக் குறியமைப்புகள் குறித்து விரிவாக ஆராயப்படவேண்டும்.) இத்தொடர்கள் சினிமாக்களின் நாடகீயத்தைவிட அதிக நாடகீயத்தன்மையும், எதார்த்தமான வாழ்க்கைச் சூழலையும் உருவாக்கிக் காட்டியதன் வழியாக சினிமாவின் ஆதிக்கத்தைத் தகர்த்தது.

3. சின்னத்திரை இரண்டாவது பரிமாணமாக உருவான செய்தி சேனல்கள், ரியாலிட்டி ஷோக்கள், லைவ் ஷோக்கள் ஆகியன சினிமாவில் காணமுடியாத ஒரு வாழ்-தன்மையை, யதார்த்தத்தை, உண்மையைக் காட்டுவதாக கட்டமைக்கப்பட்டது.

4. வலைத்தளம் (இண்டர்நெட்) உருவாக்கிய சமூக வலைத்தளங்களின் வளர்ச்சி என்பது சினிமா உருவாக்கம் என்கிற தொழில் நுட்பங்கள், உத்திகள் பரவலாக்கமாகியுள்ளது. காட்சிகளைப் படம் பிடித்தல், எடிட் செய்தல், மிக்சிங் உள்ளிட்ட அனைத்தும் எளிமையான மென்பொருள்கள் வழி எல்லோராலும் சாத்தியம் என்ற நிலை உருவாகியுள்ளது. சினிமாவின் தொழில் நுட்பம் கையடக்கமானதாக

மாறிவிட்டதால், வழக்கமான சினிமா என்பதற்கான சாத்தியங்கள் குறைந்துவிட்டது. மரபான சினிமா மற்றும் தொலைக்காட்சிகளின் காட்சியமைப்புகளையே மாற்றியமைக்க வேண்டிய நிலை ஏற்பட்டுள்ளது. பண்பாட்டில் இது உருவாக்கிய மாற்றம் அதிகம். சினிமா மிகச்சிறிய ஸ்மார்ட் போன் துவங்கி மிகப்பெரிய ஐமாக்ஸ் வரை ஊடாடும் நிலை உருவாகியுள்ளது.

5. இந்த புதிய ஊடகச் சூழல் சமூக, பொருளாதார, உளவியல் மற்றும் அரசியல் வளர்ச்சிகளான உலகமயமாதல், நிதிமயமாதல், நிச்சயமற்ற தொழிலாளர்கள் நிலை (கணிப்பொறியில் பணியாற்றும் தொழிலாளர்கள் உள்ளிட்ட ஒப்பந்தத் தொழிலாளர்கள்), மற்றும் பரவலாக உருவாக்கப்பட்டுள்ள நுண்-கண்காணிப்பு அமைப்புகள் ஆகியவற்றுடன் பிணைக்கப்பட்டுள்ளது. இவற்றில் சில மார்க்ஸ் முன்வைத்த கருத்தாக்கங்கள் என்றாலும், அவற்றின் பல வடிவங்களை உக்கிரமாக உணரும்ஒரு காலகட்டம் இது.

6. சினிமா உற்பத்திக்கான தொழில்நுட்பம் அனலாக் தொழில் நுட்பத்திலிருந்து டிஜிட்டல் தொழில்நுட்பத்திற்கு மாறிய பின், சினிமாவின் காட்சிகளின் பெரும்பாலானவை சிஜிஐ எனப்படும் கணிப்பொறி வரைபடத் தொழில்நுட்பம் சார்ந்ததாக மாறிவிட்டது. நிஜமான காட்சிகள், பின்னணிகள் என்பதற்கும் கணிப்பொறி வரைபட காட்சிகளுக்குமான வேறுபாடுகள் தெரியாத அளவிற்கு துல்லியமான காட்சி உருவாக்கம், பார்வையாளர்களை சினிமா குறித்த மரபான நோக்குநிலையை மாற்றியுள்ளது. முப்பரிமாண சினிமா உருவாக்கும் உணர்வுகள் முற்றிலும் வேறான அனுபவ வெளிக்குள் பார்வையாளரைக் கொண்டு செல்வதாக உள்ளது.

7. புதிய ஊடகங்கள் உருவாக்கிய சூழல் சினிமா தயாரிப்பில் ஏற்படுத்திய மாற்றம் முக்கியமானது. அது சினிமாவை உலகளாவியதாக மாற்றியுள்ளது. இணையத் தொழில்நுட்பத்தால், சினிமா ஒரே நேரத்தில் உலகம் முழுவதும் காணவும், பகிரவுமான நிலை உருவாகியுள்ளது.

மேற்கண்ட சூழலில் சினிமா என்கிற மரபான தன்மைகளும், அது ஏற்படுத்தும் உணர்வுகளும் முற்றிலும் மாறியுள்ளன. சினிமா டிஜிட்டல் தொழில்நுட்பத்திற்கு மாறிய பிறகு அதன் நுகர்வும் பெரும் மாற்றத்திற்குள்ளாகியது. புதியவகை உணர்வை உருவாக்கியுள்ளது. இருபது ஆண்டுகளுக்கு முன்பு குறிப்பாக இந்தியாவில் 90-களுக்கு முன்பு சினிமாவைப் பார்த்த உணர்வும், இன்றைய உணர்வும் ஒன்று அல்ல. இந்த உணர்வுமாற்றம் சினிமா குறித்த பழைய வரையறைகளை மாற்றியுள்ளது.

பின்னைய-சினிமா என்ற கருத்தாக்கத்தை முன்வைப்பவர்கள், இந்த எண்மருவுமயப்படுத்தப்பட்ட (Digitalize) உலகில் சினிமா என்னவாக மாறிக்கொண்டுள்ளது என்பதை விவரிக்கிறார்கள். குறிப்பாக, CG என்கிற கணிப்பொறி உருவாக்கும் வரைபட (computer graphics) விளையாட்டாக சினிமா மாறிய பின் அது உருவாக்கும் யதார்த்தம், உண்மையைவிட உண்மையாக இருப்பதை சுட்டிக்காட்டுகிறார்கள். இந்தியாவில் பாகுபலி போன்ற படங்களின் வெற்றி என்பது இந்தவகை டிஜிட்டல் தொழில்நுட்பத்தால் உருவாக்கப்பட்ட ஒன்று. பின்னைய-சினிமா குறித்து உளவியல், பார்வையாளர் கட்டமைப்பு உட்பட விரிவாக பேசவும், உரையாடவும் நிறைய உள்ளது.

உதவிய நூல்கள்

1. *The Lumiere Galaxy: 7 Key Words for the Cinema to Come – Francesco Casetti (2015) - New York: Columbia University Press*
2. *Post Cinematic Affect - Steven Shaviro (2010)- John Hunt Publishing.*
3. *Post-Cinema: Theorizing 21st-Century Film - Shane Denson & Julia Leyda (eds) (2016) - Falmer: REFRAME Books.*

- (17-11-2017) நிழல்

இஸ்லாமிய சினிமா:
அழகியல், ஆன்மீகம், அரசியல்

பௌத்த சினிமா, கிறித்துவ சினிமா, யூத சினிமா போன்று இஸ்லாமிய சினிமா என்ற ஒன்றை வரையறுப்பது அல்லது வகைப்படுத்துவது கடினமானது என்கிறார் பாகிஸ்தானிய வரலாற்று ஆய்வாளரும், மார்க்சியரும், 'நியுலெப்ட் ரிவ்யு' என்கிற உலகின் பிரபலமான இடதுசாரி இதழின் ஆசிரியர் குழுவில் இருந்தவரும், பிபிசி-யின் ஆவணப்படங்களின் திரைக்கதாசிரியராக இருந்த தாரிக் அலி. இந்திய சினிமா ஆய்வாளரான ராச்சல் டயர் (Rachel Dwyer) தனது "*Filming the Gods: Religion and Indian Cinema*" என்கிற நூலில் இந்த வகைபாட்டின் சாத்தியமின்மை பற்றிப் பேசுகிறார். இஸ்லாமிய சினிமா என்பதற்கு பதிலாக இஸ்லாமிகேட் (Islamicate) சினிமா என்ற சொல்லாக்கத்தை பயன்படுத்துகிறார். அதென்ன இஸ்லாமிகேட்? இச்சொல் இன்றைய இந்தியச் சூழலில் முக்கியமான ஒரு புரிதலைத் தரக்கூடியது. பொதுவாக இஸ்லாம் என்ற சொல் முஸ்லிம் மதத்தைக் குறிப்பதற்கானவை என்பதால் இஸ்லாமின் உலகளாவிய வட்டாரப் பண்பாட்டுக் கூறுகளைக் குறிப்பதற்கான ஒரு தனிச்சொல்லே இஸ்லாமிகேட். அரபியாவில் தோன்றி உலகெங்கும் பரவிய இஸ்லாமிய மதம் அதோடுகூட அரபிய பண்பாட்டுக் கூறுகளையும் உலகெங்கிலும் கொண்டு சேர்க்கிறது. சான்றாக புர்கா எனப்படும் 'அபாயா'வைச் சொல்லலாம்.

இஸ்லாம் என்ற மதத்தின் அரபியப் பண்பாட்டுக் கூறுகளைத்தாண்டி, அது பரவிய தேசங்களின், தேசியங்களின் பண்பாட்டுக் கூறுகள், சமூக வழக்கங்களின் ஆதிக்கம் மதத்தைவிட அதிகம் கொண்டிருப்பதைக் குறிக்கும் ஒரு சொல்லாக்கமே இஸ்லாமிகேட் என்பது. அதாவது இஸ்லாமிய மதத்திற்கு அப்பால் இஸ்லாமியப் பண்பாட்டுக்கூறுகளை, முஸ்லிம் அல்லாதவர்களுக்குமான பொதுப் பண்பாட்டைக் கொண்டது. உதாரணமாக, இஸ்லாமியத்தின் பண்பாட்டுக் கூறாக உள்ள பார்சியக் கட்டிடக்கலையான தாஜ்மஹால். இஸ்லாம் மதம்தாண்டிய ஒரு பொதுப் பண்பாட்டுக் கூறுகளைக் கொண்டிருப்பதை குறிப்பதற்கான சொல்லே இஸ்லாமிகேட் என்கிறார் அச்சொல்லை உருவாக்கிய அறிஞரான மார்ஷல் ஹட்சன். ஆக, இஸ்லாமிகேட் சினிமா என்பதன் ஒரு உலகளாவிய தொகுப்பே “இஸ்லாமிய சினிமா” என்று வரையறுக்கலாம்.

இஸ்லாமிய மதங்களை அரச மதங்களாக அறிவித்த நாடுகளான ஈரான், ஈராக், அரேபிய நாடுகள், சூடான், மொராக்கோ, செனகல், எகிப்து உள்ளிட்ட ஆப்ரிக்க நாடுகள், துருக்கி, சிரியா, துனிசியா, பாலஸ்தீன், ஜோர்டான் மற்றும் இந்தோனேஷியா, மலேசியா, பாகிஸ்தான், ஆப்கானிஸ்தான் நாடுகளின் சினிமாக்களை வெறுமனே இஸ்லாமிய மதம் சார்ந்த சினிமாவாக வரையறுத்துவிட முடியாது. காரணம் இஸ்லாமிய மதக் கோட்பாட்டை வலியுறுத்தும் சினிமாக்களைவிட, இஸ்லாமிய மதமும், அந்நாடுகளின் கலாச்சாரமும் பிணைந்த ஒரு சினிமாகவே அவை உள்ளன. இஸ்லாமிய சினிமா என்ற வரையறையை உருவாக்க இத்தகைய சினிமாக்களே நமக்குக் கிடைத்திருப்பவை. இச்சினிமாக்களின் இஸ்லாமியத்தன்மை, வாழ்வியல், தத்துவம், அறம், அதன் இறுகிய நடைமுறைகள் மீதான விமர்சனம், அதன் வரலாறை, அழகியலை, அரசியலை திரையாக்கமாக முன்வைக்கும் தன்மை என இவை இஸ்லாமிய சினிமா என்ற பண்புக் கூறுக்குள் அடங்குபவை.

இஸ்லாமிய சினிமா என்ற கருத்தாக்கத்தை உலக அளவில் கொண்டு சென்ற படங்களில் ஈரானிய படங்கள் முக்கியமானவை. உலக அளவில் மிக முக்கியமான சினிமாவாக அவை கருதப்படுவதற்கான காரணம் சினிமா ரசிகர்களுக்கும், சினிமா கற்கும் மாணவர்களுக்கும் அப்படங்கள் கற்றுத் தரக்கூடியவை ஏராளம் என்பதால்தான். திரைவெளியில் வெளிப்படும் அழகியலான

பண்பாட்டுக் கூறுகளுக்குள் வெகு நுட்பமான அரசியலைப் பேசுபவை. இஸ்லாமிய மதச் சீர்திருத்தம், ஈரானிய சமூகப் பின்புலம், தாராளவாத இஸ்லாமிய நடைமுறைகள், நவீனத்துவத்துடன் தகவமைத்துக்கொண்ட, அதே நேரத்தில் தங்கள் மரபின்மீது ஆழ்ந்த பிடிப்பைக் கொண்ட வாழ்க்கைமுறை என ஈரானியப் படங்கள் விரிக்கும் திரைவெளி அற்புதமானவை. பார்வையாளனுக்குள் திரையாக்கம் என்கிற உணர்வை உள்வயப்படுத்தும் திறன்கொண்ட திரைப்படங்கள். அதேநேரத்தில் இத்திரைப்படங்கள் உலகத் திரைப்படங்களாக முன்வைக்கப்பட்டு 'தாராளவாத இஸ்லாம்' என்ற பெயரில் இஸ்லாமிய அடிப்படைவாதத்திற்கு எதிராகப் பரவலாக்கப் படுவதற்கான அரசியலையும் விமர்சனரீதியாக அணுகவேண்டியது அவசியம்.

பொதுவாக, இஸ்லாமிய அடிப்படைவாதம் அல்லது இஸ்லாமிய மதவாதம் குறிப்பாக சோவியத் வீழ்ந்த பிறகு அமெரிக்க சார்பு அறிவுஜீவிகள், கொள்கை முடிவாளர்கள், உலக அமெரிக்க சார்பு ஊடகங்களால் கட்டமைக்கப்பட்டு பரவலாக்கப்பட்ட ஒரு கருத்தாக்கம். இன்னும் குறிப்பாகச் சொன்னால், கம்யூனிச சோவியத்தின் 'சிவப்பு பயங்கரவாத'த்திற்குப் பதிலாகக் கட்டமைக்கப்பட்டதே 'பச்சை பயங்கரவாதம்' என்பது. இதற்கு அடிப்படையாக அமைந்தது அமெரிக்காவின் அந்நிய நாடுகளின் கொள்கை முடிவிற்காக உருவாக்கப்பட்ட சாமுவல் ஹட்டிங்டன் அறிக்கை. அது இனி உலகின் அடிப்படையான மோதல் நாகரிகங்களுக்கு இடையிலான மோதலே என்றது.

நாகரிக மேற்குலகம், காட்டுமிராண்டி கீழைத்தேய உலகில் இஸ்லாமிய அடிப்படைவாதத்தை வளர்த்துவிட்டதில் பெரும் பங்குவகித்தது என்பது பரவலாக அறியப்பட்ட ஒன்றே. கீழைத்தேய காட்டுமிராண்டிவாதத்தை இஸ்லாமிய மதமாக குறியமைப்பதற்கான அடிப்படைகளை இத்தகைய மத-தீவிரவாத, அடிப்படைவாத இயக்கங்கள் ஏற்படுத்தித் தந்தன. அவற்றை நியமமாக்க, அதற்கு எதிரான ஒரு மற்றமை கருத்தாக்கமாக, அதற்கான ஒரு கருத்தியல் சார்ந்த அழகியல் உணர்வாக்கமாக, உருவானவையே ஈரான் துவங்கி ஆப்கன் உள்ளிட்ட நாடுகளின் சினிமாக்கள். இச்சினிமாக்கள் அடிப்படையில் மிக முற்போக்கான சிந்தனையை முன்வைத்தாலும், மற்றொரு பக்கம் இஸ்லாமிய மதம் குறித்த எதிர்மறைக் கருத்துக்களை ஊன்றுவதாக அமைந்தது. என்றாலும், இவற்றையும் உள்ளடக்கி "இஸ்லாமிய சினிமா"-வை

ஆன்மீகம், வரலாறு, அரசியல் என்ற மூன்று பண்புகள் வழியாக வரையறுத்து வகைப்படுத்திப் பார்க்கலாம்.

இஸ்லாமிய ஆன்மீக சினிமா என்றால், இஸ்லாமிய மதக்கதையாடலை சினிமாவாக்கிய முஸ்தபா அக்கார்டின் ‘த மசேஜ்’ என்கிற முகமது நபியையும், அவரது தளகர்த்தராக நின்ற இமாம் அலியின் உருவத்தையும் காட்டாமல், முகமது நபி அவர்களின் நபித்துவத்திற்கு (தீர்க்கதரிசியாவதற்கு) பிந்தைய வாழ்வை நுட்பமாக காட்டிய திரைப்படம். இதன் திரைக்கதை பார்வையாளருக்குள் நபி என்ற உருவத்தை பிம்பமாக்காமல், வரலாற்றை நுட்பமாகச் சொன்ன திரைநுட்பம் அசாத்தியமான ஒன்று. சமீபத்தில் வெளிவந்த ஏ.ஆர். ரகுமான் இசையில் மஜீது மஜீதி என்கிற ஈரானிய இயக்குநரின் ‘முகம்மத் த மெசெஞ்ஜர் ஆஃப் காட்’ என்ற திரைப்படம். இப்படம் முகமது நபி அவர்களின் பிறப்பு முதல் நபித்துவம் அடைந்தது வரையிலான கதையை விவரிக்கிறது. இத்திரைப்படம் முகம் மறைக்கப்பட்டு, யூத குருமார்கள் முகமது நபியைக் கொல்லத் திட்டமிட்டுத் தேடும் ஒரு கதையாடலைக் காட்சிப்படுத்தியது. இவ்விரண்டு படங்களும் மிகவும் அழகியலுடன் நேர்த்தியாக எடுக்கப்பட்ட முகமது நபியின் முழுவாழ்வைச் சொல்லும் படங்கள். துனிஷிய படமான நாசர் கெமீரின் ‘பாப் அசீஸ்’ சூஃபி மெய்ஞானத்தைப் பேசும் இஸ்லாமிய ஆன்மீகத்தைக் காட்சியாக்கிய திரைப்படம். பல்வேறு உபகதைகளுடன் ஒரு மாய-யதார்த்தத் தன்மையில் உருவாக்கப்பட்ட சினிமா. இஸ்லாம் உலகிற்கு அளித்த மாபெரும் புனைகதை வெளியான அரேபிய இரவுகளின் தன்மையை வெளிப்படுத்தும் கதையாடலாக, இஸ்லாமிய இறையியல் இதில் புனையப்பட்டிருந்தது.

இஸ்லாமிய வரலாற்றைச் சொல்லும் திரைப்படங்களுக்கு, இத்தாலிய பாசிசத்தை எதிர்த்து கொரில்லா யுத்தம் நடத்திய ‘ஓமர் முக்தார்’ மற்றும் சிலுவைப் போருக்கு எதிராகப் போரிட்ட மன்னர் சலாவுதீன் பாலஸ்தீனைக் கைப்பற்றிய கதையைச் சொல்லும் ‘த கிங்டம் ஆஃப் ஹெவன்’ போன்றவற்றைச் சொல்லலாம். ஸ்பைக் லீ-யின் ‘மால்கம்-*X*’ ஆப்ரோ-அமெரிக்க கறுப்பின அடிமைத்தனத்திற்கு மாற்றாக, இஸ்லாமைத் தழுவிய ஒரு மனித உரிமைப் போராளியின் திரைப்படம். வெள்ளை ஏகாதிபத்தியத்தின் இனவெறியை எதிர்த்து இஸ்லாமை ஒரு புரட்சிகர அரசியலாக மாற்றிய ‘மால்கம்-*X*’ ன் கதையை

உயிரோட்டத்துடன் வெளிப்படுத்தியது இத்திரைப்படம். சமீபத்தில் அனிமேஷனில் அதிகப் பொருட்செலவுடன் வெளியான ‘பிலால்’. முகமது நபியால் விடுவிக்கப்பட்ட கருப்பின அடிமையும், நபித்தோழர்களில் முக்கியமானவரும், இஸ்லாமிய வரலாற்றில் முதல் முதலாக தொழுகைக்கான அழைப்பை (பாங்கு) விடுத்தவருமாவார். இப்படி குறிப்பிடத்தக்க பல படங்கள் இஸ்லாமிய வரலாற்றைச் சொல்பவையாக வெளிவந்துள்ளன.

இஸ்லாமிய அரசியலைச் சொல்லும் திரைபடங்களில் மூன்று வகையான திரைப்படங்கள் உள்ளன. ஒன்று இஸ்லாமிய அரசியலை எதிர்மறையாக சொல்பவை. இரண்டாவது நேர்மறையாக அணுகுபவை. மூன்றாவது இஸ்லாமிய மதச்சீர்திருத்தங்களைப் பேசுபவை. இஸ்லாமிய அரசியலை எதிர்மறையாகச் சொல்பவற்றிற்கு பல ஹாலிவுட் படங்களைச் சொல்லலாம். குறிப்பாக இத்தகைய படங்கள் இஸ்லாமிய நாடுகளை சர்வாதிகாரிகளாகவும், இஸ்லாமியர்களை நாகரிகமற்றவர்களாகவும் காட்டுபவை. அதன் பார்வையாளர் கட்டமைப்பில் ‘இஸ்லாமோபோபியா’ எனப்படும் இஸ்லாமியர்மீதான அச்ச உணர்வையும், பயத்தையும் உருவாக்குபவை.

பீட்டர் பெர்க் என்ற அமெரிக்க இயக்குநரின் ‘த கிங்டம்’ அரேபியாவில் நிகழ்ந்த தற்கொலைத் தாக்குதலை அமெரிக்க உளவுத்துறை துப்பறிந்து, காரணமான இஸ்லாமிய தீவிரவாதிகளைக் கொல்லும் கதை. அரேபிய நாட்டிற்குள்ளேயே அவர்கள் ஊடுறுவிவிட்டதான, அவர்களது வலைப்பின்னலை விவரித்து பயம் ஏற்படுத்தும் கதையாடல். கேத்ரின் பிக்லோவின் ‘த ஹர்ட் லாக்கர்’. ஆஸ்கார் விருதுபெற்ற திரைப்படம். இது ஈராக் யுத்தத்தில் புதைக்கப்பட்ட வெடிகுண்டுகளை செயலிழக்கச் செய்யும் அமெரிக்க ராணுவக்குழு படும் துன்பங்கள், தியாகங்கள் என போருக்குப் பிந்தைய பயங்கரவாத வன்முறையைக் காட்டும் திரைப்படம். இவரது ‘ஜீரோ டார்க் தெர்ட்டி’ திரைப்படம் பின்லாடனைக் கண்டுபிடித்து பாகிஸ்தானில் வைத்துக் கொன்றதை கதையாடிய ஒரு அரசியல் திரில்லிங் திரைப்படம். அலாவுதின் கில்ஜி என்ற இஸ்லாமிய சுல்தானை காட்டுமிராண்டியாகக் காட்டும் ‘பத்மாவத்’, இந்திய பாகிஸ்தான் தந்தைக்கும், இந்திய தாய்க்கும் சட்டவிரோதமாகப் பிறந்த இஸ்லாமியன் ரா உளவுப்படை ஏஜண்டாக அல்கொய்தாவில் ஊடுருவி அவர்களை

அழிக்கும் ‘விஷ்வரூபம் 1&2’, மும்பை என்ற பெருநகர் முழுவதும் தூங்கும்-வெடிகுண்டுகளாக (சிலிப்பர் செல்) இஸ்லாமிய தீவிரவாத வலைப்பின்னல் சாமான்ய இஸ்லாமியர்களைக் கூட கண்டு அச்சமுறும் வண்ணம் எடுக்கப்பட்ட ‘துப்பாக்கி’. இத்தகைய படங்கள் இஸ்லாமியர்கள் மீதான அச்சத்தை ஆழ்தள உளவியலில் கட்டமைப்பவையாக, இஸ்லாமியர்கள் கொல்லப்படுவதும், சிறை பிடிக்கப்படுவதும் அவசியம் என்கிற உளவியல் சரித்தன்மையை தரக்கூடிய அபாயகரமான அரசியலைக் கொண்டவை.

இஸ்லாமிய அரசியலை நேர்மறையாகச் சித்தரிக்கக்கூடிய திரைப்படங்களுக்கு உதாரணமாக இஸ்ரேலிய இயக்குநர் இரான் ரிக்லிஸின் ‘லெமன் டிரி’-யைச் சொல்லலாம். ஒரு இஸ்ரேலிய அமைச்சர் தனது ஓய்வுநாளை பாலஸ்தீனிய பார்டரில் உள்ள தனது இல்லத்தில் கழிக்க வருவார். அவரது வீட்டின் அருகில் பாலஸ்தீனிய பார்டரில் உள்ள ஒரு இஸ்லாமிய எலுமிச்சைத் தோட்டத்தை பாதுகாப்பு கருதி அழிக்கத் திட்டமிடும் இஸ்ரேலிய பாதுகாப்புப் படை. அப்பெண் தனியராக நின்று இஸ்ரேலிய அரசு அதிகாரத்தை எதிர்த்து தனது எலுமிச்சை தோட்டத்தை போராடிப் பெறுவதே அத்திரைப்படம். பாலஸ்தீன அரசியலை ஒரு யூத இயக்குநர் தனது குறியீட்டு மொழியில் வெளிப்படுத்திய திரைப்படம். ஒரு தேசபக்த விசுவாசியாக இஸ்லாமியனை சித்தரித்து வெளிவந்தது ‘ஹே ராம்’. அமெரிக்காவில் உள்ள இஸ்லாமியர்கள் தீவிரவாதிகள் என்கிற திரைப்படங்கள் உருவாக்கிய ஒருபடித்தான பிம்பத்தை உடைக்கும் வண்ணம் ஹிந்தியில் வெளிவந்த ‘மை நேம் இஸ் கான்’. இப்படங்கள் விசுவாசமிக்க இஸ்லாமியன், பொதுநீரோட்டத்தில் தன்னைத் தக்கவைத்துக்கொள்பவன் போன்ற மதத்திற்கு வெளியே மனிதநேயமிக்க இஸ்லாமியரைச் சித்தரிக்கும் படங்கள்.

இஸ்லாமிய மதச்சீர்திருத்தம் பேசும் படம் ஈரானிய இயக்குநர் அஸ்கர் பர்ஹாதியின் ‘ஸெப்பரேஷன்’. தலாக் எனப்படும் விவாகரத்து மற்றும் கொலை செய்தவனுக்கு மன்னிப்பு வழங்க இஸ்லாம் ஏற்படுத்திய இரத்த-ஈட்டுத்தொகை (பிளட்-மணி) குறித்து காத்திரமான பரிமாணங்களைப் பேசுகிறது. ஈரானிய இயக்குநர் ஜாஃபர் பனாகியின் ‘சர்க்கிள்’ ஈரானியச் சிறையிலிருந்து தப்பிய மூன்று பெண் கைதிகள் தங்கள் ஊருக்குச் செல்வதே கதை. படத்தின் துவக்கமே பெண் குழந்தை பெற்றுவிட்ட மருமகளை,

தலாக் செய்யச் சொல்லும் மாமியாரில் துவங்கி, மிகச்சாதாரண விஷயங்களுக்குக்கூட பெண்கள் ஈரானிய அரசில் அடையும் கஷ்டங்களை, அதிகாரத்தின் கெடுபிடிகளை காட்சியாக்கும் திரைப்படம். மலையாளத்தில் வெளிவந்த 'ஆதாமின்டே மகன் அபு'. இஸ்லாமிய புனிதக்கடமையான ஹஜ் புனிதப் பயணத்தை முடிக்க மகனால் கைவிடப்பட்ட ஒரு வயதான தாயும், தகப்பனும் படும் கஷ்டங்கள், அதற்குப் பிற மத நண்பர்கள் செய்யும் உதவி, அரசின் விலை ஏற்றும் ஏற்படுத்தும் தடைகள் என விரியும் திரையின் காட்சிகள் அப் புனிதப் பயணத்தின் மீது பார்க்கும் ஒவ்வொருவரையும் நம்பிக்கை கொள்ள வைக்கும் ஒன்று. ஆப்கான் தாலிபான்களின் கொடூரமான இஸ்லாமிய அடிப்படைவாத அதிகாரத்தில் சிக்கிய பாட்டி, தாய், மகள் மூவரின் வாழ்வியல் நெருக்கடிகள் வழியாகக் கடுமையாக தாலிபானிசத்தின் பெண்வெறுப்பை, பெண்வெளி முடக்கப்படுவதைத் தோலுரித்துக் காட்டிய திரைப்படம் 'ஒஸாமா'. செனகல் நாட்டுத் திரைப்படமான 'முலாதி' (மந்திரக்கயிறு), பெண்ணுறுப்பு சிதைவு எனப்படும் பெண் கத்னா என்கிற ஆப்பிரிக்க நாடுகளின் இனக்குழு வழக்கம், இஸ்லாமிய வழக்கமாக மாறியதை எதிர்த்து அக்கிராமத்து பெண்கள் போராடி வெற்றி கொள்வதைச் சித்தரிக்கும் திரைப்படம்.

நவீனத்துவத்தை எதிர்கொள்ளும் மரபான இஸ்லாமின் சிக்கலை காட்சிகளாக விவரிக்கும் சினிமாக்கள். இந்திய, தமிழ் சினிமாக்களில் இஸ்லாமியர்கள் பற்றிய சித்தரிப்பு என்பது தேசவிரோதி, தீவிரவாதி, மதப்பழமைவாதி, பயங்கரவாதி போன்ற எதிர்மறை எண்ணத்திலிருந்தே உருவாகுபவை. இந்தியாவை தங்கள் பிறந்த மண்ணாக, இந்திய பிராந்திய மொழிகளை தங்கள் தாய்மொழியாக ஏற்றுக் கொண்ட சராசரி வாழ்வை மேற்கொள்ளும் இஸ்லாமியர்களை, அவர்களது மதச்சார்பற்ற, தங்கள் கட்டுண்ட நிலத்தின் பண்பாட்டோடுகூடிய வாழ்வை இந்திய குறிப்பாக தமிழ் திரைப்படங்கள் காட்டுவதில்லை. மலையாள, இந்தி சினிமாக்கள் போல் தமிழில் இஸ்லாமிய சினிமா, சாத்தியமற்றிருப்பதற்கு அதன் சந்தையும் ஒரு காரணம் எனலாம்.

இஸ்லாமியர்கள் தங்கள் மத அடையாளங்களுடன் உலவும் மதவாதிகள் தோற்றத்தைத் தருபவையாக இத்திரைப்படங்களில் வெளிப்படுத்தப்படுகிறது. மஸ்லின் ஜிப்பா, முட்டிவரை தூக்கிக் கட்டிய கைலி, தலையில் ஒரு ரங்கூன் குல்லா, கழுத்தில் ஒரு

சிவப்பும், வெள்ளையும் கட்டமிடப்பட்ட மெக்கா துண்டு. இவற்றுடன் அவர் அடிக்கொருதடவை அச்சா, பஹூத் அச்சா என்று உருதிலும், உடைந்த தமிழிலும் பேசுவார். இச்சித்தரிப்பின் பின்னணி தமிழக முஸ்லிம்கள் அனைவரும் உருது பேசுபவர்கள் என்கிற சித்திரத்தையும், ஒரு வினோதமான அந்நியர்கள் என்ற உணர்வையும் திட்டமிட்டுக் கட்டமைப்பதாக உள்ளது. சினிமாவில் பாத்திர சித்தரிப்புகள் பார்வையாளர்களிடம் உருவாக்கும் சமூக-உளவியல் சார்ந்த உணர்வுகள் மற்ற கலை, இலக்கிய வடிவங்களைவிட வலிமையானவை. இஸ்லாமியர்கள் அனைவரும் இப்படித்தான் என்கிற ஒருபடித்தான சித்தரிப்பை உருவாக்கியதில் சினிமாக்களுக்குப் பெரும்பங்கு உண்டு. சினிமா யதார்த்தத்தைப் பிரதிபலிப்பதில்லை. மாறாக, யதார்த்தத்தைச் சரிசெய்கிறது, கட்டமைக்கிறது, உருவமைத்துக் காட்டுகிறது. இஸ்லாமியர்கள் குறித்து இஸ்லாம் அல்லாதவர்களிடம் உருவாக்கப்பட்டிருக்கும் சித்திரம் பெரும்பாலும் சினிமா உருவாக்கியதே என்றால் மிகையாகாது.

இத்தகைய சித்தரிப்புகளில் கீழ்க்கண்ட அரசியல், பொதுபுத்தியாக சமூக-உளவியல் தளத்தில் கட்டமைக்கப்படுகிறது.

1. எதிர்மறையாகக் காட்டுவதன் வழியாக தற்கால அரசியல் அதிகாரத்தின் இருப்பை, இயல்பை (ஸ்டேட்டஸ் கோ-வை) அப்படியே கடைப்பிடிப்பது

2. அதிகமான வாசகர்களின் உளவியல் விருப்பாக மாற்றுவதன் வழியாக ஒரு பெரிய (இஸ்லாம் அல்லாத, இஸ்லாமிய வெறுப்பு) சந்தையைக் கட்டமைப்பது

3. ஒரு கற்பனையான இஸ்லாமிய எதிரியைக் கட்டமைத்துக் காட்டுவதன் வழியாக, இருக்கும் சமூக-பொருளாதார-அரசியல் சிக்கல்களில் இருந்து நழுவிவிடுவது

4. இஸ்லாமியர்களை எதிரிகளாகக் காட்டித் தனக்கு ஆதரவான ஒரு பெருங்கூட்டத்தை உருவாக்கி அதை மதவெறி கொண்டதாக மாற்றியமைத்து அரசியல் ஆதாயம் பெறுவது

இறுதியாக, இஸ்லாமிய சினிமா குறித்து தொகுத்துரைப்பது என்பது சிறிய ஒரு பரப்பில் சாத்தியமற்ற ஒன்று. எண்ணற்ற படங்கள் இஸ்லாமை நேர்மறையாகவும், எதிர்மறையாகவும் சித்திரித்து வெளிவந்துகொண்டே உள்ளது. காரணம் இன்றைய

உலகமய அரசியலின் மையச் சொல்லாடலாக இஸ்லாம் மாற்றப்பட்டுள்ளதே காரணம். இச்சூழலில் இஸ்லாமிய சினிமாக்கள் வழி இஸ்லாமிய மதத்தையும், அதன் பண்பாட்டையும் பிரித்தறிவது மதவாதப் போக்கிலிருந்து மதச்சார்பற்ற சமத்துவ நிலைக்கு நகர்வதற்கான அடிப்படைப் புரிதலை உருவாக்கும்.

- (16-09-2018) விகடன் தடம்

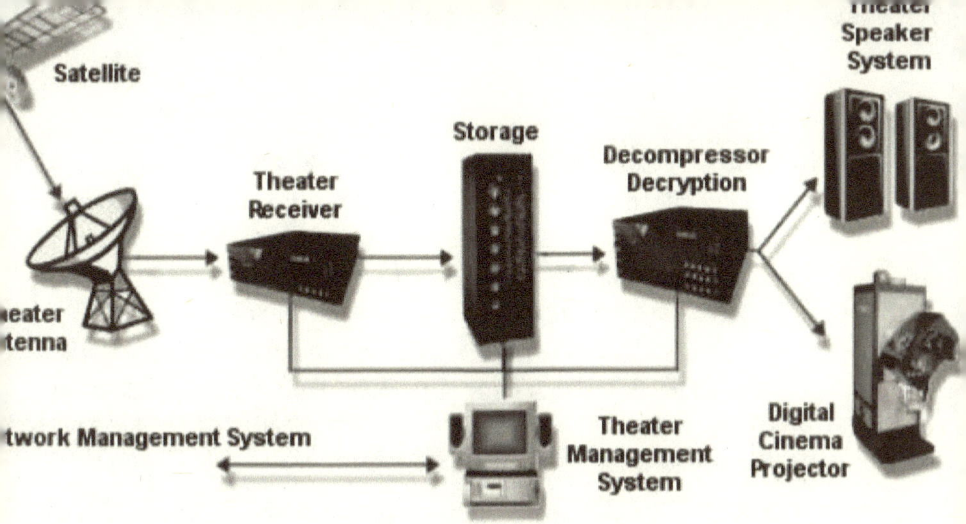

அலை-மருவும் காலத்திலிருந்து எண்-மருவும் காலத்திற்கு நகரும் சினிமா

இந்த உலகமே நாடக மேடை, அதில் எல்லோருமே நடிகர்கள், ஒவ்வொருவருக்கும் அறிமுகமும் முடிவும் உண்டு, ஒருவருக்கே பல வேடங்களும் உண்டு.

-வில்லியம் ஷேக்ஸ்பியர் *(As You Like It, Act II Scene VII Line 138)*

What is rational is real; And what is real is rational.

– G.W.F. Hegel (Philosophy of Right)

மேற்கண்ட தலைப்பை புழங்குத் தமிழில் இப்படிச் சொல்லலாம்: "அனலாக் காலத்திலிருந்து டிஜிட்டல் காலத்திற்கு நகரும் சினிமா" *(Cinema moves from Analog age to Digital age)*. அலை-மருவு என்பது அனலாக் எனப்படும் எந்திரங்களின் வழியாக இயங்கிய உலகு. 90-களுக்கு முந்தைய தொழில்நுட்பங்களான வானொலி, தொலைக்காட்சி ஆகியவை அலை என்கிற "மைக்ரோவேவ் தொழில்நுட்பம்" என்ற அறிவியல் கருத்தாக்கத்தை அடிப்படையாகக் கொண்டவை. அலை-மருவும் சினிமா மென்படலம் எனப்படும் பிலிம் தொழில்நுட்பமும், அதற்கான ஒளிப்பதிவு கேமிராவும் கொண்டு உருவாக்கப்பட்டது. மாயாஜால, சாகசக் காட்சிகள் அனைத்தும், கேமிரா

தொழில்நுட்பத்தை அடிப்படையாகக் கொண்டு உருவாக்கப்பட்டது. கேமிரா என்கிற ஒளிப்பதிவுக் கருவியே அன்றைய சினிமாவின் உருவாக்கத்தில் முக்கியப் பங்காற்றியது. சினிமா அதீத தொழில்நுட்ப அறிவு கொண்ட நிபுணத்துவம் சார்ந்த ஒன்றாக இருந்தது. அதில் யதார்த்தத்தில் உள்ள இயல்பான ஒளியில், ஒளிப்பதிவு செய்யப்பட்டது, அதை மாற்றமுடியாது. அதில் பதிவுசெய்யப்பட்டதை மெருகூட்டவோ, கூட்டவோ, குறைக்கவோ முடியாது. கோட்பாட்டு ரீதியாகச் சொன்னால் அது யதார்த்தவாத உலகப்பார்வையாகக் கொண்ட நவீனத்துவ சமூகத்தின் வெளிப்பாடு.

ஆனால், தற்போதைய இணையம் உள்ளிட்ட கணிப்பொறி, அலைபேசி, ஐபேட் எனப்படும் வாசிப்புத் திரை ஆகியவை உள்ளடக்கிய டிஜிட்டல் தொழில்நுட்பம் எண்கள் எனப்படும் இரண்டடிமானம் எனப்படும் பைனரிஎண் தொழில்நுட்பத்தை அடிப்படையாகக் கொண்டவை என்பதால் தற்காலத்தை எண்-மருவும் காலம் என்று குறிக்கிறோம். இது யதார்த்தம் ஒற்றைத்தன்மையானது அல்ல, அது உருவாக்கப்படுவது, கட்டமைக்கப்படுவது என்கிற உலகப்பார்வையிலிருந்து வெளிப்படும் சினிமா. அதீதயதார்த்தம் (surrealism), மீ-யதார்த்தம் (hyper-realism) போன்ற யதார்த்தம் என்பதன் உண்மைசார்ந்த தர்க்கம் மாற்றத்திற்குள்ளான ஒரு பின்-நவீன உலகின் வெளிப்பாடு.

1990-களில் உருவான உலகமயமாக்கலுடன், அலைமருவும்-சினிமா எண்-மருவும் சினிமாவாக மாறியது. முதன்முதலாக இணையம், கணிப்பொறி, கம்பியில்லா வலைப்பின்னல் (wifi) வழியாக சினிமா வெளியிடப்படுதல் துவங்கியது. 2000-த்தில் அதன் உச்சமாக எண்மருவும் சினிமா என்கிற டிஜிட்டல் சினிமா முழுமையான வடிவத்தை அடைந்தது. அதற்கான எண்மருவும் தொழில்நுட்பங்கள் விரிவாக்கப்பட்டன. எண்மருவும் ஒளிப்படக்கருவிகளில் பதிவு செய்யப்பட்ட சினிமா, கணிப்பொறி மென்பொருள்களால் தொகுக்கப்பட்டு வெளியிடப்பட்டது. அத்தகைய எண்மருவு சினிமாக்களுக்கான எண்மருவு திரைகள், சினிமா எண்மருவு புரஜெக்டர்கள் ஆகியன உருவாக்கப்பட்டன. இந்தியாவில் 2007-ல் வெளியான 'குரு' திரைப்படம்தான் முதன்முதலாக எண்மருவு தொழில்நுட்பத்தைப் பயன்படுத்தி திரையிடப்பட்ட திரைப்படம். 2010-ல் உலகின் பெரும்பாலான திரையிடல்கள் இந்த எண்மருவு தொழில்நுட்பத்தை அடிப்படையாகக் கொண்டதாக மாறியுள்ளது. 2017-ல் உலகின்

98 சதவீதம் எண்மருவுத் திரைகளாக மாறியுள்ளது என்கிறது ஒரு புள்ளிவிவரம். இத்தொழில்நுட்பம் உலகின் மொத்த சினிமா வலைப்பின்னலான, தயாரிப்பு-வெளியீடு-திரையிடல்-பார்வையாளர் எதிர்கொள்ளல் என அனைத்தையும் எண்மருவுதலாக மாற்றியுள்ளது.

உலகின் சிறந்த இயக்குநர்களாக அறியப்படும் கிறிஸ்டோபர் நோலன் (Christopher Nolan), பால் தாமஸ் ஆண்டர்சன் (Paul Thomas Anderson), டேவிட் ஓ. ரஸ்ஸல் (David O. Russell), குவாண்டின் டொராண்டினோ (Quentin Tarantino) ஆகியோர் இந்த எண்மருவு தொழில்நுட்பத்தைக் கடுமையாக விமர்சித்து, தொடர்ந்து முந்தைய ஒளி-மென்படலத்திலேயும் (பிலிம்), பழைய ஒளிப்பதிவுக் கருவியைக் கொண்டுமே திரைப்படத்தை தயாரிக்கிறார்கள். 2018-ல் வெளியான நோலனின் "டான் கிரிக்" முழுக்க ஐமாக்ஸ் ஒளிப்பதிவுக் கருவியைப் பயன்படுத்தி எடுக்கப்பட்டது. தீவிர தமிழ் சினிமா ரசிகர்களுக்குப் பரிச்சயமான இயக்குநர் குவாண்டின் டொராண்டினோ எண்மருவும் சினிமாவை "பொதுமக்களின் தொலைகாட்சி" என்று கடுமையாக விமர்சித்தார். காரணம் அலைமருவு சினிமாவிற்கான திரை என்பது எண்மருவு சினிமாவில் ஒரு பெரிய தொலைக்காட்சித் திரையாக மாற்றமடைந்ததே. இப்படி தீவிரமான எண்மருவு சினிமா குறித்தும் அதன் கலைநேர்த்தி குறித்தும் மேற்கண்ட இயக்குநர்களால் விமர்சனங்கள் முன்வைக்கப்பட்டன. அலைமருவு சினிமா இயல்பான உயிர்ப்புள்ள ஒன்றாகவும், எண்மருவு சினிமா ஒருவகை செயற்கையான பிளாஸ்டிக் தன்மைக் கொண்டதாகவும் இவர்களால் பார்க்கப்பட்டிருக்கலாம்.

ஆனாலும், தொழில்நுட்பரீதியாகவும், துல்லியமான பிம்பங்களின் தெளிவான வெளிப்பாட்டையும் கொண்டது எண்மருவு சினிமா என்பதில் மாற்றுக்கருத்து இருக்க வாய்ப்பில்லை. அலைமருவு சினிமா யதார்த்தத்தை அப்படியே பதிவு செய்வதன் வழியாக அதற்கு ஒரு உண்மைத்தன்மையைத் தந்தது. அதை ஒரு கலையாக பாவித்தது. ஆனால், எண்மருவு சினிமா யதார்த்தத்தை இயக்குநரின் விருப்பிற்கு ஏற்ப பதிவு செய்வதற்கான வாய்ப்பை வழங்கியது. அதன் உண்மைத் தன்மையை கேள்விக்கு உட்படுத்தும் வண்ணம் மாற்றம் செய்யும் வாய்ப்பு இருந்தது. அதனால் கலைத் தன்மையைவிட, எந்திரத்தன்மை அதிகம் கொண்டதாக வெளிப்பட்டது. சான்றாக கறுப்பு நிற ரஜனிகாந்தை, கணிப்பொறி

வரைப்படத் தொழில் நுட்பம் வழியாக வெண்மைநிற ரஜனிகாந்தாக மாற்றிக் காட்ட சாத்தியப்பட்டது. அதையே ஒரு விளம்பர உத்தியாகக் கொண்டு அத்திரைப்படத்தை மக்களிடம் பரவலாக்க முடிந்தது. கணிப்பொறி வரைபட விளையாட்டுகள் வழியாக யதார்த்தம் என்பதைக் கட்டமைப்பதற்கான சாத்தியங்கள் அதிகமாகியது. திரைப்பிம்பங்களை கணிப்பொறி வழியாக உருவாக்கும் வாய்ப்புகள் அதிகமாகி, சினிமாவின் அதிகபட்ச தொழில் முதலீடாக மாறியது. அலைமருவு சினிமா மெய் உலகு *(actual world)* சார்ந்தது என்றால், எண்மருவு சினிமா மெய்-நிகர் உலகு *(virtual world)* சார்ந்தது.

இந்தியாவில் இந்த எண்மருவு தொழில்நுட்பத்தைப் பயன்படுத்தும் மிகப்பெரிய நிறுவனங்கள் *UFO Moviez* மற்றும் *Real Image* ஆகியவை. இந்த எண்மருவு சினிமா முந்தைய சினிமா தயாரிப்பு முறையை தொழில்நுட்பரீதியாக மாற்றியது மட்டுமின்றி பொருளியல் வலைப்பின்னலையும் மாற்றியமைத்து விட்டது என்பதே முக்கியம். ரியல் இமேஜ் நிறுவனத்தின் *CEO* அரவிந்த ரங்கநாதன் "சினிமா இனிமேலும் ஒரு விளிம்புநிலை ஊடகமாக" இருக்காது என்கிறார். அதாவது, சினிமா முழுக்க மையத்தை நோக்கி நகர்ந்துவிட்டது அதன் முதலீட்டு வலைப்பின்னல் தனிப்பட்ட முதலாளிகளால் தீர்மானிக்கப்படாமல் பெருவணிக நிறுவனங்களால் கார்ப்பரேட் குழுமங்களால் தீர்மானிக்கப்படுவதாக மாறியுள்ளது. ஹாலிவுட்டின் மிகப்பெரும் சினிமா தயாரிப்பு கம்பெனிகள் ஒன்றிணைந்து ஒரு குழுவாக மாறியே இந்த டிஜிட்டல் தொழில்நுட்பத்தை உலகெங்கிலும் பரவலாக்கி, ஒட்டுமொத்த சினிமாவை வேறு ஒரு பரிமாணத்திற்கு நகர்த்திவிட்டன.

எண்மருவு (டிஜிட்டல்) சினிமாவின் விளைவுகளை கீழ்க்கண்டவாறு தொகுக்கலாம்:

1. தயாரிப்பாளர்களை நிறுவனங்கள் மேலாதிக்கம் செய்வதாக மாறியுள்ளது. திரைப்படத் தயாரிப்பை கட்டுப்படுத்துவதாக நிறுவனங்கள் மாறியுள்ளன.

2. இது ஒரு பெரும் வலைப்பின்னல் அமைப்பாக மாறியுள்ளது. இந்த வலைப்பின்னலுக்குள் உலக முதலாண்மை குழுமங்கள் பெரும் முதலீட்டை செய்து இலாபம் பார்க்கின்றன.

3. விளம்பரங்களை அதிகம் சார்ந்து ஒரு தொலைக்காட்சிபோல மாறியுள்ளது. இது நிறுவனங்களுக்கு கூடுதல் வருமானம்

தருவதாக உள்ளது. தொலைகாட்சியில் விளம்பரங்கள் பார்வையாளர்கள் தேர்வைப் பொறுத்தது. ஆனால் திரையரங்கில் இவ்விளம்பரங்கள் தவிர்க்க முடியாதவையாக பார்வையாளரால் பார்க்க வைக்கப்படுகிறது. அதனால் தொலைகாட்சியைவிட அதிகம் விளம்பரப் பரவலாக்கம் கொண்டதாக உள்ளது.

4. ஒரேநேரத்தில் கிராமங்கள், நகரங்கள் என சினிமா திரையிடுவதற்கான வாய்ப்பை ஏற்படுத்தியுள்ளது. முன்புபோல புதிய திரைப்படங்கள் நகரத்தில் வெளியாகி கிராமங்களில் வெளியாக மாதக்கணக்கில் காத்திருக்க வேண்டியதில்லை

5. அலைமருவு சினிமாபோல, இது தேய்ந்து, வண்ணங்கள் மாறி, பிம்பங்கள் தேய்ந்து அறுந்து விடும் அபாயங்கள் இல்லை. இவை முழுக்க ஒளிப்படக் கோப்புகளாக "சர்வர்களில்" (server) சேகரிக்கப்படுகிறது. இதனால் அலைமருவு சினிமாக்களைப்போல எண்ணற்ற பிரதிகள் செய்து அவற்றை பெரிய சேமிப்பு அறைகளில் சேகரித்து வைத்து பாதுகாக்கும் அவசியம் இல்லை. இவற்றை 'கிளவுட் ஸ்டோரேஜ்' முறையில் கடவுச்சொற்கள் வழியாக சேகரித்து வைத்துவிடமுடியும். அதிகபட்சம் 200GB-400GB 'டிஸ்க் ஸ்பேஸ்' போதுமானது

6. ஒரே நேரத்தில் பல அரங்குகளில் செயற்கைக்கோள் வசதியுடன் இணைய வலைப்பின்னல் வழியாக திரையிடும் சாத்தியம் கொண்டதாக இருக்கிறது.

7. ஒப்பீட்டளவில் இது செலவு குறைந்ததும், அதிகம் லாபம் தரக்கூடியதுமான தொழில்நுட்பம்.

எண்மருவு சினிமா இரண்டு வகையானது டி-சினிமா (D-cinema) மற்றும் ஈ-சினிமா (E-cinema). டி-சினிமா என்பது டிஜிட்டல்-சினிமா. ஈ-சினிமா என்பது மின்னியல்-சினிமா. டி-சினிமாவே வளர்ச்சியடைந்த முழுமையான எண்மருவு தொழில்நுட்பத்தைக் கொண்டது. டி-சினிமாவிற்கு திரைஅரங்குகள் 'டிஜிட்டலைஸ்' செய்யப்பட வேண்டும். ஆனால், ஈ-சினிமா செயற்கைக்கோள் வழியாக நேரடியாக திரை அரங்குகளில் திரையிடப்படுவது என்பதால் டிஜிட்டல் புரஜக்டர்கள் வழியாக சாதாரணத் திரையில் திரையிடப்படும். டி-சினிமாவிற்கு

டிஜிட்டல்திரை அதாவது தொலைக்காட்சிகள் போன்று LED திரைகள் தேவை. இந்தியா போன்ற நாடுகளில் இந்த தொழில்நுட்பம் மிகக்குறைவான திரை அரங்குகளில் மட்டுமே உள்ளது. அதனால் இங்கு ஈ-சினிமாவே பரவலாக திரையிடப்படுகிறது. டி-சினிமா 2K பிம்பத் துல்லியத்தையும், ஈ-சினிமா 1.3K பிம்பத் துல்லியத்தையும் கொண்டது.

முன்பு மென்படலங்களில் (பிலிம்) அனலாக் கேமிராக்கள் கொண்டு எடுக்கப்பட்டு, அதை வேதிப்பொருள்களால் கழுவி, சினிமா ஒளிப்படலங்களாக மாற்றிய கடினமான நிலைமாறி, தற்போது எண்-மருவு கேமிராக்களால் நேரடியாகக் காட்சி செய்யப்பட்டு, அவை கணிப்பொறி டிஸ்க்குகளில் சேகரிக்கப்பட்டு, கணிப்பொறி மென்பொருள்களால் எடிட் செய்யப்பட்டு சினிமாவாக மாற்றப்படுகிறது. அதேபோல் திரையரங்குகளில் ஒளிப்படச்சுருள்களை இயக்கும் சினிமா புரஜக்டர்கள் இடத்தை தற்போது கணிப்பொறி வழியாக திரையிடப்படும் எண்மருவு தொழில்நுட்பங்களைக் கொண்ட புரஜக்டர்கள் மாற்றீடு செய்துவிட்டன. குறிப்பாக புதிய தொழில்நுட்பங்களால் இணையவழி திரையிடப்படும் ஒன்றாக மாறிவிட்டது. ஓரிடத்திலிருந்து பல திரைப்படங்களுக்கு ஒரே நேரத்தில் திரையிடும் ஒரு வலைப்பின்னல் அமைப்பாகவும் மாறியுள்ளது.

தற்போதைய எண்மருவு தொழில்நுட்பத்தின் அடுத்தகட்ட வளர்ச்சியாக திரை-ஓடை (movie streaming) தொழில்நுட்பம் வந்துள்ளது. இதில் இன்று உலகில் ஆதிக்கம் வகிக்கும் நிறுவனங்கள் நெட்பிளிக்ஸ், அமேசான், பிளாக்பஸ்டர் போன்றவை. இவற்றின் இணையதளங்கள், திரை-ஓடை நுட்பத்தின் வழியாக இல்லத்-திரையிடல்களாக மாறியுள்ளன. திரைப்படங்களுக்கான கட்டணம் மாதச்சந்தாவாக மாறிவிட்டது. பார்வையாளர்கள் (viewers), பயனர்களாக (users) மாறிவிட்டனர். திரைப்படம் தேர்வு எல்லைகளைத்தாண்டி, நிறுவனங்களின் பெருந்தரவு (big data) ஆய்வுகள் வழியாக நிறுவனங்களின், கார்ப்பரேட் குழுமங்களின் தேர்வுகளாக மாறிவிட்டது. திரைத்துறையில் பெருந்தரவு ஆய்வு என்பது பார்வையாளர்களைத் தீர்மானிப்பதாக மாறியுள்ளது.

Big Data என்று அழைக்கப்படும் "பெருந்தரவு" தொழில் நுட்பம் தற்போதைய உலகைக் கட்டுப்படுத்தும், திசைவழிப்படுத்தும் ஒரு முன்னணித் தொழில்நுட்பமாகும். நெட்பிளிக்ஸ், அமேசான்

துவங்கி உலகின் அனைத்து இணைய நிறுவனங்களும், இந்த பெருந்தரவு தொழில் நுட்பத்தையே பயன்படுத்தி தங்களது வியாபார வலையை விரிக்கின்றன. சமூக வலைத்தளங்களாக பரவலாக அறியப்பட்ட முகநூல் (facebook), சிட்டுரை (twitter), புலனம் (whatsapp), யுடியுப் (y-tube), டிக்டோக் (tic tok), டப்ஸ்மாஸ் (dubsmash), இன்ஸ்டாகிராம் (instagram), ஸ்னாப்சாட் (snapchat) உள்ளிட்டவை அனைத்தும் இன்று கைப்பேசிகள் எனப்படும் மொபைல்போன்களில் பரவலாக பயன்படுத்தப்படுகிறது. இவை அனைத்துமே இந்த பெருந்தரவுகளை சேகரித்து பெரும் வணிக நிறுவனங்களுக்கான தகவல் ஆய்வுகளை தருகின்றன. சான்றாக, ஒருவர் புலனத்தை பயன்படுத்தினால் அவர் அதை பயன்படுத்தும் ஒவ்வொரு நொடியும் தகவலாக மாற்றப்படுகிறது. அவர் எதை எல்லாம் பார்க்கிறார், எதை எல்லாம் விரும்புகிறார் என அனைத்தும் தகவலாக சேகரிக்கப்படுகிறது. இப்படி சேகரிக்கப்படும் தரவுகளையே பெருந்தரவுகள் என்கிறார்கள்.

இப்படியாக 1980 முதல் ஒவ்வொரு 40 மாதங்களுக்கும் இந்த தகவல் சேகரிப்பு இரண்டு மடங்குகளாக அதிகரிக்கிறது என்கிறது ஆய்வுகள். 2012-ஆம் ஆண்டு கணக்கின்படி ஒவ்வொரு நாளும் 2.5 (2.5 X 1018) எக்ஸாபைட் தகவல்கள் உற்பத்தியாகி சேகரமாகிறது. பெருந்தரவு 2020-ற்குள் 4.4 ஜீட்டா பைட்ஸ்லிருந்து (1 ஜீட்டா பைட்ஸ்= 1 டிரில்லியன் ஜிகாபைட்ஸ் = 10,000 கோடி பைட்ஸ்) 44 ஜீட்டா பைட்ஸ் அதிகரிக்கும் என்கிறார்கள். இந்த எண்ணிக்கை எல்லாம் தலையை சுற்றக்கூடியது. தகவல் உற்பத்தி என்பது சமூகவலைத்தளப் பயன்பாட்டில் நிகழும் ஒவ்வொரு சொடுக்குதலாலும் (கிளிக்) உற்பத்தியாவது. சமூகவலைத்தளங்கள் நமது கைப்பேசிகள் வழியாக நம்மை தொடர்ந்து கண்காணித்து தகவல்களை அனுப்பிக் கொண்டிருக்கிறது. ஆனால், மொத்த உலகத்தின் தகவல்களையும் இந்த சமூகவலைத்தள செயலிகள் சேகரித்து ஒரு பெரும் தரவுகளாக உற்பத்தி செய்து சேமித்து வைத்துள்ளன. இந்த தரவுகளை ஆய்வு செய்து தங்களக்கு தேவையான வகையில், பயனர்களின் அனைத்து நாடித் துடிப்புகளையும் புள்ளியல் ஆய்வுகளில் தோராயமாக்கி, கணித்து அதற்கேற்ப தங்களது வியாபார சந்தையை உருவாக்கிக் கொள்கின்றன.

இணையத்தில் ஒருவரது புழக்கம், முழுக்க அதன் உள்ளார்ந்து மறைந்துள்ள உளவு மென்பொருள்களால்(spywares)

சேகரிக்கப்படுகிறது. இதை சேகரிப்பதற்கான ஒரு தேடுபொறி சேவையே ஜின்னி (Jinni service). இத்தேடுபொறியானது, சொற்பொருள் அடிப்படையில் தேடும் (semantic search) தன்மைக் கொண்டது. அதாவது தேடும் சொல்லின் பொருளறிந்து தேடும் தன்மை கொண்டது. வார்த்தைகளுக்குப் பதிலாக உள்ளடக்கத்திற்குள் உள்ள கருத்துகளை அடையாளம் காண்பதன் மூலம் ஒரு பயனரின் தேடலுக்கான ஒரு அர்த்தமுள்ள பதிலைத் தரக்கூடியதாக உள்ளது. ஒரு பயனர் இணையத்தில் உலவும்போதோ அல்லது ஒரு திரைப்படத்தையோ, ஒளிப்படக் காட்சியையோ, படத்தையோ காணும்போது, இது தானியக்கமாக அவரது மனஉணர்வை, தேவையை, அவரது தனிப்பட்ட விருப்பை, சுவையை தரவுகளாக சேகரிக்கிறது. அவரது இணைய இயக்கத்தின் வரலாற்றுத் தரவுகளாகப் பதியவைக்கிறது. அவற்றிலிருந்து, அவருக்கு ஆலோசனை தருவதாக வேறுசில தளங்களை, விளம்பரப் பொருட்களை, அதை ஒட்டிய சினிமாக்களை, ஒளிப்படங்களை பரிந்துரை செய்கிறது. இவற்றை வைத்து பயனரின் விருப்புகள் குறித்ததான ஒரு சுயவிவரத்தை (profile) தயாரித்து சேகரிக்கிறது. இது பயனர் அறியாமலேயே அவரை இயக்குவதாக, நிர்வகிப்பதாக, அவரது விருப்பத்தை, வேட்கையை பெருக்குவதாக செயல்படுகிறது. இது ஒரு நுட்பமான உளவியல் கட்டமைப்பாக மாறுகிறது. இதன்மூலம் தேவையற்றவற்றை தேவைகளாக மாற்றுகிறது.

இதனால், திரைப்படப் பார்வையாளர்கள், பயனர்களாக அதிலும், அந்த குறிப்பிட்ட வலைதளத்திற்கான பயனராக மாறுகிறார். இதுவே அவரை அதற்கு அடிமைப்படுத்துவதாக மாறுகிறது. குழந்தைகள், சிறுவர், சிறுமியர் துவங்கி இளம் வயதினர், குடும்பப் பெண்கள், ஆண்கள், வயதானவர்கள் என அனைத்து தரப்பினரும் இப்படி இணைய அடிமைகளாக மாற்றப்படுகிறார்கள்.

ஜின்னியின் தொழில்நுட்பம் திரைப்பட வல்லுநர்களால் உருவாக்கப்பட்ட ஒரு வகைப்பிரிப்பை (taxonomy) உள்ளடக்கியது என்கிறது *ReadWriteWeb* என்கிற வலைத்தளம். புதிய தலைப்புகளை *Natural Language Processing and Machine Learning* முறைகள் மூலம் அட்டவணைப்படுத்தி தானகவே அவற்றை பகுப்பாய்வு செய்து தரவுகளாக மாற்றுகிறது என்கிறது. இதற்காக திரைப்படத்துறை சார்ந்த வல்லுநர் குழு ஒன்று “மூவி-ஜீனோம்” என்ற ஒரு திரைப்பட வகைப்பாட்டியல் குறிச்சொற்களை

உருவாக்கியுள்ளார்கள். திரைப்படத்தின் கரு, களம், பாணி, நடிகர், நடிகையர், அதன் வகைத்திணைகள், முக்கியமான காட்சிகள் குறித்த வர்ணனைகள், உள்ளடக்கங்கள், வடிவங்கள் என இந்த திரைப்பட கலைச்சொற்கள் அட்டவணைப் படுத்தப்படுகிறது. சான்றாக, நீங்கள் நெட்பிளிக்ஸில் பாகுபலி பார்த்தால், அதனோடு தொடர்புடைய பல திரைப்படங்கள் குறித்த தொடர்புகள் உங்கள் பார்வைப் பக்கத்திற்கு வரும். அது வரலாற்றுப்படம், வரைபட கிராபிக்ஸ் படங்கள், சதிக்கோட்பாடு சார்ந்தவை, வாரிசுப் போட்டியைக் கொண்டவை, பெண் பழிவாங்குபவை, வீரசாகசம் இப்படி பல வகைத்திணைச் சார்ந்த திரைப்படங்களை உங்களுக்கு அறிமுகப்படுத்தக்கூடிய சுட்டிகள் வரும். அதைத் தொடர்ந்து நீங்கள் அந்த வலைப்பின்னலில் சிக்குவீர்கள். அதோடு உங்கள் புரபைல் எனப்படும் விபரத் தரவுக்குறிப்புகளை தயாரித்து சேகரித்து வைத்துக்கொள்ளும். உங்களுக்கு பிடித்தமான பாணி, பேஷன், விருப்பு, வெறுப்பு, வேட்கை என உங்கள் உளவியல் குறித்த தரவுகளாக அவை சேகரிக்கப்பட்டு நீங்கள் ஒரு சந்தையின் நுகர்வாளராக அதன் தேவையை நிறைவு செய்பவராக அதன் வலைப்பின்னலுக்குள் சிக்க வைக்கப்படுவீர்கள்.

இவையெல்லாம், தொழில்நுட்பம் புரியாதவர்களுக்குக் குழப்பமாக இருக்கலாம். அதை எளிமையான சான்றுகள் வழி விளக்கினால் இதன் விளைவு என்ன என்பது புரியும். 2014-ல் தேர்தலில் பிஜேபி வெற்றிபெற்று மோடி தலைமையில் அரசு அமைத்ததற்கு உதவியது இந்த பெருந்தரவு தொழில் நுட்பமே. 2019-ல் அதை இன்னும்மும் நுட்பமாக்கி, மத துருவமயமாதலைச் செய்து பெரும் வெற்றியைப் பெறச் செய்ததும் இந்தப் பெருந்தரவு தொழில்நுட்பமே. இத்தொழில்நுட்பத்தின் வழியாக ஒவ்வொரு தொகுதியிலும், வார்டுகளிலும், தெருக்களிலும் உள்ளவர்களின் வாக்களிக்கும் முறையை ஆய்வு செய்து அதை ஒரு கட்சி தனக்கு சாதகமானதாக மாற்றியமைத்துக் கொள்ளமுடியும். அதாவது அவர்களது பிரச்சனை, மன உணர்வு, உளவியல் போக்கு, நோக்குநிலைஎன அனைத்தையும் ஆய்வு செய்து ஒரு செயல்தந்திரத்தை உருவாக்கி கொள்ளமுடியும். இதையே இன்றைய திரையோடை தொழில்நுட்பம் வழியாக திரைப்பட ரசனையாக மாற்றுகின்றன நெட்பிளிக்ஸ், அமேசான் பிரைம் போன்ற திரையோடை நிறுவனங்கள். ஆக, பார்வையாளர்களின் ரசனைகளை இவை கட்டமைப்பதாக இருப்பதே இதில் உள்ள பேராபத்து எனலாம்.

இந்த பெருந்தரவு தொழில் நுட்பமும், ஜின்னி தேடுபொறியும் இணைந்து, நெட்பிளிக்ஸ் திரை-ஓடையைப் பயன்படுத்தி சினிமா, நெடுந்தொடர் உள்ளிட்டவற்றை இணையம் வழியாக பரவலாக்க பயன்படுகிறது. நெட்பிளிக்ஸிற்கு 2019-ஏப்ரல் வரை 148 மில்லியன் (14 கோடியே 80 லட்சம்) கட்டணச் சந்தாதாரர்கள் உள்ளனர். உலகின் மிகப்பெரும் மீடியா நெட்வொர்க்காக மாறியுள்ளது. அமேசான் பிரைம் எனப்படும் அமேசான் நிறுவனத்தின் திரை-ஓடை மென்பொருள் 2018 வரை 100 மில்லியன் (10 கோடி) கட்டணச் சந்தாதாரர்களைக் கொண்டுள்ளது. இந்த சந்தாதாரர்கள் பெரும்பாலும் சினிமா பார்வையாளர்கள், மற்றவர்கள் திரை அரங்கு செல்லாமல் வீட்டிற்குள் வரும் சினிமாவை பார்க்கும் பார்வையாளர்கள். இதில் ஒரு கட்டணச் சந்தாதாரர் குடும்ப உறுப்பினர் என்ற வகையில் குறைந்தபட்சம் குடும்பப் பார்வையாளர்களால் பார்க்கக் கூடியதாக மாறியுள்ளது. இதன்பொருள் சினிமா பழைய அலை-மருவு காலத்தைவிட, எண்-மருவு காலத்தில் பரவலாகி உள்ளது என்பதே.

ஒரு திரைப்படத்திற்கான கட்டணம் என்பது போய், திரைப்பட சந்தாதாரர்களாக மாற்றப்பட்டு, அவர்கள் அளிக்கும் படங்களை பார்க்கும் நிலைக்கு தள்ளப்படுகிறோம். ஆக, சினிமா வளர்ந்துள்ளது, ஆனால் அதன் முதலீடும், மூலதனமும் மாறியுள்ளது. அதோடு அது பார்வையாளர்களை தனக்கு ஏற்ப, சந்தைக்கான நுகர்வாளர்களாக கட்டமைக்கிறது. அதற்கு ஏற்ப திரைப்படங்களை தயாரித்தளிக்கும் கட்டாயத்திற்குத் தள்ளுகிறது. (நெட்பிளிக்ஸில் வெளிவந்த நெடுந்தொடர்கள் குறித்து குறிப்பாக, கேம் ஆஃப் துரோன், லஸ்ட் ஸ்டோரி, லைலா (இது இந்துத்துவ அரசு குறித்து கடுமையான விமர்சனங்களை உள்ளடக்கிய தொடர்) விரிவான ஆய்வுகள் தேவை.)

தேசிய, சிறுமுதலாளிய மூலதனமாக, தனிப்பட்ட முதலாளிகளின் தொழிலாக இருந்த சினிமா இன்று முழுக்க ஒரு முதலாண்மை (கார்ப்பரேட்) நிறுவனங்களுக்கானதாக, உலகமுதலாளியத்தின் கைப்பாவையாக மாறியுள்ளது. பெரும் வணிக சினிமாவாக மாறியதால், சினிமாவை மாற்றத்திற்கான ஊடகமாகப் பார்க்கும் "தற்சார்பு திரைப்பட" (independent cinema) தயாரிப்பாளர்கள் சிறுமூலதனம் மட்டுமின்றி, சினிமாவின் தற்சார்பு தேசிய மூலதனம் உலக மூலதனச் சந்தைக்கானதாக மாற்றப்பட்டுள்ளது. அதாவது அலைமருவுகாலத் தயாரிப்பாளர்கள் நாளடைவில்,

திரைஓடை நிறுவனங்களின் முகவர்களாக மாற்றப்படுகிறார்கள். இத்தகைய திரை-ஓடை தொழில்நுட்பத்தால், அல்லது நெட்பிளிக்ஸ், அமேசான் பிரைமிற்கு தங்கள் சினிமாவை விற்பதன்மூலம், ஓரளவு சிறுமூலதனத்தை வைத்து தயாரிக்கப்படும் திரைப்படங்கள் குறைந்தபட்சம் நஷ்டத்தை தவிர்க்க முடியும் என்றாலும், அது சினிமாவின் உள்ளடக்கத்தை, வடிவத்தை ஏன் சினிமாவையே தீர்மானிப்பதாக மாறியுள்ளது.

இதன்மூலம் சினிமா அலை-மருவு காலத்தில் இருந்த சுதந்திர வெளியை, சுதந்திரச் சந்தையை இழந்து முழுக்க பெருவணிகக் குழமங்கள், உலகமுதலாளிய முகவர்கள் மற்றும் முதலாண்மை நிறுவனங்களுக்குள் சிக்கிவிட்டது. எண்-மருவுதல் காலத்தில் முழுக்க தனிமனிதர்கள் கண்காணிப்பிற்கும் கட்டுப்படுத்தலுக்கும் உள்ளாக்கப்படுகிறார்கள். மிஷல் பூஃக்கோ, டெல்யுஸ்-கத்தாரி போன்ற சிந்தனையாளர்கள் இதனை ஒரு கோட்பாட்டாக்கமாகவே முன்வைத்துள்ளனர். இந்த சமூகத்தை கண்காணித்து கட்டுப்படுத்தும் சமூகம் என்றே வர்ணிக்கிறார்கள்.

கண்காணிப்பும் கட்டுப்பாடும் எப்படி எண்-மருவு தொழில்நுட்பம் வழியாக நிகழ்கிறது என்பதை அறிய, கீழ்கண்ட திரைப்படங்களை பார்ப்பதன் வழியாக புரிந்துகொள்ளலாம்.

1998-ல் வெளிவந்த ‘ட்ருமேன் ஷோ’ *(Truman show)* தற்போது ‘பிக் பாஸ்’ என்ற பெயரில் நிகழ்த்தப்படும் ரியாலிடி ஷோக்களின் வருகையை முன்னனுமானித்த ஒரு முக்கியமான திரைப்படம். ஒரு மெய்நிகர்-நகரை உருவாக்கி பிறந்த குழந்தை ஒன்றை இளைஞனாக வளரும்வரை வளர்ப்பார்கள். அதை உலகமே தொலைக்காட்சியில் பார்த்துக்கொண்டிருக்கும். குழந்தையிலிருந்து இளைஞன் ஆவதுவரை, அவனது உலகம் முழுக்க மூடுண்ட ஒரு பெரிய போலச்செய்யப்பட்ட (simulated) நகரத்தில் நிகழ்த்தப்பட்டு, அவனைத் தவிர அந்நகர் முழுவதும் பல நடிகர்கள் நிஜ வாழ்வைப்போல வாழும் வண்ணம் வடிவமைக்கப்பட்டு அது தொடர்ச்சியாக தொலைக்காட்சியில் ஒளிபரப்படும். அந்த உலகில் கடற்கரை முதல் கடைவீதி வரை எல்லாமே வடிவமைக்கப்பட்டு அவனது நிஜ வாழ்வு காட்சியாக்கப்படும். மெய்நிகர் உலகில் ஒரு நுகர்வின்பப் பொருளாக மாற்றப்பட்ட ஒரு மனிதன், மெய் உலகை அறியமுற்பட்டு, அதிலிருந்து தப்ப முனைவதும், இத்தகைய மெய்நிகர் உலகின் அறம் என்ன? என்பதுமே அப்படத்தில் முன்வைக்கப்படும் கேள்வி.

1999-ல் வெளியான 'மேட்ரிக்ஸ்', இவ்வுலகு எப்படி எந்திரங்களால் ஆளப்படுகிறது என்பதை விவரித்த ஒரு அறிவியல்-புனைவு. முழுக்க எந்திரங்கள் தங்களது செயற்கை அறிவுத்திறனால் இயக்கப்பட்டு, மொத்த மனித குலத்தையும் தனது கட்டுப்பாட்டிற்குள் கொண்டுவரும். அதிலிருந்து ஒரு கணிப்பொறி ஹேக்கர் மனித குலத்தை மீட்க முயற்சிப்பதே கதை.

தமிழில் வெளிவந்த 'சமர்'- காதல் குறித்த உணர்வை ஆராயும் இரு கார்ப்பரேட் நண்பர்களின் பந்தய விளையாட்டுக்குள் சிக்கும் நாயகன் பற்றிய கதை. முழுக்க நாயகனைத் தவிர அனைவரும் திட்டமிட்டு நடிக்கவைக்கப்பட்டு நாயகனின் காதல் உணர்வை சோதிப்பதே கதை. கண்காணிப்பு குறித்து தமிழில் வெளிவந்த முதல் படம் இதுவாகத்தான் இருக்கும் என நினைக்கிறேன். 'தனி ஒருவன்' என்ற திரைப்படம், மனித உடலுக்குள் மைக்ரோ-சிப் என்கிற கண்காணிப்பு, கட்டுப்படுத்தம் சிப் ஒன்றை வைத்துப் பின்தொடர்ந்து அவனை அலைக்கழிக்கும் கதை. இதில் ஒரு மனிதனை எண்-மருவு தொழில்நுட்பத்தின் வழியாக கட்டுப்படுத்துவதும், கண்காணிப்பதுமான சாத்தியம் குறித்து வெளிவந்த திரைப்படம். 'இரும்புத் திரை' இன்றைய எண்-மருவு தொழில்நுட்பம் வழியாக ஒருவரது அலைபேசியை கட்டுப்படுத்தி அவரது ரகசியங்களை திருடுவதும், அவரது வங்கியிலிருந்து பணம் பறிப்பதையும் குறித்து பேசிய திரைப்படம். சமீபத்தில் வெளிவந்த 'கீ' என்ற திரைப்படம் ஒரு மென்பொருள் வழியாக ஒருவரை கட்டுப்பாட்டிற்குள் கொண்டுவந்து, அவரை கொல்வதற்கு பயன்படுத்தும் தொழில்நுட்பம் குறித்துக் காட்சிப்படுத்திய திரைப்படம். இத்தகைய திரைப்படங்கள் எண்மருவு தொழில்நுட்பத்தின் சிக்கல்களை விவரிப்பவை.

சினிமா என்பது ஒரு காட்சி அறிதல். உலகை துண்டாடப்பட்ட பல காட்சிகளாக அறிவதே சினிமா என வரையறுக்கலாம் இப்படி வரையறுக்கும்போது, சினிமா மனிதனின் புலன்கள் உலகை இயக்கநிலையில் அறிவதற்கான ஒரு ஊடகமாக உள்ளது என்பதே. இதை எளிமையான மொழியில் சொன்னால், இன்றைய உலகை மனிதப் புலன்கள் ஒரு சினிமாவாகவே உள்வயப்படுத்துகிறது என்பதே. எனவே, மனித மைய பிரபஞ்சத்தில் சினிமா என்பதே மனித உடல் இயங்கும் கால-வெளிப் புலமாக உள்ளது. அல்லது ஒவ்வொரு உடலும் தன்னையும், தன்னைச் சுற்றியும் ஒரு சினிமாட்டிக் உலகாக உற்பத்தி செய்துகொண்டே உள்ளது.

குறிப்பாக தற்போது சமூகவலைத்தளங்களில் பெரும் ஆக்கிரமிப்பை செய்துள்ள 'டிக்டோக்' என்கிற மென்பொருளின் பரவலாக்கம், மேற்கண்ட கருத்தை எதிர்மறையாக உறுதிசெய்வதாக உள்ளது. தன்னையும், தன்னைச் சுற்றியுள்ள சூழலையும் ஒரு சினிமா வேட்கையுடன் காட்சிப்படுத்திக் கொள்ளும் ஒரு ஒலி-ஒளிப்பட வெளிப்பாடாக உள்ளது. இம்மென்பொருள் குறித்து பல அரசுகள் தங்கள் அச்சத்தை வெளிப்படுத்தியுள்ளன. இந்தோனேஷியா போன்ற சில நாடுகள் இதைத் தடையும் செய்துள்ளன. இந்தியாவில் தடை செய்யப்படுவது குறித்த உரையாடல்கள் நடைபெற்றுக் கொண்டிருக்கிறது. காரணம், இம்மென்பொருள் பெரும்பாலும் ஸாப்ட்-போர்னோத் தன்மைக் கொண்ட ஒளிப்படங்களே அதிகம் பதியப்படுகிறது என்கிற வாதம் முன்வைக்கப்படுகிறது. அதில் உண்மை இல்லாமல் இல்லை. பல வீடியோக்கள் கணவன்-மனைவி, தொடர்பற்ற இளைஞர், இளைஞிகள் இடையே உறவையும், விரிசலையும் உருவாக்கும் வண்ணம் இதில் பதியப்பட்டு பகிரப்படுகிறது. இது உருவாக்கும் உளவியல் சமூகத்தில் தன்னை ஒரு காட்சியின்பப் பொருளாக மாற்றிக் கொள்வதற்கும், மற்றவர்கள் காட்சியின்பப் பொருளாவதை கண்டு ரசிப்பதற்குமான ஒரு உளவியலை உருவாக்குகிறது. ஒருவகை நார்சிஸ்டிக் (தற்காதல்), எக்சிபிசனிஸ்டிக் (காட்சியின்பமாக மாறுதல்), வாயரிஸ்டிக் (மற்றவரை காட்சியின்பமாக கண்டு ரசித்தல்) உள்ளிட்ட உளவியல் நோய்க்கூறுகளை விதைக்கும் ஒன்றாக உள்ளது. இதில் தமிழகத்தில் பெரும்பாலும் வெளிப்படுவது குறிப்பாக தமிழில் வெளிவந்த சினிமாக்களை போலச் செய்வதும், அவற்றை மீள நடித்துக் காட்டுவதுமே. இதன் பின்னிருக்கும் உளவியல் எல்லோரும் சினிமா என்கிற புலத்தில் தங்களை நடிகர்களாக மாற்றிக் கொள்ள விரும்புவதும், வேட்கை கொள்வதுமே.

15 நொடிகள் இசையுடன், நடனம், வசனம் என ஒளிப்பதிவு செய்யப்பட்டு பொதுத்தளத்தில் பகிரப்படும் இவ்வொளிப்படங்கள், பிற பயனர்களால் பார்க்கவும் அதோடு எதிர்வினையாற்றவும் சாத்தியமானதாக உள்ளது. முதலில் 'டப்ஸ்மாஸ்' என்ற மென்பொருள்தான் இந்தவகை பகிர்தலை துவங்கியது. அது நின்றவுடன், 'மியுசிக்கலி' என்கிற மென்பொருள் பரவலாகியது. அதை விலைக்கு வாங்கி விரிவுபடுத்தி ஒரு சீன நிறுவனத்தால் நடத்தப்படும் சமூகவலைதள மென்பொருளே 'டிக்டோக்'. இதில்

மற்றவற்றைவிட ஒரு கூடுதல் வாய்ப்பு என்னவென்றால், ஒரு வீடியோவை பார்க்கும் பயனர், அதனை பதிவிறக்கம் செய்துகொள்ளலாம், அதற்கு எதிர்வினையாற்றலாம், "டூயட்" என்ற பட்டனை அழுத்தி, தனது ஒளிப்படத்தையும் இணைத்து அவருடன் "டூயட்" பாடி பதியலாம். அந்த ஒளிப்படத்தை எடிட் செய்யலாம், அதாவது ஒரு காட்சியை நீங்களாக நடித்து, அதில் மற்றொருவர் தனது நடிப்பையும் இணைத்துத் தொகுத்து ஒரு நுண்-சினிமாவை உருவாக்கி பரவ விடலாம். அதோடு சினிமாவில் பயன்படுத்தப்படும் நுட்பங்களான, ஜம்ப்-கட், ஸ்லோமோஷன், பாஸ்ட் மோஷன், விஷீவல் பில்டர், 3டி ஸ்டிக்கர்ஸ், டிரிம்மிங் உள்ளிட்ட அனைத்து எடிட்டிங் நுட்பங்களையும் செய்ய வசதி உள்ளது.

'டிக் டோக்'-கை ஒருவகை நுண்-சினிமா என்றே அழைக்கமுடியும். உண்மையில் அது ஆழ்மனதின் நுண்தள வேட்கைகளை வெளிப்படுத்தும் ஒரு திரைஅரங்காக உள்ளது. நீங்கள் ஆன்லைனில் ஒரு 15 நொடிகளுக்கான சினிமாவை உருவாக்கி அதை உலகம் முழுவதும் பகிரலாம். இது திரை-ஓடை தொழில்நுட்பத்தில் பல லட்சம் பார்வையாளர்களுக்குச் செல்வதும், அதை அவர்கள் தங்கள் விருப்பிற்கு மாற்றியமைப்பதற்கான வாய்ப்பும் கொண்டுள்ளது. இதனை சமூவியல் ஆய்விற்கு உட்படுத்தினால் பண்பாட்டுரீதியாக, இது ஒரு சீரழிவுப் போக்கை உருவாக்கக் கூடியதாக உள்ளது. காரணம் பண்பாட்டு முதிர்ச்சியற்ற ஒரு சமூகத்தில் இது அனைவரையும் சினிமாவைப் போலச் செய்யும் நடிகர்களாக மாற்றுகிறது. படைப்பூக்கம் மிக்க வெளிப்பாடுகள் குறைவே.

"டிக் டோக் குறுகிய வடிவ மொபைல் வீடியோக்களுக்கான உலகின் முன்னணி இடமாகும். உலகின் படைப்பாற்றல், அறிவு மற்றும் அன்றாட வாழ்க்கையில் முக்கியத்துவம் வாய்ந்த தருணங்களைக் கைப்பற்றி வழங்குவதே எங்கள் நோக்கம். டிக்டோக் ஒவ்வொருவரும் தங்கள் ஸ்மார்ட்போன்களிலிருந்து நேரடியாக ஒரு படைப்பாளராக இருக்க அதிகாரம் அளிக்கிறது, மேலும் பயனர்கள் தங்கள் வீடியோக்கள் மூலம் தங்கள் ஆர்வத்தையும் ஆக்கபூர்வமான வெளிப்பாட்டையும் பகிர்ந்து கொள்ள ஊக்குவிப்பதன் மூலம் ஒரு குழுமத்தை உருவாக்க உறுதிபூண்டுள்ளது. 2018-ஆம் ஆண்டில், டிக்டோக் உலகில் அதிகம் பதிவிறக்கம் செய்யப்பட்ட பயன்பாட்டு மென்பொருளில்

ஒன்றாகும்.'' என்கிறது டிக்டோக்-கின் வலைத்தள அறிமுகம். அதன் அடிப்படை இதில் தெளிவுபடுத்தப்பட்டுள்ளது. உண்மையில் ஆக்கபூர்வமான என்கிற சொல், யதார்த்தத்தில் எதிர்மறையாக செயல்படுகிறது என்பதாக கடுமையாக விமர்சனங்கள் முன்வைக்கப்படுகிறது.

2017-ல் இணையத்தில் அறிமுகமான இப்பயன்பாட்டு மென்பொருள், குறுகிய காலத்திலேயே அதாவது 2019-ல் 1 பில்லியன் அளவிற்கு பதிவிறக்கம் செய்யப்பட்டு உலகின் பெரும்பாலான நாடுகளிலும், 75 மொழிகளிலும் பரவலாகி உள்ளதாக புள்ளி விபரங்கள் தெரிவிக்கின்றன. இம்மென்பொருளில் பொறுத்தப்பட்டுள்ள செயற்கை-அறிவு (Artificial intelligence) தொழில்நுட்பம் வழியாக பயனர்களின் விருப்பங்கள், ஆர்வங்கள், தேர்வுகள், உள்ளடக்கத்துடன் அவர்கள் உறவாடும் விதம், அவர்கள் வெளிப்படுத்தும் தன்னிச்சையான காட்சிகள் ஆகியவற்றை ஆய்வு செய்கிறது. மேற்சொன்ன பெருந்தரவு தொழில்நுட்பத்திற்கான தரவு-தொகுப்பை (database) உருவாக்கும் ஒன்றாக உள்ளது. மனிதர்களின் இயக்கங்களை, வாழ்கணங்களை பதிவாக்குவதன்மூலம், அவர்களை ஒரு சினிமாட்டிக் பிம்பங்களாக மாற்றுவதே 'டிக்டோக்'-கின் அடிப்படை வினை எனலாம். இதன்மூலம் மொத்த உலகையும் ஒரு சினிமாவாக மாற்றுகிறது. பெரும்பாலும் இந்த சினிமா ஏற்கெனவே உள்ள சினிமாக்களின் பிரதியாக பெருக்கப்படுகிறது.

உலகின் புகழ்பெற்ற நாடக ஆசிரியரான ஷேக்ஸ்பியரின் "*As You Like It*" என்ற நாடகத்தில் *Jaques* என்கிற பாத்திரம் தனது தீராத் துக்கத்தின் வெளிப்பாடாக வெளிப்படுத்தும் "இந்த உலகமே நாடக மேடை, அதில் எல்லோருமே நடிகர்கள், ஒவ்வொருவருக்கும் அறிமுகமும் முடிவும் உண்டு, ஒருவருக்கே பல வேடங்களும் உண்டு" என்ற வரிகளே நினைவிற்கு வருகிறது. ஒரு படைப்பாளியாக ஷேக்ஸ்பியர் முன்னுணர்ந்த வாசகம் இது எனலாம். இன்றைய எண்மருவு உலகில், இவ்வாக்கியத்தை "இந்த உலகமே ஒரு திரையரங்கம், அதில் எல்லோருமே நடிகர்கள்'' என்று நாம் மாற்றி வாசித்துக் கொள்ளலாம்.

– 10–07–2019 நிழல்

தமிழ் 'சுய – வடிவமைப்பை' (Self-fashioning) உருவாக்கிய தமிழ்த் திரைப்படங்கள்

நூற்றாண்டைக் கண்ட தமிழ் சினிமாவை ஆவணப்படுத்தும் முன்முயற்சியாக நிழல் பதிப்பகம் 'தமிழ் சினிமா விமர்சனங்கள்: 1931-1960' என்ற நூலை வெளியிட்டுள்ளது. ஆவணப்பட இயக்குநரும், மிச்சிகன் பல்கலைக் கழகப் பேராசிரியருமான சொர்ணவேல் ஈஸ்வரன் மற்றும் நிழல் ஆசிரியரான திருநாவுக்கரசும் இணைந்து தொகுத்துள்ள முக்கியமானதொரு ஆவணத் தொகுப்பு. தமிழ் சினிமா வரலாற்றில் 1931-1960 வரையிலான தமிழ்த் திரைப்படங்கள் குறித்து வெளிவந்த விமர்சனங்களின் தொகுப்பு. இதன் அறிமுக உரையில் நிழல் திருநாவுக்கரசு "1931முதல் 1960 வரை தமிழ் சினிமாவின் பொற்காலம்" என்று குறிப்பார்கள் என்கிறார். அப்பொற்காலத்தில் தமிழ் சினிமா அல்லது தமிழ் திரையியக்கம் கட்டமைக்கப்பட்ட அல்லது உருவமைந்த வரலாற்றை அறிவதற்கான ஆவணமாகவும் இந்நூல் உள்ளது.

துணைத் தலைப்பாக உள்ள 'ஒலி வந்தபின் ஒளித்திடும் பன்முகக் குரல்கள்' என்பதற்கு ஏற்ப பல குரல்களை இத்தொகுப்பில் கேட்கமுடிகிறது. இன்று தமிழ்சமூகத்தின் அரசியல் வரலாற்றைத் தனது திரையியக்க பிம்பத்தின்மூலம் வடிவமைத்த எம்ஜியாரின் 'ராஜகுமாரி' படம் குறித்து வல்லிக்கண்ணன் துருவன் என்ற பெயரில் 1946-ல் 'கிராம ஊழியன்' இதழில் ஒரு விமர்சனம்

எழுதியுள்ளார். "எம்.ஜி. ராமச்சந்திரன் என்னும் உபநடிகரை 'புரமொஷன்' கொடுத்து கதாநாயகனாக்கியிருக்கின்றனர். இவரது தோற்றம் பரவாயில்லை என்றாலும் நடிப்பு போதாது, முகபாவம் திருப்பதியளிக்கவில்லை. காதல் காட்சிகளிலும்கூட மனுஷனுக்குச் சுதாரிப்பு இல்லையென்றால்... ஏதோ கொஞ்சம் (அட்டை) கத்திச் சண்டை மட்டும் போடத் தெரிந்திருக்கிறது." ஆக, எம்ஜியாரின் துவக்கத்தில் ஒலிக்கும் இந்தக் குரல் முக்கியமானது. இதில் எம்ஜியாரின் முகபாவம் குறித்து குறிப்பிடுவது முக்கியம். இதே எம்ஜியார்தான் முகம்காட்டி முப்பதாயிரம் வாக்கு பெறலாம் என்று குறிக்கப்பட்டவர். ஆண்கள் முக அழகு குறித்து பெரும்பான்மையான பெண்களின் அழகியல் ரசனையை வடிவமைத்தவர் என்பது முக்கியம்.

அதோடு "நாட்டின் அரசியலிலும், சமூக அமைப்பிலும் மகத்தான மாறுதல்கள் ஏற்பட்டுவரும் 1947-ல் மக்களை மடையர்களாக்கிக் காசு பறிக்கும் ஜீபிடர்காரர்களுக்கு சரியான பாடம் கற்பிக்க வேண்டியது ஒவ்வொரு தன்மானமுள்ள தமிழனின் கடமையாகும்!" இந்தக்குரல் 70 ஆண்டுகளாகியும் இன்றைக்கும் பொறுத்தப்பாட்டுடன் அமைந்துள்ளது. மெகாபட்ஜெட் என்ற பெயரில் மக்களிடம் பாக்கெட் அடிக்கும் திருவாளர்கள் கூட்டமாகிவிட்டது திரையுலகம். இதில் 'தற்சார்பு இயக்குநர்கள்' மட்டுமே தற்போது தமிழ் திரைப்படப் புலத்தை மாற்றுவதற்கு பாடுபடுகிறார்கள். இன்றும் இருட்டறைக்குள் தனது அரசியல் தலைவரைத் தேடும் ஒரு கேடான சமூகமாக தமிழ் சமூகம் இருப்பது வெட்கித் தலைகுனிய வேண்டிய ஒன்றுதானே. இது ஒரு சான்றுதான். இப்படி இன்றைய தமிழ் சினிமாவின் பரிணாமத்தில் உருவான ஒற்றைச் செல்களைப் புரிந்துகொள்ள இந்த விமர்சனத் தொகுப்பு முக்கியமானது.

பல்வேறு நூலகங்கள், திரைப்பட நூல் சேகரிப்பாளர்கள், திரைப்படத்துறையைச் சார்ந்த அந்தக் காலத்து ஆட்கள் ஆகியோரிடமிருந்து சேகரிக்கப்பட்டு, அதற்கு ஏற்ப திரைப்படக் காட்சிகளின் படங்கள் மற்றும் வெளிவந்த பத்திரிக்கைகளின் படங்கள் என அழகுற அச்சிடப்பட்டுள்ளது. இதற்கு சொர்ணவேல் அவர்களால் எழுதப்பட்டுள்ள விரிவான முன்னுரையும், நிழல் திருநாவுக்கரசு அவர்களின் சுருக்க அறிமுக உரையும் மிக முக்கியமானவை. அதில் சுருக்கமாக இந்நூலின், தமிழ் திரைப்படங்களின் ஆவண முக்கியத்துவம் குறித்து விரிவாகப் பேசப்பட்டுள்ளது.

அமாண்டா வெயிட்மென் அவர்கள் குறிப்பிடுவதைப்போல இத்தொகுப்பு "தமிழ் சினிமாவின் மாறுதல் நிறைந்த ஒரு முக்கியமான காலகட்டத்தை மட்டும் மீட்டெடுக்கிறது" என்பதுடன் தமிழ் சமூகத்தின் ஒரு நெருக்கடியான காலகட்டத்தை ஆவணமாகப் பதிகிறது என்பதை இந்நூலை வாசிப்பவர்கள் அறியமுடியும். தமிழ்ச் சமூகத்தின் சிந்தனைப் போக்கை அல்லது தமிழ் சமூகத்தின்மீது கட்டமைக்கப்பட்ட உணர்வுகளை அறிவதற்கான ஒரு தொகுப்பாகவும் உள்ளது. தமிழ் சினிமாவின் பல்வேறு கருத்தியல் நிலைகளை அதன் மோதலை அறிய இந்த விமர்சனத் தொகுப்பு சமூவியல் ஆய்வாளருக்கு உதவுக்கூடியது. இத்தொகுப்பில் வாசிக்கக்கூடிய விமர்சனங்களின் மொழி, மொழிநடை, கருத்து, சொற்கள் பயன்பாடு ஆகியவற்றை ஆராய்ந்தால், "தமிழ் சினிமா" என்ற ஒரு சொல்லாடல் புலம் கட்டமைக்கப்பட்டதை மொழியியல் ஆய்வாளர்களால் அறிய முடியும். தமிழ் சினிமா குறித்த விமர்சனம் அன்றுமுதல் இன்றுவரை, தமிழ் சினிமாவின் பலவித ஆக்கக் கூறுகளையும், நோய்க்கூறுகளையும் வெளிப்படுத்தக் கூடியதாக உள்ளது.

இந்நூலில் 1931 துவங்கி 1960 வரையிலான பல்வேறுபட்ட தமிழ் இதழ்களில் வெளிவந்த திரைப்பட விமர்சனங்கள் தொகுக்கப்பட்டுள்ளன. பல போக்குகளைக் கொண்ட விமர்சனங்கள். அவற்றை இன்று வாசிக்கும்போது நமது விமர்சனமுறை வளர்ந்துவந்துள்ள விதத்தைப் பார்க்கமுடிகிறது. உண்மையில் சொன்னால், இன்று வரும் மார்க் போடும் திரைப்பட விமர்சனங்களைவிட ஆழ்ந்து பொருளுடன், நுணுகி ஆராய்ந்துள்ளதை அறியமுடிகிறது. பராசக்தி படம் குறித்து 1952-ல் 'பொன்னி' என்ற இதழில் ஒரு விமர்சனம் பாராட்டி விரிவாக எழுதப்பட்டுள்ளது. முழுக்க திராவிட அரசியலை முன்வைக்கும் அப்படத்தின் கலை அம்சங்கள், வசனங்கள் என ஆராய்ந்து பாராட்டும் அவ்விமர்சனத்தில், "பெண்ணின் மனசைத்தொட்டுப் போறவரே என்று விமலா கனவில் பாடியதை, குணசேகரன் படமுடிவில் பாடி விமலாவை கிண்டல் செய்கிறான். விமலா கனவில் பாடியது அவனுக்கு தெரிந்திருக்க நியாயமில்லை" என்று எழுதியுள்ளார்கள். இந்த நுட்பம் இன்றைய பெரும்பத்திரிக்கை விமர்சனங்களில் வெளிப்படுவதில்லை. காரணம் சினிமா விமர்சனம் என்பது யார்வேண்டுமானாலும் பாட்டி கதை சொல்வதைப்போல சொல்லி எழுதிவிடலாம் அல்லது அருமை

ஆஹா ஓகோ என்று எழுதுவது என்ற நிலைதாண்டி வெளிப்படுவதில்லை. இதில் சினிமாவிற்குள் இயங்கும் சட்டகத்திற்கான, கதைக்கான தர்க்கம் குறித்த நுட்பமான பார்வை இருந்து உள்ளது.

இப்படியான பல விமர்சனங்கள் இந்நூலில் நுட்பமான பலவற்றைச் சுட்டிக்காட்டுவதாக உள்ளது. இன்றுவரை இதுபோன்ற தர்க்கமற்ற காட்சிகள் பல தமிழ் சினிமாவில் நீடிப்பதைக் காணமுடிகிறது. பொதுவாக 'பிளாஷ்பேக்' எனப்படும் பின்னொக்கு உத்தியில், கதை சொல்பவரின் பார்வைப் புலத்திற்கு அப்பாலான அல்லது அவரால் அறியமுடியாதவர்கள், காணமுடியாதவர்கள் எல்லாம் வந்து போவதாகக் காட்டுவது என்பது தொடர்கிறது இன்றுவரை. அதாவது நாயகியோ, நாயகனோ தனது பின்னோக்கு உத்தியில் கதையை சொல்லும்போது, அவர்கள் இல்லாத பல காட்சிகளையும், நாயகன் நாயகி அறியாத காட்சிகளையும் காட்டுவார்கள். இது பல வளர்ந்த இயக்குநர்களிடமும் உள்ள ஒரு தர்க்கப்பிழையாக நீடிக்கிறது.

சினிமா என்கிற திரையாக்கம் வளரும் குழந்தைப்பருவ, இளம்பருவ நிலையில் அதனைத் தட்டி, முறைப்படுத்தி செப்பனிடுவதில் இந்த விமர்சகர்களின் பங்கைக் காணமுடிகிறது. ஒருவகையில் இந்த விமர்சனங்கள்தான் தமிழ்த் திரைப்புலத்தைக் கட்டமைப்பதில் பெரும் பங்காற்றியுள்ளன. திரைப்புலம் என்பது திரைப்படம் எடுப்பவர்கள், பார்ப்பவர்கள், திரை அரங்குகள், திரைப்பட பத்திரிகைகள், திரைப்படம் சார்ந்த துணைத்தொழில்கள், திரைப்பட வணிகம் சார்ந்த நிறுவனங்கள் எல்லாம் இணைந்து செயல்படும் ஒரு புலம். அப்புலம் முதல் முதல் உருவான கெயிட்டி தியேட்டர் துவங்கி 1960கள் வரை எப்படி வளர்ந்து வந்தது என்பதை அறியமுடிகிறது. அப்புலத்தைக் கட்டமைத்த ஒரு முக்கியமான காலகட்டத்தின் பதிவுகள் இவை. அத்திரைப்புலமே இன்றைய அரசியல் வழியாக சமூகத்தின் பொதுவாழ்வை தீர்மானிக்கும் சக்தியாக மாறியுள்ளது.

இந்நூலில் உள்ள விமர்சனங்கள் இரண்டு முக்கியப்பணிகளைச் செய்துள்ளன. ஒன்று, திரைப்படம் என்ற ஒரு புதிய வடிவத்தை மக்களிடம் எப்படிக் காண்பது என்ற காணுதல் என்கிற பண்பைக் கட்டமைத்துள்ளன. இந்த காணுதல் என்ற பண்பு ஒரு குறிப்பிட்ட வகை விருப்பு சார்ந்த நோக்குதலாக *(Gaze)* மாறும்போது, சினிமா ரசிகன், விசிலடிச்சாங்குஞ்சு என்கிற நாயக பிம்ப

பால்வினைநோய் பீடித்த "வெறித்தன" ரசிகனாக மாறிவிடுகிறான். "சினிமா 'கிரிட்டிக்'களின் திறமை நல்ல படங்களில் மறைந்திருக்கும் குற்றங்குறைகளை எடுத்துக்காட்டுவதன்மூலம் வெளிப்படும்." (பக்.42) என்று 'சினிமா உலகம்' பத்திரிகை 1935-ல் எழுதியுள்ளது. "பத்திரிகைகாரர்களுக்கு, டாக்கிகளைப் பற்றி விமரிசனம் எழுதிப் பொதுஜன அபிப்பிராயத்தை உருப்படுத்த பாத்தியதை உண்டு" (பக். 142) என்று கருநாடகம் என்ற பெயரில் ஆனந்தவிகடனில் 1938-ல் ஒரு விமரிசனம் வெளிவந்துள்ளது. மக்களை பயிற்றுவிப்பதாக சினிமா அமைவதைப்பற்றியும் குறிப்பிடப்பட்டுள்ளது. ஆக, தமிழ் மக்களின் ரசனையை வடிவமைப்பதாக திரைப்பட விமர்சனம் அமைந்துள்ளது.

இரண்டு, தமிழ் சினிமாவை வடிவமைப்பதில் இவ்விமர்சனங்கள் பெரும் பங்காற்றியுள்ளது. சினிமாவில் ஒளி ஒலி அமைப்புகள், செட்டிங் எனப்படும் அரங்க வடிவமைப்பு, காட்சிகளின் தர்க்கப் பொறுத்தமின்மை, காட்சிகளின் தொடர்ச்சியற்ற தன்மை, பாத்திரங்களின் மொழி, வசனங்கள் என அனைத்தும் நுட்பமாக கவனிக்கப்பட்டும், வடஇந்திய மற்றும் அமெரிக்க ஆங்கிலப் படங்களுடன் ஒப்பிட்டும் எழுதப்பட்டுள்ளது. இதன்பொருள் அன்றைய காலகட்டத்தின் வாய்ப்புகள், வசதிகளை ஒப்பிட, இத்தகைய விமர்சன வெளிப்பாடு ஆச்சர்யமாகவுள்ளது. இவ்விரண்டு முக்கியப் பணிகளை சிறப்பாக ஆற்றியுள்ளன அன்றைய விமர்சனங்கள் என்றால் மிகையாகாது. மக்களையும், திரைப்படத்தையும் இணைப்பதிலும், மக்களுக்கும், திரைப்படத்திற்கும் இடையிலான ஒரு பாலமாக இவை செயல்பட்டுள்ளன. இன்றைய தமிழ் சினிமாவின் வளர்ச்சிக்கு இந்த விமர்சனங்களின் பணி முக்கியமானது என்பதை இந்த நூல் தொகுப்பின்வழி உணர்த்தியுள்ளனர்.

முன்னுரையில் சொர்ணவேல் இவ் விமர்சன முறையின் முக்கியமான அவதானிப்புகளைச் சுட்டிக்காட்டுகிறார். 'கோஸ்ட் டைரக்ஷன்' எனப்படும் 'நிழல் இயக்குநர்'களாக சிலரை பயன்படுத்தியுள்ளனர். "பிராமணிய மொழியின் தாக்கம் சினிமா மற்றும் விமர்சனத்தின் மூலம் பரவலாக இருந்தது" என்பதைச் சுட்டிக்காட்டுகிறார். உயர்சாதி மேலாதிக்கம் சினிமாவின் சகல துறைகளிலும் நிலவியது என்கிறார். குறிப்பாக "ஒரு நகர்சார்ந்த மேல்சாதி மேட்டுக்குடி ரசிகர்களுக்காக எழுதப்பட்ட விமர்சன நோக்கில் கருநாடக ராகங்களைப்பற்றிய நுணுக்கங்கள் உள்ளன"

என்கிறார். மேலும், "கிராமத்தானின்" ரசனையை கிண்டலடித்துக்கொண்டே மேல்சாதியினர் (குறிப்பாக பத்திரிகைத் துறை சார்ந்தவர்களின்) மேலாதிக்கம் இவ்விமர்சனங்கள் மூலம் புலனாகிறது" என்கிறார். காரணம், பிராமண மொழி ஒரு ஆதிக்க மொழியாக, மேட்டிமை மொழியாக உயர்சாதியினரின் மொழியாக இருந்தது. பிராமணர்கள் ஊடகங்கள், இலக்கியத்துறை என அனைத்து துறையிலும் ஆதிக்கம் செலுத்தபவர்களாக இருந்துள்ளார்கள். இது தமிழ் ரசனை, அழகியல், வாழ்வியல் என அனைத்துத் தளங்களிலும் ஒரு ஆதிக்க சக்தியாக அமைந்து, இன்று அது சமூக நனவிலியாக (social unconcious) மாறியுள்ளது. தமிழர்களின் ஆழ்தள உளவியலில் உள்ள சாதிய ஆதிக்கம் என்பதற்கான நிகழ்காலக் காப்பரணாக உள்ளது இந்த பிராமண சமூக நனவிலிதான். இந்தியாவின் குறிப்பாக தமிழின் பல்வேறு இனக்குழுக்கள் ஒன்றிணைந்து ஒரு சமூகமாக மாறவிடாமல் அதைக் காத்துவருவதும், அதை ஒரு வாழ்வியல் நியமமாக்கியதும் பிராமணக் கருத்தியலால் கட்டப்பட்ட இந்நனவிலியே.

சொர்ணவேல் அவர்களது முன்னுரை பல முக்கியமான புள்ளிகளைத் தொட்டுக்காட்டுகிறது. குறிப்பாக 'இனம் என்பது ஒரு கற்பிதமே' என்று சொன்ன பெனடிக்ட் ஆண்டர்சன் என்கிற மார்க்சிய சிந்தனையாளரின் கருத்தாக்கத்தைச் சுட்டிக்காட்டியுள்ளார். அதாவது, "தேசிய சினிமா மாதிரி, பெனெடிக்ட் ஆண்டர்ஸன் கூறுவதைப்போல, வட்டார சினிமாவும் கற்பனையில் பாவிக்கப்படுவதுதான்" என்கிறார். "எல்லைகள் என்பது நீர்மம் சார்ந்தது, ஒழுகியல் தன்மை கொண்டது, வட்டார அல்லது பிராந்திய சினிமாக்களைக் கொண்டுதான் தேசிய சினிமாவும் தன்னைக் கட்டமைத்துக் கொள்கிறது. உதாரணத்திற்கு 1950 களில் வந்த தமிழ் திராவிட சினிமாவிற்கு எதிர்மறையாக அன்றைய இந்தி(ய) தேசிய சினிமாவைத் தெளிவாக சிந்தித்துப் பார்க்கலாம்" என்று திராவிட சினிமா எப்படி இந்திய தேசிய சினிமாவிற்கான ஒரு மாற்றை உருவாக்கியது என்பதாகத் தொடர்கிறது அவரது ஆய்வுகள். தமிழ் சினிமாவின் "உடலும் ஆன்மாவும் ஒரு தனித்துவமான பிராந்திய மொழி சார்ந்த பண்பாட்டை தனது ஊற்றாகக் கொண்டுள்ளது" என்றும் அதுவே உலகமயமாதலுக்கு எதிரான ஒரு இயக்கத்தைக் கொண்டுள்ளதாக இருப்பதையும் சுட்டிக்காட்டி அதற்கான "மொழி/பிராந்தியம் சார்ந்த சொல்லாடல் ஒன்று இந்நூலில் முதல் பக்கம் துவங்கி உணர்த்துவதாக"

குறிப்பிட்டுள்ளார். வட்டார சினிமா என்பது இந்திய தேசிய சினிமா என்று அறியப்படும் இந்தி மொழி சினிமாவிற்கு ஒரு எதிர்வமைப்பாக எல்லா பிராந்தியங்களிலும் இயங்கி வருகிறது. அவ்வகையில் தமிழ் சினிமாவின் தனித்துவமான வரலாற்றை அறிவதற்கான ஒரு ஆவணப்படுத்தலே இந்நூல்.

தமிழ் சினிமாவின் காலகட்டத்தை கருத்தியலின் வரலாறாக பகுத்தால், 1. புராணிக சினிமா 2. தேசிய சினிமா 3. திராவிட சினிமா 4. திராவிட எதிர்ப்பு சினிமா (அப்படி ஒன்று தமிழில் உள்ளதா? என்று தோன்றலாம், ஆம் திராவிட எதிர்ப்பு சினிமா என்பதை சரியாக பாலசந்தர் படங்கள் துவங்கி இன்றைய ஷங்கர் படம் வரை தொகுத்து எழுதலாம். அது தனிக்கட்டுரையாக அமையும்) 5. தலித் சினிமா. தோராயமாக கூறினால் (சினிமா வரலாற்றாளர்கள் இந்த காலக்கணக்கை ஆய்வுகள் வழிக் கூறமுடியும்), துவக்ககால தமிழ் சினிமாவை அதாவது 30களை புராணிக சினிமாக்காலம் என்றும், அதன் பிந்தைய சுதந்திரப் போராட்டத்தின் 40கள் காலகட்டத்தை தேசிய சினிமாக்காலம் என்றும், 50கள் துவங்கி 70கள் வரையிலான காலத்தை திராவிட சினிமாக்காலம் என்றும், 70-கள் துவங்கி 2010ம் வரையிலான காலத்தை திராவிட எதிர்ப்பு சினிமாக்காலம் (இக்காலம் முழுக்க அரசு எதிர்ப்பு (ரஜினி கமல் காலகட்ட படங்கள்) மற்றும் மத்தியதர வர்க்கத்தின் நோய்மை மனநிலை கொண்ட படங்களே பெரும்பாலான படங்கள்) என்றும் 2010-ற்கு பிந்தைய காலத்தை தலித் சினிமாவிற்கான காலகட்டம் என்று குறிப்பிடலாம். இது ஏகதேசமான, தோராயமான ஒரு மேம்போக்கான பொதுமைப்படுத்தப்பட்ட வகைப்பாடே. எல்லா சினிமாக்களும் எல்லாக் காலங்களிலும் உண்டு என்றாலும், ஒரு காலகட்டத்தில் ஆதிக்கம் வகித்த கருத்தியல் சார்ந்த ஒரு வகைப்பாடே இது. இந்நூலில் உள்ள விமர்சனங்கள் குறித்த ஒரு வரலாற்று வாசிப்பின் விளைவே இந்த வகைப்பாட்டிற்குக் காரணம். இந்நூல் முதல் மூன்று கருத்தியல் சார்ந்த மூன்று காலகட்டங்களை பிரதிநிதித்துவப் படுத்துகிறது. அதற்கான ஆய்வுத்தரவுகளை இந்த விமர்சனநூல் தருகிறது.

அன்றுமுதல் இன்றுவரை சினிமா தயாரிப்புத்துறையில் உள்ள சினிமா உற்பத்தியாளருக்கும், அதனை விமர்சிக்கும் விமர்சகர்களுக்கும் கடும் போட்டி நிகழ்ந்து வந்துள்ளதை இதில் கவனிக்க முடிகிறது. பல விமர்சனங்களில் இந்த முரண்

வெளிப்படையாகப் பேசப்பட்டுள்ளது. தாங்கள் கூறுவதை அவர்கள் பொருட்படுத்தாமல் இன்னும் மோசமான படங்களை எடுக்கிறார்கள் என்ற விமர்சனம் பலரும் எழுதியுள்ளனர். அதுபோன்றே, தயாரிப்பாளருக்கும், இயக்குநருக்கும் இடையிலான உறவில் தயாரிப்பாளரின் ஆதிக்கம் தமிழ் சினிமாவை எப்படி வணிகமயமாக்கி சீரழிவிற்கு இட்டு சென்றுள்ளது என்பதும் இந்த விமர்சனங்களில் தொடர்ந்து எடுத்துக் காட்டப் பட்டுள்ளது.

சினிமா திறனாய்வு முறைகளை 1. ரசனை சார்ந்தது 2. விமர்சன சிந்தனை சார்ந்தது 3. கோட்பாடுகள் அடிப்படையிலானது 4. வரலாறு சார்ந்தது என்று நான்குவகையாக வகைப்படுத்தினால், முதலிரண்டு திறனாய்வுகளே இந்நூலில் அதிகம் இருப்பதை வாசித்தறிய முடிகிறது. பெரும்பான்மையான திறனாய்வுகள் ரசனை சார்ந்தும் குறிப்பாக மேட்டுக்குடி ரசனை சார்ந்தும் அமைந்துள்ளன. இந்தியாவில் மத்தியதரவர்க்க கட்டமைப்பு என்பது ஆங்கிலேய காலனியக் காலத்தில் உருவான ஒரு சமூக வர்க்கம். அது மேல்சாதியினருக்கும், ஆங்கிலேய காலனியத்திற்கும் பிறந்த 'கள்ளக்குழந்தை' என்றால் மிகையாகாது. இந்திய மத்தியதரவர்க்க கட்டமைப்பு நவீனத்துவத்தை தோற்றத்திலும், உள்ளுறையாக நிலவுடமையின் மதம்சார்ந்த, சாதியம், சனாதனம் சார்ந்த ஒன்றாக பாதுகாத்துக் கொண்டுள்ளது. நவீனத்துவம் அவர்களுக்கு ஒரு மோஸ்தர் (பாஃஷன்) மட்டுமே. இந்த நவீனத்துவ மோஸ்தரை இந்திய மக்களிடம் பரவலாக்கியதில் திரைப்படங்களுக்கு முக்கிய பங்கு உண்டு. குறிப்பாக பழைய படங்களில் டி.ஆர். ராமச்சந்திரன் அவர்களது பாத்திரம் இந்த வளர்ந்துவரும் மத்தியதரவர்க்கத்தின் நவீன மோஸ்தருக்கு ஒரு வகைமாதிரி எனலாம். இந்த வகைமாதிரியே பெரும்பாலான விமர்சனங்களின் உள்ளுறையாக, அடிநாதமாக இருந்துள்ளது. இதன்வழியாக திரைத்துறையை சீரமைப்பதுடன், திரைக்கு வெளியே உள்ள மக்களை வடிவமைப்பதற்கு அதாவது "மோல்ட்" செய்வதற்கு இத்தகைய விமர்சனங்கள் அடிப்படையாக அமைந்துள்ளன. சாதிய, மதவாத வடிவமைப்பாக தமிழ் உடல்களை உருவமைத்ததில் தமிழ் சினிமாவின் பங்கை இந்த விமர்சனத் தொகுப்பு வழியாக ஆய்வுக்கு உட்படுத்த முடியும்.

தமிழ் சினிமா விமர்சனங்கள் வழியாக எப்படி வளர்ந்து வந்துள்ளது என்பதை இத்தொகுப்பின் வழியாக அறியமுடிகிறது. குறைகளைச் சுட்டுதல், காட்சியமைப்புகள் குறித்த விமர்சனங்கள்,

நடிகர்களின் நடிப்பில் உள்ள பிரச்சனைகள், அதிகமான பாடல்களினால் உண்டாகும் சோர்வு ஆகியவை பல விமர்சனங்களில் பேசப்பட்டுள்ளது. நாடகங்கள், நாவல்கள் ஆகியவற்றிற்கும் சினிமாவிற்கும் உள்ள வேறுபாடுகள் தொடர்ந்து எடுத்துரைக்கப்படுகிறது. குறிப்பாக ரிப்ளக்டர், ஒலிப்பதிவு, தூரக்காட்சி (லாங் ஷாட்), மேக்கப், குரல், வசனம் மற்றும் ழகர, லகர, ளகர, ணகர, நகர, றகர, ரகர உச்சரிப்புகள் குறித்து விமர்சிக்கப்பட்டுள்ளது (பக்.46). ஹாலிவுட், ஆங்கிலப்படங்களுடன் ஒப்பிடப்பட்டும் விமர்சனங்கள் செய்யப்பட்டுள்ளது.

திராவிட சினிமாவை துவக்கி வைத்த 'வேலைக்காரி' திரைப்படம் குறித்து கல்கியின் விமர்சனத்தின் வழியாக இரண்டு விஷயங்கள் கவனத்திற்கு வருகிறது. ஒன்று. அப்படம் ஹிந்துமத எதிர்ப்பு நாத்திகம் பேசுகிறது என அரசால் நியமிக்கப்பட்ட இரண்டு நபர்களுடன் இணைந்து கல்கியும் பார்த்திருக்கிறார். இரண்டு, கல்கி ஹிந்துமதத்தை யாராலும் அழிக்க முடியாது, அது அனைத்தையும் நாத்திகம், பகுத்தறிவு உட்பட உண்டு செறித்து பல நூற்றாண்டாக வாழும் திறன் பெற்றது என்று ஒரு பாட்டத்திற்கு இன்றைய இந்துத்துவர்கள் போல 'பெருமித அழுகாச்சி' ஒன்றை வைத்துவிட்டு, இறுதியாக இந்த திராவிட நாத்திக கருத்தியல் எல்லாம் ஹிந்து மதத்தை ஒன்றும் செய்யாது என்று நுட்பமாக அப்படத்தை ஒரு பக்திப்பட 'ரேஞ்சி'ற்கு தலைகீழாக வாசித்து விட்டு இறுதியில் ஒரு முக்கியமான கருத்தை முன்வைக்கிறார். அது, "இந்த படத்தின்மூலம் நாஸ்திகப் பிரச்சாரம் வெற்றிபெறும் என்று எனக்குக் கொஞ்சம் கூட நம்பிக்கை ஏற்படவில்லை" என்று கூறிவிட்டு, "உண்மையில் ஹிந்து மதத்துக்கு தீங்கு விளைவிக்கக்கூடிய ஸினிமாப் படங்கள் எவை தெரியுமா? "பக்திப்படங்கள்" என்றும் "புராணப்படங்கள்" என்றும் பெயர் சூட்டிக்கொண்டு வரும் ஆபாசம் நிறைந்த படங்களே யாகும். இம்மாதிரிப் படங்கள் பலவற்றில் நம்முடைய தெய்வங்களை எவ்வளவு கேவலப்படுத்தி ஆபாசங்களுக்கு உட்படுத்தலாமோ அவ்வளவும் செய்வது வழக்கமாயிருந்து வருகிறது. சர்க்கார் தலையிட்டு தடுப்பதாயிருந்தால் அத்தகைய ஆபாச புராணப் படங்களையே தடை செய்யவேண்டும்" என்கிறார். இதைதான் தஞ்சாவூர்க்காரர்கள் 'பிராமண குசும்பு' என்பார்கள்.

இன்னும் சில விமர்சனங்களில் இரட்டை அர்த்த வசனங்கள், ஆபாசக்காட்சிகள் பல உள்ளன என்றும் எழுதியுள்ளனர். குறிப்பாக தயாரிப்பாளர்கள் இத்தகைய ஆபாசக்காட்சிகளால்தான் படம் ஓடுகிறது என்று நினைக்கிறார்கள் அப்படி இல்லை என்பதை எடுத்துக்காட்டும் வண்ணம் 'சந்திரகாந்தா' மற்றும் 'மைனர் ராஜாமணி' ஆகிய இரண்டு படங்களை ஒப்பிட்டுக் காட்டியுள்ளனர். தமிழ் ரசனையை சினிமா வியாபாரிகள் தங்கள் லாபநோக்கில் கீழிறக்கியதை இதன்மூலம் அறியமுடிகிறது. ஆக, அன்றுமுதல் இன்றுவரை சினிமா, வியாபாரிகள் கைகளில்தான் சிக்கியுள்ளது.

தமிழ் சினிமா வரலாற்றை அறிவதற்கான தரவுகள் நிறைய காணப்படுகிறது. ஆண்கள் பெண் வேடமிடுதல் குறிப்பாக 'நாரதராக நடிக்காத பெண் நடிகர்களே இல்லை' என்று ஒரு விமர்சன இதழ் சுட்டிக்காட்டுகிறது. சென்னை புறநகர் பற்றிய பதிவுகள், சமூகத்தின் பண்பாட்டு நடவடிக்கைகள். குறிப்பாக இரண்டு வேடத்தை ஒரே நடிகர் நடிப்பது (தூக்குத் தூக்கி), பெண்கள் ஆண் வேடமிடுதல், ஆண்கள் பெண் வேடமிட்டு நடித்தல் (பக்த குசேலா) விமர்சிக்கப்பட்டுள்ளது. மூன்று பாகவதர்களை நடிகர்களாக்கி தலைக்கு பத்து பாட்டுகள் பாடவைத்து பொறுமையை சோதிப்பதாக இருந்துள்ளது. சினிமா விமர்சகரே நடிகராக மாறுதல், ஒரே நாடகத்தை இரண்டு படங்களாக இறுவேறு நபர்கள் எடுப்பது, பல அறியாத புராணக்கதைகளை திரைப்படத்திற்காக உருவாக்கி அதில் பல ருசிகரமான சம்பவங்களை இணைத்தல், நகைச்சுவை என்ற தனி டிராக் உருவாக்கி தனியாக இணைத்தல், பல வேற்றுமொழி படக்காட்சிகளை இணைத்தல் ஆகியவை சினிமா வரலாற்றில் அறியக்கூடியதாக உள்ளது. டாக்கி (பேச்சி), சிங்கி (பாட்டி), மூவி (சலனி) என வளர்ச்சிக்கட்டத்திற்கு ஏற்ப பெயர் மாற்றங்கள் உருவானது பதிவாகியுள்ளது. புதுமை பித்தன் 1938ல் 'ஈழகேசரி' இதழ் சிறப்பு மலருக்கு எழுதிய 'சினிமா உலகம்' என்ற ஒரு முக்கியமான வரலாற்றுக் கட்டுரை இதில் இணைக்கப்பட்டுள்ளது. சினிமா, சலனப்படம் போன்ற சொல்லாட்சியை அவர் பயன்படுத்தியுள்ளார். 80படங்கள் வெளிவந்துள்ளது என்ற குறிப்பையும் தருகிறார். 1936-ல் மீனா (திருமதி நாராயணன்) என்ற பெண் இந்தியாவிலேயே முதல் பெண் சவுண்ட் இன்ஜினியராக பணியாற்றியுள்ளார். இதுபோன்ற தகவல்கள் இத்தொகுப்பின் விமர்சனங்களில் அடங்கியுள்ளன.

சினிமா விமர்சனத்தின் திறனறிதல், மொழிநடை, கருத்துக்களின் வளர்ச்சி, ரசனை மாற்றம் ஆகியவை தொடர்ந்து பேசப்பட்டுள்ளது. ஒவ்வொரு காலகட்டத்திற்குமான கருத்துக்களின் வளர்ச்சியும், அதை அடையாளப்படுத்துதலும் நடந்துள்ளது. புராணக்காலத்தை காட்சியமைப்பில் கொண்டுவருவதில் உள்ள சிக்கல், வரலாற்றுப் படங்களை காட்சிப்படுத்துவதில் உள்ள இயலாமை, சமூகப்படங்கள் எடுத்துக்கொண்ட கருத்துக்களில் உள்ள பிரச்சாரத்தன்மை ஆகியவை விவாதித்திற்கு உள்ளாக்கப் பட்டுள்ளது. சில கதைகள் திரும்ப திரும்ப எடுக்கப்பட்டிருப்பது. ஒரே கதையை பலரும் எடுப்பது. போட்டிபோட்டுக் கொண்டு புராணங்களில் பல கிளைகதைகளை தேடி எடுத்து விரிவுபடுத்தி எடுத்தல் போன்றவற்றை விமர்சித்துள்ளனர். “சினிமா மக்களின் வெறும் பொழுதுபோக்கு என்றிருந்த காலத்தில் “வேலைக்காரி” படத்தை தயாரித்ததன் மூலம் ‘சினிமா இத்தனைக்கும் (இது சிந்தனைக்கும் என்றிருக்க வேண்டும் என நினைக்கிறேன், மூலத்தை சரிபார்க்க வேண்டும் இதன் ஆசிரியர்கள்-கட்டுரையாளர்) உரிய கருப்பொருள் தான்’ என்ற நிலைக்கு மக்களின் ரசனையில் விழிப்பேற்படுத்திய ஜுபிடர்காரர்கள் இப்பொழுது ‘பலதரப்பட்ட கதைப்படங்களையும் தயாரிக்கத்தான் வேண்டும்’ மற்ற படத்தயாரிப்பாளர்களுக்கு புது வழி காட்டியுள்ளார்கள்!” (பக். 285) என்று புதிய திசைவழிகளை உற்சாகமாக வரவேற்று, அதற்கு தமிழ் சினிமாவையும், மக்கள் ரசனையையும் திருப்பியதில் உள்ள பங்கை வெளிப்படுத்துகிறது இவ்வாக்கியங்கள். ஆக, திரைப்படத்துறையினருக்கு இந்த விமர்சனங்கள் ஒரு கையேடுபோல என்ன செய்யக்கூடாது? என்பதற்கான வழிகாட்டியாக உள்ளது.

அன்றுவந்த சினிமா பத்திரிக்கைகள் குறித்த பதிவுகள் முக்கியமானவை. ‘தாருல் இஸ்லாம்’ என்று ஒரு இஸ்லாமிய பத்திரிக்கை சினிமா குறித்து விமர்சித்துள்ளது. 1937ல் வெளிவந்த ‘பக்த அருணகிரி’ என்ற அருணகிரிநாதர் வரலாற்றுத் திரைப்படத்திற்கு பல இதழ்களின் விமர்சனங்களை தொகுத்து வெளியிட்டுள்ளது ‘ஜகன்மோகினி’ என்றஇதழ் (பக். 132). அதில் ‘தாருல் இஸ்லாம்’ என்ற இஸ்லாமிய இதழ் ஒன்று மிகவும் பாராட்டி அப்படம் குறித்து ஒரு விமர்சனத்தை வெளியிட்டுள்ளதை காணமுடிகிறது. இன்றைய ஓரமைவாக்க இஸ்லாமியவாதிகளால் உருவாக்கப்பட்ட சினிமா பார்த்தலே ‘ஹராம்’ என்ற நிலையுடன் ஒப்பிட, அன்றைய இஸ்லாமிய தாராளவாத சிந்தனையை

வெளிப்படுத்துவதாக உள்ளது. "திருவண்ணாமலை முதல் திருச்செந்தூர் கோவிற் கோபுரங்களும் திவ்ய சேத்திரங்களும் காணற்குரியன" என்று எழுதுகிறது அவ்விதழ். இஸ்லாமிய தமிழ் சினிமா வரலாற்றில் இது ஒரு முக்கியமான தரவு. இஸ்லாமியர்கள் எடுக்கும் ஈரானிய, எகிப்திய, துருக்கிய மற்றும் ஆப்பிரிக்க சினிமாக்கள் இன்று உலக சினிமா என்ற வகைத்திணையில் மிக முக்கியமானவை. ஆனாலும் இந்திய இந்துத்துவ அடிப்படைவாத வளர்ச்சிக்கு வித்திட்ட இந்த ஒரமைவாக்க இஸ்லாமின் கலை, சினிமா நிலைபாட்டை இதனோடு ஒப்பிட, அன்றைய இஸ்லாமிய தாரளாவாத சிந்தனையை உணரமுடிகிறது.

சினிமா தமிழ் வாழ்நிலையுடன் கொண்டிருந்த பரஸ்பர கொடுக்கல் வாங்கல்களை அறிய இந்த விமர்சனத்தின் பணி முக்கியமானது. 'பிலிம் ஸ்டெடி' எனப்படும் சினிமா ஆய்வாளர்களுக்கு இந்நூல் ஒரு முக்கியமான தரவாக உள்ளது. நிறைய பாடல்கள் இருந்த நிலை தொடர் விமர்சனங்களால் கைவிடப்பட்டள்ளதை 1931களில் 60 பாடல்கள் எனத் துவங்கி 1960 களில் நான்கு, ஐந்து பாடல்கள் என்ற நிலைக்கு சினிமாவை கொண்டுவந்து சேர்த்துள்ளது. 1935ல் வெளிவந்த 'லங்கா தகனம்' என்றபடத்தில் 60 பாடல்கள், அதில் அநுமார் மட்டுமே 20 பாடல்கள் பாடியள்ளாராம் அதனால் சினிமாவை 'சிங்கி' என்று அழைத்து பகடி செய்துள்ளனர்.

இவ் விமர்சனங்களின் தொகுப்பு அக்காலகட்டத்தில் வந்த அனைத்து படங்கள் குறித்தது அல்ல ஆனால், மக்கள் செல்வாக்குள்ள படங்கள் மற்றும் விமர்சனரீதியான படங்கள் மட்டுமே இதில் தொகுக்கப்பட்டுள்ளது. சினிமாவை மக்களிடம் கொண்டு செல்வதற்கான பல உத்திகள் இதில் விவாதிக்கப்பட்டுள்ளது. சான்றாக மகாவிஷ்னு அம்பரிஸ் மகராஜாவின் மகளை கன்னிகாதானம் செய்யும் சுபநிகழ்ச்சிக்கு அனைவரும் வாருங்கள் என்று அழைக்கும் திரைப்பட விளம்பரக் குறிப்பு ஒன்று உள்ளது (பக். 104). படம் வெளிவரும் முன்பே அதன் கதை விமர்சனம் எழுதப்பட்டுள்ளது (பக். 106). 'அம்பிகாபதி' படம் குறித்து இரண்டு பிராமணர்கள் பேசிக்கொள்வதாக ஆனந்த விகடன் ஒரு பதிய உரையாடல் விமர்சன உத்தியை துவங்கியுள்ளது (பக். 107). 'அம்மாஞ்சி' என்ற படத்திற்கு பி.எஸ். ராமையா சஞ்சயன் என்ற பெயரில் சிறுபத்திரிக்கைகளின் முன்னொடியான 'மணிக்கொடி'யில் விமர்சனம் எழுதியுள்ளார். இப்படி தமிழ் சீரிய இலக்கிய

முன்னோடிகள் சினிமா விமர்சனத்தில் பங்காற்றியதைக் காணமுடிகிறது. இன்று தமிழ் சூழலில் இலக்கியவியாதிகள் பலர் தமிழ் சினிமாவிற்கு திரைக்கதை எழுதி பெட்டித் தூக்கும் பணியை செய்வதுடன் ஒப்பிட, அன்றைய இலக்கியவாதிகள் சினிமாவை ஒரு சமூகத்தின் போக்கை நிர்ணயிக்கும் ஒன்று என்று சீரிய உணர்வுடன் அணுகியுள்ளதை அறியமுடிகிறது.

பொதுவாக போட்டி ஆரோக்கியமானது என்ற பொதுப்புத்தி சார்ந்த புரிதலுக்கு எதிராக தமிழ் சினிமா போட்டியினால் வளர்ச்சி தடைபடுகிறது என்பதை 'மணிக்கொடி' இதழ் விமர்சனம் சுட்டிக்காட்டுகிறது (பக்.122). போட்டி வளர்ச்சிக்கானதாக இல்லாமல் வீழ்ச்சிக்கானதாக மாறிவிட்டதை பொறுப்புடன் சுட்டுகிறது இவ்விமர்சனம். இன்று பெரும்பத்திரிக்கைகள் மதிப்பெண் போடும் வழக்கம் என்பது அன்றே தொடங்கியுள்ளது. அது மதிப்பெண் இடுதலில் துவங்கி பின் விகிதாச்சாரமாகி பின் நட்சத்திரமாக மாறியுள்ளது. நட்சித்திர தரம் என்பது இன்று அனைத்திலும் விரவியுள்ளது தெரிந்த ஒன்றே. இதன் பொருள் சினிமா என்ற வடிவம் முழுக்க முழுக்க ஒரு முதலாளிய நுகர்வுப் பண்டமாக கட்மைக்கப்பட்ட வரலாற்றின் அறிகுறியே இந்த 'ரேட்டிங்' எனப்படும் தரப்படுத்ததல்.

சினிமாவுடன் அதுகுறித்து பத்திரிக்கைகளும் அதிகரித்துள்ளது. அனைத்து பததிரிக்கைகளும் சினிமா விமர்சனம் வந்துள்ளது. 'பேசும்படம்' முழுத் திரைக்கதையை வெளியிட்டு வந்ததுள்ளது. அதை சுட்டி சினிமா விமர்சனங்கள் வர துவங்கியுள்ளது. இந்நிலை ஒருகட்டத்தில் சினிமா விளம்பரமாக விமர்சனங்கள் மாறத்துவங்கி, முழுக்க சினிமாவிற்கான இதழ்கள் வர துவங்கியுள்ளதை அறியமுடிகிறது. இன்று கொரியப் படங்கள் பின்னால் முகர்ந்து திரிவதைப்போல, அன்று ஆங்கில படங்களை தழுவி பல தமிழ் படங்கள் எடுக்கப்பட்டுள்ளது. 'இரவல், தழுவல், திருட்டு' (பக். 207) மூன்றும் தமிழ் சினிமாவில் அன்றே தீர்க்கமாக இருந்து வந்துள்ளது. ரசிகர்களிடம் கருத்துக்களை பெற்று வெளியிட்டுள்ளனர். ஆபாச காட்சிகள் நிறைய எடுக்கப்பட்டு பின்னால் அது குறைக்கப் பட்டுள்ளது. பால்குளத்தில் குளிக்கும் நாயகி குறித்த காட்சிகள்கூட எடுக்கப்பட்டுள்ளது. 'மன்மதலீலை' என்ற கே. பாலச்சந்தர் படத்தில் வரும் 'ஹலோ மைடியர் ராங் நம்பர்' பாடல் அன்று புதுமையாக தெரிந்தது, ஆனால் அதன் மூலம் 'அதிர்ஷ்டம்' என்ற

1939ல் வெளிவந்த படத்திலேயே உள்ளது. அந்தபாடல் காட்சி ஒரு நவீனம் என்றும் எழுதப்பட்டுள்ளது (பக். 167). தமிழ் திரைப்படத்துறை அந்த அளவிற்கு முன்னேறிய ஒன்றாக இருந்துள்ளது.

1938-ல் வந்த 'சிந்தாமணி' படத்தில்தான் தமிழ் பாட்டுகள் வித்வான்களின் வழக்கமான பாகவத சங்கீதத்திலிருந்து விடுபட்டு மக்களிடம் பிரபலமாகியுள்ளதை குறிப்பிடுகிறது ஆனந்தவிகடன் விமர்சனம் (பக்.158). மிக எளிமையான மெட்டில், தமிழில் உள்ளன, அர்த்தம் புரியும்படி தெளிவாக உள்ளன என்று கூறுகிறது. அதோடு சங்கீத வித்வான்கள் இதனை கவனத்தில் கொள்ள வேண்டும் என்கிறது. ஆக, தமிழக மேடைக்கச்சேரி, இசை அனுபவம் ஆகியவற்றை மேட்டிமையிலிருந்து கீழிறக்கியதில் தமிழ் சினிமாவின் பங்கு முக்கியமானது.

தமிழ் திரைப்படத்தின் பொற்காலம் என்று கருதக்கூடிய 1931-1960 ஆகிய 30 ஆண்டுகளின் பொறுக்கி தொகுக்கப்பட்ட இந்த விமர்சனங்கள், தமிழில் 'திரைப்படம்' என்ற சொல்லாடல் புலம் உருவாக்கிய வரலாற்றை அறியமுடிகிறது. அன்று தமிழ் சமூகத்தில் சலனப்பட்ட கருத்தியல், சாதி, மேட்டிமைத்தனம், மதவாதம் உள்ளிட்ட கூறுகளையும், அதன்பின் வந்த திராவிட சினிமா உருவாக்கிய மத எதிர்ப்பு, சாதி எதிர்ப்பு, மொழிக்கு முன்னுரிமை, பாமர மக்களின் பிரச்சனைகள் ஆகியவை புதியதொரு சமூகப் போக்கின் உருவாக்கத்தை ஆவணப்படுத்துவதாக உள்ளது. இவ்விமர்சனங்கள் வழியாக தமிழ் சமூகத்தை பிரஞ்சு மார்க்சியரான அல்தூஸர் மற்றும் டெல்யுஸ் கூறும் 'கூறுகாண் வாசிப்பு' (symphtomatic reading) செய்தால், அன்றைய சமூகத்தின் ஆழ்தளத்தில், சமூக நனவிலியில் செயல்பட்ட அறிகுறிகளை படித்துவிடலாம். சான்றாக, "வேசித்தனம் இன்று நம் சமூகத்திலுள்ள ஒரு கொடுமை நோய் அதை நீக்க இதுபோன்ற படங்கள் சாதனங்கள்" (பக்.135) என்று ஒரு விமர்சனக் குறிப்பு சொல்கிறது. இதில் கூறப்பட்ட படங்களின் வழியாக இதுபோன்ற பல சமூக நோய்க்குறிகளை அறியமுடியும். அதே நேரத்தில், அந் நோய்களுக்கான ஒரு மருந்தாகவும் அதே திரைப்படங்கள் இருந்துள்ளன என்பதையும் அறியலாம். இது சமூகத்தை எப்படி இதப்படுத்தியது, எப்படி தமிழர்களின் உள்ளுறையை, அகத்தை கட்டமைத்தது என்பதையும் ஆராய முடியும். தமிழர்கள் தங்கள் உணர்வுகளை வடிவமைக்க, அதற்கு பெயரிட்டு அழைக்க,

உணர்வு வெளிப்பாட்டு முறைகளை எப்படி சினிமா கற்று தந்துது என்பதை அறியமுடியும். தமிழனின் சிந்தனைப்புலத்தை, அறிதலை, உணர்வை, உளவியலை உருவாக்கியதில் தமிழ் திரைப்படங்களின் பங்கை, பணியை அறிய இத்தகைய ஆவணத் தரவுகள் அவசியமானவை.

தமிழ் திரைப்படம், தமிழ் சமூகத்தை நவீனத்துவத்திற்கு ஏற்ப 'சுய-வடிவமைத்தலை' (self-fashioning) செய்ததை அறிவதற்கான தரவுகள் இதில் உள்ளன. புது வரலாற்றுவாதத்தை (New Historicism) உருவாக்கிய அமெரிக்க ஆய்வாளரான ஸ்டீபன் கிரீன்பிளாட் (Stephen Greenblatt) அவர்களால் முன்வைக்கப்பட்ட ஒரு கருத்தாக்கமே 'சுய-வடிவமைத்தல்'. அவர் ஷேக்ஸ்பியர் மற்றும் பல செவ்வியல் ஆங்கில இலக்கியங்கள் எப்படி மேட்டிமைதனத்தை ஆங்கிலேய மறுமலர்ச்சிக்கால 'சுயமாக' வடிவமைத்தது என்பதை விவரிக்கிறார். சுய-வடிவமைத்தலுக்கும் அழகியல் சார்ந்த ஊடகங்களுக்கும் இடையில் ஒரு பரஸ்பர கொடுக்கல் வாங்கல் நிகழ்ந்துகொண்டே இருக்கும். அப்படியான கொடுக்கல் வாங்கலே எழுத்து ஊடகங்களுக்கும், காட்சி ஊடகங்களுக்கும் இடையில் நிகழ்ந்து வந்திருப்பதை இத்தொகுப்பு உணர்த்துகிறது.

நடனம் (நாட்டியம்), சங்கீதம் (பாடல்கள், இசை), ஓவியம், நிழற்படம், வசனம், கவிதை, கதை உள்ளிட்ட அனைத்து இலக்கிய கலை வடிவங்களும் ஒருங்கிணைந்த ஒரு ஊடகம் சினிமா என்பதால், இது காண்பவரின் நனவிலியில் மொழிதாண்டி உறவாடி, ஊடாடி நிலைபெறக்கூடிய ஒன்றாக உள்ளது. ஒரு சமூகத்தின் பழக்க, வழக்கங்கள், நாகரிகங்கள், உடற்செயல்பாடுகள் (gesture), பாவனைகள், உணர்ச்சிகள், அதன் வெளிப்பாடுகளை வடிவமைப்பதில் கலை இலக்கியங்கள் போல திரைப்படத்திற்கும் மிகப்பெரிய பங்கு உள்ளது. முதலாளிய வணிகச் சந்தையை அதன் உலகளாவிய நுகர்வியத்தை உருவமைப்பதில், அதற்கான உளவியலை, பண்பாட்டை, அழகியலைக் கட்டமைப்பதில் திரைப்படங்களின் பங்கு மிக முக்கியமானது. அதனால்தான் முதலாளியம் அதனை ஒரு மிகப்பெரும் நிறுவனமாக வளர்த்தெடுத்துள்ளது. அதற்கான ஒரு சொல்லாடல் மற்றும் எதிர் சொல்லாடல் புலக்கட்டமைப்பை உருவாக்குவதில் இத்தகைய விமர்சனங்களின் பங்கு மிக முக்கியமானது.

தமிழ்த் திரைப்படங்கள் கடந்த நூற்றாண்டுகளில் தமிழர்களின் 'சுயத்தை' எப்படி வடிவமைத்தது என்பதை ஆய்வதற்கான ஒரு ஆரம்பநிலைக் குறிப்புகளைத் தரக் கூடியதாக இந்நூல் அமைந்துள்ளது என்பது உடலரசியல் குறித்து எனது தனிப்பட்ட ஆர்வத்தில் முக்கியமானது. சுருக்கமாக உரைத்தால், சினிமா மக்களின் வேட்கையை பதிலீடு (sublimate) செய்வதல்ல, மாறாக, வேட்கையை மக்களின் உடல்களில் முதலீடு (invest) செய்பவையாக உள்ளது என்பதே சினிமாவின் உடலரசியல் ஆகும். தமிழ் சினிமா நடிகைகளைப் பார்த்து ஒருவகை 'புரூச்' எனப்படும் புடவையில் குத்திக் கொள்ளும் பின்னை எப்படி பெண்கள் பின்பற்றினார்கள் (பக். 59) என்பதை இந்த விமர்சனத்தின் வழி அறியமுடிகிறது. அதேபோல் தமிழ் ஆண்கள், பெண்களின் நடை, உடை. பாவனைகளை வடிவமைத்ததில், வாழ்வின் பல்வேறு அம்சங்களுக்கு உருவம் கொடுத்ததிலும் தமிழ் திரைப்படத்தின் பங்கு முக்கியமானது. தமிழில் முன்பு குறிப்பிட்டதைப்போல மத்தியதரவர்க்க மேட்டிமைத்தன்மை (Elite) உருவாக்கியதில் தமிழ் சினிமாவிற்குப் பெரும் பங்கு உண்டு. தமிழர்களின் அழகுணர்வை வடிவமைத்தல், பழக்கங்களை மாற்றுதல், மதக்கருத்தியலை மீட்டெடுத்தல் என கருத்தியல் தளங்களிலும் ஆய்வைத் தொடர இத்தொகுப்பு முக்கியமான ஆவணத் தரவாக உள்ளது. அந்த வகையில் நிழல் வெளியிட்டுள்ள இந்நூல் அனைவராலும் வாசிக்கப்பட வேண்டியது அவசியம்.

- 01-11-2020 –நிழல்

சினிமா குறித்து டெல்யுஸ் – சில குறிப்புகள்

பிரஞ்சு சிந்தனையாளரான ஜீல் டெல்யுஸ் சினிமா குறித்து இரண்டு முக்கிய நூல்களை எழுதியுள்ளார். சினிமா-1 நகர்வு-பிம்பம் (Cinema-1 Movement Image), சினிமா-2 கால-பிம்பம் (Cinema-2 Time Image). இவ்விரு நூல்களும் சினிமா குறித்த கோட்பாடுகளை சினிமாவை பயில விரும்பும் மாணவர்களுக்கு விவரிக்கும் நூல்கள். இவை ஐரோப்பிய-அமெரிக்க, ஜப்பான் சினிமா குறித்து பேசும் நூல்கள். அந்நூல்களில் பேசப்படும் சில குறிப்புகள்...

1. ஹென்றி பெர்கூசனின் கருத்தாக்கமான சினிமா நிலை பிம்பங்களின் தொடர்ச்சியான நகர்வு அல்ல உடனடியாக நகர்வு-பிம்பத்தை தரும் ஒன்று.

2. உருவங்கள் நகர்வால் வரையறுக்கப்படுவதில்லை, மாறாக, நகர்வின் தொடர்ச்சிதான் உருவங்களால் வரையறுக்கப்படுகிறது.

3. சிந்தனைத்திறனால் புதியவற்றை உற்பத்தி செய்யமுடியும் என்பதாக நகர்வு பற்றிய புதிய கருத்தாக்கத்திற்கு உருவம் தந்தது சினிமா.

4. இந்த சிந்தனைத்திறன் பல வாய்ப்புகளையும் மற்றும் விபத்துகளையும் உருவாக்கியது.

5. ‘ஷாட்’ என்பது ஒரு நகர்வு-பிம்பம். கேமரா பொதுவாக இடம்விட்டு இடம் நகரும் ஒன்றாக உள்ளது. கேமரா எப்பொழுதும் பாத்திரங்களை பின் தொடர்வது என்பது ஒரு சொந்த இயக்கத்தை உருவாக்குகிறது. கேமரா தனது சொந்த உரிமைகளைக்கொண்ட ஒரு எந்திரப்-பிரக்ஞையாக செயல்படுகிறது. இது பார்வயாளரின் அல்லது கதாநாயகனின் பிரக்ஞையிலிருந்து தனியானது.

6. கேமரா இயங்காதபோதும் மோண்டேஜ் வழியாக ‘ஷாட்டு’கள் இணைக்கப்பட்ட நகர்ச்சியை உருவாக்குகின்றது.

7. ‘மோண்டேஜ்’ எனப்படும் காலத்தொடர்ச்சி மற்றும் நகர்வு நான்கு வித்தியாசமான பள்ளிகளைக் கொண்டுள்ளது.

1. அமெரிக்கப் பள்ளியின் உயிர்ப்புள்ள மோண்டேஜ் (ஒட்டிணைப்பு) – டி. டபுள்யு. கிரிப்பித் - எதிரானவற்றை ஓர் முழுமைக்குள் அடக்குவது. பணக்காரன்-ஏழை, பெண்-ஆண் இப்படி

2. சோவியத் பள்ளியின் இயங்கியல் மோண்டேஜ் – ஐசன்ஸ்டைன் – வளர்ச்சி மற்றும் புரட்சிகரமானது – எதிர்மைகளை முன்வைப்பதன் மூலம் புதிய ஒன்றை பிறப்பிப்பது.

3. போருக்கு முந்தைய பிரஞ்சுப் பள்ளியின் அளவு சார்ந்த மோண்டேஜ் – நகர்விற்கு அழுத்தம் தருவது.

4. ஜெர்மானிய எக்ஸ்பிரசனிஸ்ட் பள்ளியின் தீவிர ஆழ்ந்த அழுத்தம் தரும் மோண்டேஜ் – வண்ணம், ஒளி போன்றவற்றிற்கு அழுத்தம் தந்து காட்சிகளை வேறுபடுத்திக் காட்டுவது.

8. நகர்வு-பிம்பம் 3 வகையானது.

1. புலனுணர்வு-பிம்பம் (perception images)- என்ன பார்க்கிறோம் என்பதை குவியப்படுத்துவது. – இது மூன்று வகைப்படும்.

i. திட-புலனுணர்வு – சாதரண மனிதர்களின் புலனுணர்வு.

ii. திரவ-புலனுணர்வு – பிம்பங்கள் தொடர்ந்து பீய்ச்சப்படுவது – போருக்கு முந்தைய பிரஞ்சு சினிமா.

iii. வாயு-புலனுணர்வு – மனித கண்கள் அல்லாத கண்களால் பார்க்கப்படும் தூய காட்சி. இது புறவயக்காட்சி, மனிதர்களுக்கு முன்பான உலகில் உள்ள பொருட்களின் காட்சி. (வெறுமையின் காட்சி – பௌத்த அறிதல் போன்றது)- இத தூய புலனுணர்வு சார்ந்தது.

2. உணர்வாக்க-பிம்பம் (*affection images*) – உணர்வுகளின் வெளிப்பாட்டை குவியப்படுத்துவது - "*The affection-image is the close-up, and the close-up is the face...*" – எல்லா முகங்களும் இத்தகைய பிம்பமே. இப்பிம்பம் விருப்பிற்கும், கவர்தலுக்கும் இடையில் இயங்குவது. கால-இடத்திலிருந்து பிரித்தெடுக்கப்பட்டது இது துடைத்தழிக்கப்பட்ட முகத்திற்கான பயத்திற்கு தள்ளுவது. விருப்பும், வியப்புமே உயிர்ப்பை தருகிறது. முகம் என்பது உணர்வாக்கத்தை தரும் பிம்பம்.

3. இயக்க-பிம்பம் (*action images*) – காலத்தொடர்ச்சியின் இயக்கத்தை குவியப்படுத்துவது. – இது இரண்டு வடிவங்களைக் கொண்டது. நீள்-வடிவம் (சூழல்-இயக்கம்-சூழல்) – ஆவணப்படங்கள் சூழல் இயக்கத்தை உருவாக்கும் மற்றும் குறு-வடிவம் (இயக்கம்-சூழல்-இயக்கம்) – சமூக-உளவியல் படங்கள் – இயக்கம் சூழலை உருவாக்கும் – சாப்ளின் படங்கள். இவை இரண்டும் தொடர்ந்து வரக்கூடியவை படங்களில்.

- இம்மூன்று பிம்பங்களும் லாங்-ஷாட், குளொஸ்-அப் மற்றும் மீடியம்-ஷாட் என்பதுடன் தொடர்புடையது.

9. நகர்வு-பிம்பம் என்பதில் உள்ள சில சிக்கல்களை கணக்கில்கொண்டு மெண்டல்-இமேஜான படங்களிற்கு விரிவுபடுத்த சினிமா இயக்க பிம்பத்தலிருந்து கால-பிம்பத்திற்கு மாறியதை விவரிப்பதே சினிமா-2 நூல்.

இது சுருக்க குறிப்பு ஒரு அறிமுகத்திற்காக தரப்பட்டுள்ளது. நிழல் இதழில் வெளியான குறிப்புகள். இது முழுமையானது இல்லை. இரண்டு நூற்களும் வாசித்தால் முழுமையான புரிதலை அடைய முடியும். பல சினிமா காட்சிகளின் சான்றுகளுடன் விரிவாக விவரிக்கிறது இந்நூல்கள்.

முந்தைய கட்டுரைகளில் டெல்யுஸின் சினிமாக் குறித்த கருத்துக்கள், கருத்தாக்கங்கள் தேவையான இடங்களில் தரப்பட்டுள்ளது. இந்த சுருக்கக் குறிப்புகள் அந்நூல் குறித்து ஒரு அறிமுகத்திற்காக தரப்பட்டுள்ளது. அந்நூல்கள் குறித்த விரிவான அறிமுகம் தனிநூலாக எழுதப்பட வேண்டிய ஒன்று. தவிரவும், டெல்யுஸ் இந்திய சினிமாக்கள் குறித்து எதுவும் எழுதியதாக தெரியவில்லை. அவரது கருத்தாக்கங்கள் இந்திய சினிமாவிற்கு பொறுத்தி எழுதப்பட வேண்டும். பல ஆய்வுகள் ஆங்கிலத்தில் உள்ளன.

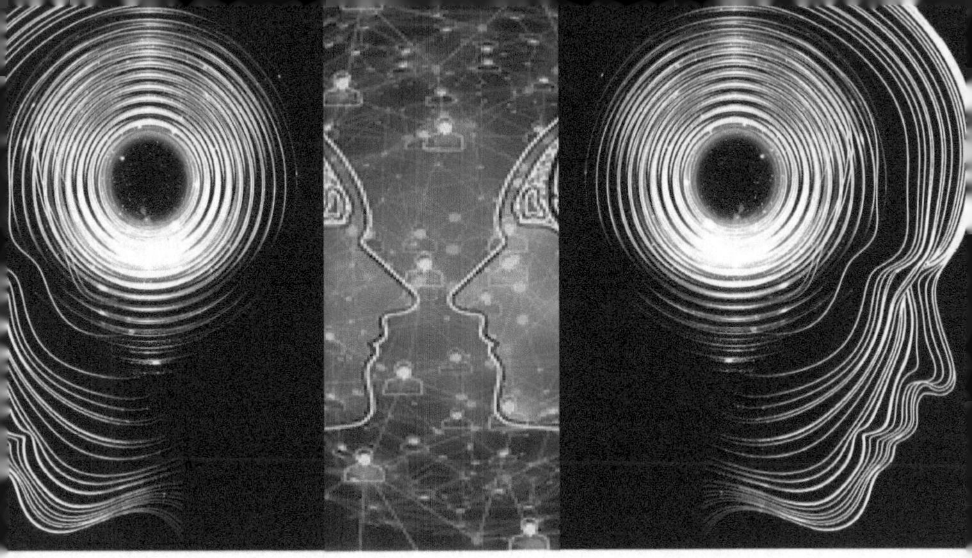

முடிவுரை

இந்நூலின் வாசிப்பு சினிமா குறித்து பழகிய வழக்கமான அறிவில், உணர்வில் ஒரு மாற்றத்தை உருவாக்கியிருந்தால் இதற்கான உழைப்பிற்கு நியாயம் செய்வதாகும். சினிமா இந்த நூற்றாண்டின் ஒரு புதிய அறிவியல் சாதனம் மட்டுமல்ல, சமூகத்தை, மனித உடல்களை, வாழ்நிலையை, நமது சுற்றுச்சூழலை மாற்றியமைத்து இந்த பிரபஞ்சத்தை ஒரு பொது அறிதலுக்குள் கொண்டுவந்த ஒரு வடிவம் என்றால் மிகையாகாது. சினிமாவிற்கு முந்தைய நம் அறிதல்கள் முற்றிலும் மாற்றியமைக்கப்பட்ட நமது உடலியல் கூறுகளும் அதற்கு ஏற்ப தகவமைக்கப்பட்டுள்ளது. நாம் சினிமா என்கிற புதிய நிலப்பரப்பிற்குள் வாழத்துவங்கி அதன் எல்லைக்குள் நம்மை எல்லைப்படுத்திக் கொண்டுவிட்டோம். இது இன்று நமது கையடக்கக் கருவியான அலைபேசிகள் வழியாக நுண் சினிமாகவும், நமது அறைக்குள், நமது வாழ்வெளிக்குள் நுழைந்து நம்மைச்சுற்றியுள்ள சுவர்களை உடைத்து நம்மை ஒரு காட்சி எந்திரமாகவும், அதைக் காணும் எந்திரமாகவும உருவாக்கிவிட்டது.

நம்மைக் காட்சிப்படுத்திக் கொள்வதற்கான அனைத்து அறம் சார்ந்த விஷயங்களும், தனிவெளிகளும் அற்றுப்போய், தொடர்ந்து காணுதலில் உள்ள ஒரு சினிமாட்டிக் அறிதலைப் பெறுபவர்களாக மாற்றப்பட்டுவிட்டோம். இதிலிருந்து மீள்வதற்கான சாத்தியம் இல்லை என்பதால் இதனை நமக்கான ஒரு அரசாட்சியாக

(kingdom) நமது வாழ்வெல்லைக்குள் எல்லைப்படுத்திக் கொள்வதே (territorial makeing) இன்றைக்கான சாத்தியப்பாடாக உள்ளது. நம்மை நமது உடலை, தன்னிலையைத் திரளச்செய்யும் ஒரு வடிவமாக சினிமா உள்ளது. நம்மைச்சுற்றி எண்ணற்ற சினிமாக்கள் நிகழ்ந்த வண்ணம் உள்ளன. இன்று சினிமாவின் திரைத்தனம் படியாத நிகழ்வோ உடல்களோ இல்லை என்ற நிலை உருவாகியுள்ளது.

சினிமா யதார்த்தத்தைப் பிரதிபலிப்பதில்லை, மாறாக யதார்த்த நிகழ்வுகளைக் கதையாடலாக்குவதன் வழியாக யதார்த்தம் குறித்த உணர்வை மறுகட்டமைப்புச் செய்கிறது. யதார்த்தம் குறித்த புரிதலை சரி செய்வதாக உள்ளது. யதார்த்த நிகழ்வுகளை மெய்நிகராகக் (virtualize) காட்டி, அதனை ஒரு மெய்மையாக (actualize) மாற்றுகிறது. சினிமா எண்ணற்ற உலகை உருவாக்கி காட்டுவதாக உள்ளது. எண்ணற்ற வாழ்தலுக்கான சாத்தியங்களைத் தருகிறது. சினிமா வாழ்தல் குறித்த ஒருவகைக் காணுதல் சார்ந்த தத்துவமாக உள்ளது. அது புலன்கள் வழியாக ஒருவகை சிந்தனையை, உணர்வைக் கட்டுவதன் வழியாக உடல்களின் உணர்வாக்கத்தை உருவாக்குவதாக உள்ளது. ஒருவகை புதிய அறிதல் நிலையாக உள்ளதால், இந்நூல் சினிமா குறித்த தத்துவம் என்பதை ‘சினிமாத்துவம்’ என்ற சொல்லால் குறிக்கிறது. இந்தவகையான புலனறிதலை சினிமாத்துவம் என்று குறிக்க முயல்கிறது இந்நூல். அதற்கான ஒரு முன்முயற்சியே இந்த கட்டுரைகளின் உள்ளுறையாக உள்ளது.

இனியும் சினிமா ஒரு காட்சி ஊடகம் மட்டுமல்ல, அது காட்சி எந்திரங்களாக உடலை கட்டமைக்கும். காணும் எந்திரங்களாக உடல்களை உருவாக்கும் ஒரு வடிவம். அதனை முணுமுணுத்தபடி அலையும் எழுத்தே நீங்கள் வாசித்த இந்தத் தொகுப்பு.

★★★ முற்றும் ★★★

www.ingramcontent.com/pod-product-compliance
Lightning Source LLC
LaVergne TN
LVHW060332051026
849517LV00004B/1291
* 9 7 8 9 3 9 5 7 7 6 8 9 9 *